കെ.കെ. സുധാകരൻ

മാവേലിക്കരയിൽ ജനനം. ബിഷപ്പ്മൂർ കോളേജ്, കേരള യൂണിവേഴ്സിറ്റി ഡിപ്പാർട്ട്മെന്റ് എന്നിവിടങ്ങളിൽ വിദ്യാഭ്യാസം. ലൈബ്രറിസയൻസിൽ മാസ്റ്റർ ബിരുദം. ഇപ്പോൾ കോട്ടയത്ത് മഹാത്മാഗാന്ധി യൂണിവേഴ്സിറ്റിയിൽ ഡെപ്യൂട്ടി ലൈബ്രേറിയൻ.

1984- ൽ ആദ്യ നോവലായ 'ഒരു ഞായറാഴ്ചയുടെ ഓർമ്മയ്ക്ക്' പ്രസിദ്ധീകരിച്ചു. രണ്ടാമത്തെ നോവൽ 'നമുക്ക് ഗ്രാമങ്ങളിൽ ചെന്ന് രാപാർക്കാം'. നോവലുകളും നോവലെറ്റുകളും ചെറുകഥകളുമായി ഇരുപതിലധികം പുസ്തകങ്ങൾ പ്രസിദ്ധീകരിച്ചിട്ടുണ്ട്.

നമുക്കുപാർക്കാൻ മുന്തിരിത്തോപ്പുകൾ, നീയെത്ര ധന്യ, ആയുർ രേഖ എന്നിവ സിനിമകൾ. പല നോവലുകളും ടെലിവിഷൻ സീരിയലുകൾ ആയിട്ടുണ്ട്.

ഭാര്യ : ശ്രീദേവി. മക്കൾ: നീന, ചിത്ര.

വിലാസം: 'ലാവണ്യ,' കല്ലുമല, മാവേലിക്കര. 690 110.

ഫോൺ: 9447456179

Malayalam Language
Anupallavi
Part - 2
(Novel)
by
K. K. Sudhakaran

♦

Published in May 2023
by Kairali Books Private Limited
Thalikkavu Road, Kannur.
Ph : 0497-2761200
Email : kairalibooksknr@gmail.com

♦

Cover Design
Prasanth Mangad

♦

Printed at
Printing Park, Tly

17/23-24//Sl.No.1443/250/NS 18.6
ISBN 978-93-94472-49-5

അനുപല്ലവി

(ഭാഗം രണ്ട്)

കെ. കെ. സുധാകരൻ

കൈരളി ബുക്സ്

ഒന്ന്

'അനുരാഗ് കോൾ കട്ട് ചെയ്യരുത്. അങ്ങനെ ചെയ്താൽ അതിന്റെ ഭവിഷ്യത്ത് നീ അനുഭവിക്കേണ്ടിവരും.' അഖില പറഞ്ഞു.

'എന്തിനാ നീ വിളിച്ചത്?' അവൻ ചോദിച്ചു.

'നിന്നോട് സംസാരിക്കാൻ.'

'നാളെപ്പോരേ?'

'പോരാ. ഇപ്പോൾ...ഈ നിമിഷം.'

ഏസിയുടെ സുഖകരമായ തണുപ്പായിരുന്നു മുറിയിൽ. എന്നിട്ടും അനുരാഗിന്റെ നെറ്റിയിൽ വിയർപ്പ് പൊടിഞ്ഞു. പല്ലവി നിശ്ശബ്ദയായി കാത്തിരിക്കുന്നത് അവൻ കണ്ടു.

'ഞാൻ അങ്ങോട്ടു വിളിക്കാം.' അവൻ പറഞ്ഞു.

'എപ്പോൾ?' അഖില ചോദിച്ചു.

'ഇപ്പോൾ.'

'വിളിക്കണേ. അല്ലെങ്കിൽ നാളെ ഞാനങ്ങുവരും.' ഭീഷണിയുണ്ടായിരുന്നു അവളുടെ സ്വരത്തിൽ. 'മൊബൈൽ സ്വിച്ചോഫ് ചെയ്തുവയ്ക്കാൻ തോന്നുന്നുണ്ട് അല്ലേ?' അവന്റെ മനസ്സറിഞ്ഞതുപോലെ അവൾ ചോദിച്ചു.

'ഇല്ല.'

'നീയിപ്പോൾ ബെഡ്റൂമിലാണോ?'

'അതെ.'

കൈയിൽ കിട്ടിയിരുന്നെങ്കിൽ അവളുടെ കഴുത്തു ഞെരിക്കാനുള്ള കോപം ഉണ്ടായിരുന്നു അവന്റെ മനസ്സിൽ.

'നിന്റെ പെണ്ണ് അടുത്തുതന്നെ ഉണ്ടായിരിക്കും.'

'ഉം.'

'നിന്നോട് ഇപ്പോൾ ഇങ്ങനെ സംസാരിക്കുമ്പോ എനിക്കെന്തൊരു സുഖമാണ് തോന്നുന്നതെന്നറിയാമോ?'

'ഞാൻ കട്ട് ചെയ്തിട്ട് വിളിക്കാം.'

'വിളിക്കണം. ഉടൻ അല്ലെങ്കിൽ.'

അനുരാഗ് കോൾ കട്ട് ചെയ്തു. എന്നിട്ട് പല്ലവിയെ നോക്കി ഒന്നു ചിരിച്ചു. അത് ദുർബലമായ ഒരു ചിരിയായിരുന്നു.

'എന്റെയൊരു ഫ്രണ്ടാ. അവനെ കല്യാണത്തിന് ക്ഷണിക്കാൻ ഞാൻ വിട്ടുപോയി. അതിന്റെ ദേഷ്യം തീർക്കുകയായിരുന്നു.'

അവൾ പുഞ്ചിരിച്ചു.

'പല്ലവിക്ക് ഇങ്ങനെ വല്ല അബദ്ധവും പറ്റിയോ?'

'ഇല്ല.'

'ഒരുമിനിറ്റ്. ഞാനിപ്പം വരാം.'

അവൾ മെല്ലെ തലകുലുക്കി.

അവൻ തിടുക്കം കാട്ടാതെ മൊബൈലുമായി വാതിൽ തുറന്ന് പുറത്തേക്കിറങ്ങി. മുകളിലത്തെ നിലയിലായിരുന്നു അവരുടെ മണിയറ. വാതിൽ തുറന്ന് വെളിയിലേക്കിറങ്ങുന്നത് ഒരു ഹാളിലേക്കാണ്. മുകളിൽനിലയിൽ വേറേയാരുമില്ല.

അമ്മയും സുമിത്രാന്റിയും താഴെയാണ്.

ഹാളിലെ സോഫയിൽ ഇരുന്നുകൊണ്ട് അവൻ അഖിലയെ തിരിച്ചു വിളിച്ചു. കാത്തിരുന്നതുപോലെ അവൾ ഉടൻ കോൾ എടുത്തു.

'നീ ബെഡ്റൂമിൽനിന്ന് വെളിയിൽ ഇറങ്ങിയില്ലേ?'

അവൾ ചോദിച്ചു.

'ഉം.'

'നിനക്കു ഞാൻ തരുന്ന ശിക്ഷയാണിത്. ആറുമാസത്തോളം കൂടെ കൊണ്ടുനടന്നിട്ട് ഒടുവിൽ ഒരു സുപ്രഭാതത്തിൽ നീയെന്നെ ഉപേക്ഷിച്ചു.' അവൾ പറഞ്ഞു.

അവൻ പരിഹാസത്തോടെ ഒന്നു ചിരിച്ചു. 'പഴയ കാമുകി എന്ന നിലയിലായിരിക്കും നീ സംസാരിക്കുന്നത്.'

'അതെ. എന്താ നിനക്ക് നിഷേധിക്കാനാവുമോ?' അവൾ ചോദിച്ചു.

'ഒരിക്കലും ആരിൽനിന്നും ഞാൻ ഫ്രീ സർവ്വീസ് സ്വീകരിക്കാറില്ല. തക്കതായ പ്രതിഫലം ഞാൻ അപ്പപ്പോൾ തന്നിട്ടുമുണ്ട്. നീയത് വാങ്ങിയിട്ടുമുണ്ട്. ശരിയല്ലേ?'

'അത് നിനക്ക് എന്നോടുള്ള ഇഷ്ടം കൊണ്ട് തന്ന സമ്മാനങ്ങളാണ്.' അവൾ അതു നിഷേധിച്ചു.

'നിന്നെ പ്രേമിക്കുന്നു എന്നു ഞാൻ എപ്പോഴെങ്കിലും പറഞ്ഞിട്ടുണ്ടോ? ഇല്ലല്ലോ. നിനക്ക് വിവാഹ വാഗ്ദാനം തന്നിട്ടുണ്ടോ? ഇല്ലല്ലോ. ചോദിച്ചപ്പോഴൊക്കെ നിനക്ക് ഞാൻ പണം തന്നിട്ടുണ്ട്. ശരിയല്ലേ. പണം

ആരും സമ്മാനമായി കൊടുക്കാറില്ല. നീ ചെയ്ത ജോലിയുടെ കൂലിയാണ് ഞാൻ തന്നത്.' അവൻ വളരെ പരുഷമായിട്ടാണ് സംസാരിച്ചത്. ഇവളോട് ആ ഭാഷതന്നെ പറയണം. ഈ സമയത്തുവിളിച്ച് മനഃപൂർവ്വം ശല്യപ്പെടുത്താൻ ശ്രമിക്കുന്ന ഇവൾക്ക് വേറെന്തു മറുപടിയാണ് കൊടുക്കേണ്ടത്.

'നീയെന്നെ കളിയാക്കുകയാണോ?' അവൾ ചോദിച്ചു.

'അല്ല. മറുപടി തന്നതാണ്.'

'നീ പറഞ്ഞുജയിച്ചെന്ന് വിചാരിക്കണ്ട. ഞാനിപ്പോൾ വിളിച്ചത് വേറൊരു കാര്യം പറയാനാണ്. അത്യാവശ്യമായി എനിക്ക് ഒരു ലക്ഷം രൂപം വേണം. തന്നേ തീരൂ.'

അവൾ പറഞ്ഞു.

'ഭീഷണിയാണോ?'

'എങ്ങനെ വേണമെങ്കിലും വിചാരിക്കാം.'

'തന്നില്ലെങ്കിൽ?'

'നമ്മൾ തമ്മിലുള്ള ചില ഇന്റിമേറ്റ്സ് റൊമാൻസിന്റെ കുറെ ഫോട്ടോസ് എന്റെ കൈയിലുണ്ട്. ഞാനതു നിന്റെ ഭാര്യ പല്ലവിയെ കാണിച്ചുകൊടുക്കും.' അവൾ പറഞ്ഞു.

'അതുകൊണ്ടൊന്നും ഒരു പ്രയോജനവും ഉണ്ടാകാൻ പോകുന്നില്ല.' ആദ്യം ഒന്നു പതറിയെങ്കിലും പിന്നെ ധൈര്യത്തോടെ അനുരാഗ് പറഞ്ഞു.

'പ്രയോജനമുണ്ടാകുമോ ഇല്ലയോ എന്നു നമുക്കൊന്ന് കണ്ടുനോക്കാം. എന്റെ ബാങ്ക് അക്കൗണ്ട് ഡീറ്റേയിൽസ് ഞാൻ അയച്ചുതരാം. രണ്ടുദിവസത്തിനകം എന്റെ അക്കൗണ്ടിൽ കാഷ് വന്നില്ലെങ്കിൽ നമ്മൾ മുഖാമുഖം കാണേണ്ടിവരും.'

അനുരാഗിന് മിണ്ടാൻ കഴിഞ്ഞില്ല.

'ഞാനിപ്പോൾ തിരുവനന്തപുരത്ത് ഒരു കോഴ്സിന് ചേർന്നിരിക്കുകയാണ്. പണത്തിന് നല്ല അത്യാവശ്യമുണ്ട്.'

അവൾ സംസാരം അവസാനിപ്പിച്ചെങ്കിൽ എന്നായിരുന്നു അവന്റെ ചിന്ത. പല്ലവി കാത്തിരിക്കുകയാണ്.

'ശരി. ഞാൻ നിന്നെ കൂടുതൽ ടെൻഷനടിപ്പിക്കുന്നില്ല. കാര്യപരിപാടി നടക്കട്ടെ. ആശംസകൾ.' പെട്ടെന്ന് കോൾ കട്ടായി.

അനുരാഗ് ഒരുനിമിഷംകൂടി അവിടെ ഇരുന്നു. അവന് സ്വയം പുച്ഛം തോന്നി. താൽക്കാലികമായ സുഖത്തിനു വേണ്ടി പലതും ചെയ്തിട്ടുണ്ട്. അവ ഓരോന്നായി തിരിഞ്ഞു കൊത്താൻ തുടങ്ങിയിരിക്കുന്നു.

സാരമില്ല. വരുന്നിടത്തുവച്ച് കാണാം.

അവൻ എഴുന്നേറ്റ് ബെഡ്റൂമിലേക്കു ചെന്നു. പല്ലവി ബെഡ്ഡിൽ ഇരിക്കുന്നുണ്ടായിരുന്നു. അവനെ കണ്ട് അവൾ എഴുന്നേറ്റു.

'സോറി...എനിക്ക് ആവശ്യത്തിലധികം ഫ്രണ്ട്സ് ഉണ്ട്. എല്ലാം ഞാൻ കട്ട് ചെയ്യുകയാണ്. എനിക്കിനി ഒരേയൊരു ഫ്രണ്ട് മതി.' അവൻ അടുത്തേക്ക് ചെന്ന് അവളുടെ ചുമലിൽ കൈവച്ചു. ' ഈ ഫ്രണ്ട് മാത്രം.'

അവൾ പുഞ്ചിരിച്ചു.

'പാലുതണുത്തു കാണും. അല്ലേ?' അവൻ ചോദിച്ചു.

'അറിയില്ല.'

'ആദ്യരാത്രിയിൽ തണുത്തു പാല് കുടിക്കേണ്ടിവരുന്നവരായിരിക്കും മിക്ക വധൂവരന്മാരും. വരുമ്പോൾത്തന്നെ പിടിച്ചുവാങ്ങി പാൽ കുടിക്കില്ല ആരും.' അവൻ പറഞ്ഞതുകേട്ട് അവൾ പുഞ്ചിരിച്ചു.

'എങ്കിൽ ഇനി വൈകിക്കേണ്ട.' അവൻ ചെന്ന് മേശപ്പുറത്തുനിന്നു പാൽ ഗ്ലാസ് എടുത്തു. വിചാരിച്ചതുപോലെ തണുത്തുകഴിഞ്ഞിരുന്നില്ല. പാൽ പകുതി കുടിച്ചിട്ട് അവൻ ബാക്കി അവൾക്ക് കൊടുത്തു. അവൾ അതു വാങ്ങി കുടിച്ചു.

പെട്ടെന്ന് ഓർമ്മ വന്നപ്പോൾ അനുരാഗ് മൊബൈൽ എടുത്ത് സ്വിച്ച് ഓഫ് ചെയ്തുവച്ചു.

'ഇവിടെ വന്ന് ഇരിക്കൂ.' അവൻ പറഞ്ഞു.

അവളെ പിടിച്ച് ബെഡ്ഡിൽ ഇരുത്തിയിട്ട് അവൻ അടുത്ത് ഇരുന്നു. അപ്പോഴാണ് മേശപ്പുറത്ത് ഒരു താലത്തിൽ വച്ചിരുന്ന ആപ്പിളും മുന്തിരിയും ഓറഞ്ചുമൊക്കെ അവൻ കണ്ടത്. സ്ഫടിക ജഗ്ഗിൽ കുടിക്കാനുള്ള വെള്ളവും.

പാവം സുമിത്രാന്റി.

'എന്തെങ്കിലും പറയൂ.' അവൻ അവളോട് പറഞ്ഞു.

'ഞാൻ എന്താ പറയുക?' അവൾക്ക് അറിയില്ലായിരുന്നു.

'എന്തെങ്കിലും.'

'ഇന്റർനാഷണൽ ഇക്കണോമിക്സിനെകുറിച്ച് പറയട്ടെ. കോളേജിലെ എന്റെ സ്പെഷ്യൽ പേപ്പറായിരുന്നു.'

അവൾ പറഞ്ഞതുകേട്ട് അനുരാഗ് പൊട്ടിച്ചിരിച്ചു.

'എങ്കിൽ ഞാൻ മണി ആന്റ് ബാങ്കിംഗിനെക്കുറിച്ച് പറയാം. കോളേജിൽ ഞാൻ അത് പഠിച്ചിട്ടുണ്ട്.' അവൻ പറഞ്ഞു.

അതുകേട്ട് അവൾക്കും ചിരി വന്നു.

'തൽക്കാലം നീ പല്ലവിയെക്കുറിച്ചും ഞാൻ അനുരാഗിനെക്കുറിച്ചും

പറയാം. അതാണ് നമുക്കിനി അറിയാനുള്ളത്.'

അത് ശരിയാണെന്ന് അവൾക്കു തോന്നി.

പാതിരാ കഴിയുംവരെ രണ്ടുപേരും സംസാരിച്ച് ഇരുന്നു.

'ഉറക്കം വരുന്നുണ്ടോ പല്ലവിക്ക്?' ഒടുവിൽ അവൻ ചോദിച്ചു.

'ഇല്ല.'

'എനിക്കും ഉറക്കം വരുന്നില്ല. പക്ഷെ കിടക്കാം. അല്ലെങ്കിൽ നാളെ പകൽ ഉറക്കം തൂങ്ങി ഇരിക്കേണ്ടിവരും. കാണുന്നവർ വേറെ വല്ലതും വിചാരിച്ചു ചിരിക്കാനും മതി.'

'അവൻ പറഞ്ഞതുകേട്ട് അവൾ ലജ്ജയോടെ ചിരിച്ചു. അനുരാഗ് എഴുന്നേറ്റ് ചെന്ന് ലൈറ്റ് ഓഫ് ചെയ്തു. എന്നിട്ടും ബെഡ്റൂം ലാമ്പിന്റെ അരണ്ട വെളിച്ചം മുറിയിൽ ബാക്കിനിന്നു.

'കിടക്കാം.'

രണ്ടുപേരും കെട്ടിപ്പിടിച്ചുകിടന്നു. കൈക്കുള്ളിൽ ഒരു സുഗന്ധംപോലെയായിരുന്നു അവൾ. അതുവരെ കിട്ടിയിട്ടില്ലാത്ത ഒരു അനുഭവമായിരുന്നു അവന് അത്.

പിറ്റേന്നുരാവിലെ അനുരാഗ് ഉണർന്നപ്പോൾ വൈകിപ്പോയി. അപ്പോൾ പല്ലവി ബെഡ്ഡിൽ ഉണ്ടായിരുന്നില്ല.

'അവൻ വെറുതെ മൊബൈൽ എടുത്തു സ്വിച്ച് ഓൺ ചെയ്തു നോക്കി. അഖിലയുടെ ബാങ്കിന്റെ പേരും അക്കൗണ്ട് നമ്പറും മെസേജായി വന്നുകിടപ്പുണ്ടായിരുന്നു. തലേരാത്രിയിൽ അവളോടു കയർത്തു സംസാരിച്ചെങ്കിലും ഒരുലക്ഷംരൂപ കൊടുത്ത് അവളെ ഒഴിവാക്കുന്നതാണ് നല്ലതെന്ന് അവനു തോന്നി. രാവിലെത്തന്നെ മാനേജർ മദനഗോപാലിനെ വിളിച്ച് അവൻ വിവരം പറഞ്ഞു. അഖിലയുടെ ബാങ്ക് അക്കൗണ്ട് വിവരങ്ങളും അയച്ചുകൊടുത്തു.

'അങ്കിൾ കഴിയുന്നതും ഇന്നുതന്നെ അവൾക്ക് പണം കൊടുക്കണേ.' അവൻ പറഞ്ഞു.

'കൊടുക്കാം മോനേ.' അയാൾ ഏറ്റു.

രാവിലെ പത്തുമണിയായപ്പോൾ അയാൾ ഗോപിനാഥിനെ വിളിച്ച് ഇക്കാര്യം പറഞ്ഞു.

'എന്തു ചെയ്യണം സാർ?'

'കൊടുക്കരുത്. അവൾക്കെന്നല്ല ഇനി ഒരു പെണ്ണിനും കമ്പനിയിൽനിന്ന് ഒരൊറ്റപൈസപോലും കൊടുക്കരുത്. ഇതുവരെ കൊടുത്തെങ്കിൽ അതിന് ചില ഉദ്ദേശ്യങ്ങൾ ഉണ്ടായിരുന്നു.' ഗോപിനാഥ് പറഞ്ഞു.

'ശരി സർ.'

'അവൻ തിരക്കിയാൽ ഇന്ന് പണമിട്ടു എന്നു പറഞ്ഞാൽ മതി.'

'ശരി സാർ.'

ഗോപിനാഥ് ഒന്നു ചിരിച്ചു. ജയന്തിക്ക് സന്തോഷമാകും.

***

രാവിലെ പതിവുസമയത്തുതന്നെ രാഹുൽ ഉറക്കമുണർന്ന് എഴുന്നേറ്റുവന്നു. ഗിരിജാകുമാരി അയാളുടെ മുഖം ശ്രദ്ധിച്ചു. പതിവിലേറെ മ്ലാനവദനനായിരുന്നു അയാൾ.

'നീയിന്നലെ ഉറങ്ങിയില്ലേ മോനേ?'

അവർ വിഷാദത്തോടെ ചോദിച്ചു.

'ശരിക്ക് ഉറങ്ങാൻ പറ്റിയില്ലമ്മേ. ഉറക്കം വന്നില്ല.'

എന്താണ് കാരണമെന്ന അർത്ഥത്തിൽ അവർ മകന്റെ മുഖത്തേക്കു നോക്കി.

'ഇന്നലെയായിരുന്നില്ലേ പല്ലവിയുടെ കല്യാണം. ഇനി അവൾ എന്തൊക്കെയാണ് അനുഭവിക്കാൻ പോകുന്നതെന്നോർത്തപ്പോൾ ഉറക്കം വന്നില്ല.'

ഗിരിജാകുമാരി അയാൾക്ക് ഗ്ലാസിലേക്ക് ചായ പകർന്നുകൊടുത്തു

'പശു ചത്തു. മോരിലെ പുളിയും പോയി.' എന്നുപറഞ്ഞതുപോലെ ഇനി ആ കുട്ടിയെക്കുറിച്ച് നീ ആലോചിക്കുന്നതെന്തിനാ മോനേ...അവളുടെ കല്യാണം കഴിഞ്ഞ് അവൾ പോയി. ഇനി അവൾക്ക് എന്തു സംഭവിച്ചാലും നമുക്കെന്താ?' ഗിരിജാകുമാരി ചോദിച്ചു.

'അങ്ങനെ എനിക്കു ചിന്തിക്കാൻ പറ്റുന്നില്ലമ്മേ. അവൾ ഇപ്പോൾ എന്റെ ആരുമല്ലെങ്കിലും ഒരിക്കൽ അവൾ എന്റെ എല്ലാമായിരുന്നു. അവളെ ഞാൻ എത്ര സ്നേഹിച്ചു. അവളെ ഞാനെന്റെ ഭാര്യയായി സങ്കല്പിച്ചു. എന്തെല്ലാം സ്വപ്നം കണ്ടു. പക്ഷേ...'

'ഒക്കെ വിധി പോലെയേ നടക്കൂ. അത് നിനക്കിതുവരെ എന്താ മനസ്സിലാക്കാൻ കഴിയാത്തത്?'

രാഹുൽ ചായ മുമ്പിൽ വച്ചുകൊണ്ട് മുഖംകുനിച്ചിരുന്നു.

'അമ്മയൊരു കാര്യം പറഞ്ഞാൽ നീ എതിരു നിൽക്കുമോ?' അയാളുടെ ശിരസ്സിൽ വാൽസല്യത്തോടെ തലോടിക്കൊണ്ട് ഗിരിജാകുമാരി അടുത്തുനിന്നു.

'എന്താണമ്മേ?'

'മനസ്സിനിണങ്ങുന്ന വേറെ ഒരു കുട്ടിയെ കണ്ടുപിടിച്ച് നീ കല്യാണം കഴിക്കണം. സ്നേഹിക്കാൻ ഒരു പെൺകുട്ടിയെ കിട്ടിയാൽ നിന്റെ മനസ്സ്

ശാന്തമാകും. എല്ലാം മറക്കും.'

'അമ്മയുടെ ആഗ്രഹം ഞാൻ സാധിച്ചുതരാം. പക്ഷേ ഉടനെയൊന്നും പറ്റില്ല. എന്റെ മനസ്സ് അതിന് തയ്യാറായിട്ടില്ല. ഉണ്ടായ മുറിവ് ഉണങ്ങാതെ...വേണ്ടമ്മേ.'

രാഹുൽ ചായയുമായി എഴുന്നേറ്റുപോയി. ഗരിജാകുമാരി വിഷണ്ണയായി നിന്നു.

അവന്റെ അച്ഛൻ അല്പമൊരു ക്ഷമകാണിച്ചിരുന്നെങ്കിൽ....അവർ ഒന്നു നെടുവീർപ്പിട്ടു. ചങ്ങനാശ്ശേരിയിലുള്ള ആ ഡോക്ടർ പെൺകുട്ടി മരുമകളായി വരണമെന്നായിരുന്നു അദ്ദേഹത്തിന്റെ ആഗ്രഹം. അതിന് വേണ്ടിയാണ് ധൃതിവെച്ചത്.

ആരെയും കുറ്റപ്പെടുത്താൻ വയ്യ

പക്ഷേ രാഹുലിന്റെ വിവാഹം ഇങ്ങനെ അനിശ്ചിതമായി നീണ്ടുപോയാൽ? അച്ഛനും മോനും തമ്മിൽ ഇപ്പോൾ മിണ്ടാറില്ല. ഒന്നിച്ച് ഭക്ഷണം കഴിക്കാൻ ഇരിക്കാറില്ല. ഏറ്റവും കൂടുതൽ ഗിരിജാകുമാരിയെ വേദനിപ്പിക്കുന്നത് അവർ തമ്മിലുള്ള അകൽച്ചയാണ്. പതിവുസമയത്തുതന്നെ രാഹുൽ ഓഫീസിലേക്കു പോയി.

'അച്ഛനും മോനും ഇങ്ങനെ കീരിയും പാമ്പും പോലെ ഒരേ വീട്ടിൽ കഴിയുന്നത് എനിക്ക് വലിയ വിഷമമുണ്ടാക്കുന്ന കാര്യമാ.' അന്നുച്ചയ്ക്ക് ഊണുകഴിക്കാൻ ശിവദാസ് വീട്ടിൽ വന്നപ്പോൾ ഗിരിജാകുമാരി പറഞ്ഞു

'അത് അവരും കൂടി വിചാരിക്കണ്ടേ.' അദ്ദേഹം പറഞ്ഞു.

'എന്തു വിചാരിക്കണമെന്ന്?'

'മകൻ എന്ന നിലയിൽ അച്ഛനമ്മമാരോട് അവന് ഒരു കടമയുണ്ട്.'

'അച്ഛൻ എന്ന നിലയിൽ മക്കളോടും ചില കടമകൾ ഉണ്ടല്ലോ.'

'ഉണ്ട്. സമ്മതിച്ചു. എനിയ്ക്ക് അവന്റെ ഇരട്ടി ലോകപരിചയം ഉണ്ട്. ആ അനുഭവത്തിന്റെ ബലത്തിൽ ഞാൻ ചില കാര്യങ്ങൾ പറയുമ്പോൾ ആരായാലും അത് അംഗീകരിക്കണം.'

ഈ സംസാരം എങ്ങും എത്താൻ പോകുന്നില്ലെന്ന് ഗിരിജാകുമാരിക്ക് ഉറപ്പായി. രണ്ടുപേരും വിട്ടുവീഴ്ചയ്ക്ക് തയ്യാറല്ല. പിന്നെ എന്തു ചെയ്യും? ഒരു അമ്മയുടെ ദുഃഖം ആരറിയാൻ?

'രാഹുലിന്റെ കല്യാണം നടന്നുകാണാൻ എനിക്കാഗ്രഹമുണ്ട്.'

അവർ പറഞ്ഞു.

'അതിന് എന്താണ് തടസ്സം? അവൻ ഇഷ്ടമുള്ള പെണ്ണിനെ കണ്ടുപിടിച്ച് കല്യാണം കഴിക്കട്ടെ.'

'ഈയൊരു വാക്ക് അന്നേ പറഞ്ഞിരുന്നെങ്കിൽ...?'

'എന്നെ കുറ്റപ്പെടുത്തുകയാണോ?'

'അയ്യോ അല്ല. ഞാനൊരു കാര്യം പറഞ്ഞാൽ സമ്മതിക്കുമോ?'

ഗിരിജാകുമാരി ചോദിച്ചു.

'എന്താണ്?'

'വൈകുന്നേരം എന്റെ കൂടെ ഒരു സ്ഥലം വരെ വരാമോ'

'എവിടെ?'

'ആ ജ്യോത്സ്യൻ ഗോപാലകൃഷ്ണനെ ഒന്നു കാണാൻ.'

'എന്തിന്?'

'അവന്റെ ജാതകത്തിൽ എന്തെങ്കിലും ദോഷമുണ്ടെങ്കിൽ അതിന് പരിഹാരക്രിയ എന്താണെന്ന് അയാൾ പറഞ്ഞുതരും.'

'ജാതകദോഷം കൊണ്ടാണ് കല്യാണം നടക്കാതെ പോകുന്നതെങ്കിൽ അപ്പോൾ അത് എന്റെ കുറ്റമല്ലല്ലോ?' അദ്ദേഹം ചോദിച്ചു.

'അതുമാത്രമല്ല. എന്നത്തേക്ക് അവന്റെ കല്യാണം നടക്കുമെന്ന് അറിയാൻ പറ്റും.'

'തനിച്ചുപോയാൽ മതി. ഞാൻ വരില്ല.'

'അതെന്താ?' അവർ ചോദിച്ചു.

'എനിക്ക് ഇതിലൊന്നും വിശ്വാസമില്ല.'

'എനിക്കു വിശ്വാസമുണ്ട്.'

'എന്നാൽ പോകുമ്പോൾ ഒരു കാര്യം കൂടി ചോദിക്കണേ. ഇത്തവണത്തെ ഇലക്ഷന് ഏതു പാർട്ടി അധികാരത്തിൽ വരുമെന്ന്. ജ്യോത്സ്യന് അത് ഗണിച്ചുപറയാൻ പറ്റുമല്ലോ.' പരിഹാസത്തോടെ അദ്ദേഹം പറഞ്ഞു.

ഗിരിജാകുമാരി പിന്നെ ഒന്നും സംസാരിച്ചില്ല.

ശിവദാസ് വീണ്ടും കോളേജിലേക്ക് പോയപ്പോൾ വീടുപൂട്ടി അവർ ഓട്ടോ പിടിച്ച് ഗോപാലകൃഷ്ണൻ ജ്യോൽസ്യനെ കാണാൻ പോയി. ചെന്നപ്പോൾ രണ്ടുമൂന്നുപേർ അവിടെ ഇരിക്കുന്നുണ്ടായിരുന്നു. ഒരു മണിക്കൂർ കഴിഞ്ഞിട്ടാണ് ഗിരിജാകുമാരിക്ക് അയാളെ കാണാൻ സൗകര്യം കിട്ടിയത്.

'എന്താണ് അറിയേണ്ടത്?' അയാൾ ചോദിച്ചു.

ഗിരിജാകുമാരി കാര്യം പറഞ്ഞു.

'രാഹുലിന്റെ വിവാഹത്തിന് എന്തെങ്കിലും തടസ്സമുണ്ടോ എന്നറിയണം. എന്നത്തേക്ക് നടക്കുമെന്നും.' രാഹുലിന്റെ ഗ്രഹനില നോക്കി അയാൾ അല്പനേരം ഇരുന്നു.

'തടസ്സമൊന്നും കാണുന്നില്ല. ദോഷവും ഇല്ല. പക്ഷേ ഉടനെ നടക്കില്ല. ഒരു വർഷത്തിനുള്ളിൽ മംഗളകർമ്മം നടക്കും.' അയാൾ പറഞ്ഞു.

അനുപല്ലവി

ഗിരിജാകുമാരിക്ക് സന്തോഷമായി. ഒരു കൊല്ലത്തിനുള്ളിലെങ്കിലും അവന്റെ വിവാഹം നടക്കുമല്ലോ. കാത്തിരിക്കാം. അല്ലാതെ നിവൃത്തിയില്ലല്ലോ.

'എന്തായാലും ഞാൻ ദൈവാധീനം കൂടി ഒന്നുനോക്കാം.' ജ്യോത്സ്യൻ കവടി നിരത്തി ഒരുനിമിഷം കണ്ണടച്ച് ഇരുന്നു. കവടി ഒരു പിടി വാരി എണ്ണനോക്കി രാശിചക്രത്തിൽ വച്ചു.

'ഒരു കാര്യംകൂടി കാണുന്നുണ്ട്.' അയാൾ പറഞ്ഞു.

'എന്താണ്?'

'വിവാഹത്തിന് കാര്യമായ തടസ്സം കാണുന്നു.'

ഗിരിജാകുമാരി ഇതുകേട്ട് സ്തബ്ധയായി ഇരുന്നു.

***

നാലുമണിക്ക് ചായ കുടിക്കുമ്പോഴാണ് അക്കാര്യം ഗായത്രീദേവി ചോദിച്ചത്. 'അമ്പലത്തിലൊന്നു പോകേണ്ടേ മോനേ?'

'പോണം അമ്മേ. രാവിലെ പറ്റിയില്ലല്ലോ. വൈകുന്നേരം പോണമെന്ന് ഞാൻ വിചാരിച്ചിരിക്കുകയായിരുന്നു.'അനുരാഗ് പറഞ്ഞു. പല്ലവി അടുത്തുതന്നെ ഇരിക്കുന്നുണ്ടായിരുന്നു.

'ഏതമ്പലത്തിലാ?'

'അമ്പലപ്പുഴ. പല്ലവി അവിടെ പോയിട്ടില്ലെന്നു പറഞ്ഞു.

'എന്നാൽ നേരത്തെ കുളിച്ച് റെഡിയാക്. ദീപാരാധന കണ്ടു തൊഴുതിട്ട് വന്നാൽ മതി.'

'ഉം.'

'മോൾക്ക് ഉടുക്കാൻ ഞാൻ സെറ്റുമുണ്ട് മേടിച്ചുവച്ചിട്ടുണ്ട്.'

ഗായത്രീദേവി പറഞ്ഞു.

പല്ലവി ഒന്നു പുഞ്ചിരിച്ചു. ഇതുവരെ സെറ്റുമുണ്ട് ഉടുത്തിട്ടില്ല. ആരുടെയെങ്കിലും സഹായം വേണ്ടിവരും. സുമിത്രാന്റി ഉണ്ടല്ലോ.

കുളികഴിഞ്ഞു വന്നു പല്ലവി മുടി ഉണക്കുമ്പോഴാണ് വീട്ടിൽനിന്ന് രാജേശ്വരിയുടെ വിളി വന്നത്. രാവിലെ ഒന്നു വിളിച്ചിരുന്നു.

'എന്താമ്മേ?' അവൾ ചോദിച്ചു.

'ഒന്നുമില്ല മോളേ. വെറുതെ. നീ ഫ്രീയാണോ?'

'അതെ. ഞങ്ങളിന്ന് അമ്പലത്തിൽ പോകാൻ ഒരുങ്ങുവാ.'

'നന്നായി. നാളെ ചൊവ്വാഴ്ചയല്ലേ. മറ്റന്നാൾ ഞങ്ങൾ അങ്ങോട്ടു വരുന്നുണ്ട്.'

'എപ്പോൾ വരും?'

'കഴിയുന്നതും നേരത്തെ. നിങ്ങളെ വിരുന്നിനു വിളിക്കാനാണ്.

വ്യാഴാഴ്ച നല്ല ദിവസമാണ് രണ്ടുപേർക്കും വരാൻ.'

'അമ്മയെയും അച്ഛനെയും കാണാൻ എനിക്കു കൊതിയായി.'

അവൾ പറഞ്ഞു.

'ഞങ്ങൾക്കോ...നീ ഇവിടുന്ന് പോയിട്ട് ഒരു ദിവസമായതല്ലേയുള്ളു വെങ്കിലും ഒരുമാസം ആയതുപോലെയാ.'

'ഒരാഴ്ച എന്നെ കാണാതിരുന്നിട്ടില്ലേ ഹോസ്റ്റലിൽ താമസിക്കുന്ന കാലത്ത്.'

'അത് അതുപോലെയല്ല മോളേ.' അവർ അല്പനേരം സംസാരിച്ചു.

'നിനക്ക് സന്തോഷമല്ലേ മോളേ.' ഒടുവിൽ രാജേശ്വരി ചോദിച്ചു.

'അതെ അമ്മേ.'

'അതുമാത്രം അറിഞ്ഞാൽ മതി. നാളെ അച്ഛൻ വിളിക്കുന്നുണ്ട് അനുവിന്റെ അമ്മയെ. ശരി. അമ്പലത്തിൽ പോയിട്ടുവാ.'

സുമിത്രയുടെ സഹായത്തോടെയാണ് പല്ലവി സെറ്റുമുണ്ട് ഉടുത്തത്. അവൾക്കു വേണ്ടി ധാരാളം വസ്ത്രങ്ങൾ വാങ്ങി ശേഖരിച്ചിട്ടുണ്ടായിരുന്നു ഗായത്രീദേവി. ഏത് അവസരത്തിലും ഉപയോഗിക്കാൻ പറ്റിയ വസ്ത്രങ്ങൾ. അല്പനേരം കഴിഞ്ഞപ്പോൾ അനുരാഗ് അവളേയും കൊണ്ട് അമ്പലപ്പുഴയിലേക്കു പോയി.

'അമ്പലപ്പുഴ കണ്ണനോട് എന്തു പറഞ്ഞാലും ആഗ്രഹം സാധിപ്പിച്ചു തരും.' ഡ്രൈവ് ചെയ്യുന്നതിനിടയിൽ അവൻ പറഞ്ഞു.

'എന്താഗ്രഹമാണ് കണ്ണൻ അനുവിന് സാധിപ്പിച്ചുതന്നത്?' കൗതുകത്തോടെ അവൾ ചോദിച്ചു.

'കണ്ണനാണ് എനിക്ക് നിന്നെ തന്നത്. നിന്നെ ആദ്യമായി കണ്ടപ്പോൾ പീയുഷുമൊത്ത് ഞാൻ കണ്ണനെ കാണാനാണ് വന്നത്.'

അറിയാതെ അവളുടെ കണ്ണുകളിൽ ഒരു നനവു പൊടിഞ്ഞു.

പാവം അനു.

വഴിപാടുകൾ നടത്തി ദീപാരാധന കണ്ട് തൊഴുതിട്ടാണ് അവർ അമ്പലത്തിൽനിന്ന് മടങ്ങിയത്.

'എന്നാണ് അനുവിന് ഇനി ഓഫീസിൽ പോകേണ്ടത്?' രാത്രിയിൽ അവൾ ചോദിച്ചു.

'ധൃതിയൊന്നുമില്ല. എന്നു പോയാലും മതി.' അവൻ പറഞ്ഞു.

'അപ്പോൾ അവിടത്തെ കാര്യങ്ങൾ?'

'ഗോപിനാഥ് അങ്കിൾ ഉണ്ടല്ലോ. എല്ലാം ഭംഗിയായി നോക്കിക്കോളും.'

'അമ്മ പോകാറുണ്ടോ ഓഫീസിൽ?'

'ഇല്ല.'

'അമ്മയുടെ പേരിലല്ലേ ഇപ്പോൾ നമ്മുടെ ബിസിനസ്സ് സ്ഥാപനങ്ങൾ?'

'അതെ.'

'പിന്നെ അമ്മ ഓഫീസിൽ പോകാതിരുന്നാലോ?'അവൾ സംശയം ചോദിച്ചു.

'ഒന്നിനും ഒരു കുറവും വരുത്താതെ ഗോപിയങ്കിള് നോക്കിക്കോളും.'

പല്ലവിക്ക് എന്തുകൊണ്ടോ അതിലൊക്കെ ഒരു അസ്വാഭാവികത അനുഭവപ്പെട്ടു.

'എനിക്ക് അനുവിന്റെ ഓഫീസ് ഒന്ന് കാണാൻ ആഗ്രഹമുണ്ട്.'

അവൾ പറഞ്ഞു.

'അതിനെന്താ. നാളെ നമുക്കു പോകാം.'

പിറ്റേന്ന് പ്രാതൽ കഴിച്ചശേഷം ഗായത്രീദേവിയോട് അനുവാദം വാങ്ങി പല്ലവിയേയും കൊണ്ട് അനുരാഗ് ആർകെ അസോസിയേറ്റ്സിന്റെ ഹെഡ് ഓഫീസിലേക്ക് പോയി. കൂറ്റൻ ബഹുനില കെട്ടിടത്തിന്റെ മുമ്പിൽ ചെന്ന് കാർ നിന്നു. യുണിഫോം ധരിച്ച ഒരു സെക്യൂരിറ്റി സ്റ്റാഫ് വന്ന് കാറിന്റെ ഡോർ തുറന്നുകൊടുത്തു.

'ഇറങ്ങ്. ഇതാണ് നമ്മുടെ സാമ്രാജ്യം.'

പല്ലവിയെയും‌കൊണ്ട് അവൻ ഓഫീസിലേക്കു കയറി. മിക്ക സ്റ്റാഫും വന്നിട്ടുണ്ടായിരുന്നു. അവർ എല്ലാവരും അനുരാഗിനെയും പല്ലവിയേയും കണ്ട് ആദരവോടെ എഴുന്നേറ്റു. ചിലരെയൊക്കെ അവൻ അവൾക്ക് പരിചയപ്പെടുത്തിക്കൊടുത്തു. പലരും അവന് അപരിചിതർ ആയിരുന്നു.

ഒടുവിൽ അവർ മദനഗോപാലന്റെ മുറിയിൽ എത്തി.

'അയ്യോ ഇതാരാണ് വന്നിരിക്കുന്നത്. ഇരുന്നാട്ടെ മോളേ.' അയാൾ എഴുന്നേറ്റ് അവളെ സ്വാഗതം ചെയ്തു.

'പല്ലവി നമ്മുടെ ഓഫീസ് കാണാൻ വന്നതാണ്.' അവൻ പറഞ്ഞു.

'വേണമല്ലോ. ഇനി ഞങ്ങളുടെയൊക്കെ ബോസല്ലേ പല്ലവിമോൾ.'

'എന്റെ അന്നദാതാവാണ് മദനൻ അങ്കിൾ.' അനുരാഗ് പറഞ്ഞു.

'അയ്യോ അങ്ങനെപറയല്ലേ. ഞാൻ വെറുമൊരു മാനേജർ.'

അയാൾ ഭവ്യത നടിച്ചു.

'ഗോപിയങ്കിൾ വന്നിട്ടുണ്ടോ?'

'വന്നില്ല.'

'എങ്കിൽ ഗോപിയങ്കിളിനെ പിന്നെ കാണാം. നമുക്ക് എന്റെ റൂമിലേക്ക് പോകാം.' പല്ലവിയേയും കൊണ്ട് അവൻ അവന്റെ ക്യാബിനിലേക്ക് ചെന്നു. ആ മുറി അവൾക്ക് ഇഷ്ടപ്പെട്ടു. എല്ലാ ആധുനിക സജ്ജീ

കരണങ്ങളുമുള്ള മനോഹരമായ മുറി.

'ഇരിക്ക്.' മേശയുടെ എതിർവശത്തായി അവൾ ഇരുന്നു.

'ആ മദനൻ അങ്കിളിനെ എന്തിനാ അന്നദാതാവ് എന്നു പറഞ്ഞത്' അവൾ ചോദിച്ചു.

'എനിക്ക് ആവശ്യമുള്ള പണം തരുന്നത് അങ്കിളാണ്.'

'നമ്മുടെ പണമല്ലേ അത്. അപ്പോൾ അയാൾ തരുന്നതല്ലല്ലോ.'

അനുരാഗിന് മറുപടിയില്ലായിരുന്നു.

'ബാങ്കിൽനിന്ന് നേരിട്ട് ആവശ്യത്തിന് പണമെടുക്കാൻ കഴിയില്ലേ അനുവിന്?'

'ഇല്ല. എന്റെ അക്കൗണ്ടിലിട്ട് തരും. ആവശ്യമുള്ളത് ഞാനെടുക്കും.'

നേരെ ചൊവ്വെ അല്ല കമ്പനിയിലെ കാര്യങ്ങളുടെ പോക്ക് എന്ന് പല്ലവിക്കുതോന്നി. അവൾ കീഴ്ച്ചുണ്ട് കടിച്ച് അനുവിന്റെ മുഖത്തേക്കു നോക്കി.

രണ്ട്

'പല്ലവീ...' അവളുടെ മുഖത്തെ പ്രസന്നത മങ്ങിയതുകണ്ട് അനുരാഗ് ആശങ്കയോടെ വിളിച്ചു.

'എന്താ അനൂ?' അവൾ ചോദിച്ചു.

'പെട്ടെന്ന് എന്താണൊരു ആലോചന?'

'ഒന്നുമില്ല. നമുക്കു പോകാം.' അവൾ എഴുന്നേറ്റു.

അനുരാഗിന്റെ മുഖം വാടി.

'എന്റെ ഓഫീസ് നിനക്ക് ഇഷ്ടപ്പെട്ടില്ലേ?'

'ആരു പറഞ്ഞു ഇഷ്ടപ്പെട്ടില്ലെന്ന്. നല്ല സ്മാർട്ട് ഓഫീസ്. പക്ഷേ നമ്മളിവിടെ ഇരിക്കാൻ വന്നതല്ലല്ലോ. വെറുതെ ഒന്നു കാണാൻ.'

അവനു സമാധാനമായി.

'ശരി.പോകാം.' രണ്ടുപേരും അവന്റെ ക്യാബിനിൽനിന്ന് ഇറങ്ങി.

'അനുവിന്റെ കൂട്ടുകാരൻ പീയുഷും ഇവിടെയാണല്ലേ വർക്ക് ചെയ്യുന്നത്.' വെറുതെയെന്ന മട്ടിൽ പല്ലവി തിരക്കി.

'അതെ. അവൻ വേറൊരു ഫ്ളോറിലാണ്. കാണണോ?'

'വേണ്ടാ. ഞാൻ ചോദിച്ചെന്നേയുള്ളൂ.'

പോർച്ചിൽനിന്ന് അല്പം മാറി അനുരാഗിന്റെ കാർ പാർക്ക് ചെയ്തിട്ടുണ്ടായിരുന്നു. അവനെ കണ്ട് സെക്യൂരിറ്റി സ്റ്റാഫ് വേഗം കാർ എടു

ത്തുകൊണ്ടുവന്ന് അടുത്ത് നിർത്തി.

'ഇനി എങ്ങോട്ടാണ് പോകേണ്ടത്?' കാറിലേക്ക് കയറുമ്പോൾ അനുരാഗ് ചോദിച്ചു.

'വീട്ടിലേക്ക് പോകാം.' അവൾ പറഞ്ഞു.

'വേണമെങ്കിൽ നമുക്ക് ടൗണിലൊന്ന് ചുറ്റിയിട്ട് വരാം.'

'വേണ്ട അനൂ. ഒരു മൂഡില്ല.' നവവധു അങ്ങനെയൊന്നും പറയാൻ പാടില്ലാത്തതാണെന്ന് അവൾക്കറിയാമായിരുന്നു. വിവാഹം കഴിഞ്ഞ നാളുകളിൽ ഏറ്റവുമധികം സന്തോഷവതിയായിരിക്കേണ്ടതാണ്.'

'സുഖം തോന്നുന്നില്ലേ?' സംശയത്തോടെ അവൻ ചോദിച്ചു.

'അയാം ഫീലിംഗ് ഫൈൻ.' അവൾ പുഞ്ചിരിക്കാൻ ശ്രമിച്ചു. പിന്നെ അവൻ അതേക്കുറിച്ചൊന്നും ചോദിച്ചില്ല.

ടൗണിലൂടെ മെല്ലെ കാർ ഓടി. പുറത്തേക്ക് നോക്കി കാഴ്ചകൾ കണ്ട് പല്ലവി ഇരുന്നു. പരിചിതമായ പട്ടണം എത്രയോ തവണ ഇതേ റോഡിലൂടെ സഞ്ചരിച്ചിട്ടുണ്ട്. പക്ഷേ അതുപോലെയൊന്നുമല്ല ഈ യാത്ര.

ഒടുവിൽ ആർ.കെ ബംഗ്ലാവിന്റെ പോർച്ചിൽചെന്ന് കാർ നിന്നു. പല്ലവിയാണ് വണ്ടിയിൽനിന്ന് ആദ്യം ഇറങ്ങിയത്.

'എന്താ മോളേ പെട്ടെന്നിങ്ങു പോന്നത്?' അവളെ കണ്ട് ഗായത്രീദേവി ചോദിച്ചു.

'ഒന്നുമില്ലമ്മേ. ഓഫീസൊന്ന് കാണാൻ പോയി. അത്രേയുള്ളു. അനു പറഞ്ഞതാ വേണമെങ്കിൽ എങ്ങോട്ടെങ്കിലുമൊക്കെ പോകാമെന്ന്. പക്ഷെ ഞാൻ മടിച്ചു. എനിക്ക് വീട്ടിലേക്ക് വരാനായിരുന്നു ഇഷ്ടം.'

ചിരിച്ചുകൊണ്ടാണ് അവൾ പറഞ്ഞതെങ്കിലും അവൾക്ക് ഒരു ഉന്മേഷക്കുറവുണ്ടെന്ന് ഗായത്രീദേവിക്ക് തോന്നാതിരുന്നില്ല. പക്ഷേ അതേക്കുറിച്ച് അവർ ഒന്നും ചോദിച്ചില്ല.

'കുറച്ചുമുമ്പ് മോൾടെ അച്ഛൻ വിളിച്ചിരുന്നു. അച്ഛനും അമ്മയും കൂടി നാളെ വിരുന്നിന് ക്ഷണിക്കാൻ വരുന്നുണ്ട്.' ഗായത്രീദേവി അറിയിച്ചു.

'എന്നേയും വിളിച്ചിരുന്നമ്മേ. പറ്റുമെങ്കിൽ മറ്റന്നാൾ ചെല്ലാനാണ് പറഞ്ഞത്. '

'അതിനെന്താ പോണം. ചടങ്ങുകളൊക്കെ മുറപോലെ നടത്തണം.'

മുൻവശത്തെ മുറിയിലിരുന്ന് അവർ സംസാരിച്ചു. അപ്പോഴാണ് സുമിത്ര അവിടേക്ക് വന്നത്.

'മോൾ വന്നേ. ഒരു കാര്യം ചോദിക്കാനുണ്ട്.'

'എന്താണ് ആന്റീ?'

'മോൾ വാ..പറയാം.'

സുമിത്ര അവളേയുംകൊണ്ട് കിച്ചണിലേക്ക് പോയി. കാര്യം മനസ്സിലാകാതെ അനുരാഗ് അമ്മയെ നോക്കി. ഗായത്രീദേവി ഒന്നു പുഞ്ചിരിച്ചു.

'ഒന്നുമില്ല മോനേ. ആ കുട്ടിക്ക് ഊണിന് എന്തൊക്കെയാണ് ഇഷ്ടമെന്ന് ചോദിച്ചിട്ട് വേണ്ടതൊക്കെ ഉണ്ടാക്കണമെന്ന് ഞാൻ സുമിത്രയോട് പറഞ്ഞിട്ടുണ്ടായിരുന്നു.'

'ഓ..അതാണോ?'

'വേറൊരു വീട്ടിൽനിന്ന് വന്ന കുട്ടിയല്ലേ. അതിന് ഇവിടെ ഒരു ബുദ്ധിമുട്ടും ഉണ്ടാകരുത്. നോൺ വെജ് കഴിക്കുമോ..കഴിക്കുമെങ്കിൽ മത്സ്യം മാത്രമേ കഴിക്കുകയുള്ളോ...അതോ ചിക്കനും മട്ടനുമോ...'

'അവൾ ഒരു പാവം കുട്ടിയാണമ്മേ. പ്രത്യേകിച്ച് നിർബന്ധങ്ങൾ എന്തെങ്കിലുമുണ്ടെന്ന് എനിക്ക് തോന്നുന്നില്ല.' അവൻ പറഞ്ഞു.

'എന്നാലും നമ്മൾ അറിഞ്ഞിരിക്കണമല്ലോ.'

അടുക്കളയുടെ മേൽനോട്ടം സുമിത്രാന്റിക്കാണ്. ഭക്ഷണം പാകം ചെയ്യാൻ രണ്ട് സ്ത്രീകളും.

അവിയലും സാമ്പാറും പരിപ്പും പച്ചടിയും പായസവുമൊക്കെ ഉണ്ടാക്കാൻ റാണിയാണ് മിടുക്കി. നോൺ വെജ് ഉണ്ടാക്കാൻ തങ്കത്തെ വെല്ലുന്ന വേറാരുമില്ല ആ നാട്ടിൽ.

'ഒരു കാര്യം പറയാൻ മറന്നു. കല്യാണത്തിന്റെ ഡീവിഡി കൊണ്ടുവന്ന് തന്നിട്ടു പോയി ആ സ്റ്റുഡിയോയിലെ പയ്യൻ. ഫോട്ടോ ആൽബം രണ്ടുദിവസം കഴിഞ്ഞേ റെഡിയാവൂന്ന്.'

'ആൽബം പിന്നെ കിട്ടിയാലും മതി. വീഡിയോ നമുക്ക് ഊണുകഴിഞ്ഞ് ഒന്നിച്ചിരുന്ന് കാണാം.' അവൻ പറഞ്ഞു.

'നിങ്ങൾ രണ്ടുപേരും കൂടി കണ്ടാൽ മതി. സൗകര്യംപോലെ സുമിത്രയും ഞാനും കൂടി കണ്ടോളാം.' ഗായത്രീദേവി പറഞ്ഞു.

ഉച്ചയ്ക്ക് ഊണുകഴിഞ്ഞ് കല്യാണത്തിന്റെ ഡീവിഡിയുമായിട്ടാണ് അനുരാഗും പല്ലവിയും ബെഡ് റൂമിലേക്കു പോയത്. അവന്റെ ലാപ്ടോപ്പിൽ അവർ വീഡിയോ കണ്ടു. അച്ഛനേയും അമ്മയേയും ചെറിയച്ഛനേയും ചെറിയമ്മയേയും കൂട്ടുകാരികളേയുമൊക്കെ കണ്ടപ്പോൾ അവൾക്ക് വലിയ സന്തോഷം തോന്നി.

'ഒരു കാര്യത്തിൽ എല്ലാവരും ഒറ്റക്കെട്ടായിരിക്കും' അനുരാഗ് പറഞ്ഞു

'ഏതു കാര്യത്തിൽ? ' അവൾ മുഖം തിരിച്ചുനോക്കി.

'വധു അതിസുന്ദരിയാണെന്ന കാര്യത്തിൽ.'

അഭിമാനത്തോടെ അവൻ പറഞ്ഞു.

'വേറൊരു കാര്യത്തിലും അവർക്ക് ഏകാഭിപ്രായമായിരിക്കും. വരൻ അതിസുന്ദരനാണെന്ന കാര്യത്തിൽ.'

'ഞാൻ തർക്കിക്കുന്നില്ല.' അവൻ തോൽവി അഭിനയിച്ചു.

പെട്ടെന്നാണ് വീഡിയോയിൽ ജഗന്റെയും ബിമലിന്റെയും ഫിറോസിന്റെയും മുഖങ്ങൾ തെളിഞ്ഞത്. ഓഡിറ്റോറിയത്തിൽ അടുത്തടുത്ത കസേരകളിലിരുന്ന് അവർ എന്തൊക്കെയോ സംസാരിക്കുന്നു.

'ആ മൂന്നുപേരെ അനുവിന് അറിയാമോ?' അവൾ സ്ക്രീനിലേക്ക് വിരൽ ചൂണ്ടി സംശയത്തോടെ ചോദിച്ചു.

'അത് ജയന്തിയാന്റിയുടെ മോൻ ജഗനും അവന്റെ ഫ്രണ്ട്സുമാണ്.' അനുരാഗ് പറഞ്ഞു.

'അവരെ അനുവാണോ ഇൻവൈറ്റ് ചെയ്തത്?'

'അല്ല.'

'പിന്നെ ആരാണ്?'

'ഗോപിയങ്കിൾ.'

പല്ലവി മനസ്സിലാകാത്ത മട്ടിൽ അവനെ നോക്കി.

'അതൊരു കഥയാണ്'

'എന്തു കഥ?'

'ജയന്തിയാന്റിയുടെ ഹസ്ബന്റ് നമ്മുടെ കമ്പനിയിലെ സ്റ്റാഫായിരുന്നു. അയാൾ കുറേ വർഷംമുമ്പ് മരിച്ചുപോയി. ജയന്തിയാന്റിയേയും ഫാമിലിയേയും അതിനുശേഷം ഗോപിയങ്കിളാണ് ...മനസ്സിലായില്ലേ.'

മനസ്സിലായി എന്നർത്ഥത്തിൽ അവൾ തലകുലുക്കി. അത് പുതിയ അറിവായിരുന്നു അവൾക്ക്. ജഗനും ഗോപിനാഥുമായിട്ടുള്ള കണക്ഷൻ.

'ഈ ഗോപിയങ്കിളിന് ഫാമിലി ഇല്ലേ?' അവൾ ചോദിച്ചു.

'ഗോപിയങ്കിൾ ഇതുവരെ കല്യാണം കഴിച്ചിട്ടില്ല.'

'കോളേജിൽവച്ച് ഈ ജഗനും ഞാനും തമ്മിൽ ഒന്ന് ഉരസിയിട്ടുണ്ട്.' അവൾ പറഞ്ഞു.

'എന്തിന്?' അവൻ ആകാംക്ഷയോടെ ചോദിച്ചു.

'അവൻ എന്നെ അപമാനിക്കാൻ ശ്രമിച്ചു.' അവൾ ആ സംഭവം അനുരാഗിനോട് പറഞ്ഞു.

'ജഗൻ ഇത്ര വഷളനാണെന്ന് എനിക്കറിയില്ലായിരുന്നു.' ഖേദത്തോടെ അവൻ പറഞ്ഞു.

'എന്നോടുള്ള പക ഇപ്പോഴും അവന്റെ മനസ്സിൽ കാണും. പക്ഷേ എനിക്ക് പേടിയൊന്നുമില്ല.'

'ഇക്കാര്യം അന്നേ ഞാനറിഞ്ഞിരുന്നെങ്കിൽ ഗോപിയങ്കിളിനോട് പറഞ്ഞ് തക്ക ശിക്ഷ ഞാൻ മേടിച്ചുകൊടുത്തേനേ?'

'ഇനി അതിന്റെ ആവശ്യമില്ല. അവന് അന്നുതന്നെ തക്കശിക്ഷ ഞാൻ കൊടുത്തു.'

'എന്തു ശിക്ഷ?'

'അപ്പോൾത്തന്നെ ഞാനവന്റെ കവിളത്തടിച്ചു. കുറേ ഗേൾസിന്റെ മുമ്പിൽവച്ച്.'

അനുരാഗ് അവളെ പകച്ചുനോക്കി.

'ഒന്നും എനിക്കറിയില്ലായിരുന്നു.'

'എല്ലാം അനു അറിഞ്ഞിരിക്കുന്നതു നല്ലതാണ്. അതുകൊണ്ടാണ് തുറന്നുപറഞ്ഞത്.'

'അങ്ങനെയൊക്കെ അന്ന് സംഭവിച്ചു എന്നു വിചാരിച്ച് എനിക്കാരോടും പിണക്കമോ പകയോ വെറുപ്പോ ഇല്ല. ചില സമയത്ത് നമ്മൾ അരുതാത്ത പലതും ചെയ്തെന്നിരിക്കും. ചെയ്താൽ തെറ്റായിപ്പോയെന്ന് പിന്നീട് തിരിച്ചറിയും. അതാണ് മനുഷ്യമനസ്സ്.' അവൾ പറഞ്ഞു.

'ഞാനിപ്പോൾ നിന്നെ കൂടുതൽ കൂടുതൽ സ്നേഹിക്കുകയാണ്.'

അനുരാഗ് അവളെ ചേർത്തുപിടിച്ചു. അവൾ അവന്റെ കൈകൾക്കുള്ളിൽ ആശ്വാസത്തോടെ കിടന്നു. പിറ്റേന്നു രാവിലെ പത്തര കഴിഞ്ഞപ്പോൾ മൂവാറ്റുപുഴയിൽനിന്ന് ബാലകൃഷ്ണൻനായരും രാജേശ്വരിയും വന്നു. അമ്മയും അച്ഛനും വന്നതറിഞ്ഞ് പല്ലവി ഓടിയെത്തി. അവൾ രാജേശ്വരിയെ കെട്ടിപ്പിടിച്ചു.

'എന്താ കുറച്ചൂടെ നേരത്തെ വരാഞ്ഞത്? ഞാൻ എത്ര നേരായി നോക്കി ഇരിക്കുന്നതെന്നറിയാമോ?' അവൾ സ്നേഹത്തോടെ പരിഭവിച്ചു. രാജേശ്വരി അവളുടെ കവിളിൽ ഒരു ഉമ്മ കൊടുത്തു.

ഗായത്രീദേവി അവരെ സന്തോഷത്തോടെയാണ് സ്വീകരിച്ചത്.

സുമിത്ര എല്ലാവർക്കും ചായ കൊണ്ടുവന്നു.

'മോളേയും മോനേയും നാളെ അങ്ങോട്ടൊന്ന് വിടണം. അതു പറയാനാണ് ഞങ്ങൾ വന്നത്.' ആഗമനോദ്ദേശ്യം ഔദ്യോഗികമായി ബാലകൃഷ്ണൻനായർ അവതരിപ്പിച്ചു.

'അതിനെന്താ രാവിലെ തന്നെ അവർ പോന്നോട്ടെ.' ഗായത്രീദേവി പറഞ്ഞു.

'പിറ്റേന്ന് വെള്ളിയല്ലേ. രണ്ടുദിവസം കഴിഞ്ഞിട്ടേ അവരെ വിടൂ. ശനിയാഴ്ചയോ ഞായറാഴ്ചയോ.' രാജേശ്വരി പറഞ്ഞു.

'അതുമതി. വീട് വിട്ട് അവൻ ഇതുവരെ ഒരിടത്തും പോയി താമസി

ച്ചിട്ടില്ല. അവന് ഇഷ്ടമായിരിക്കും അവിടെ വരുന്നത്.' ഗായത്രീദേവി പറഞ്ഞു.

ഉച്ചയ്ക്ക് ഊണുകഴിഞ്ഞിട്ടാണ് രണ്ടുപേരും തിരിച്ചുപോയത്.

'മോനേ നാളെ പോകുമ്പോൾ അച്ഛനും അമ്മയ്ക്കും കൊടുക്കാൻ ഡ്രസ്സ് എടുക്കണം.' അനുരാഗിനോട് ഗായത്രീദേവി പറഞ്ഞു.

'ഡ്രസ്സ് എന്നു പറഞ്ഞാൽ...'

അവന് ചെറിയ ആശയക്കുഴപ്പം ഉണ്ടായി.

'അച്ഛന് പാന്റ്സും ഷർട്ടും അമ്മയ്ക്ക് സാരി.'

മനസ്സിലായതുപോലെ അവൻ ചിരിച്ചു.

വൈകുന്നേരം പല്ലവിയോടൊത്ത് അവൻ ടൗണിലെ ഏറ്റവും വലിയ ടെക്സ്റ്റൈൽ ഷോപ്പിലേക്ക് പോയി. അമ്മയ്ക്ക് സിൽക്കുസാരിയും അച്ഛന് പാന്റ്സും ഷർട്ടും അവൾതന്നെയാണ് സെലക്ട് ചെയ്തത്.

'നിനക്കൊന്നും വേണ്ടേ പല്ലവീ' ഒടുവിൽ അനുരാഗ് ചോദിച്ചു.

'വേണ്ട അനൂ. അമ്മ എത്രയധികം ഡ്രസ്സാ എനിക്ക് മേടിച്ചുവച്ചിരിക്കുന്നത്.' അവൾ പറഞ്ഞു.

'അത് അമ്മ വാങ്ങിച്ചതല്ലേ. എന്റെ ഭാര്യയ്ക്ക് ഞാൻ ഡ്രസ്സ് വാങ്ങിക്കൊടുക്കുന്നതിന്റെ സുഖം അപ്പോൾ ഞാനറിയണ്ടേ.?'

അവന്റെ ചോദ്യം കേട്ട് അവൾക്ക് ചിരി വന്നു. രണ്ടുമൂന്ന് ചുരിദാറും രണ്ട് നൈറ്റ് ഡ്രസ്സും വാങ്ങി. ആ നേരത്താണ് എന്തോ വാങ്ങാൻ വേണ്ടി ജഗനും ബിമലും കൂടി അവിടേക്ക് വന്നത്. അവർ അനുരാഗിനേയും പല്ലവിയേയും കണ്ടു.

'അല്ലാ ഇതാര്? നവവരനും വധുവുമോ...രണ്ടുപേരുംകൂടി എന്താണിവിടെ ചുറ്റിക്കറങ്ങുന്നത്?'

അവരുടെ അടുത്തേക്ക് ചെന്ന് ജഗൻ ചോദിച്ചു.

'ഒന്നുമില്ല....ഞങ്ങൾ അത്യാവശ്യം ചില...' അനുരാഗ് പറഞ്ഞു.

'പല്ലവിക്ക് എന്നോടുള്ള കോപം മാറിക്കാണുമെന്ന് വിശ്വസിക്കുന്നു.' അവളെ നോക്കി അവൻ പറഞ്ഞു.

'എനിക്ക് ആരോടും കോപമില്ല.' അവൾ പറഞ്ഞു.

'എന്തായാലും അനുരാഗ് ഭാഗ്യവാനാ. ആഗ്രഹിച്ച പെണ്ണിനെത്തന്നെ സ്വന്തമാക്കാൻ സാധിച്ചല്ലോ. എവിടേക്കാണ് ഹണീമൂൺ പോകുന്നത്?' ജഗൻ ചോദിച്ചു.

'തീരുമാനിച്ചില്ല. ദുബായിലോ സിംഗപൂരിലോ പോയാലോന്ന് ആലോചിക്കുകയാണ്.' അവൻ വെറുതെ പറഞ്ഞു.

'അനുരാഗ് അവിടേക്ക് പോയാൽ നിനക്ക് ഭാഷ ഒരു പ്രശ്നമാവില്ല.

പിന്നെ ഭാര്യ കൂടെയുള്ളതുകൊണ്ട് അവൾ ബാക്കി കാര്യങ്ങൾ കൈകാര്യം ചെയ്തോളും. ഇംഗ്ലീഷ് അറിയാമല്ലോ.' ജഗൻ അവനെ പരിഹസിച്ചു.

അനുരാഗ് ചിരിച്ചുകൊണ്ട് നിന്നതല്ലാതെ ഒന്നും പറഞ്ഞില്ല. പക്ഷേ പല്ലവിക്ക് അതു സഹിച്ചില്ല. എങ്കിലും അവൾ സ്വയം നിയന്ത്രിച്ചുനിന്നു.

'നിനക്ക് പോകാൻ പറ്റിയ സ്ഥലം കുട്ടികളൊക്കെ എക്സ്കേർഷൻ പോകുന്ന കന്യാകുമാരിയോ ഊട്ടിയോ കൊടൈക്കനാലോ ഒക്കെ ആയിരിക്കും അനൂ.' ജഗൻ വീണ്ടും കളിയാക്കി.

'ഞങ്ങൾ ഇവിടെയൊന്നുമല്ല ഹണീമൂൺ ആഘോഷിക്കാൻ പോകുന്നത്.' പെട്ടെന്ന് പല്ലവി പറഞ്ഞു.

'പിന്നെ എവിടെയാണ്?'

'സ്വിറ്റ്സർലാന്റിൽ.'

ജഗൻ ഒന്നു ഞെട്ടി.

'തിരിച്ചുവരുന്ന വഴി പാരീസിലും ഒന്ന് ഇറങ്ങണമെന്നുണ്ട്.'

അവൾ പറഞ്ഞു.

അനുരാഗും പല്ലവിയും പരസ്പരം നോക്കി ഒന്നു പുഞ്ചിരിച്ചു. ജഗൻ പിന്നെ അവിടെ നിന്നില്ല. വിളറിയ മുഖത്തോടെ അവൻ ബിമലുമൊത്ത് സ്ഥലം വിട്ടു.

***

വൈകുന്നേരം ജയന്തി കുളി കഴിഞ്ഞ് സമൃദ്ധമായ മുടി ഉണക്കിക്കൊണ്ട് മുറ്റത്ത് ചെടികൾ നോക്കി നിൽക്കുകയായിരുന്നു. അപ്പോഴാണ് ജഗന്റെ ബൈക്ക് ഗേറ്റ് കടന്നു കയറിവന്നത്.

'അമ്മേ...'ബൈക്ക് സ്റ്റാന്റിൽ വച്ചിട്ട് അവൻ ഇരുണ്ട മുഖത്തോടെ ജയന്തിയുടെ അടുത്തേക്ക് വന്നു.

'എന്താ മോനേ?'

'ആ അനുരാഗ് ഹണീമൂണിന് പോകുന്നത് എവിടെയാണെന്ന് അറിയാമോ? സ്വിറ്റ്സർലാന്റിൽ. അതു കഴിഞ്ഞ് പാരീസ്.'

വിശ്വസിക്കാനാവാതെ അവർ അവനെ ഒന്നു നോക്കി.

'നിന്നോടിക്കാര്യം ആരാ പറഞ്ഞത്?'

'അവൾ തന്നെയാണ് എന്റെ മുഖത്തുനോക്കി പറഞ്ഞത്. വെല്ലുവിളിക്കുന്നതുപോലെ. പണ്ടത്തെ പെണ്ണല്ലവർ. ഇപ്പോൾ ഏതാണ്ട് വലിയ കോടീശ്വരിയായതുപോലത്തെ ഭാവം.'

ജയന്തി ഒന്നു ഞെട്ടി.

'ഗോപിസാർ സമ്മതിച്ചോ?' അവർ ചോദിച്ചു.

'അതറിയില്ല. ലോകം മുഴുവൻ ഉല്ലാസയാത്രയ്ക്ക് വിടാനാണോ അങ്കിൾ അവനെക്കൊണ്ട് അവളെ കല്യാണം കഴിപ്പിച്ചേ?'

അവന്റെ ശബ്ദമുയർന്നു.

'നീയൊന്ന് സമാധാനപ്പെട് മോനേ. കാര്യമറിയാതെ ക്ഷോഭിക്കാതെ. ഞാൻ സാറിനോട് ചോദിക്കാം.' ജയന്തി അവനെ സമാധാനിപ്പിച്ചു.

'അങ്കിളിന്റെ പ്ലാനൊക്കെ പൊളിയും. അവൾ സാധാരണ ഒരു പെണ്ണല്ല. ഒടുവിൽ വെളുക്കാൻ തേച്ചത് പാണ്ടായെന്ന് പറഞ്ഞതുപോലാകും.'

നിരാശയോടെ ജഗൻ അവന്റെ മുറിയിലേക്കു കയറിപ്പോയി. ജയന്തി അല്പനേരം ഒരേ നിൽപ്പ് നിന്നു. ആലോചിച്ചപ്പോൾ ജഗന്റെ ആശങ്ക അസ്ഥാനത്തല്ലെന്ന് അവർക്കും തോന്നി. മുളയിലേ നുള്ളണം. അല്ലെങ്കിൽപ്പിന്നെ വെട്ടിമാറ്റാൻ പ്രയാസമായിരിക്കും.

ജയന്തി ചെന്ന് മൊബൈൽ എടുത്ത് ഗോപിനാഥിനെ വിളിച്ചു.

'ഓഫീസിലാണോ?' അവർ ചോദിച്ചു.

'അതേ. എന്താ ജയന്തീ?'

പതിവില്ലാത്തതായിരുന്നു ആ നേരത്തെ വിളി.

'ഇന്ന് വരുമോ?'

'ഇല്ല. ഒരു സ്ഥലം വരെ പോകാനുണ്ട്.'

'ഇപ്പോൾ സംസാരിക്കാൻ തിരക്കാണോ?'

'ഇല്ല. എന്താണ്?'

'പുതുപ്പെണ്ണും ചെറുക്കനും കൂടി എന്നാണ് സ്വിറ്റ്സർലാന്റിലേക്ക് പോകുന്നത്?' ജയന്തി ചോദിച്ചു.

'ആരുടെ കാര്യമാ നീ ചോദിക്കുന്നത്?' അയാൾക്ക് മനസ്സിലായില്ല. ജഗൻ വന്നു പറഞ്ഞ കാര്യം അവർ അയാളെ അറിയിച്ചു. അതുകേട്ട് അയാൾ ഒന്നു ചിരിച്ചു.

'ഇപ്പഴാ ഞാൻ ഇങ്ങനൊരു കാര്യം അറിയുന്നത്. ഈ കേരളം വിട്ട് അവൻ അവളേയും കൊണ്ട് ഒരു സ്ഥലത്തേക്കും പോകത്തില്ല. പോരേ.'

'അതുമതി.' ജയന്തി പറഞ്ഞു.

അപ്പോഴാണ് അവർ പ്രധാനകാര്യം ഓർത്തത്.

'അതുമാത്രമല്ല സാർ. ഈ കല്യാണം ഒരു പകവീട്ടലാണ്. അതു മറക്കല്ലേ. എന്റെ ജഗനെ മറ്റുള്ളവരുടെ മുമ്പിൽവച്ച് നാണം കെടുത്തിയവർക്ക് കൊടുക്കുന്ന ശിക്ഷ.' അവർ പെട്ടെന്ന് പറഞ്ഞു.

'ഞാൻ മറന്നെന്നാണോ നീ വിചാരിച്ചത്. നിനക്ക് തന്ന ഒരു വാക്കുണ്ട്. അത് ഞാൻ പാലിച്ചിരിക്കും. ഒടുവിൽ അവൾക്ക് ആത്മഹത്യ ചെയ്യുകയല്ലാതെ വേറൊരു നിവൃത്തിയുമില്ലെന്ന അവസ്ഥ വരും.'

അയാൾ പറഞ്ഞു.

'അതുമതി. എനിക്ക് സാറിനെ വിശ്വാസമാണ്.'

'നാളെ ഞാൻ വരും. അപ്പോൾ ബാക്കി കാര്യങ്ങൾ സംസാരിക്കാം.'

'ശരി.' ഫോൺ കട്ട് ചെയ്തിട്ട് ജയന്തി അല്പനേരം ഇരുന്നു. പിന്നെ പെട്ടെന്ന് ഓർമ്മ വന്നപ്പോൾ ഫോണിൽ മറ്റൊരു നമ്പർ എടുത്തു.

'ഹലോ ആന്റീ...' പെട്ടെന്ന് കോൾ കിട്ടി.

'മോളേ ചഞ്ചൽ...നീ എവിടെയാണിപ്പോൾ?'

'ഞാൻ തൃശ്ശൂരാണ് ആന്റീ.'

'നാളെ നിനക്കിങ്ങോട്ടൊന്ന് വരാമോ?'

'എന്താ ആന്റീ കാര്യം?'

'കാര്യമുണ്ട്. വരുമ്പോൾ പറയാം. നിനക്ക് അനുരാഗിനെ ഓർമ്മയില്ലേ?'

'കൊള്ളാം. എന്തൊരു ചോദ്യമാ ആന്റീ ഇത്. മറക്കാൻ പറ്റുമോ എനിക്കവനെ.'

'കഴിഞ്ഞയാഴ്ച അവന്റെ കല്യാണമായിരുന്നു.'

അവൾ പെട്ടെന്ന് നിശ്ശബ്ദയായി.

'നിനക്കവളെ കാണണ്ടേ?'ജയന്തി ചോദിച്ചു.

'കാണണം.'

'എങ്കിൽ വാ ഇങ്ങോട്ട്.'

'വരാം ആന്റീ.' ചഞ്ചൽ പറഞ്ഞു.

'കോൾ കട്ട് ചെയ്തിട്ട് ജയന്തി പുഞ്ചിരിച്ചു.

***

അനുരാഗും പല്ലവിയും ചെന്നപ്പോൾ വീട്ടിൽ ബാലകൃഷ്ണൻനായരും രാജേശ്വരിയും കാത്തിരിക്കുകയായിരുന്നു. ഹോസ്റ്റലിൽനിന്ന് ഒഴിവുകിട്ടുമ്പോഴൊക്കെ വീട്ടിൽ വന്നുകൊണ്ടിരുന്ന ആ പഴയ പെൺകുട്ടിയല്ല താനെന്ന് കാറിൽനിന്നിറങ്ങുമ്പോൾത്തന്നെ അവൾക്ക് ബോധ്യപ്പെട്ടു. ഒറ്റയ്ക്കല്ല, ഭർത്താവിനോടൊപ്പമാണ് വന്നിരിക്കുന്നത്.

'രാവിലെ കഴിച്ചിട്ടാണോ മോളേ നിങ്ങളിറങ്ങിയത്?

രാജേശ്വരി സ്നേഹത്തോടെ അവളോട് ചോദിച്ചു.

'കഴിച്ചതാണമ്മേ. എട്ടുമണിക്കുമുമ്പേ ഞങ്ങൾ ഇറങ്ങിയതല്ലേ.' അവൾ പറഞ്ഞു. 'എന്നാലും എനിക്കു വിശക്കുന്നുണ്ട് അമ്മേ. അനുരാഗ് പറഞ്ഞു.

'നിങ്ങളിരിക്ക് മക്കളേ. ഞാൻ പുറത്തേക്കൊന്നു പോയിട്ട് വരാം. '

ബാലകൃഷ്ണൻനായർ പറഞ്ഞു. അവർ വരുന്നത് പ്രമാണിച്ച്

അദ്ദേഹം അന്ന് ലീവെടുത്തിരുന്നു.

'പോയിട്ടുവാ അച്ഛാ.' അനുരാഗ് പറഞ്ഞു. അച്ഛാ എന്ന ആ വിളി അവന് പുതിയ അനുഭവമായിരുന്നു. അങ്ങനെ ആരെയെങ്കിലും വിളിച്ചിട്ട് വർഷങ്ങൾ കുറെ കഴിഞ്ഞല്ലോ. ബാലകൃഷ്ണൻനായർ കാറെടുത്ത് ടൗണിലേക്ക് പോയി.

അനുരാഗിന് പഞ്ഞിപോലെ മൃദുവായ ഇഡ്ഡലിയും ഉണങ്ങിയ തേങ്ങ ഉപയോഗിച്ച് അരച്ച പച്ചമുളക് ചട്ണിയും രാജേശ്വരി കൊടുത്തു. അവൻ അതു കഴിക്കുന്നതു നോക്കി തൃപ്തിയോടെ അവർ അടുത്തുതന്നെ ഇരുന്നു. അവനോടൊപ്പം ഒരു ഇഡ്ഡലി എടുത്ത് പല്ലവിയും കഴിച്ചു.

അല്പനേരം കഴിഞ്ഞപ്പോൾ ബാലകൃഷ്ണൻനായർ വന്നു. അമ്മയ്ക്കും അച്ഛനും അപ്പോൾ അവർ കൊണ്ടുവന്ന് വസ്ത്രങ്ങൾ എടുത്ത് കൊടുത്തു.

'അമ്മയ്ക്ക് ഒരുപാട് സാരികളുണ്ട് മക്കളെ. പക്ഷേ, ഇത് കിട്ടിയപ്പോൾ ഒരു പ്രത്യേക സന്തോഷമാണ്.' രാജേശ്വരി പറഞ്ഞു.

'രണ്ടുദിവസം കഴിഞ്ഞല്ലേ നിങ്ങൾ പോകൂ.' ബാലകൃഷ്ണൻനായർ ചോദിച്ചു.

'അതെ അച്ഛാ.' അനുരാഗ് പറഞ്ഞു.

ഉച്ചയൂണിന് രാജേശ്വരി സ്പെഷ്യൽ വിഭവങ്ങൾ ഉണ്ടാക്കി. രുചിയോടെയാണ് അനുരാഗ് ഭക്ഷണം കഴിച്ചത്. വൈകുന്നേരം അവർ ചെറിയച്ഛന്റെ വീട്ടിൽ പോയി. അതുകഴിഞ്ഞ് അമ്പലത്തിൽച്ചെന്ന് തൊഴുതു. പിറ്റേന്ന് കുറച്ചു ഷോപ്പിംഗ്, സിനിമ, ബന്ധുവീട് സന്ദർശനം. രണ്ടുദിവസം വളരെ വേഗം കഴിഞ്ഞുപോയി.

'സമയം കിട്ടുമ്പോഴൊക്കെ ഞങ്ങൾ വരാം അമ്മേ.' ഉറപ്പുകൊടുത്തിട്ടാണ് അനുരാഗ് പല്ലവിയേയും കൊണ്ട് ആലപ്പുഴയിലേക്ക് തിരിച്ചുപോയത്.

'മോളേ നിന്റെ ചൂരിദാർ സ്റ്റിച്ച് ചെയ്യണ്ടേ?' പിറ്റേന്ന് ഗായത്രീദേവി ചോദിച്ചു.

'വേണം അമ്മേ.'

'മെഡിക്കൽ കോളേജ് ജംഗ്ഷനടുത്ത് ഒരു സിതാര ടൈലേഴ്സ് ഉണ്ട്. അവിടെ കൊടുത്താൽ അവർ ഭംഗിയായി തയ്ച്ചുതരും. ഒന്നു കൊണ്ടുപോ മോനേ.'

'അളവെടുക്കാൻ സമയമെടുക്കില്ലേ. ഞാൻ കൊണ്ടുചെന്ന് വിടാം. ഫ്രീയാകുമ്പോ വിളിച്ചാൽ മതി. വരാം എന്താ?' അവൻ ചോദിച്ചു.

'അതുമതി.'

ചൂരിദാർ മെറ്റീരിയലുകളുമായി അവൾ അവന്റെ കൂടെ സ്റ്റിച്ചിംഗ്

സെന്ററിലേക്ക് പോയി. അവളെ അവിടെ ഇറക്കിയിട്ട് അവൻ പോയി.

'തീരുമ്പോൾ വിളിച്ചാൽ മതി.'

'ഉം.'

ചൂരിദാറിന്റെ അളവെടുത്തു നിൽക്കുമ്പോഴാണ് സുന്ദരിയായ ഒരു പെൺകുട്ടി അവിടേക്ക് വന്നത്. അവൾ പല്ലവിയെ ഒന്നു നോക്കി.

'അനുവിന്റെ വൈഫല്ലേ?' അവൾ ചോദിച്ചു.

'അതെ.'

'പല്ലവി?'

'അതെ.'

'എന്റെ പേര് ചഞ്ചൽ. ഞാൻ കുറേനാൾ അനുവിന്റെ ഗേൾഫ്രണ്ടായിരുന്നു.'

പല്ലവി അവളെ തറപ്പിച്ചുനോക്കി.

'പേടിക്കേണ്ട. ഞാൻ അവകാശവാദത്തിനൊന്നും വരില്ല. പക്ഷേ, അവന്റെ ചില ഇഷ്ടങ്ങളും ഇഷ്ടക്കേടുകളും ഞാൻ പറഞ്ഞുതരാം. പല്ലവിക്ക് അത് ഭാവിയിൽ പ്രയോജനം ചെയ്യും. പ്രത്യേകിച്ച് ബെഡ്റൂമിലെ കാര്യങ്ങൾ.'

മിണ്ടാനാവാതെ പല്ലവി നിന്നു.

അതുകണ്ട് ചഞ്ചൽ പുഞ്ചിരിയോടെ അവളുടെ ചുമലിൽ കൈവച്ചു.

മൂന്ന്

ചഞ്ചൽ!

അവളുടെ മുഖത്തേക്കു പല്ലവി ഒന്ന് സൂക്ഷിച്ചുനോക്കി. ഏതാണ്ട് ഒരേ പ്രായം വരും. കാണാൻ സാമാന്യം സുന്ദരിയുമാണ്.

അവളുടെ ചുണ്ടിന്റെ കോണിലുണ്ടായിരുന്ന പരിഹാസച്ചിരി പല്ലവിക്കൊട്ടും സഹിക്കാൻ കഴിഞ്ഞില്ല.

ആരെങ്കിലും എന്തെങ്കിലും പറഞ്ഞാൽ തളർന്നുപോകുന്ന പെണ്ണല്ല താനെന്ന് മനസ്സിലാക്കിച്ചുകൊടുക്കണമല്ലോ.

'പേരെന്താണെന്നാ പറഞ്ഞത്...ചഞ്ചേൽ അല്ലേ?' സ്വരം കുറച്ചു ദുർബലമാക്കി പല്ലവി ചോദിച്ചു. തുടക്കത്തിൽ അവൾ ജയിച്ചു എന്നു വിചാരിച്ചോട്ടെ.

'അതെ. ചഞ്ചൽ. അടുപ്പമുള്ളവർ ചഞ്ചൂ എന്നു വിളിക്കും.'

'അനുരാഗിന്റെ ഗേൾഫ്രണ്ട് ആയിരുന്നു എന്നു പറഞ്ഞാൽ കൂട്ടു

കാരി എന്നാണോ അർത്ഥം?' മനസ്സിലാകാത്ത മട്ടിൽ പല്ലവി ചോദിച്ചു.

'ഗേൾഫ്രണ്ട് എന്നു പറഞ്ഞാൽ മലയാളത്തിൽ കാമുകി എന്നാണർത്ഥം. അറിയില്ലേ?' വീണ്ടും പരിഹാസച്ചിരി.

'ഓ...അങ്ങനെയും ഒരർത്ഥമുണ്ട് അല്ലേ. അതു ഞാൻ ഓർത്തില്ല. അതായത് മിസ് ചഞ്ചൽ അനുരാഗിന്റെ ഒരു പഴയ കാമുകിയാണെന്ന്. അതായത് എക്സ് ഗേൾഫ്രണ്ട്.'

'ഉം. അങ്ങനെയും പറയാം. വാ നമുക്ക് അവിടെപ്പോയി ഇരിക്കാം. എനിക്കു നിന്നോട് ചില കാര്യങ്ങൾ വെളിപ്പെടുത്താനുണ്ട്.'

പല്ലവി ഒരു സാധാരണ പെണ്ണല്ലെന്ന് തോന്നിയപ്പോൾ ചഞ്ചൽ സ്വരം ഒന്നു കടുപ്പിച്ചു.

'എന്താ ഓർഡർ ആണോ?' അവളുടെ അധികാരഭാവം പല്ലവിക്ക് അത്ര ഇഷ്ടപ്പെട്ടില്ല.

പറയാനുള്ളത് പറഞ്ഞിട്ടുവേണമല്ലോ പോകാൻ. അല്ലെങ്കിൽ ജയന്തിയാന്റിയുടെ മുന്നിൽ നാണംകെട്ട് നിൽക്കേണ്ടിവരും.

'അല്ല സജഷനാ.' അവൾ പറഞ്ഞു.

തൊട്ടടുത്ത് ഒരു കോഫി ഷോപ്പ് ഉണ്ടായിരുന്നു. പല്ലവി അവളോടൊപ്പം അങ്ങോട്ടു ചെന്നു. അവളുടെ ഉദ്ദേശ്യം എന്താണെന്നറിയണമല്ലോ. കോഫിഷോപ്പിൽ ചെന്ന് ഒരു മേശയുടെ ഇരുവശത്തുമായി അവർ ഇരുന്നു. ചഞ്ചൽ രണ്ട് കാപ്പിക്ക് ഓർഡർ നൽകി.

'നിന്റെ അച്ഛൻ കേരളസർക്കാരിൽ ഡെപ്യൂട്ടി കലക്ടർ അല്ലേ?'

'നീയെന്നു വിളിക്കാൻമാത്രമുള്ള അടുപ്പമൊന്നും നമ്മൾ തമ്മിലില്ല.' പല്ലവി തിരുത്തി.

അവൾ പല്ലവിയുടെ മുഖത്തേക്കു ഒന്നു നോക്കി.

'നിങ്ങളുടെ കല്യാണം കഴിഞ്ഞിട്ട് ഒരാഴ്ചപോലും ആയിട്ടില്ല. അല്ലേ?'

'ഇല്ല.'

'പല്ലവിക്ക് രക്ഷപ്പെടാൻ ഇനിയും സമയമുണ്ട്. ഇയാൾക്ക് ഒരിക്കലും യോജിച്ച ഭർത്താവല്ല അനുരാഗ്. കല്യാണത്തിനുമുമ്പ് നിങ്ങൾ അവനെക്കുറിച്ച് ശരിക്ക് അന്വേഷിച്ചിരുന്നെങ്കിൽ ഈ അപകടം ഉണ്ടാകുമായിരുന്നില്ല.' ചഞ്ചൽ പറഞ്ഞു.

'കിട്ടാത്ത മുന്തിരിങ്ങ പുളിക്കും.' പല്ലവി പറഞ്ഞു.

'എനിക്ക് അവനെ കല്യാണം കഴിക്കാൻ ഒട്ടും ആഗ്രഹമില്ലായിരുന്നു. അനേകം സ്ത്രീകളുമായി ബന്ധപ്പെടുന്ന ഒരു പുരുഷനെ ഭർത്താവായി സങ്കല്പിക്കാൻപോലും ഞാൻ തയ്യാറല്ല.'

പല്ലവി ഒന്നും മിണ്ടിയില്ല.

'എനിക്കുമുമ്പേ അവന് പല കാമുകിമാരും ഉണ്ടായിരുന്നു. ഒരുമാസം. അല്ലെങ്കിൽ രണ്ട്....അതിനപ്പുറം ഒരു ബന്ധവും അവൻ നീട്ടിക്കൊണ്ടുപോവുകയില്ല. അപ്പോഴേക്കും മടുക്കും.'

'നിങ്ങളുടെ ബന്ധമോ?'

'അവന് എന്നെ ഇഷ്ടമായിരുന്നു. അതുകാരണം ഒരു കൊല്ലത്തോളം നീണ്ടുനിന്നു. ഒരിക്കൽ ഞങ്ങൾ മൂന്നാറിൽ പോയി മൂന്നുദിവസം താമസിച്ചു. വേറൊരിക്കൽ കുമരകത്ത്....രണ്ടുദിവസം. ഗോവയിൽ പോകാൻ പ്ലാൻ ചെയ്തുകൊണ്ടിരുന്ന സമയത്താണ് ദിവ്യ എന്നൊരു പെണ്ണിനെ അവനു കിട്ടിയത്.'

മരവിച്ച മനസ്സോടെ പല്ലവി ഇരുന്നു. ചഞ്ചൽ പറയുന്നത് അസത്യമാണെന്ന് അവൾക്കു തോന്നിയില്ല.

'അവൻ ഒരു പെണ്ണിനെയും പ്രേമിക്കുകയില്ല. പ്രേമം നടിക്കും. കാരണം അവന് ശാരീരികസുഖത്തിൽ മാത്രമാണ് താല്പര്യം. ഇയാളെ അബദ്ധത്തിൽ കല്യാണം കഴിച്ചുപോയതാ. അതുകൊണ്ട് ഇനിയും അവൻ വേറെ പെണ്ണുങ്ങളുടെ പിന്നാലെ പോകും.'

രണ്ടുകപ്പ് കാപ്പി വെയിറ്റർ കൊണ്ടുവന്നു വച്ചു.

'ഇത്രയും സ്വത്തുള്ള ഒരാളെ ഹസ്ബന്റായി കിട്ടിയതുകൊണ്ട് ഇയാൾ അവനെ ഉപേക്ഷിച്ചുപോകത്തില്ലെന്ന് എനിക്കറിയാം. എല്ലാവർക്കും പണം മാത്രമാണല്ലോ പ്രധാനം. അതിനുവേണ്ടി എന്തു വിഴുപ്പും എടുത്തു തലയിൽ വയ്ക്കും.'

പല്ലവിക്കു പിന്നെ ക്ഷമിച്ചിരിക്കാൻ കഴിഞ്ഞില്ല.

'അതെ. പലർക്കും പണമാണ് പ്രധാനം. അതു കിട്ടിയാൽ മൂന്നാറിലും പോകും, ഗോവയിലും പോകും. കന്യകാത്വം വിറ്റും കാശാക്കും.' അവൾ പറഞ്ഞു.

മുഖത്ത് അടിയേറ്റതുപോലെ ചഞ്ചൽ പുളഞ്ഞു.

'കുടുംബത്തിൽ പിറന്ന് ഒരു പെണ്ണും ഇതുപോലെ അന്യപുരുഷന്റെ കൂടെ മദിച്ചുകൂത്താടാൻ പോവുകയില്ല. അങ്ങനെയുള്ളവർക്ക് ചാരിത്ര്യപ്രസംഗം നടത്താൻ അർഹതയുമില്ല.'

പല്ലവി പെട്ടെന്ന് എഴുന്നേറ്റു.

'എന്റെ കഴുത്തിൽ താലികെട്ടുന്നതിന്റെ തലേന്നുവരെ അനുരാഗ് എങ്ങനെയാണ് ജീവിച്ചതെന്ന് എനിക്കറിയേണ്ട കാര്യമില്ല. അതറിയാൻ എനിക്ക് താല്പര്യവുമില്ല. എന്റെ ഭർത്താവായതിനുശേഷം അനുരാഗ് ഏതെങ്കിലും പെണ്ണിനെയുംകൊണ്ട് എവിടെയെങ്കിലും പോയാൽ അതു ഞാൻ പരിഹരിച്ചോളാം. കുമാരി ചഞ്ചലിന്റെ ഉപദേശം ആവശ്യമില്ല.'

അനുപല്ലവി

വിളറിവെളുത്ത മുഖത്തോടെ അവൾ ഇരുന്നു.

'ഓ...കുമാരി ചഞ്ചൽ എന്നു പറയാൻ പറ്റുമോ എന്നറിയില്ല. കന്യകാത്വമുള്ളവരല്ലേ കുമാരിമാർ.'

പുച്ഛത്തോടെ അവളെ ഒന്നു നോക്കിയിട്ട് പല്ലവി തലയുയർത്തിപ്പിടിച്ച് കോഫി ഷോപ്പിൽനിന്ന് ഇറങ്ങി. പുറമെ അവൾ ശാന്തത പ്രകടിപ്പിച്ചെങ്കിലും അവളുടെ ഉള്ള് ചുട്ടുപൊള്ളുകയായിരുന്നു.

സ്വന്തം ഭർത്താവിനെക്കുറിച്ച് ഒരു സ്ത്രീക്കും സഹിക്കാൻ കഴിയാത്ത കാര്യങ്ങളാണ് കേട്ടത്. മുഴുവൻ സത്യമല്ലായിരിക്കും. പക്ഷേ പാതിയെങ്കിലും നേരു കാണും.

എവിടെയായിരിക്കും അനു?

അവൾ മൊബൈൽ എടുത്ത് അവനെ വിളിച്ചു.

'പല്ലവീ നീ ഫ്രീയായോ?' അവൻ പെട്ടെന്ന് കോൾ എടുത്തു.

'ഉം.' അവൾ മൂളി.

'സ്റ്റിച്ചിംഗ് സെന്ററിന്റെ മുമ്പിൽ നിന്നാൽ മതി. ഞാനുടൻ വരാം.'

അവൻ പറഞ്ഞു.

പക തോന്നി ചഞ്ചൽ പിന്നാലെ വന്നാലോ എന്ന് അവൾക്ക് സംശയം തോന്നി. ഒന്നിനും മടിക്കില്ല ഇത്തരം പെണ്ണുങ്ങൾ.

അവൾ ഒന്നു തിരിഞ്ഞുനോക്കി. ചഞ്ചലിനെ കാണാനില്ല. അവൾ കോഫിഷോപ്പിൽത്തന്നെ ഇരിക്കുകയാണെന്ന് മനസ്സിലായി.

'കുറച്ചപ്പുറത്ത് ഒരു ഈവ്സ് ലേഡീസ് സ്റ്റോറുണ്ടല്ലോ. ഞാനവിടെ കാണും. അങ്ങോട്ടുവന്നാൽ മതി.' അവൾ പറഞ്ഞു.

'ശരി.'

കോൾ കട്ട് ചെയ്തിട്ട് തിരക്കുള്ള റോഡിന്റെ ഓരം ചേർന്നു പല്ലവി നടന്നു. നല്ല ചൂടുള്ള വെയിലുണ്ടായിരുന്നിട്ടും അവൾ അതറിഞ്ഞതേയില്ല. ലേഡീസ് സ്റ്റോറിൽ ചെന്ന് ആവശ്യമില്ലായിരുന്നെങ്കിലും അവൾ നെയിൽപോളിഷ് തെരഞ്ഞെടുക്കുന്ന മട്ടിൽ നിന്നു. സമ്പത്തുള്ള വീട്ടിലെ സുന്ദരന്മാരായ ആൺകുട്ടികൾക്ക് ഇത്തരം ചില നേരമ്പോക്കുകൾ കാണുമായിരിക്കും. പക്ഷേ, ആ ബന്ധങ്ങളുടെ പ്രേതങ്ങൾ ദാമ്പത്യജീവിതത്തിൽ പിന്തുടർന്ന് എത്തിയാലോ?

അവൾ ഒരു നെയിൽപോളിഷ് വാങ്ങി ബിൽ പേ ചെയ്തുകഴിഞ്ഞപ്പോഴേക്കും അനുരാഗിന്റെ കാർ വന്നു.

അവൾ വണ്ടിയിൽ കയറി അവന്റെ അടുത്ത് ഇരുന്നു.

'എന്താണ് വാങ്ങിയത് ഇവിടെനിന്ന്?' കാർ മുന്നോട്ടെടുത്തുകൊണ്ട് അവൻ ചോദിച്ചു.

'നെയിൽപോളിഷ്.'

'അതിന്റെയൊന്നും ആവശ്യമില്ല. അല്ലാതെതന്നെ നിന്റെ വിരലുകൾക്ക് നല്ല ഭംഗിയുണ്ട്. '

അവൾ മിണ്ടിയില്ല.

അപ്പോൾ അവൻ മുഖം തിരിച്ച് അവളെ ഒന്നു നോക്കി.

'എന്താ സുഖമില്ലേ?' അവളുടെ വാടിയ മുഖം കണ്ട് അവൻ തിരക്കി

'ഏയ് ഒന്നുമില്ല.' കാറിൽവച്ച് സംസാരിക്കേണ്ട കാര്യമല്ലിത്. വീട്ടിൽ ചെന്ന് ബെഡ്റൂമിൽവച്ച് ആരും കേൾക്കാതെ...

'പീയുഷ് ഇന്നു ചോദിച്ചു, നമ്മൾ എവിടെയാണ് ഹണിമൂണിന് പോകുന്നതെന്ന്. ഞാൻ പറഞ്ഞു സ്വിറ്റ്സർലാന്റിലാണ് പോകുന്നതെന്ന്.'

പല്ലവി നിശ്ശബ്ദയായി ഇരുന്നതേയുള്ളു.

'നിനക്ക് പാസ്പോർട്ടുണ്ടോ?'

'ഉം.'

'രണ്ടുവർഷംമുമ്പ് ഞാൻ ദുബായ് ഫെസ്റ്റിവെൽ സമയത്ത് അവിടെ പോയിരുന്നു. അതിനുവേണ്ടിയാണ് പാസ്പോർട്ടെടുത്തത്.'

അവൾ വീണ്ടും മൂളി.

'നമുക്ക് സ്വിറ്റ്സർലാന്റിലേക്ക് പോകാം. ഒരു നല്ല ട്രാവൽ ഏജൻസി വഴി ടൂർ പ്രോഗ്രാം ചാർട്ടു ചെയ്യാം. യൂറോപ്പിലും ഒന്ന് ചുറ്റിയിട്ട് വരാം. ഇപ്പോഴാണെങ്കിൽ പോകാൻ പറ്റിയ അവസരവുമാണ്.'

അവൾ മിണ്ടിയില്ല. അവൻ തലതിരിച്ച് വീണ്ടും അവളെ നോക്കി.

'നിനക്ക് എന്തുപറ്റി പല്ലവീ?'

'നല്ല സുഖം തോന്നുന്നില്ല.'

അവൻ കൈ എടുത്ത് അവളുടെ നെറ്റിയിൽ വച്ചുനോക്കി.

' ടെമ്പറേച്ചർ ഇല്ല. ഒന്ന് റസ്റ്റെടുത്താൽ മാറും.'

വീട്ടിൽ ചെന്നപ്പോൾ ഊണുകഴിക്കാനുള്ള സമയമായിരുന്നു. അവൾക്ക് ഒട്ടും വിശപ്പനുഭവപ്പെട്ടില്ല. എങ്കിലും അനുരാഗിനും ഗായത്രീദേവിക്കുമൊപ്പം ഭക്ഷണം കഴിക്കാൻ ഇരുന്നു. അല്പം കഴിച്ചെന്നു വരുത്തി.

സുമിത്ര അതു ശ്രദ്ധിക്കാതിരുന്നില്ല.

'അല്പനേരം കണ്ണുകളടച്ചു കിടക്ക്. ഒന്നു മയങ്ങി ഉണരുമ്പോൾ എല്ലാം ശരിയാവും.' അനുരാഗ് പറഞ്ഞു.

'അനൂ...' പെട്ടെന്ന് അവൾ വിളിച്ചു.

'എന്താണ്?' അവൻ ചോദിച്ചു.

'ടൈലറിംഗ് ഷോപ്പിൽവച്ച് ഞാൻ അനുവിന്റെ പഴയ ഒരു ഫ്രണ്ടിനെ പരിചയപ്പെട്ടു.'

'ആരെ?'

'ചഞ്ചൽ എന്നാണ് പേരു പറഞ്ഞത്.'

അവൻ ഒന്നു ഞെട്ടി. 'അവൾ...അവൾ എന്തു പറഞ്ഞു.?' അവൻ ഭീതിയോടെ ചോദിച്ചു.

'കുറെ കാര്യങ്ങൾ പറഞ്ഞു. അതു കുറെയൊക്കെ ശരിയായിരിക്കാം. കുറെയൊക്കെ നുണയുമായിരിക്കാം. പക്ഷേ അതിൽ കുറച്ചു സത്യങ്ങൾ ഉണ്ട് അല്ലേ.?'

അവൻ മിണ്ടിയില്ല.

'നമ്മുടെ കല്യാണത്തിന് മുമ്പുനടന്ന സംഭവങ്ങൾ ആയതുകൊണ്ട് ഞാനതൊന്നും കാര്യമായെടുക്കുന്നില്ല. പക്ഷേ, അനു എന്റെ കഴുത്തിൽ താലികെട്ടിയ അന്നുമുതൽ നമ്മൾ പരസ്പരം വിശ്വസ്തരായിരിക്കണം. ആ വാക്കുമാത്രം തന്നാൽ മതി എനിക്ക്.'

അനുരാഗ് അവളുടെ രണ്ടുകൈകളും കൂട്ടിപ്പിടിച്ച് നെഞ്ചോടു ചേർത്തു. 'എന്റെ അച്ഛൻ നേരത്തെ മരിച്ചു. അമ്മ ഒരു പാവമാണ്. എന്നോടുള്ള സ്നേഹംകാരണം എന്റെ ഇഷ്ടങ്ങളെല്ലാം സാധിച്ചുതന്നു. തെറ്റുകൾ കണ്ടാൽ പറഞ്ഞുതരാനും തിരുത്താനും എന്റെ ജീവിതത്തിൽ ആരുമുണ്ടായിരുന്നില്ല. പണം കൊടുത്താൽ കിട്ടുന്നതെന്തും വാങ്ങിത്തരാൻ ആളുമുണ്ടായിരുന്നു.'

അവന്റെ സ്വരം ഇടറിപ്പോയി.

'നിന്നെ കണ്ടുമുട്ടിയ ശേഷമാണ് പല്ലവീ യഥാർത്ഥ സ്നേഹമെന്താണെന്ന് ഞാൻ മനസ്സിലാക്കിയത്. ഇനി എന്റെ ജീവിതത്തിൽ നീ മാത്രമേ ഉണ്ടാവുകയുള്ളൂ. നീ മാത്രം. ഇതെന്റെ വാക്കാണ്.'

പല്ലവി അവന്റെ നെഞ്ചിലേക്ക് ചേർന്നുനിന്നു. അറിയാതെ അവളുടെ കണ്ണുകൾ നിറഞ്ഞു.

***

ഉച്ചയൂണുകഴിഞ്ഞു ടീവിയിൽ ഒരു പഴയ ഹിന്ദിസിനിമ കണ്ടുകൊണ്ടു ദിവാൻകോട്ടിൽ ചാരിക്കിടക്കുകയായിരുന്നു ജയന്തി.

അപ്പോഴാണ് ഗേറ്റിനുവെളിയിൽ ഒരു ഓട്ടോറിക്ഷ വന്നു നിൽക്കുന്ന ശബ്ദം കേട്ടത്. അവൾ എഴുന്നേറ്റുചെന്ന് വാതിൽ തുറന്ന് വെളിയിലേക്കു നോക്കി. ഓട്ടോയിൽനിന്നിറങ്ങിയത് ചഞ്ചൽ ആയിരുന്നു.

ഓട്ടോക്കാരനു കൂലി കൊടുത്തിട്ട് അവൾ ഗേറ്റ് തുറന്ന് അകത്തേക്ക് കയറിവന്നു. അവളുടെ മുഖം കണ്ടപ്പോൾ പോയ കാര്യം നടന്നില്ലെന്ന്

ജയന്തിക്കു മനസ്സിലായി.

'എന്തുപറ്റി മോളേ...അവളെ കാണാൻ പറ്റിയില്ലേ?' ഉത്കണ്ഠയോടെ ജയന്തി ചോദിച്ചു.

'കണ്ടു ആന്റീ. സംസാരിക്കുകയും ചെയ്തു. പക്ഷേ...' അവൾ തളർച്ചയോടെ സെറ്റിയിലേക്ക് ഇരുന്നു.

'പിന്നെന്തുപറ്റി?'

'നമ്മൾ വിചാരിച്ചപോലത്തെ പെണ്ണല്ല ആന്റീ അവൾ.'

'പിന്നെ?'

'ഞാൻ അവനെക്കുറിച്ച് പറഞ്ഞതെല്ലാം കേട്ടിട്ട് അവൾക്ക് ഒരു കൂസലുമില്ല.'

ജയന്തി അമ്പരന്ന് അവളെ നോക്കി.

'നീ എന്തൊക്കെ പറഞ്ഞു?'

'എല്ലാം പറഞ്ഞു. ഞാനും അവനുംകൂടി മൂന്നാറിലും കുമരകത്തുമൊക്കെ പോയതും.'

'അവൾ വിശ്വസിച്ചുകാണില്ലായിരിക്കും. നിന്റെ കൈയിൽ ഫോട്ടോസ് ഒന്നുമില്ലായിരുന്നോ കാണിക്കാൻ.'

'ഫോട്ടോയും വീഡിയോയുമൊക്കെ ഉണ്ടായിരുന്നു. പക്ഷേ അതൊന്നും അവളുടെ മുന്നിൽ വിലപ്പോകത്തില്ലെന്ന് എനിക്കുതോന്നി. സത്യത്തിൽ വാദി പ്രതിയാകുന്നപോലെയായിരുന്നു.'

ജയന്തി ശൂന്യതയിലേക്ക് നോക്കി അല്പനേരം നിശ്ശബ്ദയായി ഇരുന്നു. ആദ്യത്തെ ആക്രമണം പരാജയപ്പെട്ടുപോയതിൽ അവൾക്ക് നല്ല വിഷമവും നിരാശയും അനുഭവപ്പെട്ടു.

'നമ്മൾ വിചാരിച്ചതുപോലൊന്നുമല്ല ആന്റി അവൾ. ഇതു ജനുസ്സ് വേറെയാണ്.'

'അവന്റെ സ്വത്തിലാണ് അവളുടെ കണ്ണ്. അതുകൊണ്ടാണ് ഇത്രയുമൊക്കെ കേട്ടിട്ടും അവൾക്ക് വിഷമമോ ദേഷ്യമോ വരാത്തത്. ഭർത്താവ് എങ്ങനെയുള്ളവനായാലും സാരമില്ല...പണക്കാരനാണെങ്കിൽ.'

അവനെക്കുറിച്ച് എല്ലാം അന്വേഷിച്ച് അറിഞ്ഞിട്ടുതന്നെയായിരിക്കും അവൾ ഈ കല്യാണത്തിന് സമ്മതിച്ചത്. ഞാൻ പറഞ്ഞതൊക്കെ കേട്ടിട്ട് അവൾ ഒന്ന് ഞെട്ടിയതുപോലുമില്ല.

'അവന്റെ സ്വത്തിലാണ് അവളുടെ നോട്ടമെങ്കിൽ അവളുടെ കണക്കുകൂട്ടലുകൾ തെറ്റും. ഗോപിനാഥ് കൊടുക്കുന്ന നക്കാപ്പിച്ചയല്ലാതെ ചില്ലിക്കാശുപോലും അവൾക്കു കിട്ടത്തില്ല.' ജയന്തി പറഞ്ഞു.

'അങ്ങനങ്ങ് തള്ളിക്കളയാൻ വരട്ടെ. ആന്റി ഏതായാലും ഗോപിസാ

റിന് ഒരു മുന്നറിയിപ്പ് കൊടുത്തേക്ക്. ഇത് വിഷമുള്ള ഇനമാണ്.'

ചഞ്ചലിന്റെ ആ ഉപദേശം കാര്യമായിട്ടെടുക്കണമെന്ന് ജയന്തിക്കു തോന്നിയില്ല. ഗോപിസാറിനെ ശരിക്കറിയാത്തതുകൊണ്ടാണ് ചഞ്ചൽ അങ്ങനെ പറഞ്ഞത്.

എങ്കിലും ഗോപിസാറിനെ ഒന്നു ചൂടാക്കി നിർത്തണമെന്ന് ജയന്തിക്കു തോന്നി. അവളുടെ കാര്യത്തിൽ ഒരു ജാഗ്രത എപ്പോഴും വേണം. പതിവുപോലെ അന്ന് സന്ധ്യ കഴിഞ്ഞ് ഗോപിനാഥ് വന്നു. ജയന്തിയുടെ മുഖത്തെ പ്രസന്നതക്കുറവ് അയാൾ കാണാതിരുന്നില്ല.

'എന്തുപറ്റി...ജഗൻ വല്ല കുരുത്തക്കേടും ഒപ്പിച്ചോ?'

ജഗൻ ഇടയ്ക്കിടെ ഓരോ പ്രശ്നങ്ങളിൽ ചെന്നു ചാടാറുണ്ട്. പണം കൊടുത്തോ അല്ലെങ്കിൽ ഭീഷണിപ്പെടുത്തിയോ ആണ് ഗോപിനാഥ് അതൊക്കെ പരിഹരിക്കാറുള്ളത്.

'അതല്ല.' ജയന്തി പറഞ്ഞു.

'പിന്നെ?'

'എനിക്കിന്നൊരു തോൽവി സംഭവിച്ചു.

'എന്താണ്?'

'ഞാൻ നമ്മുടെ ചഞ്ചലിനെ അനുവിന്റെ ഭാര്യയെ കാണാൻ വിട്ടിരുന്നു. പക്ഷേ...'

ചഞ്ചലിൽനിന്നറിഞ്ഞ കാര്യങ്ങൾ അയാളോട് അവൾ പറഞ്ഞു.

ഗോപിനാഥ് എല്ലാം കേട്ടു. മെല്ലെ തലകുലുക്കി.

'അവൾ ഒരു അണലിക്കുഞ്ഞാണെന്ന് തോന്നുന്നു.'

ജയന്തി പറഞ്ഞു.

'അണലിയാണെങ്കിൽ സാരമില്ല. ആ ഇനം വളരെ സാവധാനം മാത്രമേ ഇഴയൂ. തല തല്ലിച്ചതയ്ക്കാൻ എളുപ്പമാണ്.' അയാൾ പറഞ്ഞു.

'പക്ഷേ, ഉഗ്രവിഷമാണ്.'

'വിഷപ്പല്ല് പറിച്ചുകളഞ്ഞാൽ അതു വെറും നീർക്കോലി.'

'നീർക്കോലി കടിച്ചാലും അത്താഴം മുടങ്ങുമെന്നാണ് ചൊല്ല്.'

അവൾ ഓർമ്മിപ്പിച്ചു.

'ശരിയാണ്. എന്തായാലും ഞാൻ ശ്രദ്ധിച്ചോളാം. തല പൊക്കിയാലല്ലേ അതു കടിക്കൂ.'

ജയന്തിക്ക് സമാധാനമായി. ഗോപിനാഥിനെ വിശ്വസിക്കാം. അയാൾ വാക്കുപറഞ്ഞാൽ വാക്കായിരിക്കും. അതു നടത്തിയിരിക്കും.

***

രാവിലെ ഭക്ഷണം കഴിച്ചുകൊണ്ടിരിക്കുമ്പോൾ ഗായത്രീദേവിയാണ്

ആ വിഷയം എടുത്തിട്ടത്.

'മക്കളേ കല്യാണം കഴിഞ്ഞിട്ട് നിങ്ങൾ വീട്ടിൽത്തന്നെ ഇരിക്കുവാണോ. നിങ്ങൾക്ക് എങ്ങോട്ടെങ്കിലുമൊക്കെ പോയ്ക്കൂടെ?'

'പോകണമെന്നുണ്ടമ്മേ. എങ്ങോട്ടുപോണമെന്നു മാത്രം തീരുമാനിച്ചാൽ മതി.' അനുരാഗ് പറഞ്ഞു.

അമ്മയും മകനും തമ്മിലുള്ള സംസാരം കേട്ട് പല്ലവി കൗതുകത്തോടെ ഇരുന്നു.

'മിട്ടുമോന്റെ കൂട്ടുകാരൻ റിയാസ് നിക്കാഹ് കഴിഞ്ഞു പോയത് എവിടാരുന്നു?' സുമിത്ര ചോദിച്ചു.

'പാരീസ്.' അവൻ പറഞ്ഞു.

'അതു ഫ്രാൻസിലല്ലേ' ഗായത്രീദേവി ചോദിച്ചു.

'ഉം.'

'എന്നാപ്പിന്നെ നിങ്ങൾക്കും അവിടെ പോയാൽ പേരേ. റിയാസിനോട് ചോദിച്ചാൽ അവിടെ ചെന്നാലുള്ള കാര്യങ്ങളൊക്കെ അറിയാൻ പറ്റുമല്ലോ.' ഗായത്രീദേവി പറഞ്ഞു.

അനുരാഗ് അപ്പോൾ പല്ലവിയെ ഒന്നു നോക്കി. അവൾ മുഖം കുനിച്ച് ഇരിക്കുകയായിരുന്നു.

'അതിലും ഭംഗിയുള്ള വേറൊരു സ്ഥലമുണ്ടമ്മേ...സ്വിറ്റ്സർലാൻഡ്.'

അവൻ പറഞ്ഞു.

'അതെവിടാ?'

'യൂറോപ്പിലാ. ഇന്ത്യയിലെ കാശ്മീർ പോലെയാ ലോകത്ത് സ്വിറ്റ്സർലാൻഡ്. നല്ല പ്രകൃതിഭംഗിയുള്ള രാജ്യമാണ്.' അനുരാഗ് പറഞ്ഞു.

'എന്നാൽപ്പിന്നെ അവിടെ പോയാൽ മതി. അതു പ്ലാൻ ചെയ്യ്. മോൾക്ക് ഇഷ്ടമാണോ അവിടെ പോകാൻ?'

ഗായത്രീദേവി ചോദിച്ചു.

'പല്ലവിയാ ആദ്യം ഇക്കാര്യം പറഞ്ഞത്.'

അവൻ വെളിപ്പെടുത്തി.

'എന്നാൽപ്പിന്നെ എത്രയും വേഗം പോകാനുള്ള ഏർപ്പാടുകൾ ചെയ്യ്.'

അന്നുതന്നെ അനുരാഗും പല്ലവിയും കൂടി ടൗണിലെ ഏറ്റവും പേരുള്ള ട്രാവൽ ഏജൻസിയിലേക്കു പോയി. ഒരാഴ്ച നീളുന്ന ഒരു ഉല്ലാസയാത്രയാണ് അവർ പ്ലാൻ ചെയ്തത്. ഫ്ളൈറ്റ് ചാർട്ട്, ഹോട്ടൽ ബുക്കിംഗ്, എന്റർടെയിൻമെന്റ് എക്സ്പെൻസ് എല്ലാം കൂടി എട്ടുലക്ഷത്തിനും പത്തുലക്ഷത്തിനും ഇടയിൽ ചെലവു വരും.

ടൂർ പ്രോഗ്രാം ചാർട്ട് ചെയ്തു ചെലവുസഹിതമുള്ള ഒരു എസ്റ്റിമേറ്റ്

എടുത്ത് അതിന്റെ കോപ്പി വാങ്ങിയിട്ടാണ് അവർ ട്രാവൽ ഏജൻസി യിൽനിന്ന് ഇറങ്ങിയത്.

'ഇത് മദനൻ അങ്കിളിനെ ഏൽപ്പിക്കണം. ട്രാവൽ ഏജൻസിക്ക് അങ്കിൾ പണം ട്രാൻസ്ഫർ ചെയ്യും. അവർ പിന്നെ ബാക്കി കാര്യങ്ങൾ നോക്കിക്കൊള്ളും.' അനുരാഗ് പറഞ്ഞു.

അവർ നേരെ ആർ.കെ അസോസിയേറ്റ്സിന്റെ ഹെഡ് ഓഫീസി ലേക്കാണ് പിന്നെ പോയത്. ടൂർപ്രോഗ്രാമിന്റെ പ്രിന്റൗട്ട് അവൻ മദന ഗോപാലിനെ ഏൽപ്പിച്ചു. അയാൾ അതു വാങ്ങി വായിച്ചുനോക്കി.

'ഹണിമൂൺ ട്രിപ്പ്. വെരി ഗുഡ്. മധുവിധു ആഘോഷിക്കാൻ ഏറ്റവും പറ്റിയ സ്ഥലമാണ് സ്വിറ്റ്സർലാന്റ്. നിങ്ങൾ എന്നു പോകാനാണ് മോനേ ഉദ്ദേശിക്കുന്നത്?' അയാൾ ചോദിച്ചു.

'പേമെന്റ് കിട്ടിയാലുടൻ അവർ ഡേറ്റ് ഫിക്സ് ചെയ്യും അങ്കിൾ. ഏഴുപകലും ആറുരാത്രികളും.' അനുരാഗ് പറഞ്ഞു.

'പത്തുലക്ഷം രൂപ നാളത്തന്നെ അവരുടെ അക്കൗണ്ടിലേക്ക് ട്രാൻസ്ഫർ ചെയ്യാം. അഡ്വാൻസ് ആയിട്ട്. ടൂർ കഴിഞ്ഞ് വന്നിട്ട് ബാക്കി യുള്ള എമൗണ്ട് അഡ്ജസ്റ്റ് ചെയ്താൽ മതിയല്ലോ.'

'ശരി അങ്കിൾ.'

വീട്ടിലേക്ക് പോകുമ്പോൾ അനുരാഗും പല്ലവിയും സന്തുഷ്ടരായി രുന്നു. സ്വിറ്റ്സർലാന്റിന്റെ കാലാവസ്ഥയെക്കുറിച്ചും ഭൂപ്രകൃതിയെക്കു റിച്ചും പ്രധാന ടൂറിസ്റ്റ് സ്പോട്ടുകളെക്കുറിച്ചും കൂടുതൽ മനസ്സിലാക്കി വയ്ക്കണമെന്ന് അവൾ തീരുമാനിച്ചു.

പക്ഷേ സ്വപ്നങ്ങൾ മുഴുവൻ തകിടം മറിച്ചുകൊണ്ട് പിറ്റേന്ന് ഉച്ച യായപ്പോൾ ഗായത്രീദേവിക്ക് ഗോപിനാഥിന്റെ ഫോൺകോൾ വന്നു.

'ദേവിയേടത്തീ കുട്ടികൾ കടൽ കടന്ന് ഒരു ദൂരയാത്രയ്ക്ക് പോവു കയല്ലേ. ഞാൻ ബ്രഹ്മദത്തൻ തിരുമേനിയെ കണ്ട് ഒരു അഭിപ്രായം ചോദിച്ചു. നമ്മൾ സകല മുൻകരുതലുകളും എടുക്കണമല്ലോ.'

'എന്നിട്ട് തിരുമേനി എന്തു പറഞ്ഞു?'

'അടുത്ത നാലുമാസക്കാലം അനുമോൻ കടൽ കടന്നുള്ള യാത്ര ഒരു കാരണവശാലും ചെയ്യാൻ പാടില്ലെന്നാണ് അദ്ദേഹം പറഞ്ഞത്. സമയം വളരെ മോശമാണ്. ഇക്കാര്യങ്ങളിലൊക്കെ എനിക്ക് ഇത്തിരി വിശ്വാസമുള്ളതുകൊണ്ടാണ് ഞാൻ തിരുമേനിയെ ചെന്നു കണ്ടത്. കുട്ടി കൾക്ക് നിർബന്ധമാണെങ്കിൽ പോയിട്ടുവരട്ടെ.'

'തൽക്കാലം അവർ എങ്ങോട്ടും പോകുന്നില്ല ഗോപീ. വേണമെങ്കിൽ നാലുമാസം കഴിഞ്ഞും പോകാമല്ലോ. എനിക്കു മോനായിട്ട് അവൻ മാത്ര

മേയുള്ളൂ. ഒരു കാരണവശാലും ഒരു റിസ്ക് എടുക്കാൻ വയ്യാ.'

'ശരി ഏടത്തീ.' അപ്പോൾത്തന്നെ അനുരാഗിനെ വിളിച്ച് ഗായത്രീ ദേവി ആ വിവരം അറിയിച്ചു.

'തൽക്കാലം കടൽ കടന്ന് ഒരിടത്തേക്കും പേകണ്ട മോനേ. നമ്മുടെ നാട്ടിൽ ഭംഗിയുള്ള സ്ഥലങ്ങൾ ധാരാളമുണ്ടല്ലോ.'

'എനിക്ക് അത്തരം അന്ധവിശ്വാസങ്ങൾ ഇല്ലമ്മേ.'

അവൻ പ്രതിഷേധിച്ചു.

'എന്നാൽ എനിക്കുണ്ട്. നിങ്ങളെ കണ്ണെത്താ ദൂരത്തേക്ക് വിട്ടിട്ട് എനിക്കിവിടെ മനസ്സമാധാനത്തോടെ ജീവിക്കാൻ വയ്യ.'

നിസ്സഹായതയോടെ അവൻ പല്ലവിയെ ഒന്നു നോക്കി. അവൾ ഒരക്ഷരം പോലും മിണ്ടിയില്ല. അവളുടെ മനസ്സിൽ സംശയങ്ങളുടെ കാർമേഘങ്ങൾ ഉരുണ്ടുകൂടുന്നുണ്ടായിരുന്നു. മനപൂർവ്വം തടയിട്ടതല്ലേ ഈ സ്വിറ്റ്സർലാൻഡ് യാത്ര. ബുദ്ധിപൂർവ്വം മർമ്മത്തുതന്നെ പിടിച്ച് അതിനെ ഇല്ലാതാക്കി. അതറിയാൻ ഒരു മാർഗ്ഗമുണ്ട്. ഒരു പരീക്ഷണം.

'അനൂ അടുത്ത സൺഡേ എന്റെ ബർത്ത്ഡേയാണ്. അന്ന് നമ്മൾ മൂവാറ്റുപുഴയ്ക്ക് പോകണോ അതോ...'

അനുരാഗിന് വളരെ സന്തോഷമായി.

'ഇവിടെ വന്നശേഷം പല്ലവിയുടെ ആദ്യത്തെ ബർത്ത്ഡേ. നമുക്ക് ഗംഭീരമായി സെലിബ്രേററ് ചെയ്യണം. അച്ഛനും അമ്മയും ഇങ്ങോട്ടുവരാൻ പറയാം. അതല്ലേ നല്ലത്.' അവൻ ചോദിച്ചു.

'അതെ.'

'ബർത്ത്ഡേക്ക് എന്തു സമ്മാനമാണ് പല്ലവിക്കു ഞാൻ തരേണ്ടത്?'

അവൻ ചോദിച്ചു.

'ഒന്നും വേണ്ട. ഒരു കേക്ക് മേടിച്ച് കട്ട് ചെയ്യുന്നു. പിന്നെ ചെറിയ ഒരു സദ്യ. അതിൽക്കൂടുതൽ ആഘോഷമൊന്നും വേണ്ട അനൂ.'

'അങ്ങനെയല്ല. ബർത്ത് ഡേ ഗിഫ്റ്റ് തന്നേ പറ്റൂ എനിക്ക്.' അവൻ നിർബന്ധിച്ചു.

അവൾ പ്രതീക്ഷിച്ചതുപോലെത്തന്നെ അവൻ പറഞ്ഞതുകേട്ടപ്പോൾ അവൾക്ക് കാര്യങ്ങൾ കൂടുതൽ എളുപ്പമായി.

'ഞാനിതുവരെ ഡയമണ്ട് നെക്ലേസ് അണിഞ്ഞിട്ടില്ല അനൂ.'

അവൾ പറഞ്ഞു.

'നല്ല ഒന്നാന്തരം ഗിഫ്റ്റ്. നമ്മൾ നാളെത്തന്നെ പോയി സെലക്ട് ചെയ്യുന്നു. എന്താ?'

'ഉം.' അവൾ ഒന്നു മൂളി.

അവർ രണ്ടുപേരും കൂടി പിറ്റേന്ന് ടൗണിലുള്ള ഏറ്റവും വലിയ ജ്വല്ലറി ഷോപ്പിലേക്ക് പോയി. ഡയമണ്ട് നേക്ക്‌ലേസ് വേണമെന്ന് പറഞ്ഞപ്പോൾ വിവിധ മോഡലിലുള്ള നെക്‌ലേസുകൾ അവരുടെ മുമ്പിൽ നിരന്നു. വെള്ള വൈരക്കല്ലുകൾ പതിച്ച മനോഹരമായ ഒരു നെക്‌ലേക് അവൾക്ക് ഇഷ്ടപ്പെട്ടു.

'ഇതുമതി അനൂ.' അവൾ പറഞ്ഞു.

'എനിക്കും ഇഷ്ടപ്പെട്ടു. നല്ല ഭംഗിയായിരിക്കും ഇതു നീ കഴുത്തിൽ അണിയുമ്പോൾ.'

'എന്തു വിലയാകുമെന്ന് ചോദിക്കൂ' അവൾ പറഞ്ഞു.

'എട്ടരലക്ഷം.' സെയിൽസ്‌മാൻ പറഞ്ഞു.

ഗിഫ്റ്റ് പായക്ക് ചെയ്ത് സെയിൽസ്‌മാൻ നെക്ലേസ് അനുരാഗിനെ ഏൽപ്പിച്ചു.

'ബില്ല് തരൂ. ഞാൻ ഒപ്പിട്ടുതരാം. അത് ആർകെ.അസോസിയേറ്റ്സിന്റെ ഓഫീസിൽ എൽപ്പിച്ചാൽ മതി.'

'ശരി സാർ.'

'ഓഫീസിലേക്ക് വിളിച്ച് ഒന്നു പറഞ്ഞേക്കൂ. അതല്ലേ ശരിയായ കാര്യം.' പല്ലവി ഓർമ്മിപ്പിച്ചു.

ഉടൻതന്നെ അനുരാഗ് മദനഗോപാലിനെ വിളിച്ച് വിവരം അറിയിച്ചു.

'ശരി മോനേ.'

പക്ഷേ, അവർ ജ്വല്ലറിഷോപ്പിൽനിന്ന് ഇറങ്ങുംമുമ്പേ മദനഗോപാലൻ തിരിച്ചുവിളിച്ചു. അയാൾ പറഞ്ഞതുകേട്ട് അനുരാഗിന്റെ മുഖം വിളറി വെളുത്തു

നാല്

'എന്താ അങ്കിൾ ഇപ്പറയുന്നത്. വാങ്ങിച്ച നെക്‌ലേസ് തിരിച്ചുകൊടുത്തേക്കാനോ?' വിശ്വാസം വരാതെ അനുരാഗ് ചോദിച്ചു.

'അതെ മോനേ. ആ ജ്വല്ലറി ഷോപ്പുമായി ഇപ്പോൾ നമുക്ക് അത്ര സുഖകരമല്ലാത്ത ബന്ധമാണുള്ളത്.' മദനഗോപാലൻ പറഞ്ഞു.

'എന്നുവച്ചാൽ?'

'നമ്മുടെ കമ്പനി ആരോടും എന്തു സാധാനം വാങ്ങിയാലും പതിനഞ്ചുദിവസത്തെ ക്രെഡിറ്റ് പീരിയഡ് വച്ചാണ് വാങ്ങാറുള്ളത്. എന്നുവച്ചാൽ സാധനം വാങ്ങി പതിനഞ്ചുദിവസത്തിനകം പണം കൊടുത്താൽ മതി.'

'ഇവിടെ ഇപ്പോൾ എന്താണ് പ്രശ്നം?'

അവൻ അക്ഷമയോടെ ചോദിച്ചു.

'മോന്റെ കല്യാണത്തിന് നമ്മൾ ആദ്യം സ്വർണം വാങ്ങിക്കാൻ പോയത് ആ വസന്ത് ജ്വല്ലേഴ്സിലാണ്. അവർ നമുക്ക് ക്രെഡിറ്റ് തരാൻ തയ്യാറായില്ല. അന്നുമുതൽ അവരുമായി ഉടക്കിപ്പിരിഞ്ഞതാണ്.'

'ഇതൊന്നും എനിക്കറിയില്ലായിരുന്നു. എട്ടുലക്ഷം നാളെ പേമെന്റ് നടത്താൻ പറ്റില്ലേ നമുക്ക്?' പ്രതീക്ഷയോടെ അവൻ ചോദിച്ചു.

അക്കൗണ്ടിൽ അത്രയും പണം നാളെ കാണുകയില്ല മോനേ. ഇന്ന ലെയല്ലേ സ്റ്റാഫിന് സാലറി കൊടുത്തത്. എന്നിട്ടും ഇപ്പോൾ ഓവർ ഡ്രാഫ്റ്റിലാണ്. അതായത് ബാങ്കിൽനിന്ന് കടമെടുത്താണ് കമ്പനി യിലെ ജോലിക്കാർക്ക് ശമ്പളം കൊടുത്തതെന്ന്.'

'എന്താ അനൂ എന്തുപറ്റി?' അനുരാഗിന്റെ മുഖത്തെ ദൈന്യത കണ്ട് പല്ലവി തിരക്കി

'പല്ലവീ ചെറിയ ഒരു പ്രശ്നമുണ്ട്.' അവൻ പറഞ്ഞു.

'എന്താണ്?'

അവൻ അവളെ മാറ്റിനിർത്തി കാര്യങ്ങൾ പറഞ്ഞു. അവർക്ക് ദുഃഖമോ വേദനയോ തോന്നിയില്ല. മറിച്ച് തന്റെ സംശയം തെറ്റിപ്പോ യില്ല എന്ന തിരിച്ചറിവിൽ സന്തോഷം അനുഭവപ്പെടുകയും ചെയ്തു. ആരോ ഇതിന്റെ പിന്നിൽ മനപൂർവ്വം കളിക്കുന്നുണ്ട്. അത് ആരാണെന്ന് കണ്ടുപിടിച്ചാൽ മാത്രം മതി ഉദ്ദേശ്യം എന്താണെന്ന്.

പല്ലവി പെട്ടെന്ന് അനുരാഗിന്റെ ചുമലിൽ കൈവച്ച് അവനെ നോക്കി പുഞ്ചിരിച്ചു.

'അതിനെന്താ അനൂ അപസെറ്റാകുന്നത്? ഒരു ബിസിനസ്സ് സ്ഥാപനം നടത്തുമ്പോൾ ഇത്തരം ചില പ്രതിസന്ധികളും വെല്ലുവിളികളും ഉണ്ടാ കും. നമ്മൾ അതിനെ ഫെയ്സ് ചെയ്യണം.'

'പല്ലവീ...' അവൻ അറിയാതെ വിളിച്ചു.

'സാരമില്ല. അത് തിരിച്ചുകൊടുക്കാം. നമുക്ക് പിന്നീടെപ്പോഴെങ്കിലും മേടിക്കാമല്ലോ.' ഗിഫ്റ്റ് പാക്കറ്റ് അവൾ സെയിൽസ്മാന്റെ കൈയിൽ തിരിച്ചുകൊടുത്തു.

'സോറി. അക്കൗണ്ടിൽ ആവശ്യത്തിന് ഫണ്ടില്ലെന്ന് ഇപ്പോഴാ വിളി ച്ചുപറഞ്ഞത്.' അവൾ അറിയിച്ചു.

'അതു സാരമില്ല മാഡം. മുമ്പ് ക്രെഡിറ്റിൽ ഇവിടെനിന്ന് പലതും വാങ്ങിയിട്ടുണ്ടല്ലോ. അല്ലെങ്കിൽ മാനേജരെ ഒന്നു കണ്ടുനോക്കൂ. ഞാനും വരാം. പ്ലീസ് കം.'

അവൾ അനുരാഗിനെ നോക്കി.

'മാനേജരെ ഒന്നു കണ്ടിട്ടു വരാം അല്ലേ?'

സത്യാവസ്ഥ അറിയാൻ അതൊരു മാർഗ്ഗമാണെന്ന് അവൾക്കു തോന്നി.

'ഉം.' അവൻ മൂളി.

സെയിൽസ്മാന്റെ കൂടെ അവർ ഷോറൂം മാനേജറുടെ ക്യാബിനിലേക്കു പോയി. വെളുത്തു തടിച്ച കഷണ്ടി കയറിയ ഒരു മധ്യവയസ്കനായിരുന്നു മാനേജർ. കോട്ടും ടൈയുമായിരുന്നു വേഷം.

'എന്താ സുനിൽ?' സെയിൽസ്മാനോട് അയാൾ ചോദിച്ചു.

സെയിൽസ്മാൻ കാര്യം അവതരിപ്പിച്ചു.

'ആർ.കെ.അസോസിയേറ്റ്സിലെ ഗായത്രീദേവിയുടെ മകൻ അനുരാഗാണോ. സോറി. എനിക്കു മനസ്സിലായില്ലായിരുന്നു. എന്തുവേണമെങ്കിലും വാങ്ങൂ. പേയ്മെന്റ് പ്രശ്നമേയല്ല.' അയാൾ സൗഹൃദത്തോടെ പറഞ്ഞു.

'ഞങ്ങളുടെ ഓഫീസിൽ എന്തോ മിസ് അണ്ടർസ്റ്റാന്റിംഗ് ഉണ്ടായിട്ടുണ്ട്. അതൊന്ന് സോൾവ് ചെയ്തിട്ട് ഞങ്ങൾ വരാം. താങ്ക് യു ഫോർ യുവർ കൈൻഡ് കോർട്ടസി.' പല്ലവി പറഞ്ഞു.

'ഓക്കെ. യുവാർ ഓൾവേയ്സ് വെൽകം. എന്ത് ആവശ്യമുണ്ടെങ്കിലും വരാൻ മടിക്കല്ലേ. അയാം മനോജ് കുമാർ.' അയാൾ ഒരു വിസിറ്റിംഗ് കാർഡ് എടുത്ത് അനുരാഗിന് കൊടുത്തു. പല്ലവിക്കുവേണ്ടി ആഗ്രഹത്തോടെ സെലക്ട് ചെയ്ത ഡയമണ്ട് നെക്ലേസ് തിരിച്ചുകൊടുക്കേണ്ടിവന്നതിലുള്ള സങ്കടവുമായിട്ടാണ് അനുരാഗ് ജ്വല്ലറിഷാപ്പിൽനിന്ന് ഇറങ്ങിയത്. മുൻപൊരിക്കലും കമ്പനിയിൽ ഇതുപോലെ പണത്തിന് ക്ഷാമം വന്നിട്ടില്ല. പിന്നെ ഇപ്പോഴെന്താണ്?

നിശ്ശബ്ദനായിട്ടാണ് അനുരാഗ് വീട്ടിലേക്ക് കാറോടിച്ചത്.

'എന്തുപറ്റി മിട്ടുമോനേ?'

അന്തരീക്ഷത്തിന് ലാഘവത്വമുണ്ടാക്കാനായി അവൾ കളിയായി ചോദിച്ചു.

'ഒന്നുമില്ല. എന്തുപറ്റി എന്നെനിക്കറിയില്ല. പക്ഷേ നടക്കാൻ പാടില്ലാത്ത പലതുമാണ് ഇപ്പോൾ സംഭവിച്ചുകൊണ്ടിരിക്കുന്നത്.'

അവൻ പറഞ്ഞു.

'പണത്തിന്റെ ബുദ്ധിമുട്ട് അനു ഇതുവരെ അറിഞ്ഞിട്ടില്ല. ആഗ്രഹിച്ച എന്തും നടത്തിത്തരാൻ ആളുണ്ടായിരുന്നു. അതുകൊണ്ടാണ് ചെറിയ തിരിച്ചടികൾപോലും അനുവിനെ തളർത്തുന്നത്.'

'ശരിയായിരിക്കും. ഗോപിയങ്കിൾ എന്റെ കാര്യത്തിൽ പ്രത്യേക ശ്രദ്ധ യെടുക്കുന്നുണ്ട്. ഞാൻ എന്തുപറഞ്ഞാലും എങ്ങനെയും അതു സാധി ച്ചുതരും. എനിക്ക് പല്ലവിയെ കല്യാണം കഴിക്കണമെന്ന് പറഞ്ഞപ്പോൾ അങ്കിളാണ് പിറ്റേന്നുതന്നെ മൂവാറ്റുപുഴയിലേക്കു വന്നത്. '

അപ്പോൾ ഗോപിനാഥല്ലേ ഈ തടസ്സങ്ങൾ ഉണ്ടാക്കുന്നത്?

പല്ലവി സംശയിച്ചു.

'പക്ഷേ എങ്ങനെയാണെന്നറിയില്ല. നിന്നെ ഭാര്യയായി കിട്ടാൻ അങ്കിൾ എന്നെ സഹായിക്കുകയും ചെയ്തു.

പെട്ടെന്നാണ് അവളെ ഞെട്ടിച്ചുകൊണ്ട് വേറൊരു സംശയം അവ ളുടെ മനസ്സിൽ ഇടിത്തീപ്പോലെ വന്നു പതിച്ചത്. രാഹുലേട്ടന്റെയും തന്റെയും കല്യാണം മുടക്കിയത് ഗോപിനാഥ് ആയിരുന്നോ? കല്യാണം നടത്തിക്കൊടുത്ത ആൾതന്നെ മധുവിധു യാത്ര മുടക്കുകയില്ല. ഡയ മണ്ട് നെക്ലേസ് വാങ്ങുന്നതിൽനിന്ന് തടയുകയുമില്ല. ഗോപിനാഥാണ് കമ്പനിയിലെ ഏറ്റവും മുകളിലെ ആൾ. അയാളുടെ അറിവും സമ്മ തവും ഇല്ലാതെ വേറെ ആർക്കും തടസ്സങ്ങളുണ്ടാക്കാൻ പറ്റുകയില്ല. പിന്നെ എങ്ങനെയാണ് ഇതൊക്കെ സംഭവിക്കുന്നത്? ആലോചിച്ചിട്ട് അവൾക്ക് ഒരു എത്തുംപിടിയും കിട്ടിയില്ല. എന്നുമാത്രമല്ല കടുത്ത തല വേദന ഉണ്ടാവുകയും ചെയ്തു. അവർ വീട്ടിൽ ചെന്നപ്പോൾ ഗായത്രീ ദേവി സ്വീകരണമുറിയിൽ ഉണ്ടായിരുന്നു.

'വാങ്ങിയില്ലേ?'വെറും കയ്യോടെ വന്ന അവരെ കണ്ട് ഗായത്രീദേവി ചോദിച്ചു.

'ഇല്ലമ്മേ.' വിഷമത്തോടെ അനുരാഗ് അമ്മയുടെ അടുത്ത് സെറ്റി യിൽ ഇരുന്നു.

പല്ലവിക്കുവേണ്ടി ഒരു ഗിഫ്റ്റ് വാങ്ങാൻ ജ്വല്ലറി ഷോപ്പിൽ പോണ മെന്ന് ഗായത്രീദേവിയോട് അവൻ പറഞ്ഞിരുന്നു.

'എന്തുപറ്റി? നല്ല സെലക്ഷൻ ഇല്ലായിരുന്നോ?'

'സെലക്ട് ചെയ്തതാ. പക്ഷേ...'

'നടന്ന സംഭവങ്ങൾ അമ്മയോട് അനുരാഗ് പറഞ്ഞു. അവർ സ്ത ബ്ധയായി ഇരുന്നു.

'ഞാൻ ഗോപിയെ വിളിച്ച് ഒന്നു ചോദിക്കാം. ആർ.കെ അസോസി യേറ്റ്സ് അത്ര പാപ്പരായോ എന്ന് അറിയണമല്ലോ.' ഗായത്രീദേവി മൊബൈൽ കൈയിലെടുത്തു.

'വേണ്ടമ്മേ. കമ്പനിയുടെ ഇപ്പോഴത്തെ സ്ഥിതി നമുക്കറിയില്ലല്ലോ. അങ്കിൾ പറയുന്നതായിരിക്കും ചിലപ്പോൾ ശരി. തന്നെയുമല്ല ഞാൻ

ഈ വീട്ടിലേക്ക് വന്നുകയറിയപ്പോൾത്തന്നെ ഒരു പ്രശ്നമുണ്ടായാൽ അതു ഞാൻ കാരണമാണെന്നേ എല്ലാരും വിചാരിക്കൂ.' പല്ലവി അവരെ അതിൽനിന്നു പിന്തിരിപ്പിക്കാൻ ശ്രമിച്ചു.

'അല്ല മോളേ...എനിക്കിപ്പോൾ സംശയം തോന്നുന്നുണ്ട്. നിങ്ങളുടെ സ്വിറ്റ്സർലാൻഡ് യാത്ര മാറ്റിവയ്ക്കേണ്ടിവന്നില്ലേ... ഇതാ ഇപ്പോൾ എടുത്തുവച്ച നെക്‌ലേസ് തിരിച്ചുകൊടുക്കേണ്ടിവന്നു.ആദ്യത്തേത് പോട്ടെന്നുവയ്ക്കാം. പക്ഷേ എന്റെ മോൻ ആ സ്വർണ്ണക്കടയിൽവച്ച് അപമാനിക്കപ്പെട്ടില്ലേ. അതിന്റെ കാര്യം അറിയണമല്ലോ.

'അമ്മയൊന്ന് ക്ഷമിക്ക്. എടുത്തുചാടി ഒന്നും ചെയ്യരുതേ. ഇത്രയും കാലം കമ്പനി നോക്കി നടത്തിയ ആളാണ് ഗോപിയങ്കിൾ. പെട്ടെന്ന് അവിശ്വസിക്കരുത്.' അവൾ പറഞ്ഞു.

'പെട്ടെന്നുണ്ടായ അവിശ്വാസമല്ല മോളേ. കുറേനാളായി കാര്യങ്ങൾ നേരെ ചൊവ്വേ അല്ല പോകുന്നതെന്ന് എനിക്കൊരു തോന്നൽ ഉണ്ടായിട്ടുണ്ട്. കമ്പനിയുടെ സ്വയം ഏറ്റെടുത്തു നടത്താനുള്ള പ്രായവും അനുഭവപരിചയവും മിട്ടുവിനില്ല. സഹായത്തിന് മറ്റാരുമില്ലായിരുന്നു ഇതുവരെ.' പല്ലവി ഒന്നും മിണ്ടാതെ അവർ പറയുന്നതു കേട്ടിരുന്നു.

'ഇനി നീയുണ്ടല്ലോ മോളേ അവന്റെ സഹായത്തിന്. അതാണെനിക്കൊരു ആശ്വാസം.'

അമ്മ സംശയിക്കുന്നതുപോലെ ഒന്നും കാണുകയില്ല. അമ്മയുടെ മോൻ ഓഫീസ് കാര്യങ്ങളിൽ കുറച്ചുകൂടി ഇടപെടട്ടെ. എന്നിട്ടു മതി.'

'ശരിയാ മോളേ. പക്ഷേ നാളെ എന്റെ കൂടെ നീയും വരണം. ഒരു സ്ഥലത്തേക്ക് പോകാൻ.'

'എവിടെയാണമ്മേ?' അവൾ ചോദിച്ചു.

'അതു നാളെ അറിഞ്ഞാൽ മതി. '

അന്നുരാത്രിയിൽ ഉറങ്ങാൻ കിടന്നപ്പോഴാണ് പല്ലവിയോട് അനുരാഗ് ആ വിചിത്രമായ ചോദ്യം ചോദിച്ചത്.

'എന്നെ കല്യാണം കഴിക്കണ്ടായിരുന്നു എന്ന് പല്ലവിക്ക് ഇപ്പോൾ തോന്നുന്നുണ്ടോ?'

മനസ്സിലാകാത്ത മട്ടിൽ അവൾ അവന്റെ മുഖത്തേക്കു നോക്കി.

'എന്താ അങ്ങനെ ചോദിച്ചത്.?'

'ഇവിടെ വന്നിട്ട് ഒരാഴ്ച പോലുമായില്ല. അതിനിടയിൽ സുഖകരമല്ലാത്ത കാര്യങ്ങൾ മാത്രമേ സംഭവിച്ചിട്ടുള്ളു. സന്തോഷിക്കാനുള്ള ഒന്നും ഉണ്ടായിട്ടില്ല.'

'മിട്ടുമോന്റെ ഭാര്യയാകാൻ സാധിച്ചത് സന്തോഷിക്കാനുള്ള കാര

ണമല്ലെന്നാണോ പറയുന്നത്?'

'അതല്ല ഞാനുദ്ദേശിച്ചത്. വേദനിപ്പിക്കുന്ന അനുഭവങ്ങൾ മാത്രമാണ് നിനക്ക്...'

അവൾ അവന്റെ നെഞ്ചിൽ പറ്റിച്ചേർന്നുകിടന്നു.

'അതൊന്നും ഞാൻ കാര്യമാക്കത്തില്ല അനൂ. ഒരുപക്ഷെ നല്ലതിനായിരിക്കാം. ഞാൻ അനുവിന്റെ ജീവിതത്തിലേക്ക് കടന്നുവന്നതുകൊണ്ട് അനുവിന് ഒരു ദോഷവും വരരുതേ എന്നാണ് എന്റെ പ്രാർത്ഥന.'

അവൾ പറഞ്ഞു.

അനുരാഗ് ഒരുനിമിഷം എന്തോ ചിന്തിച്ചുകിടന്നു.

'ഞാനൊരു കാര്യം ചോദിച്ചാൽ വിഷമിക്കരുത്.' അവൻ പറഞ്ഞു.

'ഇല്ല. എന്താണ്?'

'ആ ഐ.എ.എസ് ഓഫീസർ...രാഹുൽ എന്നല്ലേ പേര്. അയാളെ ആയിരുന്നു നിനക്ക് കൂടുതൽ ഇഷ്ടം. അല്ലേ?'

അവൾ പെട്ടെന്ന് അവന്റെ വായ പൊത്തി. 'അങ്ങനെ ഒന്നും പറയല്ലേ അനൂ. അതൊക്കെ അടഞ്ഞ അധ്യായം.'

'അല്ല...എനിക്ക് ചിലതൊക്കെ അറിയാൻ ആഗ്രഹമുണ്ട്.'

'എന്താണ്?'

'നിങ്ങൾ തമ്മിൽ നേരത്തെ പരിചയമുണ്ടായിരുന്നോ?'

'ഇല്ല.'

'പിന്നെങ്ങനെയാണ് ആ കല്യാണാലോചന വന്നത്?'

'യൂണിവേഴ്സിറ്റി കലോൽസവത്തിൽ എനിക്ക് നൃത്തത്തിൽ ഒന്നാം സമ്മാനം കിട്ടിയല്ലോ. അതുകാരണം ടീവിയിൽ എന്റെ ഒരു ഇന്റർവ്യൂ വന്നു. അതു കണ്ടിട്ടാണ്....'

'എന്നെപ്പോലെയായിരുന്നു അതും. കണ്ട് ഇഷ്ടപ്പെട്ടിട്ട്. അന്ന് നിന്റെ മൊബൈൽ ആ എടിഎം കൗണ്ടറിൽ വച്ച് നഷ്ടപ്പെട്ടില്ലായിരുന്നുവെങ്കിൽ നമ്മൾ ഒരിക്കലും കണ്ടുമുട്ടില്ലായിരുന്നു. അത് ഒരു നിമിത്തമായിരുന്നു.'

'ഉം.'

'രാഹുലിനെ കിട്ടാതെ പോയതിൽ നിനക്ക് വിഷമമുണ്ടോ പൊന്നേ?'

'ഇങ്ങനൊന്നും ചോദിക്കരുത് അനൂ. നമ്മൾ ഇപ്പോൾ ഭാര്യയും ഭർത്താവുമാണ്. നമുക്കിടയിൽ വേറെ ഒരു സ്ത്രീക്കോ പുരുഷനോ ഇന്ന് സ്ഥാനമില്ല.' അവൾ പറഞ്ഞു.

'ശരിയാണ്. പക്ഷേ, നിന്നെ കിട്ടില്ലെന്ന് അറിഞ്ഞപ്പോൾ എനിക്ക് വലിയ നിരാശയുണ്ടായി. അതുപോലെ ഒരു സങ്കടം മുമ്പൊരിക്കലും

എനിക്കുണ്ടായിട്ടില്ല. നിന്നെ കിട്ടില്ലെന്ന് മനസ്സിലായപ്പോൾ അയാൾക്കും വലിയ സങ്കടം ഉണ്ടായിക്കാണും.'

പല്ലവി ഒന്നും പറഞ്ഞില്ല.

'രാഹുൽ പിന്നെ നിന്നെ വിളിച്ചിട്ടുണ്ടോ?'

'ഉണ്ട്. ആശംസകൾ നേരാൻ.'

'വേറെ കല്യാണമായോ?'

'ഇല്ല. അച്ഛൻ വേറെ ആലോചിക്കുന്നുണ്ട്. അതിൽ ഒട്ടും താല്പര്യ മില്ലെന്നാ പറഞ്ഞത്.'

'ഞാനും അതുപോലെ തീരുമാനിച്ചതാ. നിന്നെ കിട്ടിയില്ലെങ്കിൽ എനി ക്കിനി കല്യാണം വേണ്ടാന്ന്. രാഹുലും ഒരു പക്ഷേ അതുപോലെ...'

'അറിയില്ല.'

'ഒരുദിവസം രാഹുലിനെ ചെന്നു കാണണം എന്ന് എന്തുകൊണ്ടോ എന്റെ മനസ്സ് പറയുന്നു. എവിടെയാണ് വീട്?'

'കൊല്ലത്താണ്.'

'അതുവഴി നമുക്ക് ഒരുദിവസം കന്യാകുമാരിക്കു പോണം. അന്നേരം രാഹുലിനെ കാണണം.'

എന്തിനാണ് അവൻ ഇങ്ങനെയൊക്കെ പറയുന്നതെന്ന് പല്ലവിക്കു മനസ്സിലായില്ല. പക്ഷേ, അവർ തമ്മിൽ പരിചയപ്പെട്ടിരിക്കുന്നതിൽ തെറ്റൊന്നുമില്ലെന്ന് അവൾക്കു തോന്നി. അനുവിന് സഹോദരങ്ങൾ ഇല്ല. രാഹുലേട്ടൻ ഒരു സഹോദരനാകുമെങ്കിൽ നല്ലതുതന്നെ.

'ഇന്നലെ ഞാൻ പറഞ്ഞില്ലേ ഒരു സ്ഥലത്തു പോകണമെന്ന്. നമുക്ക് പോയിട്ട് വരാം മോളേ.' പിറ്റേന്നു രാവിലെ ഭക്ഷണം കഴിക്കുന്ന സമ യത്ത് ഗായത്രീദേവി പറഞ്ഞു.

'പോകാം.' പല്ലവി തലകുലുക്കി.

'ഞാൻ വരണ്ടേ?' അനുരാഗ് ചോദിച്ചു.

'വേണ്ട. ഞങ്ങൾ രണ്ടുപേരും മാത്രം മതി. നീ രാവിലെ ഓഫീസി ലേക്കു പോ. അവിടുത്തെ കാര്യങ്ങളിൽ ഇടപെടണം. മനസ്സിലായില്ലേ. നോക്കുകുത്തിപോലെ അവിടെച്ചെന്ന് ഇരുന്നിട്ട് പോന്നാൽ പോരാ. മന സ്സിലായില്ലേ...?'

'ഞാൻ ചെന്നാലും അവരാരും എന്നോട് കമ്പനിക്കാര്യം ഒന്നും പറ യാറില്ലമ്മേ...ഒരു കാര്യവും ആലോചിക്കാറുമില്ല.' അവൻ പറഞ്ഞു.

'അതിന് എന്തെങ്കിലും ഒരു പോംവഴിയുണ്ടാക്കാം.'

ഭക്ഷണം കഴിച്ചു വേഷം ധരിച്ച് അനുരാഗ് ഓഫീസിലേക്കു പോയി.

'മോൾക്ക് ഡ്രൈവ് ചെയ്യാനറിയാമോ?' ഗായത്രീദേവി അവളോട്

ചോദിച്ചു.

'അറിയാം അമ്മേ.'

'ടൗണിലെ റോഡുകളൊക്കെ പരിചയമായിട്ടുമതി വണ്ടിയോടിക്കുന്നത്. എല്ലാം കണ്ടു മനസ്സിലാക്കിവയ്ക്കണം.'

വലിയ കാറായിരുന്നു ഗായത്രീദേവിയുടേത്. പല്ലവി അവരോടൊപ്പം മുന്നിൽത്തന്നെ ഇരുന്നു. പോർച്ചിൽനിന്നിറങ്ങി കാർ ഗേറ്റിനടുത്തേക്ക് വന്നപ്പോൾത്തന്നെ വാച്ചർ പാളികൾ രണ്ടും മലർക്കെ തുറന്നുവച്ചു. ടൗണിലെ ട്രാഫിക്കിലൂടെ ഗായത്രീദേവി അനായാസേന കാർ ഡ്രൈവ് ചെയ്യുന്നതു കണ്ടപ്പോൾ പല്ലവിക്ക് അത്ഭുതവും ആദരവും തോന്നി. അൻപതാംവയസ്സിലും അവർ മിടുക്കിയാണ്.

ടൗണിൽനിന്ന് കാർ ഒരു ഗ്രാമപ്രദേശത്തേക്ക് കടന്നു. ഇരുവശത്തും നെൽവയലുകൾ ഉള്ള ഒരു നാട്ടുപ്രദേശം. അൽപംകൂടി മുന്നോട്ടു ചെന്ന് ഓടുമേഞ്ഞ ഒരു തറവാട്ടു വീടിന്റെ മുൻപിൽ ചെന്ന് വണ്ടി നിന്നു. അത് ഒരു നമ്പൂതിരി ഇല്ലമാണെന്ന് പല്ലവിക്കു മനസ്സിലായി.

'ഇതാണ് ബ്രഹ്മദത്തൻ തിരുമേനിയുടെ ഇല്ലം. നമ്മൾ വന്നതെന്തിനാണെന്ന് മോൾക്കിപ്പോൾ മനസ്സിലായിക്കാണുമല്ലോ.'

അവൾക്ക് പെട്ടെന്നു കാര്യം പിടികിട്ടി. കടൽ കടന്നുള്ള യാത്ര ഇപ്പോളത്ര നല്ലതല്ലെന്നാണല്ലോ ബ്രഹ്മദത്തൻ തിരുമേനി പറഞ്ഞത്.

'പണ്ടുമുതലേ എന്തെങ്കിലും അറിയാനുണ്ടെങ്കിൽ ഞാൻ തിരുമേനിയെ വന്നു കാണാറാണ് പതിവ്. ഈശ്വരാധീനമുള്ള മനുഷ്യനാ. പറയുന്ന കാര്യത്തിൽ അണുവിട വ്യത്യാസം വരില്ല.'

ഗായത്രീദേവി പറഞ്ഞു.

ആറ്റുമണൽ വിരിച്ച വിശാലമായ മുറ്റം. അതിരിൽ തെച്ചിയും മന്ദാരവും കനകാംബരവും തുളസിയും മുല്ലയുമൊക്കെ വളർന്നുനിൽക്കുന്നു. വരാന്തയിൽ ഒരു മണി കെട്ടിതൂക്കിയിട്ടുണ്ടായിരുന്നു. വെളിയിൽ ആരും ഇല്ലാതിരുന്നതിനാൽ ഗായത്രീദേവി മെല്ലെ മണി മുഴക്കി. പൂണൂൽ ധരിച്ച ഒരു ചെറുപ്പക്കാരൻ പുറത്തേക്ക് വന്നുനോക്കി.

'തിരുമേനി?'

'ആരു വന്നൂന്ന് പറയണം?' രണ്ടുപേരെയും മാറിമാറി ഒന്നു നോക്കിയിട്ട് അയാൾ ചോദിച്ചു.

'ഗായത്രീദേവിഎന്നു പറഞ്ഞാൽ മതി. തിരുമേനിക്ക് അറിയാം.'

അയാൾ അകത്തേക്കു കയറിപ്പോയി. ഉടൻതന്നെ തിരിച്ചെത്തുകയും ചെയ്തു.

'വന്നാട്ടെ. അവിടിരിക്കാമല്ലോ.'

ഇത്തവണ അല്പം ആദരവോടെയാണ് അയാൾ പറഞ്ഞത്. ഇല്ല ത്തോടു ചേർന്ന് തെക്കിനിയിലെ ഒരു മുറിയിൽ കൊണ്ടുചെന്ന് അയാൾ രണ്ടുപേരേയും ഇരുത്തി.

'ഉടൻ വരും. താമസിക്കില്ല.'

അയാൾ പോയി.

തിരുമേനിയെ കാണാൻ വരുന്നവർക്കുള്ള സന്ദർശകമുറിയായിരുന്നു അത്. തിരുമേനിക്ക് ഇരിക്കാൻ കസേര. മുൻപിൽ മേശ. സന്ദർശകർക്ക് വേറെ നാലഞ്ചു കസേരകൾ. പല ദൈവങ്ങളുടെയും ചിത്രങ്ങൾ. അതിനുമുമ്പിൽ കൊളുത്തിവച്ച ചെറിയ നിലവിളക്ക്.

അധികം കാത്തിരിക്കേണ്ടി വന്നില്ല അവർക്ക്. ബ്രഹ്മദത്തൻ തിരുമേനി വന്നു. നരച്ച താടിയും മുടികളുമുള്ള തേജസ്വിയായ അറുപതുകാരനായിരുന്നു അദ്ദേഹം. വെള്ള വേഷ്ടിയും കസവുനേര്യതുമായിരുന്നു വേഷം. ഗായത്രീദേവിയെ കണ്ട് അദ്ദേഹം പുഞ്ചിരിച്ചു.

അവർ എഴുന്നേറ്റു.

'മകന്റെ ഭാര്യയാണ് അല്ലേ?'

'അതെ. പല്ലവി.' ഗായത്രീദേവി പറഞ്ഞു.

'ഇരിക്കൂ.' അവർ ഇരുന്നു.

അദ്ദേഹം മേശയുടെ പിന്നിലെ കസേരയിലും.

'തിരുമേനീ...ഞങ്ങൾ വന്നത്...' ഗായത്രീദേവി പറയാൻ തുടങ്ങി.

'മനസ്സിലായി. ഒരു യാത്ര തീരുമാനിച്ചിട്ടുണ്ട് അല്ലേ?'

'അതെ. അടുത്ത നാലുമാസം യാത്രയ്ക്ക് അശുഭലക്ഷണം കാണുന്നു എന്നു പറഞ്ഞല്ലോ?'

'ഞാനോ?'

'ഗോപിയോട് അങ്ങനെയല്ലേ പറഞ്ഞത്?'

'ഏതു ഗോപി?'

'ഞങ്ങളുടെ മാനേജർ ഗോപിനാഥ്.'

'അങ്ങനെ ആരും എന്നെ കാണാൻ ഇവിടെ വന്നിട്ടില്ലല്ലോ.'

തിരുമേനി പറഞ്ഞതുകേട്ട് ഗായത്രീദേവിയും പല്ലവിയും പരസ്പരം ഒന്നു നോക്കി.

'കുട്ടികൾ രണ്ടുപേരും കൂടി വിദേശത്ത് ഒരു ഹണീമൂൺ ട്രിപ്പ് പ്ലാൻ ചെയ്താരുന്നു. അപ്പോൾ ഗോപിയോട് പറഞ്ഞത് നാലുമാസത്തേക്ക് കടൽ കടന്നുള്ള യാത്ര പാടില്ലെന്ന് തിരുമേനി പറഞ്ഞെന്ന്.'

'അതു വേറെ വല്ല തിരുമേനിയുമായിരിക്കും...'

'ഈ നാട്ടിൽ ബ്രഹ്മദത്തൻ തിരുമേനി വേറെ ഇല്ലല്ലോ.'

ഗായത്രിദേവി പറഞ്ഞു.

പല്ലവി നിശ്ശബ്ദയായി ഇരുന്നതേയുള്ളു. അവൾക്ക് ഒരു കാര്യം മനസ്സിലായി. ഇതിന്റെയെല്ലാം പിന്നിൽ ഒരേയൊരു ആളേയുള്ളൂ. ഗോപിനാഥ്.

'മോന്റെ ജനനസമയം പറയൂ.'

തിരുമേനി ആവശ്യപ്പെട്ടു.

അനുരാഗിന്റെ ജനനസമയം തീയ്യതി സഹിതം ഗായത്രീദേവി പറഞ്ഞുകൊടുത്തു.

അതുവച്ച് ഒരു ഗ്രഹനില വരച്ചുണ്ടാക്കി. എന്നിട്ട് എന്തോ കണക്കുകൾ കൂട്ടിനോക്കി. 'യാത്രപോകാൻ ഒരു തടസ്സവുമില്ല. ഇപ്പോൾ ധൈര്യമായിട്ട് പോകാം. സമയം വളരെ അനുകൂലമാണ്.' അദ്ദേഹം പറഞ്ഞു.

മനസ്സിലായ മട്ടിൽ ഗായത്രീദേവി ഒന്നു തലയാട്ടി.

'പക്ഷേ രാശിവശാൽ മകൻ ദുർഘടമായ ഒരു കാലഘട്ടത്തിലൂടെയാണ് കടന്നുപോകാനിരിക്കുന്നത്. ചില വഴിപാടുകൾ നടത്തിയാൽ അതിന്റെ തീവ്രത കുറച്ചു കുറഞ്ഞു കിട്ടാൻ സാധ്യതയുണ്ട്.'

അതുകേട്ടപ്പോൾ ഗായത്രീദേവിയും പല്ലവിയും ഒന്നു ഞെട്ടി.

തിരുമേനി ചില ഉപദേശങ്ങളും നിർദ്ദേശങ്ങളും പറഞ്ഞു. ചെയ്യാനുള്ള വഴിപാടുകളുടെ ചാർത്ത് എഴുതികൊടുത്തു. ഭയപ്പെടാനില്ലെന്ന് സമാധാനിപ്പിക്കുകയും ചെയ്തു. ഏതാണ്ട് ഒരുമണിക്കൂർ സമയം അവിടെ ചെലവഴിച്ചിട്ടാണ് ഗായത്രീദേവിയും പല്ലവിയും മടങ്ങിയത്. തിരിച്ചുള്ള യാത്രയിൽ രണ്ടുപേരും ഒരക്ഷരംപോലും സംസാരിച്ചില്ല. രണ്ടുപേരും അവരവരുടെ ചിന്തകളിലായിരുന്നു. വീട്ടിൽ ചെന്നു കഴിഞ്ഞശേഷം മൊബൈൽ എടുത്ത് ഗോപിനാഥനെ ഗായത്രീദേവി വിളിച്ചു.

'എന്താ ദേവിയേടത്തീ?' ഭവ്യതയോടെ അയാൾ ചോദിച്ചു.

'ഞാനിന്ന് നമ്മുടെ ബ്രഹ്മദത്തൻ നമ്പൂതിരിയെ ഒന്നു കാണാൻ പോയിരുന്നു.'

അയാൾ ഒന്നു ഞെട്ടി.

'വേറൊന്നിനുമല്ല. അവൻ പുതിയൊരു കാർ വേണമെന്ന് പറഞ്ഞു. ഇപ്പോൾ പുതിയ വാഹനം മേടിക്കാൻ പറ്റിയ സമയം ആണോന്ന് അറിയാൻ പോയതാ.'

'എന്നിട്ട് എന്തു പറഞ്ഞു തിരുമേനി.'

'വാങ്ങുന്നതിൽ തെറ്റില്ലെന്നാ. പക്ഷേ, ഞാൻ പറഞ്ഞു പുതിയ വണ്ടി വേണ്ട. ഇപ്പോഴുള്ളത് മതിയെന്ന്. കമ്പനിയിൽ ഇപ്പോൾ പണത്തിന് നല്ല ബുദ്ധിമുട്ടുള്ള സമയമല്ലേ.'

'അങ്ങനെയൊന്നുമില്ല ഏടത്തീ. അനുമോന് എന്തു വണ്ടി വേണമെന്ന് ചോദിക്കൂ. നമുക്ക് മേടിക്കാം.'

'തൽക്കാലം വേണ്ട ഗോപീ. ഒരു കാര്യം മാത്രം ചെയ്താൽ മതി. കമ്പനിക്കാര്യങ്ങളിൽ അവനെക്കൂടി ഉൾപ്പെടുത്തണം. അവനും എല്ലാം പഠിക്കട്ടെ.'

'അങ്ങനെചെയ്യാം.'

ഗായത്രീദേവി കോൾ കട്ട് ചെയ്തു.

'തൽക്കാലം ഇത്രയും മതി മോളേ. ഒരു തുടക്കംമാത്രം.'

പല്ലവി ശരിവച്ചു.

അന്ന് ധൻബാദ് എക്സ്പ്രസ് ആലപ്പുഴ റെയിൽവേസ്റ്റേഷനിൽ എത്തിയപ്പോൾ ഉച്ചയ്ക്ക് പന്ത്രണ്ടുമണി കഴിഞ്ഞിരുന്നു. അവസാനത്തെ സ്റ്റേഷൻ ആയിരുന്നതുകൊണ്ട് യാത്രക്കാർ ധൃതികൂട്ടാതെയാണ് ഇറങ്ങിയത്. സെക്കന്റ് ഏസി ബോഗിയുടെ വാതിലിനടുത്ത് ഇരുപതു വയസ്സു പ്രായം വരുന്ന സുന്ദരിയായ ഒരു പെൺകുട്ടി പ്രത്യക്ഷപ്പെട്ടു. പിടിച്ചുകിടക്കുന്ന ജീൻസും ഷർട്ടുമായിരുന്നു അവളുടെ വേഷം. കറുത്ത കണ്ണട ധരിച്ചിരുന്നു.

പ്ലാറ്റ്ഫോമിന്റെ ഇരുവശത്തേക്കും നോക്കി സ്റ്റേഷൻ ആലപ്പുഴയാണെന്ന് ഉറപ്പിച്ചിട്ട് അവൾ വണ്ടിയിൽനിന്ന് ഇറങ്ങി. സാമാന്യം വലിയൊരു ഷോൾഡർബാഗ് അവൾ പിൻവശത്ത് തൂക്കിയിട്ടിരുന്നു. അല്പനേരം കാത്തുനിന്നിട്ടാണ് അവൾക്ക് ഒരു ഓട്ടോ കിട്ടിയത്.

'മുല്ലയ്ക്കൽ...' അവൾ പറഞ്ഞു.

വണ്ടി ടൗണിലേക്ക് ഓടി.

'അമ്പലത്തിനടുത്തേക്കാണോ?' അല്പനേരം കഴിഞ്ഞപ്പോൾ ഡ്രൈവർ ചോദിച്ചു.

'ഡോ.രാമദാസിന്റെ വീട്ടിൽ പോകാനാ.' അവൾ പറഞ്ഞു.

'ഹോമിയോ ഡോക്ടറല്ലേ?'

'ഉം.'

'അറിയാം.' മുല്ലയ്ക്കൽ ചെന്ന് വണ്ടി അല്പദൂരം ഓടി. പ്രധാന റോഡിൽനിന്ന് ഇടത്തേക്ക് തിരിഞ്ഞ് പിന്നെയും ഓടിയിട്ട് ബൊഗൈൻവില്ലകൊണ്ട് ഗേറ്റിനുമുകളിൽ ആർച്ച് ഉണ്ടാക്കിയ ഒരു പഴയ ഇരുനില വീടിന്റെ മുൻപിൽ ചെന്നു നിന്നു. ഗേറ്റിനടുത്ത് ഡോ.രാമദാസ് എന്ന ബോർഡ് ഉണ്ടായിരുന്നു.

അവൾ ഓട്ടോക്കൂലി കൊടുത്ത് വണ്ടിയിൽനിന്ന് ഇറങ്ങിയിട്ട് ഗേറ്റ് തുറന്ന് ഉള്ളിലേക്കു കയറി. ടൈൽസ് വിരിച്ച മുറ്റം. ചെടിച്ചട്ടികളിൽ

പൂത്തുലഞ്ഞ ചെടികൾ. കോളിംഗ് ബെല്ലടിച്ചപ്പോൾ സെറ്റുമുണ്ട് ധരിച്ച ഒരു അമ്പതുകാരിയാണ് വന്ന് വാതിൽ തുറന്നത്. അവർ അവളെ ഒന്നു നോക്കി.

'എന്റെ പേര് പൂജ. സുശീലാമ്മ വിളിച്ചുപറഞ്ഞിരുന്നില്ലേ?'

മനസ്സിലായ മട്ടിൽ ആ സ്ത്രീ തലകുലുക്കി.

'കേറിവാ. മുകളിലാ കൊച്ചിന്റെ മുറി.'

'അവരോടൊപ്പം അവൾ കോണിപ്പടി കയറി മുകളിലെത്തി. കട്ടിലും മേശയും കസേരയുമൊക്കെയുള്ള ഒരു കിടപ്പുമുറിയായിരുന്നു അത്.

'കഴിക്കാറാകുമ്പോൾ താഴേക്കു വന്നാൽ മതി.' സ്ത്രീ പറഞ്ഞു.

'ഉം. എനിക്കൊന്നു കുളിക്കണം.'

അവർ പോയപ്പോൾ അവൾ ബാഗ് ബെഡ്ഡിലേക്ക് വച്ചു. എന്നിട്ട് ചെന്ന് വാതിലടച്ചു.

ജീൻസിന്റെ ഹി പോക്കറ്റിൽനിന്ന് മൊബൈലെടുത്ത് അവൾ ഒരു നമ്പറിൽ വിളിച്ചു.

'ഹലോ..മിസ്റ്റർ അനുരാഗല്ലേ?'

'അതെ.'

'ഞാൻ പൂജ. ജാർഖണ്ഡിൽനിന്നു വരുന്നു. പ്രസീദയുടെ കൂട്ടുകാരിയാണ്. മുല്ലയ്ക്കൽ ഒരു വീട്ടിലുണ്ട്. അവൾ നിങ്ങളെ കാണാനാണ് വന്നതെന്ന് പറഞ്ഞിട്ടുണ്ട്. ഇതുവരെ തിരിച്ചെത്തിയിട്ടില്ല. അന്വേഷിക്കാൻ വന്നതാണ് ഞാൻ.'

അവൾ മൊബൈൽ ഇടതുചെവിയിൽനിന്ന് വലതുചെവിയിലേക്ക് മാറ്റിപ്പിടിച്ചു.

അഞ്ച്

അനുരാഗിന്റെ പ്രതികരണം ഒന്നും കേൾക്കാൻ കഴിഞ്ഞില്ല പൂജയ്ക്ക്.'

'മി. അനുരാഗ്...' അവൾ വിളിച്ചു.

'യേസ്...പറയൂ.' അവന്റെ സ്വരം ദുർബലമായിരുന്നു.

'ഞാൻ പറഞ്ഞതു കേട്ടോ. ഏതാണ്ട് ഒന്നരമാസം മുമ്പ് പ്രസീദ ആലപ്പുഴയിൽ വന്നത് നിങ്ങളെ കാണാൻ വേണ്ടിയാണ്. പക്ഷേ, അതിനുശേഷം അവളെക്കുറിച്ച് ഒന്നും അറിയാൻ കഴിഞ്ഞില്ല. എവിടെയാണെന്നറിയില്ല. ഒരിക്കൽപോലും വിളിച്ചിട്ടില്ല.'

'പ്രസീദ എവിടെയാണെന്ന് എനിക്കും അറിയില്ല.' അനുരാഗ് പറഞ്ഞു

'പ്രസീദയ്ക്കുവേണ്ടി പോലീസിൽ ഒരു മാൻമിസ്സിംഗ് കംപ്ലെയിന്റ് കൊടുക്കാൻ ഞാൻ ഉദ്ദേശിക്കുന്നു. അതിനുമുമ്പ് നിങ്ങളെ എനിക്ക് നേരിൽ കണ്ട് ഒന്നു സംസാരിക്കണം. എപ്പോഴാണ് സൗകര്യം?'

പൂജ ചോദിച്ചു.

'സോറി. ഇന്ന് ഞാൻ തിരക്കിലാണ്. ഉച്ചകഴിഞ്ഞ് എനിക്കൊരു സ്ഥലംവരെ പോണം.'

'എവിടെ?'

'മൂവാറ്റുപുഴ.'

'അവിടെ എന്താണ് വിശേഷം'

'എന്റെ വൈഫിന്റെ വീട് അവിടെയാണ്'

'ഓ...നിങ്ങളുടെ കല്യാണം കഴിഞ്ഞോ. അതെനിക്കറിയില്ലായിരുന്നു. കല്യാണം കഴിക്കാൻവേണ്ടി പ്രസീദയെ നിങ്ങൾ ജീവിതത്തിൽനിന്ന് ഒഴിവാക്കി അല്ലേ?'

'ആരും ആരെയും ഒഴിവാക്കിയില്ല.'

'മൂവാറ്റുപുഴയിൽ പോയിട്ട് എന്നുവരും?'

'രണ്ടുദിവസം കഴിഞ്ഞ്.'

'അതുവരെ വെയിറ്റ് ചെയ്യാൻ എനിക്കു പറ്റില്ല. ഇന്നുതന്നെ കാണണം. ഒരു സ്ഥലം പറയൂ. ഞാനവിടെ വരാം.'

'ഇന്ന് പക്ഷേ...'

'ഇന്നുതന്നെ നിങ്ങളെ എനിക്കു കാണണം. എവിടെ വരണമെന്ന് പറയൂ. കണ്ടേ പറ്റൂ.' അവൾ ആവശ്യപ്പെട്ടു.

'ശരി. കുറച്ചുകഴിഞ്ഞ് ഞാൻ ഈ നമ്പറിൽ വിളിക്കാം.' അനുരാഗ് കോൾ കട്ട് ചെയ്തു.

അവൾ അവനെ വീണ്ടും വിളിച്ചു. പക്ഷേ, അവൻ കോൾ എടുത്തില്ല

അവൾ വീണ്ടും വിളിക്കാൻ ശ്രമിച്ചില്ല. തിരിച്ചുവിളിക്കുമോ എന്നറിയട്ടെ. ഇല്ലെങ്കിൽ നേരിട്ടങ്ങു ചെല്ലും.

ബാഗിൽനിന്ന് ടവ്വലും സോപ്പുമെടുത്ത് അവൾ മേശപ്പുറത്തു വച്ചു. രണ്ടുമൂന്നുദിവസത്തെ യാത്ര കാരണം മുടി ഒരു പരുവമായിട്ടുണ്ട്. അവൾ ഷാമ്പുവുമെടുത്തു. പിന്നെ മൊബൈൽ ചാർജ് ചെയ്യാൻ കുത്തിയിട്ടിട്ട് ബാത്ത്റൂമിൽ കയറി വാതിലടച്ചു.

അവൻ പേടിച്ചിട്ടുണ്ട്. പേടിച്ചുപോകുമല്ലോ. അമ്പതുകിലോ ഭാരമുള്ള ഒരു പെണ്ണ് വെറുതെയങ്ങ് വായുവിൽ അപ്രത്യക്ഷമാകുമോ എന്നു ചോദിക്കുമ്പോൾ എന്താണ് മറുപടി എന്നറിയണമല്ലോ.

അവൾ കുളി കഴിഞ്ഞുവന്നു. ബാഗിൽനിന്ന് ഒരു സ്കേർട്ടും ടോപ്പു

മെടുത്തു ധരിച്ചു. ഷാമ്പൂ ചെയ്ത മുടി സീലിംഗ് ഫാനിന്റെ ചുവട്ടിൽനിന്ന് ഉണക്കി ഭംഗിയായി ചീകിയിട്ടാണ് കോണിപ്പടിയിറങ്ങി താഴേക്കു ചെന്നത്. ആ സ്ത്രീ മുൻവശത്തെ മുറിയിൽ ഉണ്ടായിരുന്നു. ഉച്ചയ്ക്ക് വീണ്ടും കാണിക്കുന്ന ഏതോ സീരിയൽ കണ്ടിരിക്കുന്നു.

'ചോറെടുക്കട്ടെ?' അവളെ കണ്ട് അവർ ചോദിച്ചു.

'ഉം.'

ടീവി ഓഫ് ചെയ്യാതെ അവർ ഊണുമുറിയിലേക്ക് ചെന്ന് ഒരു പ്ലേറ്റെടുത്ത് ചോറുംകറികളും വിളമ്പിവച്ചു.

'എന്താണ് ആന്റിയുടെ പേര്?'

കഴിക്കാനിരുന്നപ്പോൾ അവൾ ചോദിച്ചു.

'ശാരദ.'

'സുശീലാമ്മ പേരു പറഞ്ഞിരുന്നു. ഞാൻ മറന്നതാ.'

'സുശീലാമ്മയെ കൊച്ചിന് എങ്ങനാ പരിചയം?'

'എന്റെ അമ്മേടെ കൂട്ടുകാരിയാ. കോളേജിൽ അവരൊന്നിച്ച് പഠിച്ചിട്ടുണ്ട്. ' ഡോ.രാമദാസിന്റെ അനിയത്തിയാണ് സുശീലാമ്മ.

'ഡോക്ടറല്ലാതെ ഇവിടെ വേറാരും താമസമില്ലേ?'

അവൾ ചോദിച്ചു.

'ഇല്ല. മോൾ ബാംഗ്ലൂരിലല്ലേ...'

ശാരദയെ കണ്ടാൽ വീട്ടുജോലിക്കാരിയാണെന്ന് തോന്നുകയില്ല. നല്ല ഐശ്വര്യമുള്ള സ്ത്രീ.

'ഡോക്ടറുടെ വൈഫ് മരിക്കുന്നതിനുമുമ്പ് ആന്റി ഇവിടുണ്ടോ?'

'ഉണ്ട്.'

'ഡോക്ടർ ഉച്ചയ്ക്ക് ഊണുകഴിക്കാൻ വരില്ലേ?'

'വരും. ഇന്നൊരു കല്യാണമുണ്ട്. അവിടുന്ന് കഴിച്ചിട്ട് നേരെ ക്ലിനിക്കിലേക്ക് പോകും.'

'ഞാൻ കുറച്ചുദിവസം ഇവിടെ കാണും.'

'എന്താ ഇവിടെ?'

'ഒരു കൂട്ടുകാരിയെ തിരക്കി വന്നതാ.'

ഊണു കഴിച്ചിട്ട് പൂജ വീണ്ടും മുകളിലുള്ള മുറിയിലേക്കു മടങ്ങി. മൂന്നുമണി വരെ കാക്കും. അതിനുള്ളിൽ അനുരാഗിന്റെ വിളി വന്നില്ലെങ്കിൽ...

അവൾ തലയണകൾ ഉയർത്തിവച്ച് ബെഡ്ഡിൽ ചാരിയിരുന്നു.

***

ബെഡ്റൂമിന്റെ വാതിൽ ആരോ മുട്ടി. അനുരാഗ് ഞെട്ടലോടെ തല

തിരിച്ചുനോക്കി.

പല്ലവി ആയിരിക്കും. വേറെ ആരു വരാനാണ്.

ഭാഗ്യത്തിന് ലാപ് ടോപ് ഓൺ ചെയ്തു ബെഡ്ഡിൽ വച്ചിട്ടുണ്ടായിരുന്നു. അതു നന്നായി.

അവൻ എഴുന്നേറ്റുചെന്ന് വാതിൽ തുറന്നു. പല്ലവി വെളിയിൽ വന്നു നിൽക്കുന്നുണ്ടായിരുന്നു.

'എന്താ ഊണു കഴിക്കാൻ വരാഞ്ഞത്. സമയം ഇപ്പോ എത്രയായീന്നറിയാമോ. അമ്മ വെയിറ്റു ചെയ്യുവാ.' അവൾ പറഞ്ഞു.

'ഞാൻ ചെറിയ ജോലിയിലായിരുന്നു.'

ലാപ്ടോപ്പ് ചൂണ്ടിക്കാട്ടി അവൻ പറഞ്ഞു.

'എന്താ വല്ലാണ്ടിരിക്കുന്നേ. സുഖമില്ലേ?'

അപ്പോഴാണ് അവന്റെ വിളറിയ മുഖം അവൾ ശ്രദ്ധിച്ചത്.

'ഏയ് ഒന്നുമില്ല. ലാപ്പിൽ നോക്കിയിരുന്നു കണ്ണുകൾ ചെറുതായി വേദനിക്കുന്നു. അല്ലാതെ കുഴപ്പമൊന്നുമില്ല.'

അവൾ പറഞ്ഞു. 'എന്നാൽ വാ.'

അവൻ പല്ലവിയോടൊപ്പം താഴേക്ക് ചെന്നു. അപ്പോഴാണ് അവന്റെ പോക്കറ്റിലിരുന്ന മൊബൈൽ ബെല്ലടിച്ചത്. അവൻ അറിയാതെ ഒന്നു ഞെട്ടി. നോക്കിയപ്പോൾ പീയുഷാണ് വിളിക്കുന്നത്. അങ്ങോട്ടുവിളിച്ചപ്പോൾ കിട്ടിയില്ല. തിരിച്ചുവിളിക്കുന്നതാണ്.

'ഹലോ പീയുഷ്...' അവൻ കോൾ എടുത്തു.

'ഞാൻ ഊണുകഴിക്കുകയായിരുന്നു. എന്താ അനൂ വിളിച്ചത്?'

'ഓഫീസിലേക്ക് ഒന്നു വരാമോ? ഒരു ആവശ്യമുണ്ട്.'

'എപ്പോൾ വരണം.'

'അരമണിക്കൂർ.'

'ഓക്കെ.'

കൂടെ പല്ലവി ഉണ്ടായിരുന്നു.

'എനിക്ക് ഓഫീസിലൊന്നു പോണമാരുന്നു.' അവൻ പറഞ്ഞു.

'വരാൻ താമസിക്കുമോ?'

അവർ നാലുമണിയാകുമ്പോൾ മൂവാറ്റുപുഴയ്ക്ക് പോകാൻ പ്ലാൻ ചെയ്ത് ഇരിക്കുകയായിരുന്നു.

'ചെന്നാലേ അറിയൂ.'

'എന്നാൽ നമുക്ക് വീട്ടിലേക്ക് നാളെ രാവിലെ പോകാം. അനു ധൃതി വച്ച് വരണ്ട.' അവൾ പറഞ്ഞു.

പല്ലവിയെ കെട്ടിപ്പിടിച്ച് ഒരുമ്മ കൊടുക്കാൻ തോന്നി അവന്. ഭർത്താ

വിന്റെ മനസ്സറിഞ്ഞ് പ്രവർത്തിക്കുന്നവളാണ് യഥാർത്ഥ ഭാര്യ.

'എന്നാൽ നാളെ രാവിലെ നമുക്കു പോകാം. അതാണ് നല്ലത്.' ആശ്വാസത്തോടെ അവൻ പറഞ്ഞു.

ഗായത്രീദേവി കാത്തിരിക്കുന്നുണ്ടായിരുന്നു. അവർ മൂന്നുപേരുംകൂടിയാണ് ഭക്ഷണം കഴിച്ചത്. അനുരാഗിന് ഒട്ടും വിശപ്പനുഭവപ്പെട്ടില്ല. പൂജ പറഞ്ഞ വാക്കുകളാണ് അവന്റെ ഉള്ളിൽ മുഴങ്ങിക്കൊണ്ടിരുന്നത്. പ്രസീദയെ കാണാതായതിനെക്കുറിച്ച് ഒരു പോലീസിൽ ഒരു കംപ്ലെയിന്റ്. ഒരുവിധത്തിൽ അവൻ ഭക്ഷണം കഴിച്ചെന്നു വരുത്തി.

'അമ്മേ ഞാൻ ഓഫീസിലൊന്നു പോയിട്ടു വരാം.' അവൻ പറഞ്ഞു.

'അപ്പോൾ നിങ്ങളിന്ന് പോകുന്നില്ലേ?'

'ഞങ്ങൾ യാത്ര നാളത്തേക്ക് മാറ്റി അമ്മേ.' പല്ലവിയാണ് മറുപടി പറഞ്ഞത്.

'രാവിലെ പോകുന്നതാ മോളേ നല്ലത്.' ഗായത്രീദേവി അത് അംഗീകരിച്ചു. അനുരാഗ് ഓഫീസിൽ ചെന്നപ്പോൾ പീയുഷ് കാത്തിരിക്കുന്നുണ്ടായിരുന്നു.

'എന്താ അനൂ കാര്യം?'

'ഒരു വലിയ പ്രശ്നം ഉണ്ടായിരിക്കുകയാണ് പീയുഷ്. ആ പ്രസീദയെ അന്വേഷിച്ച് അവളുടെ കൂട്ടുകാരി വന്നിട്ടുണ്ട്.'

പൂജ പറഞ്ഞ കാര്യങ്ങൾ അവൻ പീയുഷിനെ അറിയിച്ചു.

'പൂജ എന്ന കൂട്ടുകാരിയെക്കുറിച്ച് അവൾ നിന്നോട് പറഞ്ഞിട്ടുണ്ടോ?'

'അങ്ങനെയൊരു പേര് അവൾ ഇതുവരെ പറഞ്ഞിട്ടില്ല. പക്ഷേ, അവൾക്കു കൂട്ടുകാരികൾ ഉണ്ട്. നാട്ടിലെ മാത്രമല്ല അവിടത്തെയും.'

'അന്ന് പ്രസീദ നിന്നെ കാണാൻ ഇവിടെ വന്നിരുന്നു എന്ന കാര്യം അവൾ അറിഞ്ഞിട്ടുണ്ട് അല്ലേ?'

'അതെ.'

'വന്നിട്ടില്ല എന്ന് നിനക്ക് നിഷേധിക്കാൻ പറ്റുമോ?'

പീയുഷ് ചോദിച്ചു.

'വേണമെങ്കിൽ അങ്ങനെ പറയാം. പക്ഷേ പറഞ്ഞത് കള്ളമാണെന്ന് തെളിഞ്ഞാൽ...കംപ്ലയിന്റ് കൊടുത്താൽ പോലീസ് അന്വേഷിക്കും.' എന്തുചെയ്യണമെന്നറിയാതെ ഉഴറിയ മനസ്സുമായി അനുരാഗ് ഇരുന്നു.

പല്ലവിയും അവളുടെ വീട്ടുകാരും ഇതു വല്ലതും അറിഞ്ഞാൽ...എങ്ങനെ പിന്നെ അവരുടെ മുഖത്തുനോക്കും. കല്യാണം കഴിക്കേണ്ടിയിരുന്നില്ല. പക്ഷേ അമ്മ ഇത് വല്ലതും അറിഞ്ഞാൽ തകർന്നുപോകും.

'ഞാനെന്തുചെയ്യും പീയുഷ്?' അവൻ നിസ്സാഹയതയോടെ പീയു

ഷിനെ നോക്കി.

'നീ ചെന്ന് അവളെ കാണൂ. അവളുടെ നീക്കം എന്താണെന്ന് അറിയൂ. അതുകഴിഞ്ഞ് നമുക്ക് തീരുമാനിക്കാം. എന്താണ് വേണ്ടതെന്ന്.'

'സംഭവിച്ചതെന്താണെന്ന് അവളോട് പറയണോ?'

അനുരാഗ് ചോദിച്ചു.

'വേണ്ട. അവൾ വന്നിരുന്നു. രാവിലെ തിരിച്ചുപോവുകയും ചെയ്തു. വേറൊന്നും നിനക്കറിയില്ല.' അവൻ മെല്ലെ തല കുലുക്കി. അങ്ങനെ പറയാം എന്താണ് സംഭവിക്കുന്നതെന്ന് അറിയാമല്ലോ.

'നീ അവളെ വിളിക്ക്.' പീയുഷ് ആവശ്യപ്പെട്ടു.

'എവിടെവച്ചു കാണാനാണ്?'

'സീബ്രീസിൽ വരാൻ പറയൂ.'

ബീച്ചിലുള്ള ഒരു റസ്റ്റോറന്റാണ് സീബ്രീസ്.

അനുരാഗ് മൊബൈൽ എടുത്ത് പൂജയെ വിളിച്ചു.

'ഹലോ..' കാത്തിരുന്നതുപോലെ അവൾ പെട്ടെന്ന് കോൾ എടുത്തു.

'ബീച്ചിൽ ഒരു റസ്റ്റോറന്റ് ഉണ്ട്. സീബ്രീസ്. അവിടെ വന്നാൽ എന്നെ കാണാം.' അവൻ പറഞ്ഞു.

'എപ്പോൾ?' അവൾ ചോദിച്ചു.

'പത്തുമിനിറ്റിനകം ഞാനവിടെ വരും.'

'ഇപ്പോൾ രണ്ടര. മൂന്നുമണിയാകുമ്പോൾ ഞാനവിടെയെത്തും. ഉണ്ടാവണം അവിടെ.' അവൾ പറഞ്ഞു.

'ശരി.' അവളാണ് ആദ്യം കോൾ കട്ട് ചെയ്തത്.

'നീയുംകൂടെ വരാമോ?' അനുരാഗ് ചോദിച്ചു.

'വരാം. പക്ഷേ കാറിൽ ഇരിക്കുകയേയുള്ളൂ. തമ്മിൽ കാണുന്നത് നിങ്ങൾ രണ്ടുപേരു മാത്രം.'

അനുരാഗ് മിണ്ടിയില്ല.

'അവളുടെ ഡീറ്റെയിൽസ് മുഴുവൻ നീ മനസ്സിലാക്കാൻ ശ്രമിക്കണം. വെറുതെ ഒരുത്തി വന്ന് പ്രസീദയുടെ കൂട്ടുകാരിയാണെന്ന് പറഞ്ഞാൽ നമ്മളെന്തിന് വിശ്വസിക്കണം.'

പീയുഷ് പറഞ്ഞതിൽ കാര്യമുണ്ടെന്ന് അവനു തോന്നി. അല്പനേരം കൂടി അവർ സംസാരിച്ച് ഇരുന്നു. പിന്നെ ബീച്ചിലേക്കു പോയി. പീയുഷാണ് കാർ ഡ്രൈവ് ചെയ്തത്.

ഉച്ചകഴിഞ്ഞ ആ നേരത്ത് റസ്റ്റോറന്റിൽ അധികം തിരക്കുണ്ടായിരുന്നില്ല. ജനാലയുടെ അടുത്തുള്ള ഒരു മേശയുടെ അടുത്ത് രണ്ടുപേരും ഇരുന്നു. അവിടെ ഇരുന്നാൽ വെയിൽ വീണുകിടക്കുന്ന നീലക്കടൽ

കാണാമായിരുന്നു. മൂന്നുമണിക്ക് അഞ്ചുമിനുട്ടുള്ളപ്പോൾ ഒരു ഓട്ടോറിക്ഷ വന്നു സീബ്രീസിന്റെ മുമ്പിൽ നിന്നു. നീലജീൻസും സ്ലീവ്‌ലെസ് ടോപ്പുമണിഞ്ഞ ഒരു പെൺകുട്ടി ഓട്ടോയിൽനിന്ന് ഇറങ്ങി. അവൾ കറുത്ത കണ്ണട ധരിച്ചിരുന്നു.

'അത് അവളാണെന്നു തോന്നുന്നു.' പീയുഷ് പെട്ടെന്ന് എഴുന്നേറ്റു.

അനുരാഗിന്റെ ഹൃദയം ഒന്ന് മിടിക്കാൻ മറന്നു.

'ബീ കൂൾ. ഒരു പേടിയും വേണ്ടാ. ധൈര്യമായിട്ടിരിക്ക്. ഓൾ ദ ബെസ്റ്റ്.'

പീയുഷ് പുറത്തേക്ക് ഇറങ്ങി അല്പം മാറി പാർക്ക് ചെയ്തിരുന്ന കാറിൽ ചെന്ന് ഇരുന്നു.

ചെറിയ ഹാൾ ആയിരുന്നു റസ്റ്റോറന്റ്. പത്തുപതിനഞ്ച് മേശകൾ. അതിനുചുറ്റും നാലുവീതം കസേരകൾ. വാതിലിനടുത്തേക്ക് വന്ന് അവൾ ഉള്ളിലാകെ ഒന്നു കണ്ണോടിച്ചു. അനുരാഗിനെ കണ്ടപ്പോൾ അവൾ അവന്റെ അടുത്തേക്ക് ചെന്നു.

'അയാം പൂജ' അവൾ പറഞ്ഞു.

'ഇരിക്കൂ.' അനുരാഗ് പറഞ്ഞു.

മേശയുടെ എതിർവശത്തുള്ള കസേരയിൽ അവൾ ഇരുന്നു. എന്നിട്ട് മുഖത്തുനിന്ന് കൂളിംഗ് ഗ്ലാസെടുത്ത് ചെറിയ വാനിറ്റിബാഗിൽ വച്ചു.

'അനുരാഗിനെ ഞാൻ എങ്ങനെ തിരിച്ചറിഞ്ഞു എന്നോർത്ത് അത്ഭുതം തോന്നുന്നുണ്ടോ?' പുഞ്ചിരിയോടെ അവൾ ചോദിച്ചു.

അവൻ മറുപടി പറഞ്ഞില്ല.

'അവൾ ഫോട്ടോ കാണിച്ചിട്ടുണ്ട്. പക്ഷേ നേരിൽ കണ്ടപ്പോഴാണ് അതിലും സുന്ദരനാണെന്ന് മനസ്സിലായത്.' അവൻ അവളെ ഒന്നു നോക്കി. സംസാരിക്കുമ്പോൾ തലയുടെ ചലനമനുസരിച്ച് ഇളകിയാടുന്ന നീളമുള്ള ലോലാക്കുകളാണ് അവൾ കാതുകളിൽ അണിഞ്ഞിരുന്നത്. ചുണ്ടുകളിൽ നേർമയായി ലിപ്സ്റ്റിക്ക് ഇട്ടിരുന്നു. സുന്ദരിയാണ്.

'വെറുതെയല്ല അവൾക്ക് അനുരാഗിനെ മറക്കാൻ കഴിയാഞ്ഞത്. അവിടെ ക്യാംപസിൽ എത്രയോ സുന്ദരന്മാരായ ബോയ്സ് ഉണ്ടായിരുന്നു. പക്ഷേ...'

ഓർഡർ എടുക്കാൻ വെയിറ്റർ വന്നു.

'എന്താണ് പൂജയ്ക്ക് കുടിക്കാൻ? ' അവൻ ചോദിച്ചു.

'അല്പനേരം ഇരിക്കാനുള്ളതല്ലേ. ഐസ്ക്രീം മതി. ചോക്ലേറ്റ്.' അവൾ പറഞ്ഞു.

രണ്ട് ഐസ്ക്രീമിന് അവൻ ഓർഡർ കൊടുത്തു.

പൂജ അവനെ ഒന്നു നോക്കി.

'അറിയാമല്ലോ പ്രസീദ അവിടെ ലോ കോളേജിൽ ഫൈനൽ ഇയ റായിരുന്നു. ഞാൻ പക്ഷേ, സോഷ്യോളജി എം.എക്ക് വേറൊരു കോളേ ജിലാണ് പഠിക്കുന്നത്. മലയാളികുട്ടികൾ താമസിക്കുന്ന ഒരു ലേഡീസ് ഹോസ്റ്റലുണ്ട് ധൻബാദിൽ. അവിടെ റൂംമേറ്റ്സായിരുന്നു ഞാനും പ്രസീ ദയും.' അവൾ പറയുന്നതു കേൾക്കാൻ അനുരാഗ് ക്ഷമയോടെ കാത്തി രുന്നു.

'ഇവിടെ അവളോടൊപ്പം സെന്റ് ജോസഫിൽ പഠിച്ച രാജശ്രീയുടെ കല്യാണത്തിൽ പങ്കെടുക്കാൻ അവൾ വന്നതുതന്നെ അനുരാഗിനെ കാണാൻവേണ്ടിയായിരുന്നു. നിങ്ങൾ തമ്മിലുണ്ടായിരുന്ന അടുപ്പത്തെ ക്കുറിച്ച് അവൾ വള്ളിപുള്ളി വിടാതെ എന്നോട് പറഞ്ഞിട്ടുണ്ട്.'

വെയിറ്റർ രണ്ട് ഐസ്ക്രീം കൊണ്ടുവന്ന് അവരുടെ മുന്നിൽ വച്ചു.

'ഗുരുവായൂർ വച്ച് കല്യാണം. ചേർത്തലയിൽ റിസപ്ഷൻ കഴിഞ്ഞ് അനുരാഗിനെ കാണാൻ ആലപ്പുഴയ്ക്കു പോകുമെന്നാണ് അവൾ പറ ഞ്ഞത്.'

'ചേർത്തലയിൽ വന്നുകഴിഞ്ഞ് പ്രസീദ എന്നെ വിളിച്ചു. ഞാനാണ് അവളെ ചേർത്തലയിൽനിന്ന് വിളിച്ചുകൊണ്ടുവന്നത്.' അവൻ പറഞ്ഞു.

'അന്നുരാത്രിയിൽ അവൾ എന്നെ വിളിച്ച് എല്ലാം പറഞ്ഞിരുന്നു. നിങ്ങൾ രണ്ടുപേരും കൂടിയുള്ള കുറെ സെൽഫികൾ അവൾ എനിക്ക് അയച്ചുതന്നു.'

മൊബൈലിൽ അവൾ സേവ് ചെയ്തിരുന്ന രണ്ടുമൂന്നു ഫോട്ടോ കൾ എടുത്ത് അനുരാഗിനെ കാണിച്ചു. പ്രസീദ വന്ന അന്ന് ഹോട്ടലിൽ വച്ച് അവൾ എടുത്ത സെൽഫികൾ ആയിരുന്നു അവ. മൂന്നിലും അവളും അവനും ചേർന്നുനിൽക്കുകയായിരുന്നു.

'ഇരുപത്തിയഞ്ചാംതീയ്യതി സന്ധ്യയോടെയാണ് അനുരാഗിനോ ടൊപ്പം അവൾ ഇവിടെ നിങ്ങളുടെ ഹോട്ടലിൽ എത്തിയത്. പിറ്റേന്നു രാവിലെ അവൾ എങ്ങോട്ടാണ് പോയത്?'

അനുരാഗ് ഭയപ്പെട്ടിരുന്ന ചോദ്യമായിരുന്നു അത്.

'ധൻബാദ് എക്സ്പ്രസ് പിടിക്കാൻ അവൾ രാവിലെ റെയിൽവേ സ്റ്റേഷനിലേക്ക് പോയി.' അവൻ പറഞ്ഞു.

'എങ്ങനെയാണ് പോയത്? അനുരാഗ് കാറിൽ കൊണ്ടുചെന്ന് വിടു കയായിരുന്നോ?'

'അതെ.' അവൻ നുണ പറഞ്ഞു.

'ട്രെയിൻ കയറ്റിവിട്ടതിനുശേഷമാണോ തിരിച്ചുപോയത്?'

'അല്ല. വെയിറ്റ് ചെയ്യണ്ടാ എന്നു പറഞ്ഞു അവൾ. അതുകൊണ്ട് ഞാൻ അപ്പോൾത്തന്നെ തിരിച്ചുപോന്നു.'

'പക്ഷേ അവൾ ധൻബാദിൽ തിരിച്ചെത്തിയില്ല.'

'പിന്നെ എന്താണ് രണ്ടുമാസത്തോളം അവളെ അന്വേഷിക്കാതിരുന്നത്?' അവൻ ചോദിച്ചു.

'അവളുടെ ഒരു ചേച്ചി ചിറ്റൂരിൽ താമസമുണ്ട്. അവൾ ചേച്ചിയെ കാണാൻ പോയിക്കാണുമെന്ന് ഞാൻ വിചാരിച്ചു. അവളെ പലതവണ വിളിച്ചെങ്കിലും ബെല്ല് ഉണ്ടായിരുന്നില്ല. ഒരാഴ്ച മുമ്പ് ചേച്ചി എന്നെ വിളിച്ചപ്പോഴാണ് അവൾ അവിടെ ചെന്നിട്ടില്ലെന്ന് അറിയുന്നത്.' ഐസ്ക്രീം സാവധാനം കഴിച്ചുകൊണ്ടാണ് അവൾ സംസാരിച്ചത്. കഴിക്കുന്നു എന്ന് നടിച്ച് അവൻ ഇരുന്നു.

'എനിക്ക് അനുരാഗിന്റെ സഹായം വേണം. പോലീസിൽ കൊടുക്കാനുള്ള കംപ്ലെയിന്റ് ഇന്നുതന്നെ ഞാൻ തയ്യാറാക്കം. എന്റെ കൂടെ നാളെ സ്റ്റേഷൻ വരെ ഒന്നു വരണം.'

'നാളെ ഞാൻ സ്ഥലത്തുണ്ടാവില്ല. ഇന്ന് മൂവാറ്റുപുഴയ്ക്ക് പോകാനിരുന്നതാ. നാളെ രാവിലെ പോകും.' അവൻ പറഞ്ഞു.

'എന്നു തിരിച്ചുവരും?'

'രണ്ടുമൂന്നുദിവസം കഴിയും.'

'ശരി. ഞാൻ വെയിറ്റ് ചെയ്യാം. അനുരാഗ് എന്റെ കൂടെ ഉണ്ടാവണം. അല്ലെങ്കിൽ ഞാൻതന്നെ സ്റ്റേഷനിൽ പോയേനേ.'

അവൻ മിണ്ടിയില്ല.

'പേടിയുണ്ടോ?' അവൾ പെട്ടെന്ന് ചോദിച്ചു.

'എന്തിന്?'

'അനുരാഗാണ് അവളെ റെയിൽവേസ്റ്റേഷനിൽ കൊണ്ടുചെന്ന് വിട്ടത്. പക്ഷേ അവൾ ധൻബാദ് എക്സ്പ്രസിൽ കയറിയിട്ടില്ലെങ്കിൽ അതിനുകാരണം അനുരാഗ് തന്നെ ബോധിപ്പിക്കേണ്ടിവരും.'

അവന്റെ തൊണ്ട വരണ്ടു.

'റിസർവേഷൻ ചാർട്ട് നോക്കിയാൽ കണ്ടുപിടിക്കാൻ പറ്റും പ്രസീദ അന്ന് ആ വണ്ടിയിൽ പോയിട്ടുണ്ടോ ഇല്ലയോ എന്ന്. പോലീസിന് അത് നിഷ്പ്രയാസം സാധിക്കും.'

അവന്റെ മുഖം വിളറി. അവൾ അത് കണ്ടു.

'ശരി നമുക്കു പോകാം.' അവൾ പറഞ്ഞു.

ബില്ലിനുവേണ്ടി അവർ കാത്തിരുന്നു.

'അനുരാഗിനോടൊപ്പം എനിക്കൊരു സെൽഫി എടുക്കണമെന്ന് ആഗ്ര

ഹമുണ്ട്. തിരിച്ച് ക്യാംപസിൽ ചെല്ലുമ്പോൾ കൂട്ടുകാരികളെ കാണിക്കാനാണ്. ഇത്രയും സുന്ദരനായ ഒരു കൂട്ടുകാരൻ എനിക്കുണ്ടെന്നു കണ്ട് അവർ അസൂയപ്പെടട്ടെ.'

അവൾ പറഞ്ഞപ്പോൾ അവൻ യാന്ത്രികമായി അവളോട് ചേർന്നിരുന്നു. അവൾ അവനോട് ചേർന്നുനിന്ന് ഒരു സെൽഫി ക്ലിക്ക് ചെയ്തു.

'മുഖം പ്ലസന്റ് അല്ല. ഒന്നു ചിരിക്കൂ പ്ലീസ്.' അവൾ പറഞ്ഞു.

അവൻ ചുണ്ടുകളിൽ ഒരു ചിരി വരുത്തി. അവൾ രണ്ടുമൂന്ന് സെൽഫികൾ കൂടി എടുത്തു. ചേർന്നുനിന്നപ്പോൾ അവൾ ഉപയോഗിച്ച് പെർഫ്യൂമിന്റെ നേർത്ത സുഗന്ധം അവന് അനുഭവപ്പെട്ടു.

അവർ റസ്റ്റോറന്റിൽനിന്ന് ഇറങ്ങി.

'പൂജയെ എവിടെ ഡ്രോപ്പ് ചെയ്യണം?' അനുരാഗ് മര്യാദയുടെ പേരിൽ ചോദിച്ചു.

'ഞാൻ കുറച്ചുകഴിഞ്ഞേ പോകുന്നുള്ളൂ. നല്ല ഭംഗിയുള്ള ബീച്ച്. കണ്ടിട്ട് പതിയെ... പോയ്ക്കോളൂ. ഞാൻ വിളിക്കാം.'

അനുരാഗ് ചെന്ന് കാറിൽ കയറി.

ടൗണിലേക്ക് പോകുമ്പോൾ പൂജയെക്കുറിച്ച് അവൻ എല്ലാം പീയുഷിനോട് പറഞ്ഞു.

'അവൾ പ്രസീദയെ അന്വേഷിച്ചുമാത്രം വന്നതല്ലെന്നു തോന്നുന്നു.' എല്ലാം കേട്ടുകഴിഞ്ഞപ്പോൾ പീയുഷ് പറഞ്ഞു.

'പിന്നെന്തിന്?'

'അവൾക്ക് വേറെന്തോ ഗൂഢലക്ഷ്യങ്ങൾ ഉണ്ട്.'

'എന്ത് ഗൂഢലക്ഷ്യങ്ങൾ?'

'കുറച്ചു വെയിറ്റ് ചെയ്യാം. എന്താണെന്ന് അപ്പോഴറിയാം.'

അജ്ഞാതമായ ഒരു ഭീതി പാമ്പിനെപ്പോലെ അനുരാഗിനെ ചുറ്റുവരിയാൻ തുടങ്ങി.

***

പല്ലവി പറഞ്ഞതുകേട്ട് ബാലകൃഷ്ണൻനായരും രാജേശ്വരിയും തരിച്ചിരുന്നു.

'നിന്റെ ഊഹം ശരിയാണെങ്കിൽ വലിയ അപകടത്തിലേക്കാണല്ലോ മോളേ കാര്യങ്ങൾ നീങ്ങുന്നത്.' ബാലകൃഷ്ണൻനായർ പറഞ്ഞു.

'അപകടത്തിലേക്ക് നീങ്ങിക്കഴിഞ്ഞു എന്നാണ് എനിക്കു തോന്നുന്നത്. കോടിക്കണക്കിന് സ്വത്തുണ്ടായിട്ടും ഒരു നൂറുരൂപപോലും അനുരാഗിനോ അമ്മയ്ക്കോ അതിൽനിന്ന് എടുക്കാൻ പറ്റില്ല. ആ ഗോപിനാഥിന്റെ മുമ്പിൽ കൈനീട്ടി നിൽക്കണം.' അവൾ പറഞ്ഞു.

'ചുരുക്കത്തിൽ ഒരു സാരിപോലും സ്വന്തമായി നിനക്ക് വാങ്ങിത്തരാൻ അവന് കഴിയില്ല. അയാളുടെ കനിവില്ലാതെ.' രാജേശ്വരി വിശ്വസിക്കാനാവാതെ പറഞ്ഞു.

'അനുരാഗിന്റെ അമ്മയ്ക്ക് ഇക്കാര്യം അറിയില്ലേ?'

'ഇപ്പോഴാണ് മനസ്സിലായത്. ഞാൻ ചെല്ലുംമുമ്പ് കാര്യങ്ങൾ ഒരു തടസ്സവുമില്ലാതെ നടക്കുന്നുണ്ടായിരുന്നു.'

'അപ്പോൾ നീയാണോ മോളേ അയാളുടെ കണ്ണിലെ കരട്?' രാജേശ്വരിക്ക് സഹിച്ചില്ല.

'കമ്പനിയുടെ നടത്തിപ്പ് മുഴുവൻ രേഖാമൂലം അനുവിന്റെ അമ്മ അയാളെ ഏൽപ്പിച്ചിട്ടുണ്ടാവണം. അതാണ് അയാൾ ഇങ്ങനെ പെരുമാറാൻ കാരണം. ഞാൻ അവന്റെ അമ്മയോട് ഒന്ന് സംസാരിക്കാം.'

ബാലകൃഷ്ണൻനായർ പറഞ്ഞു.

'എടുത്തുചാടി ഒന്നും ചെയ്യണ്ട അച്ഛാ. കുറച്ച് വെയിറ്റ് ചെയ്യാം.'

ഉച്ചയൂണു കഴിഞ്ഞ് അനുരാഗ് ഉറങ്ങാൻ കിടന്നപ്പോഴാണ് അച്ഛനോടും അമ്മയോടും പല്ലവി ഈ വാർത്തകൾ കൈമാറിയത്.

'അവന് നിന്നോട് സ്നേഹമല്ലേ മോളേ.' രാജേശ്വരി ചോദിച്ചു.

'വലിയ സ്നേഹമാണമ്മേ. ആൾ പാവമാണ്. അതാണ് കുഴപ്പവും.'

അവൾ പറഞ്ഞു.

'എന്താണ് ചെയ്യേണ്ടതെന്ന് അവർ ഗൗരവത്തോടെ ചർച്ച ചെയ്തു. പല വഴികളും മുന്നിൽ തെളിഞ്ഞു. അവയ്ക്കൊക്കെ ഗുണങ്ങളും ദോഷങ്ങളും ഉണ്ടായിരുന്നു.

'കമ്പനികാര്യങ്ങളിൽ അനുവിനെ കൂടുതലായി പങ്കെടുപ്പിക്കണമെന്ന് ഗോപിനാഥിനോട് ഗായത്രീദേവി പറയട്ടെ. തൽക്കാലം അതുമതി. എന്താണ് അയാളുടെ പ്രതികരണം എന്ന് അറിയാമല്ലോ.'

ഒടുവിൽ ബാലകൃഷ്ണൻനായർ പറഞ്ഞു. ഈ സമയത്താണ് ഉച്ചമയക്കത്തിൽനിന്ന് ഒരു ഫോൺകോളിന്റെ ബെല്ലടി അനുരാഗിനെ ഉണർത്തിയത്. പൂജയുടെ വിളിയായിരുന്നു അത്.

'എവിടെയാണ്?' അവൾ ചോദിച്ചു.

'പല്ലവിയുടെ വീട്ടിൽ.'

'അനുരാഗ് ഗുരുവായൂർ പോയിട്ടുണ്ടോ?'

'ഉണ്ട്.'

'ഞാൻ പോയിട്ടില്ല. നിർമാല്യം തൊഴണമെന്ന് പണ്ടേയുള്ള ആഗ്രഹമാണ്. നമുക്കൊന്നിച്ച് പോയാലോ?' അവൾ ചോദിച്ചു.

'പോണെങ്കിൽ ഞാൻ ഒരു വണ്ടി അറേഞ്ച് ചെയ്തുതരാം.'

അവൻ പെട്ടെന്ന് പറഞ്ഞു.

'പോരാ. നമ്മൾ രണ്ടുപേരും കൂടി പോകുന്നു. ഏതെങ്കിലും ഹോട്ടലിൽ റൂമെടുത്ത് താമസിക്കുന്നു. പിറ്റേന്നു രാവിലെ നിർമ്മാല്യം കണ്ട് തൊഴുതുമടങ്ങുന്നു. എന്താ?'

'പക്ഷേ അത്...'

എന്തു പറയണമെന്നറിയാതെ അനുരാഗ് ഒന്ന് പതറി.

'പോലീസ് കംപ്ലെയിന്റ് കൊടുക്കണോ വേണ്ടയോ എന്ന് അതു കഴിഞ്ഞേ ഞാൻ തീരുമാനിക്കൂ. എന്റെ ചില സന്തോഷങ്ങൾ അനുരാഗ് സാധിച്ചുതരുമോ എന്ന് അറിഞ്ഞിട്ടുമാത്രം. ഓക്കെ?'

അവൾ പെട്ടെന്ന് കോൾ കട്ട് ചെയ്തു.

അവൻ ഞെട്ടൽ മാറാതെ ഇരുന്നു.

ആറ്

അനുരാഗ് പെട്ടെന്ന് തലതിരിച്ചുനോക്കി. ഭാഗ്യത്തിന് വാതിൽ അടച്ചിരിക്കുകയാണ്. പല്ലവി ഒന്നും കേട്ടുകാണുകയില്ല. എന്താണ് പൂജയുടെ ഉദ്ദേശ്യം? അവൾ എന്തോ പദ്ധതി തയ്യാറാക്കിയാണ് വന്നിരിക്കുന്നത്. അതോ ഗുരുവായൂർ യാത്രാമോഹം പെട്ടെന്ന് ഉണ്ടായതായിരിക്കുമോ?

പെട്ടെന്ന് വാതിൽ തുറന്ന് പല്ലവി മുറിയിലേക്ക് വന്നു.

'അല്ലാ അനു ഉണർന്നോ?' അവൾ ചോദിച്ചു.

'ദാ ഇപ്പോഴാണ്.' അവൻ ഒരു വിളറിയ ചിരി ചിരിച്ചു.

'സുഖമായി ഉറങ്ങിയോ?' അവൾ വന്ന് അവന്റെ അടുത്ത് കിടക്കയിൽ ഇരുന്നു.

'ഇടയ്ക്ക് ഒരു സ്വപ്നം കണ്ടു. അതാ ഉണർന്നുപോയത്.'

'എന്തു സ്വപ്നം?'

'അതൊരു ദുഃസ്വപ്നമായിരുന്നു. പറഞ്ഞ് നിന്റെ മൂഡ് കളയുന്നില്ല.'

'അങ്ങനെ പെട്ടെന്നൊന്നും മൂഡ് ഓഫാകുന്ന സ്വഭാവമല്ല എന്റേത്. എപ്പോൾ വേണമെങ്കിലും അനുവിന് എന്തു കാര്യവും എന്നോട് പറയാം.'

'വീട്ടിൽവച്ച് ഞാൻ പറഞ്ഞില്ലേ...അച്ഛൻ മരിച്ചതിനുശേഷം അമ്മയാണ് എന്നെ വളർത്തിയത്. ഒറ്റപുത്രൻ എന്ന വാത്സല്യം കാരണം അമ്മ എന്നെ ഒരു കാര്യത്തിലും നിയന്ത്രിച്ചിട്ടില്ല. നിയന്ത്രിക്കേണ്ടി വന്നി

ട്ടുമില്ല. കാരണം അമ്മയുടെ മുമ്പിൽ ഞാൻ സൽസ്വഭാവിയായ ഒരു മകനായിരുന്നു.' അനുരാഗ് പറഞ്ഞു.

'ബാക്കിയുള്ള സമയത്ത് സൽസ്വഭാവി അല്ലായിരുന്നോ?'

കളിമട്ടിൽ അവൾ ചോദിച്ചു.

'എപ്പോഴും നല്ല കുട്ടിയാണ് ഞാൻ. ചിലപ്പോഴൊക്കെ ചീത്ത കുട്ടിയും. പക്ഷേ ചീത്തകുട്ടിയെന്നു ഗോപിയങ്കിൾ ഒരിക്കലും എന്നോട് പറഞ്ഞിട്ടില്ല. കുസൃതിക്കുട്ടി എന്നാണ് എന്നെ വിളിച്ചിരുന്നത്.'

'കാരണം എല്ലാറ്റിനും ഒത്താശ ചെയ്തുതന്നിരുന്നത് ഗോപിയങ്കിൾ ആയിരുന്നു.' മനസ്സിലായതുപോലെ അവൾ പറഞ്ഞു.

'അതേ.' അവൻ മെല്ലെ തലകുലുക്കി.

'ഈ കുസൃതിക്കുട്ടി എന്തൊക്കെ കുസൃതികളാണ് ചെയ്തിട്ടുള്ളത്?' അവൻ മനസ്സ് തുറക്കുമെങ്കിൽ കേൾക്കാൻവേണ്ടിയാണ് പല്ലവി അങ്ങനെ ചോദിച്ചത്.

'ഒരുപാടുണ്ട്. അതൊക്കെ കഴിഞ്ഞ കാര്യങ്ങളല്ലേ. ഒന്നും ഓർക്കാൻ പോലും ഞാനിപ്പോൾ ഇഷ്ടപ്പെടുന്നില്ല.' അവൻ പറഞ്ഞു.

നിർബന്ധിക്കാതിരിക്കുന്നതാണ് നല്ലതെന്ന് അവൾക്കുതോന്നി.

'ഞാനൊരു കാര്യം പറഞ്ഞാൽ അനു പിണങ്ങുമോ?'

അവൾ ചോദിച്ചു.

'എന്താണ്?' അവൻ അറിയാതെ ഒന്നു ഞെട്ടി.

'കമ്പനിയിലെ കാര്യങ്ങൾ അച്ഛനോടും അമ്മയോടും ഒന്നു സൂചിപ്പിക്കുന്നതിൽ തെറ്റില്ലെന്ന് എനിക്കു തോന്നി.'

'എന്തുകാര്യങ്ങൾ?'

'നമ്മുടെ സ്വിറ്റ്സർലാന്റ് യാത്ര മുടങ്ങിയതും ഡയമണ്ട് നെക്ലേസ് വാങ്ങാൻ കഴിയാതെ പോയതും.'

'ഛേ..പറയണ്ടായിരുന്നു പല്ലവി. അച്ഛനും അമ്മയ്ക്കും അതു വിഷമമുണ്ടാക്കിക്കാണും.'

'ഏയ്...അറിയേണ്ട കാര്യങ്ങൾ അവർ അറിയണം. അനു എന്റെ ഭർത്താവാണ്. എന്റെ ഭർത്താവിന് ദോഷം ഉണ്ടാക്കുന്ന ഏതു കാര്യത്തിലും ഇടപെടാൻ അവർക്ക് അവകാശമുണ്ട്.'

'എന്തുപറഞ്ഞു അച്ഛനും അമ്മയും?' ഉദ്വേഗത്തോടെ അനുരാഗ് ചോദിച്ചു.

'ഒന്നുമില്ല. അവർ അങ്ങോട്ടൊന്നും വരില്ല. അക്കാര്യത്തിൽ പേടി വേണ്ട. പക്ഷേ, അനു കുറച്ചുകൂടി സീരിയസ് ആവണം.'

'എന്നുവച്ചാൽ?'

'കമ്പനികാര്യങ്ങളിൽ കൂടുതൽ ശ്രദ്ധ പതിപ്പിക്കണം. മാനേജർമാർക്ക് എല്ലാം വിട്ടുകൊടുത്താൽ പറ്റില്ല.' അവൾ പറഞ്ഞു.

'കുറേനാളായി ഞാനും അതേക്കുറിച്ച് ആലോചിക്കാറുണ്ട്. പക്ഷേ, അതൊക്കെ ഏറ്റെടുത്തു നടത്താനും മാത്രമുള്ള ധൈര്യം എനിക്കില്ല.'

പല്ലവി അവനെനോക്കി പുഞ്ചിരിച്ചു.

'മുമ്പ് അനു തനിച്ചായിരുന്നു. ഇപ്പോൾ ഒറ്റയ്ക്കല്ലല്ലോ. ഞാനുമില്ലേ. ധൈര്യം ഇല്ലെന്ന തോന്നൽ വേണ്ട.'

അനുരാഗ് അവളെ പ്രതീക്ഷയോടെ നോക്കി.

'നമുക്ക് ഒന്ന് ശ്രമിച്ചുനോക്കാം. അല്ലേ?' അവൻ ചോദിച്ചു.

'അതെ.' അവൾ പറഞ്ഞു.

അവർ പരസ്പരം കൈ പിടിച്ചുകുലുക്കി.

പിറ്റേന്ന് അവർ ആലപ്പുഴയ്ക്ക് മടങ്ങി.

ഉച്ചയ്ക്ക് ഊണുകഴിച്ചുകൊണ്ടിരിക്കുമ്പോഴാണ് അനുരാഗ് ആ വിഷയം ഗായത്രീദേവിയുടെ മുൻപിൽ അവതരിപ്പിച്ചത്.

'അമ്മേ ഞാനിപ്പോൾ പേരിന് ഇടയ്ക്കൊക്കെ ഓഫീസിൽ ചെന്ന് ഇരിക്കാറുണ്ടെങ്കിലും അവിടെ നടക്കുന്ന ഒരു കാര്യവും ഞാൻ അറിയാറില്ല. എന്നെ അറിയിക്കാറുമില്ല.'

ഗായത്രീദേവി അവനെ ഒന്നു നോക്കി.

'ഗോപിയങ്കിളിനോട് സംസാരിക്കാം എന്ന് അമ്മ പറഞ്ഞതല്ലേ. ഇനി വച്ചുനീട്ടണ്ട.'

'നിങ്ങൾ എവിടെയൊക്കെയോ യാത്ര പോകാൻ പ്ലാനില്ലേ. അതു കഴിഞ്ഞിട്ടു മതിയെന്നു വിചാരിച്ചാ ഞാൻ...' ഗായത്രീദേവി പറഞ്ഞു.

'നീണ്ട യാത്രയൊന്നുമില്ലമ്മേ...ഇടയ്ക്ക് ഒന്നോ രണ്ടോ ദിവസം. അതു ശനിയോ ഞായറോ ഒക്കെ മതി.' പല്ലവി പറഞ്ഞു.

'അതിനെന്താ...ഞാൻ ഗോപിയോട് സംസാരിക്കാം. ഏതായാലും ഭാവിയിൽ എല്ലാം നോക്കിനടത്തേണ്ടത് നീയല്ലേ മോനേ. നിനക്ക് അതിനുള്ള ത്രാണിയുണ്ടാവുന്നതുവരെ എല്ലാം കൈകാര്യം ചെയ്യാനാ ഗോപിയെ ഏൽപ്പിച്ചിരിക്കുന്നത്.'

'അന്ന് രേഖാമൂലം എന്തെങ്കിലും എഴുതി ഒപ്പിട്ടുകൊടുത്തോ അമ്മേ?'

'ബാങ്ക് ഇടപാട് നടത്താനും മറ്റു കാര്യങ്ങൾക്കുമൊക്കെ അധികാരം കൊടുത്തുകൊണ്ട് ഒരു സമ്മതപത്രം വേണമെന്ന് പറഞ്ഞാരുന്നു. വക്കീലിനെക്കൊണ്ട് അതെല്ലാം എഴുതിച്ച് കൊണ്ടുവന്നപ്പോൾ ഞാൻ ഒപ്പിട്ടുകൊടുത്താരുന്നു.'

'അമ്മയത് വായിച്ചുനോക്കിയില്ലേ?' പല്ലവി ചോദിച്ചു.

'വക്കീൽഭാഷയിൽ നാലഞ്ചു പേജുകൾ ഉണ്ടാരുന്നു. വായിച്ചുനോക്കിയെങ്കിലും എനിക്കൊന്നും മനസ്സിലായില്ല. അതുകൊണ്ട് ആദ്യത്തെ കടലാസു മാത്രമേ വായിച്ചുള്ളൂ.'

'മുദ്രപത്രത്തിലായിരുന്നോ?'

'അതെ.'

'കോപ്പി അമ്മയുടെ കൈയിലുണ്ടോ?'

'തന്നില്ല. ബാങ്കിൽ കൊടുക്കണമെന്ന് പറഞ്ഞു.'

പല്ലവി ഒന്നും മിണ്ടിയില്ല.

ഗോപിനാഥ് എന്തോ തിരിമറികൾ അന്നേ നടത്തിക്കാണുമെന്ന് അവൾക്കു തോന്നി.

'എന്തെങ്കിലും കുഴപ്പമുണ്ടായിക്കാണുമോ മോളേ?'

അവളുടെ മുഖഭാവം കണ്ട് ആശങ്കയോടെ ഗായത്രീദേവി ചോദിച്ചു.

'അറിയില്ലമ്മേ...പക്ഷേ നമുക്ക് കണ്ടുപിടിക്കാം.'

'ഗോപിയെ എനിക്കിതുവരെ അവിശ്വസിക്കേണ്ടിവന്നിട്ടില്ല. ഇതുവരെ എല്ലാം നല്ല നിലയിലാ പോയിട്ടുള്ളത്. കമ്പനി വളർന്നിട്ടേയുള്ളൂ.'

'ഞാൻ ഓഫീസിൽ പോയിത്തുടങ്ങിയാൽ പല്ലവി ഇവിടിരുന്ന് ബോറടിക്കും. എന്റെ കൂടെ അവളും വരട്ടെ. വെറുതെ വരണ്ട. നമ്മുടെ ഹോട്ടലും ബസ് സർവ്വീസും കല്യാണമണ്ഡപവും വേറെ പലതുമുണ്ടല്ലോ. ഏതിന്റെയെങ്കിലും ചുമതല അവൾക്കും കൊടുക്കട്ടെ.' അനുരാഗ് പറഞ്ഞു.

'ഏതിന്റെയെങ്കിലും മാത്രം പോരാ. ഗോപിയുടെ സഹായിയായി പല്ലവിമോൾ ചെല്ലട്ടെ. അപ്പോൾ എല്ലാ കാര്യങ്ങളെക്കുറിച്ചും ഒരു പരിചയം കിട്ടുമല്ലോ. എന്താ മോളേ.' ഗായത്രീദേവി ചോദിച്ചു.

'കാര്യങ്ങൾ നേരെ ചൊവ്വേ ആണ് പോകുന്നതെങ്കിൽ ഗോപിയങ്കിൾ അതു സമ്മതിക്കും. അല്ലെങ്കിൽ...' അവൾ ഒന്ന് നിർത്തി.

'അല്ലെങ്കിൽ...?'

'ഓഫീസിന്റെ പടി ചവിട്ടാൻ അങ്കിൾ എന്നെ അനുവദിക്കുകയില്ല.'

ഗായത്രീദേവിയും അനുരാഗും പല്ലവിയുടെ മുഖത്തേക്ക് ഒന്നു നോക്കി. എന്തോ ഉറച്ച തീരുമാനത്തോടെ അവർ ഇരുന്നു.

***

ഒപ്പിട്ടു വാങ്ങുവാൻ ചില ചെക്കുകളുമായിട്ടാണ് മാനേജർ മദനഗോപാലൻ ആ സമയത്ത് ഗോപിനാഥിന്റെ മുറിയിലേക്കു ചെന്നത്. ആരോടോ ഫോണിൽ സംസാരിച്ചിട്ട് മൊബൈൽ മേശപ്പുറത്തേക്ക് വയ്ക്കുകയായിരുന്നു ഗോപിനാഥ്.

'മദനൻ ഇരിക്കൂ.'

ഉല്ലാസവാനായിരുന്നു ഗോപിനാഥ്. മദനഗോപാൽ എതിർവശത്തു ണ്ടായിരുന്ന കസേരകളിലൊന്നിൽ ഇരുന്നു.

'ഒപ്പിടാനാണോ?' ഗോപിനാഥ് ചോദിച്ചു.

'അതെ.' മദനഗോപാൽ കൊടുത്ത ചെക്കുകൾ വാങ്ങി പരിശോധി ച്ചിട്ട് അയാൾ എല്ലാം ഒപ്പിട്ടുകൊടുത്തു.

'ഇന്ന് ഒരു പന്ത്രണ്ടുമണിയാകുമ്പോൾ ഞാൻ പുറത്തേക്കൊന്നു പോകും.' അയാൾ പറഞ്ഞു.

സാധാരണ ഉച്ചയൂണ് ഓഫീസിലേക്ക് കൊണ്ടുവരികയാണ് പതി വ്. ജയന്തിയുടെ വീട്ടിൽനിന്ന്. അത് കമ്പനിയിലെ എല്ലാവർക്കും അറി യാവുന്ന പരസ്യമായ രഹസ്യമാണ്.

'ഇന്ന് സാരംഗിമോളുടെ ബർത്ത്ഡേയാണ്. ഉച്ചയ്ക്ക് ഊണുകഴി ക്കാൻ ചെന്നില്ലെങ്കിൽ ആ കുട്ടി പിണങ്ങും.' പുഞ്ചിരിയോടെ ഗോപി നാഥ് പറഞ്ഞു.

ഗോപിനാഥിന്റെ മകളാണ് സാരംഗി എന്ന കാര്യവും അറിയാത്ത ആരുമില്ല. അയാൾ ഇന്ന് നല്ല മൂഡിലാണെന്ന് മദനഗോപാലിന് മനസ്സി ലായി. നാലഞ്ചുദിവസമായി മനസ്സിൽ ദഹിക്കാതെ കിടക്കുന്ന ഒരു സംഭവം ദൂരീകരിക്കാൻ ഇതുതന്നെയാണ് നല്ല അവസരം.

'സാറിനോട് ചോദിക്കണമെന്ന് പലതവണ വിചാരിച്ചതാ. പക്ഷേ...'

'എന്താണ്?'

'അനുമോന്റെ ഹണിമൂൺ യാത്ര എന്തിനാണ് തടഞ്ഞത്? അതു പോലെ മോൻ സെലക്ട് ചെയ്ത ഡയമണ്ട് നെക്ലേസ്...'

പെട്ടെന്ന് ഗോപിനാഥിന്റെ മുഖത്തുനിന്ന് ചിരി മാഞ്ഞു.

'അതിന് തക്കതായ കാരണമുണ്ട് മദനാ.'

'നമ്മൾ അതിലും വലിയ തുകകൾ അനുമോനുവേണ്ടി മുമ്പ് പലത വണ ചെലവാക്കിയിട്ടുണ്ടല്ലോ. അപ്പോൾ ഇതു പിന്നെ..'

'അവനുവേണ്ടി എത്ര ലക്ഷങ്ങൾ വേണമെങ്കിലും നമ്മൾ ചെലവാ ക്കും. പക്ഷേ ശത്രു അവനല്ല. അവളാണ്.'

'അവളോ?' മദനഗോപാലിന് മനസ്സിലായില്ല.

'അതെ. അവന്റെ ഭാര്യ പല്ലവി.'

'അതെന്തുപറ്റി സാർ. നമ്മൾ വളരെ ശ്രമിച്ചിട്ടാണല്ലോ ആ കല്യാണം നടത്തിയത്.'

'അവളോട് പ്രതികാരം ചെയ്യണമെങ്കിൽ അവളെ നമ്മുടെ കയ്യിൽ കിട്ടണം. അതിനുവേണ്ടിയാണ് അനുവിനെക്കൊണ്ട് അവളെ കല്യാണം

കഴിപ്പിച്ചത്.'

വിചിത്രമായ ആ സത്യം കേട്ട് മദനഗോപാൽ ഒന്ന് അമ്പരന്നു.

'എന്തു പ്രതികാരം സാർ?'

'ജഗന്നാഥൻ എന്തോ കുസൃതി പറഞ്ഞതിന് അവൾ കോളേജിൽ വച്ച് അവനെ അപമാനിച്ചു. എന്നുവച്ചാൽ കുറെ കുട്ടികളുടെ മുന്നിൽവച്ച് അവൾ അവന്റെ കരണത്തടിച്ചു.'

'ഇതൊക്കെ ഇപ്പോഴാണ് സാർ ഞാനറിയുന്നത്.'

'ജയന്തിക്ക് അത് സഹിക്കാൻ കഴിഞ്ഞില്ല. പെറ്റമ്മയല്ലേ. അവളെ ഒരു പാഠം പഠിപ്പിക്കണമെന്ന് ജയന്തി എന്നോട് പറഞ്ഞു. കേൾക്കുന്ന വർക്ക് അവൾ ചെയ്തത് ചെറിയ കുറ്റമായിരിക്കാം. പക്ഷേ, ജയന്തി ക്കുവേണ്ടി അവൾക്ക് വലിയ ശിക്ഷതന്നെ ഞാൻ കൊടുക്കാൻ പോവാ ണ്. ഇതൊക്കെ അതിന്റെ തുടക്കംമാത്രം.'

'പക്ഷേ അനുമോൻ എന്തു പിഴച്ചു?'

'അവളുടെ ജീവിതം ഞാൻ കുട്ടിച്ചോറാക്കും. അതുവരെ അനുവിനും ചിലതൊക്കെ അനുഭവിക്കേണ്ടിവരും. അവളെ കളഞ്ഞുകഴിഞ്ഞാൽ അവന് വേറെ നല്ല പെൺപിള്ളേരെ ഞാൻ കൊണ്ടുവന്നു കൊടുക്കും.'

മദനഗോപാൽ ഒന്നും പറഞ്ഞില്ല.

'അനു എപ്പോൾ പണം വേണമെന്ന് പറഞ്ഞാലും എന്നോട് ചോദി ക്കാതെ കൊടുക്കരുത്. മനസ്സിലായോ?'

'ശരി സാർ.' മദനഗോപാൽ എഴുന്നേറ്റു മുറിയിൽനിന്ന് ഇറങ്ങിപ്പോ യി. അല്പനേരം കഴിഞ്ഞപ്പോൾ ജയന്തിയുടെ വിളി വന്നു.

'ഇറങ്ങാറായില്ലേ?'

'പന്ത്രണ്ടായതല്ലേയുള്ളൂ. അരമണിക്കൂറിനുള്ളിൽ വരാം. പോരേ?' അയാൾ ചോദിച്ചു.

'മതി.'

'ആരൊക്കെയുണ്ട്?'

'നമ്മൾ നാലുപേരും മാത്രം.'

'അതാണ് നല്ലത്.'

അരമണിക്കൂർ ആകാൻ കാത്തുനിൽക്കാതെ ഗോപിനാഥ് ഓഫീ സിൽനിന്നിറങ്ങി. ഇടയ്ക്ക് അയാൾ കാറിൽ വച്ച് ജുബ്ബയുടെ പോക്ക റ്റിൽ കയ്യിട്ടുനോക്കി. ഉണ്ട്. എടുക്കാൻ മറന്നിട്ടില്ല. സാരംഗിക്ക് ഇന്ന് പതിനേഴ് വയസ്സ് തികയുന്നു.

അയാൾ ചെന്നപ്പോൾ ജയന്തിയും ജഗന്നാഥനും സാരംഗിയും കാത്തിരിക്കുന്നുണ്ടായിരുന്നു. പട്ടുസാരിയിലായിരുന്നു ജയന്തി. പട്ടുപാ

വാടയും ബ്ലൗസും ധരിച്ച സാരംഗി. ജഗന്നാഥന്റെ വേഷം മുണ്ടും ധോത്തിയും.

മൂന്നുപേരും അമ്പലത്തിൽ പോയിരുന്നു. നെറ്റിയിൽ പ്രസാദം.

'മോൾ ഇങ്ങുവരൂ.' അയാൾ വാത്സല്യത്തോടെ സാരംഗിയെ വിളിച്ചു. അവൾ പുഞ്ചിരിയോടെ അയാളുടെ അടുത്തേക്ക് ചെന്നു.

അയാൾ ജുബ്ബയുടെ പോക്കറ്റിൽനിന്ന് ചതുരാകൃതിയിലുള്ള ഒരു ജുവൽബോക്സ് എടുത്ത് അവൾക്ക് സമ്മാനിച്ചു.

'ഹാപ്പി ബർത്ത്ഡേ...'

സാരംഗി കൗതുകത്തോടെ ബോക്സ് തുറന്നു നോക്കി. നക്ഷത്രം പോലെ ജ്വലിക്കുന്ന വെള്ള വൈരക്കല്ല് പതിച്ച മൂക്കുത്തിയാണ് അതിൽ ഉണ്ടായിരുന്നത്.

'താങ്ക്യു അങ്കിൾ...' അവൾ സന്തോഷത്തോടെ അയാളുടെ കവിളിൽ ഒരു ഉമ്മ കൊടുത്തു.

'നോക്കട്ടെ മോളേ...' ജയന്തി ആ മൂക്കുത്തി വാങ്ങിനോക്കി. അവൾക്കും അത് വളരെ ഇഷ്ടപ്പെട്ടു.

'സെലക്ഷൻ ഒന്നാംതരം.' അവൾ അയാളെ അഭിനന്ദനപൂർവ്വം നോക്കി. അയാൾ പുഞ്ചിരിച്ചതേയുള്ളു.

'എന്റെ ബർത്ത്ഡേയ്ക്ക് എന്താണ് അങ്കിൾ വാങ്ങിത്തരാൻ പോകുന്നത്?' ജഗന്നാഥൻ ചോദിച്ചു.

'നീ പറഞ്ഞാൽ മതി. അതു ഞാൻ മേടിച്ചുതരും.'

'എനിക്ക് ഒരു കാർ മതി. മോഡൽ ഞാൻ പറയാം.'

'ഏറ്റു.'

ഡൈനിംഗ് ടേബിളിൽ തളിർവാഴയിലയിട്ട് നാലുപേർക്ക് സദ്യ വിളമ്പി. സഹായത്തിന് ജോലിക്കാരി സ്ത്രീ ഉണ്ടായിരുന്നു. രണ്ടുതരം പായസംകൂട്ടി അവർ ചോറുണ്ടു.

ഭക്ഷണം കഴിച്ചശേഷം ഗോപിനാഥ് സ്വീകരണമുറിയിൽ അല്പനേരം വിശ്രമിച്ചു.

'പോകാൻ ധൃതിയില്ലല്ലോ.' ജയന്തി ചോദിച്ചു.

'പോണം.' അയാൾ പറഞ്ഞു.

'പിള്ളേര് രണ്ടുപേരും ഇപ്പോൾ മുകളിലേക്കു പോകും.' അർത്ഥം വച്ച് അവൾ പറഞ്ഞു.

'നിനക്കെങ്ങിനെയറിയാം?'

'അവർ തീരെ ചെറിയ കുട്ടികളല്ലല്ലോ. അവർ എല്ലാം മനസ്സിലാക്കിയിട്ടുണ്ട്.'

'നീ ഇവിടിരിക്ക്.' അയാൾ പറഞ്ഞു.

ജയന്തി അയാളുടെ അടുത്ത് സെറ്റിയിൽ ഇരുന്നു.

'മോൾടെ മൂക്ക് കുത്തിക്കണ്ടേ?' അയാൾ ചോദിച്ചു.

'നാളെയാകട്ടെ. പിറന്നാളായിട്ട് നോവിക്കണ്ട.' അവൾ പറഞ്ഞു.

'അവൾക്ക് നല്ല ചേർച്ചയായിരിക്കും മൂക്കുത്തി.'

'എന്നേക്കാൾ ഇഷ്ടം മോളെയാ അല്ലേ.' പരിഭവം ചേർത്ത സ്നേഹത്തോടെ ജയന്തി ചോദിച്ചു. മറുപടി പറയാതെ ഗോപിനാഥ് ചിരിച്ചതേയുള്ളു. അപ്പോഴാണ് അയാളുടെ മൊബൈലിൽ ഗായത്രീദേവിയുടെ വിളി വന്നത്.

'ഗോപി എവിടെയാ? ഓഫീസിലാണോ?'

'അല്ല. പുറത്താ ഏടത്തീ.' അയാൾ പറഞ്ഞു.

'എന്നാൽ ഞാൻ പിന്നെ വിളിക്കാം.'

'ഞാൻ ഫ്രീയാ. സംസാരിക്കാമല്ലോ.'

'ഒരു പ്രധാനകാര്യം പറയാനാ ഞാൻ വിളിച്ചത്.'

'പറ ഏടത്തീ.'

'അനുവിന്റെ കാര്യമാ. ഇതുവരെ അവൻ കുട്ടിക്കളിയുമായി ഒരു ഉത്തരവാദിത്തബോധവുമില്ലാതെ നടക്കുവല്ലാരുന്നോ. ഇനി അവനെ ഇങ്ങനെ കയറൂരി വിടുന്നത് ശരിയാണോ?' ആ ചോദ്യത്തിന് പിന്നിൽ പലതും അടങ്ങിയിട്ടുണ്ടെന്ന് ഗോപിനാഥിന് മനസ്സിലായി.

'ഏടത്തി എന്താണുദ്ദേശിക്കുന്നത്?'

'കല്യാണം കഴിഞ്ഞില്ലേ. ഇനിയെങ്കിലും അവൻ ജീവിതത്തെ സീരിയസ്സായിട്ട് കാണണം. കമ്പനിയുടെ നടത്തിപ്പിൽ അവനെക്കൂടി ഗോപി പങ്കെടുപ്പിക്കണം. ഒരു ട്രെയിനിംഗ് കിട്ടട്ടെ. എത്രയോ വർഷമായി ഗോപി കമ്പനിക്കുവേണ്ടി കഷ്ടപ്പെടുന്നു. ഇനി കുറച്ച് വിശ്രമമൊക്കെ വേണ്ടേ?'

'വേണം. ഞാനത് അങ്ങോട്ട് പറയാനിരിക്കുകയായിരുന്നു.'

ജയന്തി എല്ലാം കേട്ട് അയാളുടെ അടുത്ത് ഇരുന്നു.

'പല്ലവിമോൾ ഇവിടെ വീട്ടിൽ വെറുതെയിരുന്നാൽ അവൾക്ക് വല്ലാതെ ബോറടിക്കും. അതുകൊണ്ട് അവളും വന്നോട്ടെ.'

'വന്നോട്ടെ.' അയാൾ പല്ലുകൾ കടിച്ചുപിടിച്ചു.

'അവളെ ഗോപിയുടെ അസിസ്റ്റന്റായി നിർത്തിക്കോ. അപ്പോൾ എല്ലാ കാര്യങ്ങളും പഠിക്കാൻ പറ്റുമല്ലോ.'

'അതിനെന്താ...സന്തോഷമേയുള്ളൂ.' അയാൾ പറഞ്ഞു.

'നാളെമുതൽ വിടട്ടെ.'

'രണ്ടുദിവസം കഴിഞ്ഞുമതി. നാളെ ഞാൻ കോയമ്പത്തൂർവരെ പോ

കുന്നുണ്ട്. വന്നിട്ടാവട്ടെ.'

'ശരി. അതുമതി.' ഗായത്രീദേവി കോൾ കട്ട് ചെയ്തു.

'എന്താ സാർ?' അയാളുടെ മുഖത്ത് ഗൗരവം നിറഞ്ഞതുകണ്ട് ജയന്തി ചോദിച്ചു.

'ഇതുവരെ പിന്നിൽനിന്നുകൊണ്ടായിരുന്നു കളി. ഇനി മുതൽ മുഖാമുഖമാണ്. ചില തയ്യാറെടുപ്പുകൾ നടത്താനുണ്ട്. ഞാൻ ഇറങ്ങുകയാണ്.' ഗോപിനാഥ് അപ്പോൾത്തന്നെ യാത്ര പറഞ്ഞു. കാറിൽ കയറി പോയി. അത്ര നല്ലതല്ലാത്ത എന്തൊക്കെയോ കാര്യങ്ങൾ സംഭവിക്കാൻ പോവുകയാണെന്ന് അപ്പോൾ ജയന്തിയുടെ മനസ്സ് അവളോട് പറഞ്ഞു. മനസ്സ് പറഞ്ഞിട്ടുള്ളതൊന്നും തെറ്റിയിട്ടില്ലെന്ന് ഓർത്തപ്പോൾ അവൾ അറിയാതെ ഒന്നു ഞെട്ടി.

***

പൂജ അവളുടെ മുറിയിൽ ഇരുന്നുകൊണ്ട് അനുരാഗുമൊത്തുള്ള സെൽഫി കണ്ടു രസിക്കുമ്പോഴാണ് വാതിലിൽ ആരോ മുട്ടിയത്. അവൾ ചെന്ന് വാതിൽ തുറന്നു. പ്രതീക്ഷിച്ചതുപോലെ ശാരദയായിരുന്നു.

'എന്താ ആന്റീ?'

'മണി ഏഴര.' ശാരദ പറഞ്ഞു.

'ഓ...സമയം അത്രയായോ. ഞാനിതാ വരുന്നു.'

ശാരദ പോയി.

എന്നും രാത്രി ഏഴരയാകുമ്പോൾ ഡോ.രാംദാസ് അത്താഴം കഴിക്കും. രണ്ടു ചപ്പാത്തി, കുറച്ച് കഞ്ഞി, മുളപ്പിച്ച പയർ കൊണ്ടു വച്ച തോരൻ അല്ലങ്കിൽ മറ്റെന്തെങ്കിലും പച്ചക്കറി വിഭവം. ഏഴരയ്ക്ക് അത്താഴം കഴിക്കാൻ നിർബന്ധിതയായി പൂജയും. അവൾ സ്റ്റെയർകേസിറങ്ങി താഴേക്കു ചെന്നു. കുളി കഴിഞ്ഞ് നെറ്റിയിൽ തൊട്ട ഭസ്മക്കുറിയുമായി ഡോ.രാംദാസ് ഇരിക്കുന്നുണ്ടായിരുന്നു. വെളുത്തുമെലിഞ്ഞ ഒരു അറുപതുകാരൻ. തൂവെള്ളവസ്ത്രം മാത്രമേ എപ്പോഴും ധരിക്കൂ.

'വാ ഇരിക്ക്.' അവളെ കണ്ട് അയാൾ പറഞ്ഞു.

മേശയുടെ എതിർവശത്തുള്ള കസേരയിൽ അവൾ ഇരുന്നു.

'പുതിയ വിവരം വല്ലതും കിട്ടിയോ?' അയാൾ ചോദിച്ചു.

'ഇല്ല ഡോക്ടർ. പക്ഷേ അവളെ പരിചയമുണ്ടായിരുന്ന ഒരാളെ കണ്ടുപിടിക്കാൻ സാധിച്ചു. പക്ഷേ കൂടുതൽ ഇൻഫർമേഷനൊന്നും അയാൾക്കു തരാൻ കഴിഞ്ഞില്ല.' അവൾ പറഞ്ഞു.

കാണാതായ ഒരു കൂട്ടുകാരിയെ അന്വേഷിച്ചു വന്നതാണെന്നാണ് അവൾ രാംദാസിനോട് പറഞ്ഞിരുന്നത്.

'പോലീസ് സ്റ്റേഷനിൽ ഒന്നു പോയി നോക്കിയാലോ...അവർക്ക് ചില പ്പോൾ പൂജയെ സഹായിക്കാൻ കഴിഞ്ഞേക്കും.'

'നാളെ ആ വഴിക്ക് ഒന്ന് നീങ്ങാനാണ് പ്ലാൻ.' സംസാരിച്ചുകൊ ണ്ടാണ് അവർ ഭക്ഷണം കഴിച്ചത്. വീണ്ടും അവൾ മുറിയിലെത്തി വാതിൽ അടച്ചിട്ട് മൊബൈൽ എടുത്ത് അനുരാഗിന്റെ ഫോട്ടോ നോക്കി ഇരുന്നു. പെൺകുട്ടികളെ ആകർഷിക്കുന്ന എന്തോ ഒന്ന് ആ കണ്ണുക ളിലുണ്ട്. അവൾ അനുരാഗിന്റെ നമ്പറെടുത്ത് അവനെ വിളിച്ചു.

അവൻ പെട്ടെന്ന് കോൾ എടുത്തു.

'ഹലോ..'

'ഹലോ അനുരാഗ്...മൂവാറ്റുപുഴയിലാണോ അതോ ആലപ്പുഴയിലോ?'

'ഉച്ചകഴിഞ്ഞ് തിരിച്ചെത്തി.

അവന്റെ സ്വരത്തിൽ നേരിയ പരിഭ്രമമുണ്ടെന്ന് അവൾക്കു മനസ്സി ലായി. ഭാര്യ അടുത്തെവിടെയെങ്കിലും കാണും.

'ഗുരുവായൂർ യാത്ര നമുക്ക് ഒരാഴ്ചത്തേക്ക് മാറ്റിവെക്കാം. എനിക്ക് നാളെ വീട്ടിലേക്കൊന്നു പോണം. ഒരു എമർജൻസി.' അവൾ പറഞ്ഞു.

'എവിടെയാണ് പൂജയുടെ വീട്?'

ആശ്വാസത്തോടെ അവൻ ചോദിച്ചു.

'പള്ളിക്കൽ എന്നു പറയും. കായംകുളത്തിനടുത്താണ്. അമ്മയ്ക്ക് ലിവറിന് പ്രോബ്ലമുണ്ട്. ട്രാൻസ്പ്ലാന്റേഷനുവേണ്ടി വെയിറ്റ് ചെയ്യുക യായിരുന്നു. യോജിച്ച ഒരു ഡോണറെ കിട്ടിയിട്ടുണ്ടെന്ന് കുറച്ചുമുമ്പ് മെസേജ് വന്നു.' അവൾ പറഞ്ഞു.

'നാളെ എപ്പോഴാണ് പോകുന്നത്?'

'രാവിലെ പോകും. ട്രാൻസ്പ്ലാന്റേഷനു ഹോസ്പിറ്റലിൽ ഏതാണ്ട് മുപ്പത്തഞ്ചുലക്ഷം രൂപയോളം ചെലവു വരുമെന്നാണ് അറിഞ്ഞത്. ഞങ്ങൾ മാക്സിമം ട്രൈ ചെയ്തിട്ട് ഇരുപത്തിയഞ്ചിനടുത്ത് ഒപ്പിക്കാനേ കഴിഞ്ഞുള്ളൂ.'

അവൾ വിളിച്ചതെന്തിനാണെന്ന് അനുരാഗിന് പെട്ടെന്ന് പിടികിട്ടി.

'ഒരു പത്തുലക്ഷം രൂപ കടമായി തന്ന് സഹായിക്കാമോ? ആറുമാ സത്തെ കാലാവധി തരണം. നാട്ടിൽ കുറച്ചുഭൂമിയുണ്ട്. വിറ്റാൽ എഴുപ ത്തിയഞ്ച് ലക്ഷമെങ്കിലും കിട്ടും. അതു വിൽക്കാനുള്ള സാവകാശമാണ് ആറുമാസം.'

'ഇപ്പോൾ എനിക്കൊന്നും പറയാൻ കഴിയില്ല. നാളെ ഓഫീസിൽ ചെന്ന് ചോദിച്ചിട്ട് വിവരം പറയാം' അവൻ പറഞ്ഞു.

'അതുമതി. ഞാനെന്റെ ബാങ്ക് അക്കൗണ്ട് ഡീറ്റെയിൽസ് ഇപ്പോൾ

ത്തന്നെ വാട്സാപ്പിൽ അയക്കാം.'

'ശരി.'

'അനുരാഗ് എന്നെ സഹായിച്ചാൽ ഒരു കാര്യത്തിൽ ഞാൻ ഉറപ്പ് തരാം. പ്രസീദയെ കുറിച്ചുള്ള എന്റെ അന്വേഷണം ഞാൻ അവസാനിപ്പിക്കും. അവൾ എവിടെയെങ്കിലും പോയി തുലയട്ടെ. ഞാനെന്തിന് വെറുതെ...'

'താങ്ക്സ് പൂജാ...നാളെ ഉച്ചയോടെ ഞാൻ വിളിക്കാം.'

സംസാരം അവസാനിപ്പിക്കാനായിരുന്നു അവന് തിടുക്കം. പല്ലവി ഇതുവല്ലതും കേട്ടുകൊണ്ട് വന്നാൽ...

പിറ്റേന്ന് രാവിലെ ആർ.കെ അസോസിയേറ്റ്സിന്റെ ഓഫീസിൽ ചെന്ന് പൂജയെക്കുറിച്ച് അവൻ ഗോപിനാഥിനോട് പറഞ്ഞു. അയാൾ എല്ലാം ശ്രദ്ധയോടെ കേട്ടിരുന്നു.

'അവൾ പ്രസീദയുടെ കൂട്ടുകാരി തന്നെയാണോ?' അയാൾ ചോദിച്ചു

'അതെ. ഞാനും പ്രസീദയും കൂടിയുള്ള കുറെയുള്ള ഫോട്ടോകൾ പൂജയുടെ കൈയിലുണ്ട്. പ്രസീദ അവൾക്ക് അയച്ചുകൊടുത്തത്.'

'പത്തുലക്ഷം കൊടുത്താൽ അവൾ ഒഴിഞ്ഞുപോകുമോ?'

'പോകുമെന്നാണ് പറഞ്ഞത്.'

'ശരി. രണ്ടുദിവസത്തെ താമസം വരുമെന്ന് അവളോട് പറ. കഴിയുന്നത്ര നീട്ടിക്കൊണ്ടുപോകണം. വേറെന്തെങ്കിലും വഴിയുണ്ടോ അവളെ ഒഴിവാക്കാൻ എന്ന് നോക്കണം.'

അനുരാഗ് അതുകേട്ട് ഞെട്ടി.

'അയ്യോ വേണ്ട അങ്കിൾ. അവളെ ഇല്ലായ്മ ചെയ്യണ്ട. അത് നമുക്കു തന്നെ ദോഷമായി വരും.' അവൻ പറഞ്ഞു.

'എന്തായാലും മിട്ടുമോൻ ഇപ്പോൾ പോ. അങ്കിൾ ഒന്ന് ആലോചിക്കട്ടെ.' ഗോപിനാഥ് പറഞ്ഞു.

സമാധാനത്തോടെയാണ് അനുരാഗ് പോയത്. പണം കൊടുത്ത് ഗോപിയങ്കിൾ അവളെ പറഞ്ഞുവിടും.

പിറ്റേന്ന് രാവിലെ ഗായത്രിദേവിയെ കാണാൻ ഗോപിനാഥ് ബംഗ്ലാവിലേക്ക് വന്നു. ആ സമയത്ത് അനുരാഗ് അവിടെ ഉണ്ടായിരുന്നില്ല.

'എന്താ ഗോപീ വിശേഷം?'

ഗായത്രീദേവി അയാളെ സ്വീകരിച്ച് ഇരുത്തി.

'മുമ്പ് പലതവണ മിട്ടുമോൻ പലതരം അപകടങ്ങളിൽ ചെന്നുപെട്ടിട്ടുണ്ട്. അപ്പോഴൊക്കെ മോനെ ഞാൻ അതിൽനിന്നൊക്കെ പണം കൊടുത്തോ ഭീഷണിപ്പെടുത്തിയോ ബലം പ്രയോഗിച്ചോ രക്ഷപ്പെടുത്തിയിട്ടുണ്ട്. ഏടത്തി വിഷമിക്കരുത് എന്നു വിചാരിച്ചാണ് അതൊന്നും

അറിയിക്കാതിരുന്നത്. പക്ഷേ ഇപ്പോൾ....'

'ഇപ്പോൾ എന്താണ് സംഭവിച്ചത്?' ഉദ്വേഗത്തോടെ ഗായത്രീദേവി ചോദിച്ചു.

'പത്തുലക്ഷംരൂപ ആവശ്യപ്പെട്ട് പൂജ എന്നൊരു പെൺകുട്ടി മിട്ടു മോനെ സമീപിച്ചിരിക്കുന്നു.

'എന്തിന്?' ഞെട്ടലോടെ ഗായത്രീദേവി ചോദിച്ചു.

'വേണ്ട ഏടത്തീ. ഞാനത് പണം കൊടുത്ത് മിട്ടുമോനെ സേവ് ചെയ്തോളാം.' ഗോപിനാഥ് പോകാനായി എഴുന്നേറ്റു.

'ഇരിക്കവിടെ.' ഗായത്രീദേവി ആജ്ഞാപിച്ചു.

ഗോപിനാഥ് പെട്ടെന്ന് ഇരുന്നു.

ഏഴ്

ഗായത്രീദേവിയുടെയും ഗോപിനാഥിന്റെയും കണ്ണുകൾ പരസ്പരം കൂട്ടിമുട്ടി. ആ സ്ത്രീയുടെ കണ്ണുകളിൽനിന്ന് തീ പാറുന്നുണ്ടെന്ന് അയാൾക്കു തോന്നി.

'മിട്ടുവിനെക്കുറിച്ച് ഗോപി ഇതുവരെ എന്തെങ്കിലും എന്നിൽനിന്നും മറച്ചുവച്ചിട്ടുണ്ടെങ്കിൽ അതു തെറ്റുതന്നെയാണ്. കാരണം അവനെ നേർവഴിക്കു നടത്താനുള്ള അവസരങ്ങൾ നീ നഷ്ടപ്പെടുത്തുകയാണ് ചെയ്തത്.' ഗോപിനാഥ് മിണ്ടിയില്ല.

'അതുപോട്ടെ. ആരാണ് ഈ പൂജ?' ഗായത്രീദേവി ചോദിച്ചു.

'എനിക്ക് നേരിട്ടറിയില്ല. മിട്ടുമോൻ പറഞ്ഞ അറിവേ ഉള്ളു. പ്രസീദ എന്ന പെണ്ണിന്റെ കൂട്ടുകാരിയാണ്.'

'ആരാണ് പ്രസീദ?'

'മിട്ടുമോന്റെ ഗേൾഫ്രണ്ടായിരുന്നു.'

ഗായത്രീദേവി അയാളുടെ മുഖത്തേക്ക് തറപ്പിച്ചുനോക്കി.

'അവളുടെ കൂട്ടുകാരി എന്തിനാണ് മിട്ടുവിനോട് പത്തുലക്ഷം ആവശ്യപ്പെടുന്നത്.?'

'കഴിഞ്ഞതിന്റെ തൊട്ടുമുമ്പുള്ള മാസം ഇരുപത്തിയഞ്ചാംതീയ്യതി പ്രസീദ മരിച്ചു.'

'അതുകൊണ്ട്?'

'അന്നുരാത്രി മിട്ടുമോന്റെ കൂടെ നമ്മുടെ ഹോട്ടലിൽ ഉണ്ടായിരുന്നു.'

അറിയാതെ ഗായത്രീദേവി ഒന്നു ഞെട്ടി.

'ഗോപീ നീയെന്താണീ പറയുന്നത്?'

'അവൾ ജാർഖണ്ഡിലെ ഒരു കോളേജിലാണ് പഠിച്ചിരുന്നത്. ഒരു കൂട്ടുകാരിയുടെ കല്യാണത്തിൽ പങ്കെടുക്കാൻ അവൾ ചേർത്തലയിൽ വന്നിട്ടുണ്ടായിരുന്നു. അവിടെച്ചെന്നാണ് മോൻ അവളെ കൊണ്ടുവന്നത്.'

'ജാർഖണ്ഡിലുള്ള അവളെ അവന് എങ്ങനെയാണ് പരിചയം?'

'ഡിഗ്രിക്ക് ഇവിടെ കോളേജിലാണ് പഠിച്ചത്. അന്നത്തെ പരിചയമാണ്.' ഗോപിനാഥ് പറഞ്ഞു

'അവൾ എങ്ങനെയാണ് മരിച്ചത്?' വിശ്വാസം വരാതെ ഗായത്രീദേവി ചോദിച്ചു.

'അറിയില്ല. വെളുപ്പായപ്പോൾ മോൻ എന്നെ വിളിച്ചു. ഞാൻ ചെന്നപ്പോഴേക്കും ഹോട്ടലിലുണ്ടായിരുന്ന ഒരു ഡോക്ടർ അവളെ പരിശോധിച്ചപ്പോൾ ജീവനില്ലെന്നാണ് പറഞ്ഞത്.'

'അവൾ എങ്ങനെയാണ് മരിച്ചതെന്നാണ് എനിക്കറിയേണ്ടത്?'അവരുടെ ശബ്ദം ഉയർന്നു.

'അറിയില്ലെന്നാണ് മോൻ പറഞ്ഞത്. പുലർച്ചെ ഉണർന്നപ്പോൾ അവൾക്ക് അനക്കമില്ലായിരുന്നു.'

'എന്നിട്ട് അവളുടെ ബോഡി എന്തു ചെയ്തു?'

'കടലിൽ ഒത്തിരി ഉള്ളിൽ കൊണ്ടുചെന്ന് കളയാൻ ഞാൻ ഏർപ്പാടു ചെയ്തു. അങ്ങനെ അവർ...'

'അവൾക്ക് ബന്ധുക്കളാരുമില്ലേ?'

'അടുത്ത ബന്ധുക്കളാരുമില്ലെന്നാണ് മോൻ പറഞ്ഞത്. ഈ പൂജ ജാർഖണ്ഡിൽ അവളുടെ കൂട്ടുകാരിയായിരുന്നു. അവൾ മിട്ടുവിനെ കാണാൻ വരുന്ന കാര്യം അവളോട് പറഞ്ഞിട്ടുണ്ടായിരുന്നു.' ഗോപിനാഥ് പറഞ്ഞു.

നിറകണ്ണുകളോടെ ഗായത്രീദേവി ഇരുന്നു.

'മിട്ടുമോനെ കണ്ട് അവൾ സംസാരിച്ചു. അവൾക്ക് എന്തോ സംശയം തോന്നിയിട്ടുണ്ട്. അതാണ് പണം ചോദിച്ചത്. അല്ലെങ്കിൽ പോലീസിൽ കംപ്ലെയിന്റ് കൊടുക്കുമെന്ന് ഭീഷണി.'

സാരിത്തുമ്പുകൊണ്ട് അവർ കണ്ണുകൾ ഒപ്പി.

'ബോഡി കടലിൽ കളഞ്ഞാലും തിരിച്ചുവരില്ലേ?'

'വരും. നാലാംനാൾ വന്നു. തൃക്കുന്നപ്പുഴ കടപ്പുറത്ത്. ശരീരം മീൻ തിന്ന് വികൃതമായിരുന്നു. ലോക്കൽ പോലീസ് കേസ് രജിസ്റ്റർ ചെയ്തിട്ടുണ്ട്. വസ്ത്രത്തിന്റെ അവശിഷ്ടവും എടുത്തുവച്ചിട്ടുണ്ട്.'

ഗോപിനാഥ് പറഞ്ഞു.

'അവളുടെ വീട്ടുകാർ അന്വേഷിച്ചില്ലേ ഇത്രനാളായിട്ടും?'

അവൾ നാട്ടിൽ വന്ന കാര്യം ആർക്കും അറിയില്ല. കൂട്ടുകാരിക്കല്ലാതെ. അതാണ് അവൾ അവിടുന്ന് തിരക്കി വന്നത്.'

'അവൾ എങ്ങനെയാണ് മരിച്ചത്?'

'അറിയില്ല.'

'മിട്ടുവിന് എന്തെങ്കിലും അബദ്ധം പറ്റിയതാണോ?'

'ചോദിച്ചിട്ട് മിട്ടുമോന് ഒരു ഓർമ്മയുമില്ല. രാത്രിയിൽ ശരിക്ക് മദ്യപിച്ചിട്ടുണ്ടായിരുന്നു.'

ഗായത്രീദേവി ഒരുനിമിഷം ആലോചിച്ച് ഇരുന്നു.

'ചോദിച്ച കാശ് കൊടുത്ത് അവളെ മടക്കി അയക്കുന്നതല്ലേ നല്ലത്. അവൾ കംപ്ലെയിന്റ് കൊടുത്താൽ ആ നിമിഷം മിട്ടുമോനെ പോലീസ് വന്ന് അറസ്റ്റ് ചെയ്യും. കൊലപാതകക്കേസിൽ ജാമ്യം കിട്ടാനൊക്കെ ബുദ്ധിമുട്ടായിരിക്കും.' ഗോപിനാഥ് പറഞ്ഞു.

'അവൻ തെറ്റു ചെയ്തിട്ടുണ്ടെങ്കിൽ അതിനുള്ള ശിക്ഷ അനുഭവിക്കുക തന്നെ വേണം. എന്തായാലും പണം ഉടൻ കൊടുക്കണ്ട. ഒരാഴ്ച സമയം വേണമെന്ന് പറയൂ. എനിക്ക് അവനോട് സംസാരിക്കണം.'

'മിട്ടുമോൻ എവിടെപ്പോയി?'

'രണ്ടുപേരും കൂടി അമ്പലത്തിൽ പോയതാ. ഗോപി പൊയ്ക്കോളൂ. ഇനി എന്തുണ്ടായാലും എന്നെ അറിയിക്കണം. മനസ്സിലായില്ലേ?'

'ഞാൻ പറയാം.'

ഗോപിനാഥ് എഴുന്നേറ്റ് പുറത്തേക്ക് നടന്നു. അയാളുടെ അംഗരക്ഷകർ കാറിനടുത്ത് കാത്തുനിൽക്കുന്നുണ്ടായിരുന്നു. രണ്ടുപേരും മാറി മാറിയാണ് കാറോടിക്കുന്നത്.

'സുമിത്രേ...' ഗായത്രീദേവി ഉറക്കെ വിളിച്ചു.

കാത്തുനിന്നിരുന്നതുപോലെ അവൾ അവരുടെ അടുത്തേക്ക് ചെന്നു.

'വെള്ളം വേണം. വല്ലാത്ത പരവേശം.'

സുമിത്ര ദയനീയഭാവത്തിൽ അവരെയൊന്നു നോക്കി.

'കേട്ടതെല്ലാം ശരിയാവണമെന്നില്ല ഏടത്തീ.' അവൾ പറഞ്ഞു.

'തീയില്ലാതെ പുകയുണ്ടാകുമോ സുമിത്രേ. പക്ഷേ എന്റെ മോൻ... അവനിങ്ങനെ...വിശ്വസിക്കാൻ വയ്യ.' ഗായത്രീദേവിയുടെ കണ്ണുകൾ നിറഞ്ഞൊഴുകി.

'ഞാൻ വെള്ളം കൊണ്ടുവരാം.'

സുമിത്ര പോയി ഒരു ഗ്ലാസ് നിറയെ തണുത്ത വെള്ളം കൊണ്ടുവന്നു. ഗായത്രീദേവി അതു വാങ്ങി ഒരു വീർപ്പിൽ വലിച്ചുകുടിച്ചു.

'മിട്ടുമോനെ മാത്രം കുറ്റം പറയണ്ട.'

'പിന്നെ?'

'ഒത്താശ ചെയ്തുകൊടുക്കാൻ പിന്നിൽ ആളുണ്ടായിട്ടല്ലേ.'

ഗായത്രീദേവി മിണ്ടിയില്ല.

അല്പനേരം കഴിഞ്ഞപ്പോൾ അനുരാഗിന്റെ കാർ മുറ്റത്തുവന്നു നിൽക്കുന്ന ശബ്ദം അവർ കേട്ടു. സുമിത്ര ചെന്ന് വാതിൽ തുറന്നു കൊടുത്തു. ഉല്ലാസവതിയായാണ് പല്ലവി കാറിൽനിന്നിറങ്ങിയത്. പക്ഷേ അനുരാഗിന്റെ മുഖത്ത് ഒട്ടും പ്രസന്നത ഇല്ലായിരുന്നു.

'ആന്റീ ഇതാ പ്രസാദം.' ഇലച്ചീന്തിലെ ചന്ദനവും പൂവുമായി സുമിത്രയുടെ അടുത്തേക്ക് പല്ലവി ചെന്നു.

'വേണ്ട മോളേ...ഞാൻ കുളിച്ചതല്ലല്ലോ.'

'എങ്കിൽ പോട്ടെ.' അവൾ പിന്നെ ഗായത്രീദേവിയുടെ അടുത്തേക്കാണ് ചെന്നത്.

'അമ്മ രാവിലെ കുളിച്ചതാണല്ലോ.'

'ഇപ്പോൾ വേണ്ട മോളേ. അതു പൂജാമുറിയിൽ വച്ചിരുന്നാൽ മതി.'

'ശരി അമ്മേ...'

അവൾ പൂജാമുറിയിലേക്കു പോയി. അപ്പോഴാണ് അനുരാഗ് കയറി വന്നത്. അവൻ ഗായത്രീദേവിക്ക് മുഖം കൊടുക്കാതെ സ്റ്റെയർകേസിന് നേരെ നടന്നു.

'നിൽക്ക്...'

പിന്നിൽനിന്ന് അമ്മയുടെ മൂർച്ചയുള്ള വിളി കേട്ടപ്പോൾ അവൻ പെട്ടെന്ന് നിന്നു. ഗായത്രീദേവി അവന്റെ അടുത്തേക്ക് ചെന്നു.

'എന്റെ മുഖത്തേക്കു നോക്ക്.' അവർ പറഞ്ഞു.

അനുരാഗ് മെല്ലെ മുഖം തിരിച്ച് ഗായത്രീദേവിയെ നോക്കി.

'ആരാണ് പ്രസീദ?'

അവൻ ഒന്നു ഞെട്ടി.

'അവൾ എങ്ങനെയാണ് മരിച്ചത്?'

'എനിക്കറിയില്ലമ്മേ.'

'നിനക്കറിയില്ലേ...പിന്നെ ആർക്കാടാ അറിയുന്നത്? പറയെടാ.'

ഗായത്രീദേവി അവനെ തലങ്ങനെയും വിലങ്ങനെയും തല്ലി. ഭ്രാന്തു പിടിച്ചതുപോലെയായിരുന്നു അപ്പോൾ അവരുടെ പെരുമാറ്റം.

'നിന്നെ ലാളിച്ചുവളർത്തിയത് ഇതിനായിരുന്നോടാ. സകലതും തുലച്ചുകളഞ്ഞില്ലേ നീ....'

സുമിത്ര ഓടിവന്ന് ഗായത്രീദേവിയെ തടഞ്ഞു.

'ഏടത്തീ എന്തായീ ചെയ്യുന്നേ. വിടൂ. ഇതുവരെ ഒരു ഈർക്കിലെടുത്തുപോലും തല്ലിയിട്ടില്ലാത്ത മിട്ടുമോനെ...'

'അല്ല സുമിത്രേ...ഞാനിവനെ തല്ലിക്കൊല്ലും. ഇങ്ങനൊരു മോനെ എനിക്കു വേണ്ട.' ബഹളം കേട്ട് പൂജാമുറിയിൽനിന്ന് പല്ലവി പാഞ്ഞു വന്നു. അമ്മയുടെ അടി മുഴുവൻ ഒന്നും മിണ്ടാതെ ഏറ്റുവാങ്ങുന്ന അനുരാഗിനെ കണ്ട് അവൾ ഞെട്ടി.

'അമ്മേ..എന്താണമ്മേ ഇത്. എന്തിനാ അനുവിനെ....?' അവൾ പാഞ്ഞുചെന്ന അമ്മയുടെയും മകന്റെയും ഇടയിൽ കയറിനിന്നു.

'മാറിനില്ല് മോളേ. ഇവനെ എത്ര തല്ലിയാലും എനിക്ക് തൃപ്തി വരത്തില്ല. മഹാപാപിയാ ഇവൻ...മഹാപാപി.'

ഒരുവിധത്തിൽ അവനെ പല്ലവി രക്ഷിച്ചെടുത്ത് അവിടെനിന്നും കൊണ്ടുപോയി.

'എന്താ അനൂ...എന്താണ് സംഭവിച്ചത്?' അവൾ വേവലാതിയോടെ അവനോട് ചോദിച്ചു.

'അമ്മ പറഞ്ഞതുകേട്ടില്ലേ. ഞാനൊരു പാപിയാണ്. മഹാപാപി.' ഇടറുന്നസ്വരത്തിൽ അനുരാഗ് പറഞ്ഞു.

'അതിനുംമാത്രം എന്തു പാപം ചെയ്തു അനു?'

'ഒരുപാട്...ഒരുപാട്...' അവനു കരച്ചിൽ വന്നു.

'വാ...നമുക്ക് റൂമിലേക്ക് പോകാം.'

അവനെ താങ്ങിപ്പിടിച്ച് പല്ലവി സ്റ്റേയർകേസ് കയറി മുകളിലുള്ള അവരുടെ മുറിയിലേക്കു പോയി.

'കിടക്കണോ?'

അവന്റെ തളർച്ച കണ്ട് അവൾ ചോദിച്ചു.

'ഉം.'

അവൾ അവനെ ബെഡ്ഡിലേക്ക് കിടത്തി. ഗായത്രീദേവിയുടെ അടികളേറ്റ് അവന്റെ ചുണ്ടുകൾ പൊട്ടിയിരുന്നു. കവിളുകൾ കരുവാളിച്ചിരുന്നു. കഴുത്തിൽ നഖംകൊണ്ട് മുറിവു പറ്റിയിരുന്നു.

'അനൂ...' അവൾ വിളിച്ചു.

അവൻ കണ്ണുകളടച്ചുകിടന്നതല്ലാതെ ഒന്നു മൂളുകപോലും ചെയ്തില്ല

'ഞാനിപ്പം വരാം.'

അവൾ വേഗം മുറിയിൽനിന്നിറങ്ങി താഴേക്കു ചെന്നു. എന്താണ് സംഭവിച്ചതെന്ന് അമ്മയോട് ചോദിച്ചാൽ അറിയാൻ പറ്റുമല്ലോ. താഴെ ചെന്നപ്പോൾ ഗായത്രീദേവി അവിടെയുണ്ടായിരുന്നില്ല. അവരുടെ മുറിയിലേക്ക് ചെന്നപ്പോൾ വാതിൽ അടച്ചിരുന്നു.

അനുപല്ലവി

'അമ്മേ...' അവൾ കതകിൽ മുട്ടിവിളിച്ചു.

പ്രതികരണം ഉണ്ടായില്ല.

'അമ്മേ...അമ്മേ...' അവൾ അല്പംകൂടി ഉറക്കെ വിളിച്ചു.

വാതിൽ തുറക്കപ്പെട്ടില്ല. തള്ളിനോക്കിയപ്പോൾ അത് ഉള്ളിൽനിന്നും പൂട്ടിയിരിക്കുന്നു.

അവൾ പിന്നെ സുമിത്രയുടെ അടുത്തേക്കാണ് ചെന്നത്. സുമിത്ര കിച്ചണിൽ ഉണ്ടായിരുന്നു.

'ആന്റീ...'

അവൾ വന്നതെന്തിനാണെന്ന് സുമിത്രയ്ക്ക് മനസ്സിലായി.

'കുറച്ചുമുമ്പ് ഗോപിസാർ വന്നിരുന്നു മോളേ. ദേവിയേടത്തിയോട് എന്തൊക്കെയോ പറഞ്ഞു. മിട്ടുമോനെക്കുറിച്ചാണ്. അതുകേട്ടപ്പോൾ ദേവിയേടത്തിക്ക് വലിയ വിഷമമായി. അപ്പോഴാ നിങ്ങൾ വന്നത്...'

'ഗോപിയങ്കിൾ എന്താണ് അമ്മയോട് പറഞ്ഞത്?'

'ഞാൻ ശരിക്കു കേട്ടില്ല. മോൻ എന്തോ അബദ്ധം കാണിച്ചു എന്നു മാത്രമേ എനിക്കു മനസ്സിലായുള്ളു.'

സുമിത്രയിൽനിന്ന് കൂടുതലൊന്നും കിട്ടില്ലെന്ന് അവൾക്കു തോന്നി. ഗോപിയങ്കിളിനോട് ചോദിക്കുക മാത്രമേയുള്ളു നിവൃത്തി. താഴത്തെ മുറിയിൽ ആർകെ അസോസിയേറ്റ്സിന്റെ ഒരു ഡയറി വച്ചിരിക്കുന്നത് കണ്ട ഓർമ്മ വന്നു. അവൾ ചെന്ന് അതെടുത്തു നോക്കി.

ഗോപിനാഥിന്റെ നമ്പർ അതിൽനിന്ന് അവൾക്കു കിട്ടി. ആ നമ്പറിലേക്ക് അവൾ ലാന്റ് ഫോണിൽനിന്ന് വിളിച്ചു. സ്വന്തം മൊബൈലിൽനിന്നു വിളിച്ചാൽ അയാൾ കോൾ എടുത്തില്ലെങ്കിലോ...അവൾ പ്രതീക്ഷിച്ചതുപോലെ അയാൾ ഉടനെ ഫോൺഎടുത്തു.

'ഹലോ...'

'അങ്കിൾ ഇതു ഞാനാ പല്ലവി.' താൻ വിളിക്കുമെന്ന് അയാൾ പ്രതീക്ഷിച്ചുകാണില്ലെന്ന് അവൾക്കു തോന്നി.

'എന്താ മോളേ?'

'അങ്കിൾ വന്നിട്ടുപോയശേഷം അനുവിന്റെ അമ്മ വല്ലാതെ ഡിസ്റ്റർബ്ഡ് ആണ്. അനുവിനെ ശരിക്കും തല്ലുകയും ചെയ്തു. എന്താണ് കാരണം?'

'അതു ഞാൻ ദേവിയേടത്തിയോട് വിശദമായി പറഞ്ഞിട്ടുണ്ട്. സോറി മോളേ ഞാനിപ്പോൾ ബിസിയാണ്.'

പെട്ടെന്ന് കോൾ കട്ട് ആയി.

ആ വഴിയും അടഞ്ഞു.

അന്നുച്ചയ്ക്ക് സുമിത്ര മൂന്നുപേരേയും ഭക്ഷണം കഴിക്കാൻ ചെന്നു വിളിച്ചെങ്കിലും ആരും ചെന്നില്ല. മുറിയടച്ച് എല്ലാവരും കിടപ്പായിരുന്നു.

രാത്രിയിലും ആരും കഴിച്ചില്ല. അമ്മയും മകനും പരസ്പരം കണ്ട തുമില്ല. സംസാരിച്ചതുമില്ല. അനുരാഗിനോട് പല്ലവി സംസാരിക്കാൻ പല വട്ടം ശ്രമിച്ചെങ്കിലും അവൻ മൗനവ്രതത്തിലായിരുന്നു. പിറ്റേന്നും ആരും തമ്മിൽ കാണുകയോ മിണ്ടുകയോ ചെയ്തില്ല. പല്ലവി ഉരുകുന്ന മന സ്സുമായി നടന്നു.

'അനൂ... നമുക്കൊരു യാത്ര പോയാലോ?' അവൾ അനുരാഗിനോട് ചോദിച്ചു.

'എങ്ങോട്ട്?'

'രാവിലെ പോയിട്ട് പിറ്റേന്ന് വരുന്ന ദൂരത്തിൽ ഏതെങ്കിലും മതി.'

അവൾ പറഞ്ഞു.

'പോകാം.' അവൻ സമ്മതിച്ചു.

വീട്ടിൽനിന്ന് ഒന്നു മാറിനിന്നാൽ മാനസികാവസ്ഥയ്ക്ക് ഒരു അയവു വരുമെന്ന അവൾക്കു തോന്നി. അവൾ ഗായത്രീദേവിയുടെ അടുത്തേക്ക് ചെന്നു. കരഞ്ഞുകലങ്ങിയ കണ്ണുകളുമായി കിടക്കുകയായിരുന്നു അവർ.

'അമ്മേ അനുവും ഞാനുംകൂടി ഒരു ചെറിയ യാത്ര പോവുകയാ ണ്.' അവൾ പറഞ്ഞു.

'ഉം.' അവർ ഒന്നുമൂളി.

'ചെന്നിട്ട് വിളിക്കാം.'

രണ്ടുദിവസത്തെ താമസത്തിനുവേണ്ടി അനുരാഗിന്റെയും അവളു ടേയും ഡ്രസ്സ് അവൾ ഒരു ബാഗിലെടുത്തുവച്ചു.

'കന്യാകുമാരിക്കു പോയാലോ?' അവൾ ചോദിച്ചു.

'ഉം.' അവൻ മൂളി.

'ഒരു റൂം ബുക്ക് ചെയ്യണമല്ലോ. ഏതെങ്കിലും നല്ല ഹോട്ടലിൽ.'

'ഓഫീസിൽ വിളിച്ച് ഞാൻ മദനഗോപാലനങ്കിളിനോട് പറയാം.'

അതുവേണ്ട. ഞാൻ അച്ഛനോട് പറയാം.'

അവൾ ബാലകൃഷ്ണൻനായരെ വിളിച്ചു കന്യാകുമാരി യാത്രയെ ക്കുറിച്ച് പറഞ്ഞു.

'അച്ഛാ അവിടെ ഒരു റൂം വേണം.'

'അതു ഞാൻ അറേഞ്ച് ചെയ്യാം. നിങ്ങൾ യാത്ര തുടങ്ങിക്കോ.'

അദ്ദേഹം പറഞ്ഞു.

പല്ലവി ബാഗെടുത്ത് കൊണ്ടുവന്നു. കാറിന്റെ ബാക്ക് സീറ്റിൽ വച്ചു. അനുരാഗ് അപ്പോഴും മൂകനും ദുഃഖിതനുമായിരുന്നു.

'ഞാൻ ഡ്രൈവ് ചെയ്യട്ടെ?' പല്ലവി ചോദിച്ചു.

'ഇത്രയും ദൂരം പോവണ്ടേ. നമുക്ക് ഒരു ഡ്രൈവറെ വിളിക്കാം.' അവൻ പറഞ്ഞു.

'വേണ്ടാ. നമുക്കൊരു പ്രൈവസി കിട്ടില്ല. നമുക്ക് മാറിമാറി ഓടിക്കാം.' അവൾ പറഞ്ഞു.

അനുരാഗ് പിന്നെ എതിർത്തില്ല. പല്ലവിയാണ് കാർ ഡ്രൈവ് ചെയ്തത്. കേരളത്തിന്റെ അതിർത്തി കടന്നപ്പോഴേക്കും അവന് കുറച്ച് ഉന്മേഷം കിട്ടി.

'ഇനി ഞാനോടിക്കാം.'

'അവൾ സ്റ്റിയറിംഗ് വീലിന്റെ പിന്നിൽനിന്നു മാറിക്കൊടുത്തു.

കന്യാകുമാരിയിൽ ചെന്നപ്പോൾ ഉച്ചകഴിഞ്ഞു. നാലമുണി. ഏറ്റവും നല്ല ഹോട്ടലിൽത്തന്നെയാണ് റൂം കിട്ടിയത്. ബാൽക്കണിയിൽനിന്നു കൊണ്ട് നോക്കിയാൽ കടലിൽ വിവേകാനന്ദ സ്മാരകവും തിരുവള്ളുവർ പ്രതിമയും കാണാമായിരുന്നു.

രാത്രിയിൽ ഭക്ഷണം കഴിഞ്ഞ് പല്ലവിയുടെ മടിയിൽ തലവച്ച് അനുരാഗ് കിടന്നു. അവൾ അവന്റെ മുടിക്കുള്ളിലൂടെ വിരൽ കടത്തി ഇരുന്നു.

'ഇനി എന്നോട് പറ. എന്താണ് സംഭവിച്ചത്?' മൃദുസ്വരത്തിൽ അവൾ പറഞ്ഞു.

അവൻ ഒരുനിമിഷം കണ്ണുകളടച്ചുകിടന്നു. പിന്നെ പ്രസീദയെക്കുറിച്ച് പറഞ്ഞു.

എല്ലാംകേട്ട് അവൾ സ്തബ്ധയായി ഇരുന്നു.

'ഞാൻ അവളെ കൊന്നിട്ടില്ല...സത്യമാണ് പറയുന്നത്. ഞാനതു ചെയ്തിട്ടില്ല.'

അനുരാഗ് ചെറിയ കുട്ടിയെപ്പോലെ കരഞ്ഞു. അവൾ നിലാവു വീണ കടലിലേക്ക് നോക്കി ഒരു പ്രതിമയെപ്പോലെ ഇരുന്നു.

***

വൈകുന്നേരം അഞ്ചുമണി കഴിഞ്ഞിട്ടായിരുന്നു കലക്ടറുടെ യാത്രയയപ്പ് സൽക്കാരം. രാഹുലിന്റെ കലക്ടർ വ്യവസായ വകുപ്പ് സെക്രട്ടറിയായി തിരുവനന്തപുരത്തേക്ക് നിയമനം കിട്ടി പോകുന്നു.

ചായസൽക്കാരം നടക്കുമ്പോൾ അദ്ദേഹം രാഹുലിനെ അടുത്തേക്ക് വിളിച്ചു. 'എ ഗ്ലാഡ് ന്യൂസ് ഫോർ യു...'

'എന്താണ് സാർ?'

'തനിക്ക് ഒരു ട്രാൻസ്ഫർ വേണമെന്ന് കുറേനാളായി പറയുന്നില്ലേ... മനപൂർവ്വമാ ഞാനതു ടേക്ക് അപ്പ് ചെയ്യാഞ്ഞത്. കാരണം എനിക്ക്

തന്നെ ഇവിടെ വേണമായിരുന്നു.' അദ്ദേഹം രാഹുലിനെ നോക്കി പുഞ്ചിരിച്ചു.

'നൗ അയാം ലീവിംഗ്ദിസ് ഓഫീസ്. അതുകൊണ്ട് തനിക്കും പോകാം. പോസ്റ്റിംഗ് ഓർഡർ നാളെയോ മറ്റന്നാളോ വരും. എന്റെ റക്കമന്റേഷൻ ചീഫ് സെക്രട്ടറിയുടെ ഓഫീസിൽ അക്സപ്റ്റ് ചെയ്തിട്ടുണ്ട്.'

'എവിടേക്കാണ് സാർ?'

'ദൂരെ ഏതെങ്കിലും ഡിസ്ട്രിക്ടിലേക്ക് പോയാൽ കൊള്ളാമെന്നല്ലേ താൻ പറഞ്ഞത്. പക്ഷേ അതുമാത്രം നടക്കില്ല. പോസ്റ്റിംഗ് ആലപ്പുഴയിലാണ്.'

ആലപ്പുഴ...അവിടെ പല്ലവിയുണ്ട്.

അതുവേണ്ടായിരുന്നു. പക്ഷേ അവിടേക്ക് വിട്ടാൽ പോകാൻ വയ്യാ എന്ന് ഇനി പറയാൻ വയ്യ.

'താങ്ക്യു സാർ.'

പിറ്റേന്ന് രാഹുലിന് ട്രാൻസ്ഫർ ഓർഡർ കിട്ടി. ആലപ്പുഴ കലക്ട്രേറ്റിലേക്ക്.

അന്നു വൈകുന്നേരം ഓഫീസിൽനിന്ന് ചെന്നപ്പോൾത്തന്നെ അയാൾ ഗിരിജാകുമാരിയോട് അക്കാര്യം പറഞ്ഞു. ഞെട്ടലോടെ അവർ അയാളെ നോക്കി.

'പോയാൽ അവിടെ താമസിക്കേണ്ടിവരില്ലേ?'

'അല്ലാതെ പറ്റില്ലല്ലോ. ഇരുപത്തിനാലുമണിക്കൂറും ഡിസ്ട്രിക്ട് ഹെഡ് ക്വാർട്ടേഴ്സിൽ ഉണ്ടായേ പറ്റൂ.'

'നീ മനഃപൂർവ്വം ചോദിച്ചുവാങ്ങിച്ചതാണോ മോനേ ഈ ട്രാൻസ്ഫർ?' വേദനയോടെ ഗിരിജാകുമാരി ചോദിച്ചു.

'ആണെങ്കിൽതന്നെ എന്നെ കുറ്റം പറയാൻ പറ്റുമോ? ഇതൊരു വീടാണോ? മൂന്നു താമസക്കാർ. മൂന്നുപേരും പരസ്പരം ഹൃദയം തുറന്ന് സംസാരിക്കാറുണ്ടോ? അമ്മയ്ക്ക് അച്ഛനെ പേടി. അച്ഛന് എന്നോട് ദേഷ്യം. എനിക്ക് അച്ഛനോട് പക. എനിക്കിനി പിടിച്ചുനിൽക്കാൻ പറ്റാത്തതുകൊണ്ടാ. അമ്മയെന്നോട് ക്ഷമിക്കണം.'

'ആഴ്ചയിലൊരിക്കൽ നീ വരില്ലേ മോനേ.'

'വരും. അക്കാര്യത്തിൽ അമ്മ വേവലാതിപ്പെടരുത്.'

പിറ്റേന്ന് രാവിലെയാണ് ശിവദാസിനോട് രാഹുൽ ഇക്കാര്യം പറഞ്ഞത്. 'എനിക്ക് ആലപ്പുഴയ്ക്ക് ട്രാൻസ്ഫറായി. ഇന്നുതന്നെ ജോയിൻ ചെയ്യണം.'

'ഉം.' ശിവദാസ് ഒന്നുമൂളി.

കൂടുതൽ ചോദ്യവും പറച്ചിലും ഉണ്ടായില്ല.

അന്നുതന്നെ രാഹുൽ ആലപ്പുഴയ്ക്ക് പുറപ്പെട്ടു. പല്ലവി അവിടെയുണ്ടെന്നു കരുതി ആലപ്പുഴയെ പേടിക്കേണ്ട കാര്യമൊന്നുമില്ല. ചെറുപ്പക്കാരിയും സമർത്ഥയുമായ സ്ത്രീയായിരുന്നു ആലപ്പുഴ കലക്ടർ.

'കൊല്ലം ഹോം ഡിസ്ട്രിക്ട് ആയിരുന്നല്ലോ. പിന്നെന്താ അവിടുന്ന് പോകണമെന്ന് തോന്നിയത്.' ചാർജ്ജെടുക്കാൻ ചെന്നപ്പോൾ പുഞ്ചിരിയോടെ കലക്ടർ ചോദിച്ചു.

'ചില പേഴ്സണൽ പ്രഫറൻസസ്.'

പുഞ്ചിരിയോടെ രാഹുൽ പറഞ്ഞു.

'അയാം ഹാപ്പി യു കെയിം ഹിയർ. എ.ജെ.സാർ നല്ല സപ്പോർട്ടാണ് രാഹുലിനെക്കുറിച്ച് തന്നത്. കുറെ ചലഞ്ചസ് ഉണ്ട്. നെവർ മൈൻഡ്. നമുക്കത് ഓവർകം ചെയ്യാവുന്നതേയുള്ളു. സോ ഹാർട്ടി വെൽക്കം.'

കലക്ടർ പറഞ്ഞു.

'താങ്ക്യു മാഡം.'

താമസിക്കാൻ ഒരു സ്ഥലം കണ്ടുപിടിക്കുക എന്നതായിരുന്നു അടുത്ത പ്രശ്നം. ഓഫീസിലെ സൂപ്രണ്ട് അതിനും വഴി കണ്ടെത്തി. അദ്ദേഹത്തിന്റെ ഏർപ്പാടിൽ ശവക്കോട്ടപ്പാലത്തിന്റെ അടുത്ത് ഒരു ഇടത്തരം വാടക വീട് കിട്ടി. രാത്രിയിൽ അയാൾ ഗിരിജാകുമാരിയെ വിളിച്ചു.

'അമ്മേ കുഴപ്പമൊന്നുമില്ല. നല്ല ഓഫീസാണ്. താമസിക്കാൻ ഒരു വീടും കിട്ടി.'

'പക്ഷേ ആഹാരമൊക്കെ?'

'തൽക്കാലം പുറത്തുനിന്ന് കഴിക്കേണ്ടിവരും. അതുകഴിഞ്ഞ് വേറെ എന്തെങ്കിലും അറേഞ്ച്മെന്റ്സ് ചെയ്യാം.'

ഓഫീസിലേക്ക് പോകുമ്പോഴും വരുമ്പോഴും ടൗണിലൂടെ മറ്റ് ആവശ്യങ്ങൾക്ക് യാത്ര ചെയ്യുമ്പോഴും അറിയാതെ രാഹുലിന്റെ കണ്ണുകൾ ഒരു മുഖത്തിനുവേണ്ടി പരതി. പക്ഷേ കണ്ടതേയില്ല.

പിറ്റേന്നു വൈകുന്നേരം ജോലിത്തിരക്ക് കുറവായിരുന്നതിനാൽ നാലഞ്ച് ഷർട്ട് വാങ്ങാമെന്നു കരുതി അയാൾ ഒരു ടെക്സ്റ്റൈൽ ഷോപ്പിലേക്ക് പോയി. നല്ല തിരക്കുണ്ടായിരുന്നു കടയിൽ. നാൽപത് സൈസിന്റെ ഫുൾ സ്ലീവ് തെരഞ്ഞുകൊണ്ട് നിൽക്കുമ്പോഴാണ് ആരോ അടുത്തു വന്നു നിൽക്കുന്നതുപോലെ തോന്നിയത്. മുഖം തിരിച്ചുനോക്കിയപ്പോൾ പല്ലവിയും ഒരു ചെറുപ്പക്കാരനും. കൂടെയുള്ളത് അനുരാഗാണെന്ന് അയാൾ ഊഹിച്ചു.

'രാഹുലേട്ടാ...സർപ്രൈസ് ആയിരിക്കുന്നല്ലോ.'

അവൾ സന്തോഷത്തോടെ പറഞ്ഞു.

'എനിക്ക് ഇവിടേക്ക് ട്രാൻസ്ഫറായി. ഇന്നലെയാണ് ജോയിൻ ചെയ്തത്.' അത്ഭുതം വിടാതെ അയാൾ പറഞ്ഞു.

'ഇത് അനുരാഗ്.' അവൾ പരിചയപ്പെടുത്തി. രാഹുലും അനുരാഗും കൈപിടിച്ച് കുലുക്കി.

'പല്ലവിയാണ് രാഹുലാണെന്ന് തോന്നുന്നു, ഷർട്ട് സെലക്ട് ചെയ്യുന്നുണ്ട് എന്ന് പറഞ്ഞത്. ഞാൻ പറഞ്ഞു പോയി നോക്കാമെന്ന്.' സൗഹൃദത്തോടെ അനുരാഗ് പറഞ്ഞു.

അവർ അല്പനേരം വിശേഷങ്ങൾ കൈമാറി.

'ഒരുദിവസം വീട്ടിലേക്ക് വരണം.' അനുരാഗ് ക്ഷണിച്ചു.

'വരാം.' രാഹുൽ സമ്മതിച്ചു.

'ശരി രാഹുലേട്ടാ. കാണാം.' പല്ലവി പറഞ്ഞു.

അവർ രണ്ടുപേരും പോകുന്നത് നോക്കി ഒരുനിമിഷം രാഹുൽ നിന്നു. നല്ല ജോഡികൾ. അയാൾ മനസ്സിൽ പറഞ്ഞു. അവൾ സന്തോഷവതിയായി ഇരിക്കട്ടെ. അതാണ് പ്രധാനം. ഒരു നെടുവീർപ്പോടെ അയാൾ ഷർട്ടുകൾ തിരയാൻ തുടങ്ങി.

***

പൂജ മൊബൈൽ എടുത്തുനോക്കി.

അനുരാഗിന്റെ ഒരു മെസേജും വന്നിട്ടില്ല. പണം തരാൻ നാലഞ്ചുദിവസത്തെ സമയം വേണമെന്ന് രണ്ടുദിവസം മുമ്പ് ഒരു മെസേജ് വന്നിരുന്നു. പിന്നെ വിവരമൊന്നും ഇല്ല.

പുറത്തുപോയി ഒന്ന് ചുറ്റിയടിച്ചിട്ട് വരാം. റൂമിൽത്തന്നെ ഇരിക്കുന്നത് മഹാബോറാണ്.

ബാഗ് തുറന്ന്വച്ച് അവൾ ഡ്രസ്സ് തിരയുമ്പോഴാണ് മൊബൈൽ ബെല്ലടിച്ചത്. എടുത്തു നോക്കിയപ്പോൾ അനുരാഗ്.

'ഹലോ സ്വപ്നസുന്ദരാ.' അവൾ പ്രേമപരവശയെപ്പോലെ കോൾ എടുത്തു.

'പൂജ എവിടെയുണ്ട് ഇപ്പോൾ?'

'ഞാൻ ഇവിടെത്തന്നെയുണ്ട്. വേറെ എങ്ങോട്ടുപോകാൻ.'

'അതല്ല. റൂമിലുണ്ടോ അതോ വെളിയിൽ പോയിരിക്കുകയാണോ എന്നറിയാൻ ചോദിച്ചതാണ്.' അവൻ പറഞ്ഞു.

'ഇപ്പോൾ റൂമിലുണ്ട്. പത്തുമിനിറ്റ് കഴിഞ്ഞാൽ പുറത്തേക്ക് പോകും. നമുക്ക് ഒന്ന് കണ്ടാലോ. കുറച്ചുനേരം അനുരാഗിന്റെ മുമ്പിലിരിക്കുന്നതുതന്നെ ഒരു സുഖമാണ്.'

'ഞാനിപ്പോൾ ബിസിയാണല്ലോ.'

'ശരി. നാളെ മതി. ഞാൻ ചോദിച്ച കാഷ്...'

'രണ്ടുദിവസത്തിനകം തരാം.'

'പിന്നൊരാഗ്രഹം കൂടിയുണ്ട്. ഗുരുവായൂർ യാത്ര. അതും വേണം.' അവൾ പറഞ്ഞു.

'നോക്കട്ടെ.'

വാതിലിൽ ആരോ അപ്പോൾ മുട്ടി.

'ശരി. പിന്നെ വിളിക്കാം.' കോൾ കട്ട് ചെയ്തിട്ട് അവൾ ചെന്ന് വാതിൽ തുറന്നു.

'കൊച്ചിനെ കാണാൻ ഒരാൾ വന്നിരിക്കുന്നു.' ശാരദ പറഞ്ഞു.

ആരായിരിക്കും? പൂജ താഴേക്ക് ഇറങ്ങിച്ചെന്നു. സ്വീകരണമുറിയിൽ സുന്ദരിയായ ഒരു പെൺകുട്ടി ഇരിക്കുന്നുണ്ടായിരുന്നു. അവൾക്ക് ആളിനെ മനസ്സിലായില്ല.

'എന്റെ പേര് പല്ലവി. അനുരാഗിന്റെ വൈഫാണ്.'

അവൾ മെല്ലെ എഴുന്നേറ്റു.

പൂജ ഞെട്ടലോടെ നിന്നു.

എട്ട്

പല്ലവിയും പൂജയും പരസ്പരം കണ്ണുകളിലേക്ക് നോക്കി ഒരുനിമിഷം നിന്നു. രണ്ടുപേരും തമ്മിൽ കാണുകയായിരുന്നില്ല. അന്യോന്യം അളക്കുകയായിരുന്നു.

'പൂജ അല്ലേ?' പല്ലവി ചോദിച്ചു.

'അതെ.'

'സംസാരിക്കാനുണ്ട്. അതിനാ ഞാൻ വന്നത്. ഇരിക്കൂ.'

പല്ലവിയുടെ ആജ്ഞയുടെ ഒരു ധ്വനിയുണ്ടെന്ന് പൂജയ്ക്ക് തോന്നി. ഒട്ടും വിട്ടുകൊടുക്കാൻ അവളും തയ്യാറായിരുന്നില്ല.

'എന്തു സംസാരിക്കാൻ.' ഉദാസീനഭാവത്തിൽ അവൾ ചോദിച്ചു.

'ഇരിക്കൂ. പറയാം.' പൂജ എതിർവശത്തുണ്ടായിരുന്ന കസേരയിൽ ഇരുന്നു.

ശാരദ അപ്പോൾ ആ മുറിയിൽ ഉണ്ടായിരുന്നു. രണ്ടുപേരേയും ഒന്നു നോക്കിയിട്ട് അവർ സ്ഥലം വിട്ടു.

'മരിച്ചുപോയ പ്രസീദയുടെ കൂട്ടുകാരിയാണോ നിങ്ങൾ?'

'അവൾ മരിച്ച വിവരം ബന്ധുക്കളാരും അറിഞ്ഞില്ലേ?'

'അവൾക്കങ്ങനെ കാര്യമായ ബന്ധുക്കളൊന്നുമില്ല.'

'പിന്നെ അവളുടെ പഠനച്ചെലവൊക്കെ എങ്ങനെയാണ് നടന്നിരുന്നത്?'

'അവൾക്കൊരു പാർട്ട് ടൈം ജോബ് ഉണ്ടായിരുന്നു. അതുകൂടാതെ ഞങ്ങൾ ഫ്രണ്ട്സൊക്കെ സപ്പോർട്ട് ചെയ്യുമാരുന്നു.'

അത്ര താല്പര്യമില്ലാത്ത മട്ടിലാണ് പൂജ മറുപടി പറഞ്ഞുകൊണ്ടിരുന്നത്.

'പ്രസീദയെ കാണാതായതിന് അനുരാഗ് എന്തിന് നിങ്ങൾക്ക് പത്തു ലക്ഷം രൂപ തരണം?' പല്ലവി ചോദിച്ചു.

'പത്തുലക്ഷം വേണമെന്ന് ഞാനാരോടും പറഞ്ഞിട്ടില്ല.'

പൂജ നിഷേധിച്ചു.

'ചോദിച്ചിട്ടുണ്ടെങ്കിൽ അത് ബ്ലാക്ക് മെയിലിംഗ് ആണ്.'

'ഞാൻ ആരോടും പണം ആവശ്യപ്പെട്ടിട്ടില്ല.' പൂജ പിന്നെയും പറഞ്ഞു

കയ്യിലുണ്ടായിരുന്ന ഹാൻഡ്ബാഗ് തുറന്ന് പല്ലവി അതിൽനിന്ന് ഒരു മൊബൈൽ സെറ്റെടുത്ത് ഉയർത്തിക്കാട്ടി.

'ഇത് അനുരാഗിന്റേതാണ്. നിങ്ങൾ തമ്മിലുള്ള സംഭാഷണം മുഴുവൻ ഇതിൽ റിക്കോർഡ് ചെയ്തിട്ടുണ്ട്. കേൾക്കണോ.'

അറിയാതെ പൂജയുടെ മുഖം ഒന്നു വിളറി.

'പണം ട്രാൻസ്ഫർ ചെയ്യേണ്ട ബാങ്ക് അക്കൗണ്ട് നമ്പർ നിങ്ങൾ അനുരാഗിന്റെ വാട്സാപ്പിലേക്ക് അയച്ചുകൊടുത്തിട്ടുണ്ട്. ശരിയല്ലേ?'

'അതെ. അതിനിപ്പം എന്താ കുഴപ്പം?' പെട്ടെന്ന് കൂസലില്ലാതെ പൂജ ചോദിച്ചു.

'നിങ്ങൾക്കെന്തിന് അനുരാഗ് പത്തുലക്ഷം തരണം?'

'അതിന്റെ കാരണം അനുരാഗിന് അറിയാം.'

'എനിക്ക് അതറിഞ്ഞേ പറ്റൂ.'

'നിങ്ങളുടെ ഹസ്ബന്റിനോട് ചോദിച്ചാൽ മതിയല്ലോ.'

'അനുരാഗിന് കാരണമറിയില്ല. അതുകൊണ്ടാണ് ഞാൻ ചോദിക്കാൻ വന്നത്.'

പൂജ അവളെ നോക്കി.

'പ്രസീദ കാണാതായതിന്റെ തലേന്ന് രാത്രി മുഴുവൻ നിങ്ങളുടെ ഹസ്ബന്റിന്റെ കൂടെയുണ്ടായിരുന്നു. പിറ്റേന്ന് രാവിലെ അവൾക്ക് എന്തു സംഭവിച്ചു എന്നു പറയാൻ അയാൾ ബാദ്ധ്യസ്ഥനാണ്.'

'നിങ്ങൾക്ക് പത്തുലക്ഷം തന്നാൽ ആ ബാദ്ധ്യത ഇല്ലാതാകുമോ?'

'ഞാൻ പോലീസിൽ കംപ്ലെയിന്റ് കൊടുക്കുകയില്ല.'

'നാളെയൊരിക്കൽ അവളുടെ അച്ഛനോ അമ്മയോ സഹോദരങ്ങളോ അവളെ അന്വേഷിച്ച് വന്നാലോ?' പല്ലവി ചോദിച്ചു.

'വരില്ല.'

'അതെങ്ങനെ ഉറപ്പിക്കാം.'

'അവൾക്ക് ബന്ധുക്കൾ ഇല്ല.'

'ശരി. അവളുടെ അകന്ന ബന്ധുക്കൾ ആരെങ്കിലും കാണാതിരിക്കില്ല. അവരുടെ പേരോ വീട്ടുപേരോ സ്ഥലമോ പറയൂ.'

പല്ലവി ആവശ്യപ്പെട്ടു.

'എനിക്കറിയില്ല.'

'അപ്പോൾ നിങ്ങൾ അവളുടെ കൂട്ടുകാരിയല്ല. തട്ടിപ്പിനിറങ്ങിയ ഒരുത്തിയാണ്.'

പൂജ കയ്യിലുണ്ടായിരുന്ന മൊബൈലിലെ വാട്സാപ്പ് തുറന്ന് കുറെ ഫോട്ടോകൾ പല്ലവിയെ കാണിച്ചു. അനുരാഗിന്റെയും പ്രസീദയുടെയും ചിത്രങ്ങളായിരുന്നു അത്.

അന്നുരാത്രി അവൾ എടുത്ത സെൽഫികൾ എനിക്കയച്ചുതന്നതാണ്. ഞാൻ അവളുടെ ക്ലോസ് ഫ്രണ്ടായതുകൊണ്ട് എനിക്കയച്ചുതന്നതാണ്.'

ഒന്നും മിണ്ടാനാവാതെ പല്ലവി ഒരുനിമിഷം ഇരുന്നു.

'ഒരുപക്ഷേ പ്രസീദ നാളെ തിരിച്ചുവന്നാലോ?'

പെട്ടെന്ന് അവൾ ചോദിച്ചു.

'തിരിച്ചുവരില്ല. അവൾ മരിച്ചു. നിങ്ങളുടെ ഭർത്താവ് അവളെ കൊന്നു.'

പല്ലവി ഒരുനിമിഷം തരിച്ചിരുന്നുപോയി.

'അതു നിങ്ങൾക്കെങ്ങിനെ അറിയാം?'

'ജീവിച്ചിരിപ്പുണ്ടായിരുന്നുവെങ്കിൽ അവൾ എന്നെ വിളിക്കാതിരിക്കില്ല. അവൾക്കെന്നെ വിളിക്കാതിരിക്കാൻ പറ്റില്ല.'

'എന്തിന്...എന്തിന് അനുരാഗ് അവളെ കൊല്ലണം?'

'അത് അയാൾക്കേ അറിയൂ. ചിലപ്പോൾ മനഃപൂർവ്വം. അല്ലങ്കിൽ കയ്യബദ്ധം. എന്തുതന്നെയായാലും അവൾ ഇന്ന് ജീവിച്ചിരിപ്പില്ല.'

പല്ലവി ഒന്നും പറയാനില്ലാതെ ഇരുന്നു.

'കോടികളുടെ സ്വത്തുള്ളവരാണ് നിങ്ങൾ. വെറും പത്തുലക്ഷം രൂപയാണ് ഞാൻ ചോദിച്ചത്. നിഷ്പ്രയാസം നിങ്ങൾക്കത് തരാൻ കഴിയും.

പണം കിട്ടിയാൽ പിന്നെ ഞാൻ ഈ നാട്ടിലേക്ക് വരില്ല.'

പൂജ പറഞ്ഞു. അവൾ പല്ലവിയുടെ മുഖത്തേക്കു ഒന്ന് നോക്കി.

'ഒരു കോടി ചോദിച്ചാലും നിങ്ങൾക്കത് തരേണ്ടിവരുമായിരുന്നു. പക്ഷേ, എനിക്കത്രെയും പണം ആവശ്യമില്ല. നിങ്ങളുടെ വിവാഹം കഴിഞ്ഞിട്ട് ഒരുമാസം പോലുമായില്ല. മധുവിധു തീരുംമുമ്പേ നവവരൻ ജയിലിലാകുന്നത് നാട്ടുകാർക്ക് ഒരു ചൂടുള്ള വാർത്തയായിരിക്കും.'

പല്ലവിക്ക് മിണ്ടാൻ കഴിഞ്ഞില്ല.

'ഇനി കൂടുതലായി എനിക്കൊന്നും പറയാനില്ല. നിങ്ങൾക്കു പോകാം.'

പൂജ എഴുന്നേറ്റു കോണിപ്പടി കയറി മുകളിലേക്കു പോയി. മുറിയിൽ ചെന്ന് ജനാലയിലൂടെ വെളിയിലേക്ക് നോക്കിയപ്പോൾ പല്ലവി ഗേറ്റ് തുറന്ന് വെളിയിലേക്കിറങ്ങി അപ്രത്യക്ഷയാകുന്നത് അവൾ കണ്ടു.

അവൾ ഉടൻ മൊബൈൽ എടുത്ത് ഒരു നമ്പറിൽ വിളിച്ചു. ഗോപിനാഥിന്റെ നമ്പർ ആയിരുന്നു അത്.

'എന്താ പൂജാ?' അയാൾ പെട്ടെന്ന് കോൾ എടുത്തു.

'അനുരാഗിന്റെ ഭാര്യ ഇപ്പോഴെന്നെ കാണാൻ ഇവിടെ വീട്ടിൽ വന്നു.'

'എന്തിന്? അയാൾ ജാഗ്രതയോടെ തിരക്കി.

രണ്ടുപേരും തമ്മിൽ നടന്ന സംഭാഷണം അവൾ ചുരുക്കി പറഞ്ഞു കൊടുത്തു.

'നീയെവിടെയാണ് താമസിക്കുന്നത് എന്ന് അവൾ എങ്ങനെ കണ്ടുപിടിച്ചു?'

'അറിയില്ല സാർ. എന്നെ ഫോളോ ചെയ്തുകാണും. ഇന്നലെയും മിനിഞ്ഞാന്നുമൊക്കെ ഞാൻ ടൗണിലും ബീച്ചിലുമൊക്കെ പോയിരുന്നു.'

'അതുസാരമില്ല. അവൾക്ക് നിന്നെ ഒന്നും ചെയ്യാൻ പറ്റത്തില്ല. കാരണം തുറുപ്പുചീട്ട് നിന്റെ കയ്യിലാണ്.'

'പത്തുലക്ഷം രൂപ കുറഞ്ഞുപോയില്ലേ സാർ?' അവൾ ചോദിച്ചു.

'അത് ഒരു തുടക്കം മാത്രം. കുറച്ചുദിവസം കഴിഞ്ഞ് നമ്മൾ അടുത്ത പത്തു ചോദിക്കും. തരാതിരിക്കാൻ പറ്റില്ല. അങ്ങനെ തുടർന്നുകൊണ്ടേയിരിക്കും.'

'ശരി സാർ.'

'എന്തെങ്കിലും പുതിയ സംഭവവികാസമുണ്ടായാൽ എന്നെ അറിയിക്കണം.'

'അറിയിക്കാം സാർ.' പെട്ടെന്ന് കോൾ കട്ട് ആയി. പൂജ ആലോചനയോടെ ബെഡ്ഡിലേക്ക് ഇരുന്നു.

***

അനുപല്ലവി

പല്ലവിയുടെ മടിയിൽ തലവച്ച് അനുരാഗ് കിടന്നു. അവൾ അവന്റെ മുടിക്കുള്ളിലൂടെ വിരലോടിച്ചു.

'പല്ലവീ...' അവൻ വിളിച്ചു.

'ഉം.'

'ഞാനൊരു കാര്യം ചോദിച്ചാൽ സത്യം പറയുമോ?'

'ഞാൻ കള്ളം പറയുകയില്ല അനൂ.'

'എന്നെ ഉപേക്ഷിച്ചുപോകണമെന്ന് നിനക്ക് തോന്നുന്നില്ലേ?' അവൻ ചോദിച്ചു.

'ഇല്ല.'

'നിന്റെ വീട്ടുകാരെ വിഷമിപ്പിക്കണ്ടാ എന്ന് വിചാരിച്ചുമാത്രമല്ലേ എല്ലാം സഹിച്ചു നീയിവിടെ കഴിയുന്നത്.'

'അല്ല അനൂ.'

'കല്യാണം കഴിഞ്ഞ് മാസം ഒന്നു കഴിയുംമുമ്പേ ഭാര്യയും ഭർത്താവും വേർപിരിഞ്ഞു എന്നറിഞ്ഞാൽ നാട്ടുകാരും ബന്ധുക്കളുമൊക്കെ പരിഹസിക്കും. അതു പേടിച്ചല്ലേ നീ...'

'അല്ല അനൂ. എന്തിനാണ് ഇങ്ങനെയൊക്കെ സംശയിക്കുന്നത്?' അവൾ ചോദിച്ചു.

'വിവാഹത്തിനുമുമ്പേ പല പെൺകുട്ടികളുമായി ബന്ധമുണ്ടായിരുന്ന ഒരാൾ. ഒരു പെണ്ണിന്റെ മരണത്തിന് ഉത്തരവാദി. ഇപ്പോൾ പണത്തിനു വേണ്ടി ഭീഷണിക്ക് വിധേയനായവൻ. അങ്ങനെയുള്ള ഒരു പുരുഷനെ ഒരു പെണ്ണും ഇഷ്ടപ്പെടുകയില്ല. സ്നേഹിക്കുകയുമില്ല. പിന്നെ നീയെന്തിനാണ്...'

അനുരാഗിന്റെ സ്വരം അറിയാതെ ഇടറി.

'അഗ്നിസാക്ഷിയായി എന്റെ കഴുത്തിൽ പവിത്രമായ താലി ചാർത്തിയവനാണ് അനു. എന്റെ ഭർത്താവ്. അദ്ദേഹത്തിന്റെ ഉയർച്ചയിലും താഴ്ചയിലും സന്തോഷത്തിലും ദുഃഖത്തിലും താങ്ങായും തണലായും നിൽക്കേണ്ടവളാണ് ഭാര്യ. അതെന്റെ കടമയാണ്.' അവൾ പറഞ്ഞു.

'കടമയായതുകൊണ്ടു മാത്രമാണോ നീയെന്നെ...'

'ഒരിക്കലുമല്ല. സംസാരിച്ചപ്പോൾ എന്റെ വാക്കുകൾ അങ്ങനെയായിപ്പോയെന്നേയുള്ളൂ. അനുവിനെ ഞാൻ ഉപേക്ഷിക്കില്ല. പോരാടാൻ ഒപ്പം ഉണ്ടാവും ഞാൻ.' അവൾ ദൃഢസ്വരത്തിൽ പറഞ്ഞു.

'എന്റെ പൊന്നേ...' അനുരാഗിന് കരച്ചിൽ വന്നു. അവൻ പെട്ടെന്ന് എഴുന്നേറ്റ് ഇരുന്നു.

'അമ്മയിപ്പോൾ എന്നോട് മിണ്ടുന്നില്ല. നേരെ വന്നാൽപ്പോലും മുഖം

തിരിക്കുന്നു. എനിക്കിത് സഹിക്കാൻപോലും വയ്യ.'

'അനുവിനോടുള്ള ദേഷ്യംകൊണ്ടല്ല, അമ്മയുടെ സങ്കടം അനു കാണണ്ട എന്നു വിചാരിച്ചിട്ടാ.' അവൾ ആശ്വസിപ്പിച്ചു.

'എന്റെ മനസ്സിന് ശാന്തി കിട്ടാൻ ഇനി ഒരേയൊരു വഴി മാത്രമേ മുന്നിലുള്ളു.' അവൻ പറഞ്ഞു.

'എന്തു വഴി?' അവൾ ചോദിച്ചു.

'പോലീസിന് കീഴടങ്ങുക. അവർ എന്നെ കൊണ്ടുപോയി ജയിലിൽ ഇടട്ടെ.'

'ചെയ്യാത്ത കുറ്റത്തിന് അനു ജയിലിൽ കിടക്കണ്ടാ. പ്രസീദ മരിച്ചു. അതൊരു സ്വാഭാവികമരണം ആയിരുന്നില്ലെന്ന് ആരറിഞ്ഞു?'

അവൻ അവളെ മിഴിച്ചുനോക്കി.

'അനുവല്ല അവളുടെ മരണത്തിന് കാരണക്കാരൻ എന്ന് നല്ല വിശ്വാസമില്ലേ?'

'ഉണ്ട്.'

'എങ്കിൽ ഒരു കുറ്റബോധവും വേണ്ട. അഥവാ ഈ സംഭവം പുറത്തറിഞ്ഞാൽ ഒന്നാം പ്രതി ഗോപിനാഥ് ആയിരിക്കും. ബോഡി കൊണ്ടുപോയി കളഞ്ഞതിന്.'

'എന്നെ രക്ഷപ്പെടുത്താൻവേണ്ടിയാണ് അങ്കിൾ അങ്ങനെ ചെയ്തത്.'

'പക്ഷേ രക്ഷപ്പെട്ടില്ലല്ലോ. ഇപ്പോൾ അതൊരു ഭീഷണിയായി തലയ്ക്കുമീതെ നിൽക്കുകയല്ലേ.'

'ശരിയാ.' നിസ്സഹായതയോടെ അവൻ പറഞ്ഞു.

'അനൂ എത്രയും വേഗം നമുക്ക് ഈ പ്രസീദയുടെ ഡീറ്റെയിൽസ് ശേഖരിക്കണം. അവളുടെ വീട് എവിടെയാണ്? അവൾക്ക് ആരൊക്കെയുണ്ട്? അവർക്ക് പൂജയെ അറിയുമോ? എങ്കിലേ ഈ ദുരൂഹതയുടെ ചുരുളഴിക്കാൻ സാധിക്കൂ.'

'അവൾ ഇവിടെ ഡിഗ്രിക്ക് പഠിക്കുമ്പോഴാണ് പരിചയപ്പെടുന്നത്. അന്ന് വിമൻസ് ഹോസ്റ്റലിലായിരുന്നു താമസം. വീടെവിടെയാണെന്നോ വീട്ടിൽ ആരൊക്കെയുണ്ടെന്നോ അവൾ അന്ന് പറഞ്ഞിട്ടില്ല.'

ഹോസ്റ്റലിലോ കോളേജിലോ പോയി അന്വേഷിച്ചാൽ അവളുടെ അഡ്രസ്സ് കിട്ടിയേക്കും. പക്ഷേ നമ്മൾ ചെന്നു ചോദിച്ചാൽ സംശയമുണ്ടാകും. തരണമെന്നില്ല.' അവൾ പറഞ്ഞു.

'പിന്നെ വേറെന്താണ് വഴി?' അവൻ ചോദിച്ചു.

'ഒരു വഴിയുണ്ട്. രാഹുലേട്ടനെ നമുക്ക് ചെന്നു കാണാം. രാഹുലേ

ട്ടന്റെ കണക്ഷൻസ് ഉപയോഗിച്ച് അവളുടെ വീടെവിടെയാണെന്ന് നമുക്ക് കണ്ടുപിടിക്കാം. എന്നിട്ട് നമുക്കവിടെ ചെന്ന് അന്വേഷിക്കാം.'

'അതു നല്ല ഐഡിയ ആണ്. പക്ഷേ നടന്ന സംഭവങ്ങളെല്ലാം തുറന്നു പറയേണ്ടിവരില്ലേ.' അവൻ ആശങ്കയോടെ ചോദിച്ചു.

'ആരെങ്കിലും ഒരാൾ എല്ലാം അറിഞ്ഞിരിക്കട്ടെ. രാഹുലേട്ടനിൽനിന്ന് ഒരു ദ്രോഹവും ഉണ്ടാവുകയില്ല.' അവൾ പറഞ്ഞു.

'എങ്കിൽ നമുക്കൊന്ന് ചെന്നുകാണാം.'

അവൻ സമ്മതിച്ചു.

***

കലക്ടറുടെ കോൺഫറൻസ് തീർന്നപ്പോൾ ഉച്ചയ്ക്ക് പന്ത്രണ്ടര കഴിഞ്ഞു. കടൽഭിത്ത് സംരക്ഷിക്കുന്നതിനെക്കുറിച്ച് ജനപ്രതിനിധികളുമായുള്ള ചർച്ചയായിരുന്നു അത്. കോൺഫറൻസ് കഴിഞ്ഞു. രാഹുൽ സ്വന്തം സീറ്റിൽ വന്ന് മൊബൈൽ എടുത്തുനോക്കിയപ്പോഴാണ് രണ്ട് മിസ്ഡ് കോളുകൾ വന്നു കിടക്കുന്നത് കണ്ടത്. പാലക്കാട് എസ്.പി ശ്രീനാഥിന്റേതായിരുന്നു ആദ്യത്തേത്. രാഹുലിന്റെ അതേ ബാച്ച് ഐ.പി.എസ് ട്രെയിനി. മസൂറി ട്രെയിനിങ്ങ് സെന്ററിൽ വച്ച് സുഹൃത്തുക്കളായവർ. രണ്ടാമത്തേത് അമ്മയുടേതായിരുന്നു. ആദ്യം ഗിരിജാകുമാരിയെയാണ് അയാൾ വിളിച്ചത്.

'എന്താണമ്മേ?'

'തിരക്കിലാണോ നീ?'

'അല്ല. അമ്മ പറയൂ.'

'ഒന്നുമില്ല മോനേ. പുതിയ വീടും താമസവുമൊക്കെ എങ്ങനെയുണ്ട്?'

'കുഴപ്പമൊന്നുമില്ലമ്മേ. ആഹാരം സകലസമയത്തും ഹോട്ടലിൽനിന്ന് കഴിക്കേണ്ടിവരുന്നു. അത്രേയുള്ളു പ്രശ്നം. പക്ഷേ ഇതുവരെ അസുഖമൊന്നും പിടിപെട്ടില്ല.'

'അതെന്റെ പ്രാർത്ഥനകൊണ്ടാ എപ്പഴും അതേക്കുറിച്ചു മാത്രമാ എന്റെ ചിന്ത. ഒരു കുക്കിനെ കിട്ടാൻ വഴിയൊന്നുമില്ലേ?'

'ഞാൻ മാത്രമല്ലേയുള്ളൂ. ഒരാൾക്ക് ഭക്ഷണമുണ്ടാക്കാൻ ഒരു കുക്കിനെ വെയ്ക്കുക എന്നത് അത്ര പ്രായോഗികമല്ല അമ്മേ. മൂന്നാലുപേർ ഉള്ള ഒരു ഫാമിലിയാണെങ്കിൽ ഓക്കെ.' അയാൾ പറഞ്ഞു.

'ഞാൻ കുറെദിവസം നിന്റെ കൂടെ നിൽക്കാം.'

ഗിരിജാകുമാരി പറഞ്ഞു.

'അപ്പോൾ അച്ഛന്റെ കാര്യമോ?'

'കുറച്ചുദിവസം വെളിയിൽനിന്ന് കഴിക്കട്ടെ.'

'അതുവേണ്ട. ഇവിടെ വന്നാൽ പിറ്റേന്ന് അമ്മയ്ക്ക് തിരിച്ചുപോകേണ്ടിവരും.'

'എന്നാൽ ഞാൻ വേറൊരു കാര്യം പറയട്ടെ?'

'എന്താണ്?'

'നീ ഒരു കല്യാണം കഴിക്ക്. നിനക്ക് ഇഷ്ടം തോന്നുന്ന ഒരു പെൺകുട്ടിയെ. ഇനി ഇവിടന്ന് ഒരു എതിർപ്പും ഉണ്ടാവത്തില്ല.'

ഗിരിജാകുമാരി പറഞ്ഞു.

'അത് ആലോചിക്കാവുന്ന കാര്യമാണ്.' അമ്മയെ സമാധാനിപ്പിക്കാൻ വേണ്ടി രാഹുൽ പറഞ്ഞു.

'എന്നാൽ ഞാനൊന്ന് അന്വേഷിക്കട്ടെ.'ഗിരിജാകുമാരിക്ക് താല്പര്യമായി.

'എനിക്ക് ഇഷ്ടം തോന്നുന്ന പെൺകുട്ടിയെ ഞാനല്ലേ കണ്ടുപിടിക്കേണ്ടത്?' അയാൾ ചോദിച്ചു.

'അതു ഞാൻ ഓർക്കാതെ പറഞ്ഞുപോയതാ മോനേ. എത്രയും വേഗം കണ്ടുപിടിക്കണം. അതുമാത്രമേ എനിക്ക് പറയാനുള്ളു.'

അല്പനേരം കൂടി അമ്മയോട് സംസാരിച്ചിട്ടാണ് രാഹുൽ കോൾ കട്ട് ചെയ്തത്.

അയാൾ പിന്നെ ശ്രീനാഥിനെ വിളിച്ചു.

'രാഹുൽ ഒരു ഹാപ്പി ന്യൂസ്. ഞാൻ അവിടേക്ക് വരുന്നു.'

'ആലപ്പുഴ?'

'യേസ്. ഇന്നലെ പോസ്റ്റിംഗ് ഓർഡർ കിട്ടി. ഇനി ഇടയ്ക്ക് വീട്ടിലൊന്നു പോകാമല്ലോ. ആഴ്ചയിൽ ഒന്നോ രണ്ടോ ദിവസം.'

ശ്രീനാഥിന്റെ വീട് ചേർത്തലയിലാണ്.

'ഗുഡ്. അപ്പോൾ നിഷാന്ത്?'

ആലപ്പുഴ എസ്പിയാണ് നിഷാന്ത് ചതുർവേദി. അയാളും അവരുടെ ബാച്ച്.

'നിഷിയെ കോട്ടയത്താണ് വിടുന്നത്.'

'താൻ വാ. ഞാനിവിടെ ഒറ്റയ്ക്ക് ബോറടിക്കുകയാണ്. താമസസൗകര്യം വേണ്ടേ?'

'വേണം.'

'എന്നാൽ എന്റെ കൂടെ കൂടിക്കോ. ഞാനൊരു ടു ബെഡ് റൂം ഹൗസാണ് എടുത്തിട്ടിരിക്കുന്നത്. രണ്ടുപേർക്ക് സുഖമായി താമസിക്കാം.' രാഹുൽ പറഞ്ഞു.

'ഗുഡ്. അപ്പോൾ ആ പ്രോബ്ലം സോൾവ്ഡ്.'

രാഹുലിന് സന്തോഷം തോന്നി. ഇനി ഓഫീസിൽനിന്ന് വീട്ടിൽ ചെന്നുകഴിഞ്ഞാൽ കൂട്ടിന് ആളുണ്ട്. വിരസമായ ഏകാന്തതയ്ക്ക് ഗുഡ് ബൈ. അല്പനേരം കഴിഞ്ഞപ്പോൾ പല്ലവിയുടെ വിളി വന്നു. അയാൾക്ക് അത്ഭുതം തോന്നി. എന്തിനാണ് അവൾ...എന്തെങ്കിലും കാര്യമില്ലാതെ പല്ലവി വിളിക്കില്ല.

'ഹലോ...' അയാൾ പെട്ടെന്ന് കോൾ എടുത്തു.

'എനിക്ക് ഒരു കാര്യം സംസാരിക്കാനുണ്ട്. തിരക്കിലാണെങ്കിൽ പിന്നെ വിളിക്കാം.' അവൾ പറഞ്ഞു.

'ഞാനിപ്പോൾ ഫ്രീയല്ലല്ലോ പല്ലവീ.'

'അതു സാരമില്ല. രാഹുലേട്ടനെ ഒന്ന് നേരിട്ട് കാണണമെന്ന് ആഗ്രഹമുണ്ട്. അനുരാഗുമൊത്ത് വരാനാണ്.'

'എങ്കിൽ ഒരു കാര്യം ചെയ്യൂ. എന്റെ വീട്ടിലേക്ക് വരൂ. അവിടാകുമ്പോ ഫ്രീയായി സംസാരിക്കാം.' അയാൾ പറഞ്ഞു.

'അതാണ് നല്ലത്.'

'വീട്ടിലെത്തിയിട്ട് ഞാൻ വിളിക്കാം. അപ്പോൾ അനുരാഗിന് വഴി പറഞ്ഞുകൊടുക്കാം.'

'അതുമതി രാഹുലേട്ടാ.' അവൾ കോൾ കട്ട് ചെയ്തു.

എന്തോ തക്കതായ കാരണമുണ്ട്. അല്ലെങ്കിൽ അവർ കാണാൻ വരില്ല.

രാഹുൽ അന്ന് ഓഫീസിൽ നിന്നിറങ്ങിയപ്പോൾ ആറുമണി കഴിഞ്ഞു. അയാൾ നേരെ വീട്ടിലേക്കാണ് പോയത്. കുളികഴിഞ്ഞ് വേഷം മാറിയിട്ട് പല്ലവിയെ വിളിച്ചു.

'അനുരാഗിന് ഫോൺ കൊടുക്കൂ.' അയാൾ പറഞ്ഞു.

അവൾ അനുരാഗിന് ഫോൺ കൊടുത്തു. വീട്ടിലേക്കുള്ള വഴി അയാൾ അവന് പറഞ്ഞുകൊടുത്തു.

അരമണിക്കൂർ കഴിഞ്ഞപ്പോൾ അനുരാഗും പല്ലവിയും വന്നു. അപ്പോൾ സന്ധ്യ കഴിഞ്ഞിരുന്നു. കാറിൽനിന്ന് രണ്ടുപേരും ഇറങ്ങിയപ്പോൾ രാഹുൽ ചെന്ന് അവരെ സ്വീകരിച്ചു.

'വരൂ.' സ്വീകരണമുറിയിൽ അവർ ഇരുന്നു.

'നല്ല വീടാണ്.' അനുരാഗ് ചുറ്റിനും ഒന്നു നോക്കിയിട്ട് പറഞ്ഞു.

'ഫുള്ളി ഫർണിഷ്ഡ് ആണ്. അതുകൊണ്ട് വലിയ ബുദ്ധിമുട്ടില്ലാതെ കയറിത്താമസം നടന്നു.'

'പക്ഷേ, ഒറ്റയ്ക്ക്...' പല്ലവി പറഞ്ഞു.

'നാളെ മുതൽ ഒരു ഫ്രണ്ട് കാണും. അവൻ എ.എസ്.പിയാണ്. പാല

ക്കാട്ടുനിന്ന് ഇങ്ങോട്ട് ട്രാൻസ്ഫർ. എന്തായാലും രണ്ടുപേർക്കും ചായ തരാൻ ഇപ്പോൾ ഒരു നിർവ്വാഹവുമില്ല.'

തമാശമട്ടിൽ രാഹുൽ പറഞ്ഞു.

പല്ലവി ഒന്നു ചിരിച്ചു. അത് ഒരു വിളറിയ ചിരിയായിരുന്നു. അവൾ സന്തോഷവതിയല്ലെന്ന് അയാൾക്കു മനസ്സിലായി.

'ഞങ്ങൾ വന്നത് വളരെ സീരിയസ് ആയ ഒരു കാര്യം പറയാനാണ് രാഹുലേട്ടാ. അതുകേട്ടാൽ മാത്രം പോരാ. ഒരു സഹായവും ചെയ്തു തരണം.' അല്പനേരം പൊതുകാര്യങ്ങൾ സംസാരിച്ചതിനുശേഷം അവൾ പറഞ്ഞു.

'എന്താണ്?'

അനുരാഗും പല്ലവിയും പരസ്പരം ഒന്നു നോക്കി.

'പല്ലവി പറയൂ.' അവൻ അനുവാദം കൊടുത്തു.

'വിവാഹത്തിന് മുമ്പ് അനുരാഗിന് ചില സ്നേഹബന്ധങ്ങൾ ഉണ്ടായിരുന്നു. അതിലൊന്ന് അനുവിനെ ചില അപകടങ്ങളിൽ കൊണ്ടുചെന്ന് ചാടിച്ചു...'

പ്രസീദയെക്കുറിച്ച് തുടക്കംമുതൽ പൂജയുടെ രംഗപ്രവേശം വരെ അവൾ രാഹുലിനോട് വിശദമായി പറഞ്ഞു. അയാൾ എല്ലാം ശ്രദ്ധാപൂർവ്വം കേട്ട് ഇരുന്നു.

'എന്നാണ് ആ കുട്ടി വന്നത്?'

'കഴിഞ്ഞതിന്റെ മുമ്പത്തെ മാസം ഇരുപത്തിയഞ്ചാം തീയ്യതി.'

അനുരാഗ് പറഞ്ഞു.

'അന്ന് പല്ലവിയുടെയും തന്റെയും മോതിരംമാറൽ നടന്ന ദിവസമായിരുന്നല്ലോ എന്ന് പെട്ടെന്ന് രാഹുലിന് ഓർമ്മ വന്നു.

'പിറ്റേന്ന് ധൻബാദ് എക്സ്പ്രസ്സിൽ തിരിച്ചു പോകാൻ ടിക്കറ്റ് റിസർവ്വ് ചെയ്തിരുന്നു. അല്ലേ?' രാഹുൽ ചോദിച്ചു.

'അതെ.'

'ടിക്കറ്റ് ബുക്ക് ചെയ്തപ്പോൾ ആപ്ലിക്കേഷൻഫോമിൽ അവൾ അഡ്രസ്സ് കൊടുത്തിട്ടുണ്ടാവുമല്ലോ. അത് റെയിൽവേയിൽ കാണും. കണ്ടുപിടിക്കാൻ മാർഗ്ഗം ഉണ്ട്.' രാഹുൽ പറഞ്ഞു.

'അതു കിട്ടിയിട്ടു വേണം വീടും തപ്പിച്ചെല്ലാൻ. എങ്കിലേ പൂജയ്ക്ക് ഇതിലുള്ള റോൾ എന്താണെന്ന് കണ്ടുപിടിക്കാൻ പറ്റൂ.'

'തൽക്കാലം അനുരാഗ് സേഫ് ആണ്. അതുകൊണ്ട് ഒരു കാരണവശാലും പണം കൊടുക്കരുത്.' രാഹുൽ ഉപദേശിച്ചു.

'ഇല്ല രാഹുൽ.'

'എന്തായാലും കാര്യങ്ങൾ കുറച്ച് എളുപ്പമാകുമെന്ന് തോന്നുന്നു. നാളെ ശ്രീനാഥ് വരുമല്ലോ. അവൻ പോലീസല്ലേ. അവൻവഴി കാര്യങ്ങൾ നീക്കാം.'

'താങ്ക്യു രാഹുലേട്ടാ.'

കുറച്ചു മനസമാധാനത്തോടെയാണ് പല്ലവിയും അനുരാഗും തിരിച്ചുപോയത്.

പിറ്റേന്നു രാവിലെ അനുരാഗിനെ ഗോപിനാഥ് വിളിച്ചു.

'എന്താ അങ്കിൾ?'

'ആ പൂജ മോനെ വിളിച്ചോ?'

'ഇല്ല.'

'നമ്മൾ ലേറ്റ് ആക്കുന്നത് അപകടമാ. പണം കൊടുത്ത് അവളെ ഒഴിവാക്കുന്നത് ബുദ്ധിപരമായ ഒരു നീക്കമായിരിക്കും.'

'നമുക്ക് അതേക്കുറിച്ച് ആലോചിക്കാം.'

'മോൻ ഒരു വാക്കുപറഞ്ഞാൽ മതി. ഇന്നുതന്നെ അവളുടെ അക്കൗണ്ടിലേക്ക് ഞാൻ പണം ട്രാൻസ്ഫർ ചെയ്യാം.'

'അതല്ല അങ്കിൾ പ്രശ്നം. അമ്മയുടെ സമ്മതമില്ലാതെ എനിക്ക് ഒന്നും പറയാൻ പറ്റില്ല. അമ്മയിപ്പോൾ എന്നോട് സംസാരിക്കാറില്ല. വലിയ ദേഷ്യത്തിലാ എന്നോട്. ഒരുദിവസം കൂടി വെയിറ്റ് ചെയ്യ്. നാളെ ഞാൻ ഒന്ന് ശ്രമിച്ചുനോക്കാം.'

'വൈകാതിരുന്നാൽ മോനുതന്നെ നല്ലത്.'

'ഉം.'

ഗോപിനാഥ് കോൾ കട്ട് ചെയ്തു.

അയാൾ വിളിച്ച കാര്യവും അവൻ പല്ലവിയോട് പറഞ്ഞു.

'അനു പേടിക്കണ്ട. അയാൾ നിർബന്ധിക്കുന്നതിന്റെ കാരണം മനസ്സിലായോ? പോലീസ് കേസുണ്ടായാൽ അയാളേയും അറസ്റ്റു ചെയ്യും. തെളിവ് നശിപ്പിച്ചതിന്. അതായത് ബോഡി കടലിൽ കളഞ്ഞതിന്.'

അവൾ പറഞ്ഞു.

പിറ്റേന്ന് വൈകുന്നേരം പല്ലവിയെ രാഹുൽ വിളിച്ചു.

'ഒരു സർപ്രൈസ് ന്യൂസുണ്ട്.'

'എന്താണ് രാഹുലേട്ടാ?'

'ഇരുപത്തിയാറാംതീയ്യതി വെളുപ്പിന് പ്രസീദ മരിച്ചുകിടക്കുന്നത് കണ്ടു എന്നല്ലേ അനുരാഗ് പറഞ്ഞത്.'

'അതെ.'

'പക്ഷേ അന്ന് രാവിലെയുള്ള ധൻബാദ് എക്സ്പ്രസ്സിൽ റിസർവ്വ്

ചെയ്ത ടിക്കറ്റ് ഉപയോഗിച്ച് അവൾ മടങ്ങിപ്പോയിട്ടുണ്ട്.'

അയാൾ പറഞ്ഞു.

'അതെങ്ങനെ?' വിശ്വാസം വരാതെ അവൾ ചോദിച്ചു.

'റെയിൽവേയിൽ ആൾമാറാട്ടം നടത്തുക അത്ര എളുപ്പമല്ല. അന്നത്തെ റിസർവേഷൻ ചാർട്ടിൽ ആ ബർത്ത് വേക്കന്റ് അല്ല. അവൾ യാത്ര ചെയ്തിട്ടുണ്ട്. ഐഡന്റിഫിക്കേഷനുവേണ്ടി അവളുടെ ആധാർ കാർഡാണ് കാണിച്ചിരിക്കുന്നത്. ചാർട്ടിൽ ആധാർ നമ്പർ രേഖപ്പെടുത്തിയിട്ടുണ്ട്.' മൊബൈൽ ചെവിയോട് ചേർത്തുപിടിച്ച് പല്ലവി മെല്ലെ കസേരയിലേക്ക് ഇരുന്നു.

ഒൻപത്

വിശ്വാസം വരാതെ പല്ലവിയുടെ മുഖത്തേക്ക് അനുരാഗ് തുറിച്ചുനോക്കി.

'അവൾ മരിച്ചിട്ടില്ലെന്നോ...നീ എന്തു ഭ്രാന്താ പല്ലവീ ഇപ്പറയുന്നത്.'

'പ്രസീദ മരിച്ചിട്ടില്ല. അന്നു രാവിലെയുള്ള ധൻബാദ് എക്സ്പ്രസ്സിൽ അവൾ ജാർഖണ്ഡിലേക്ക് പോയിട്ടുണ്ട്. കുറച്ചു മുമ്പ് രാഹുലേട്ടനാണ് ഇക്കാര്യം വിളിച്ചുപറഞ്ഞത്.'

'അവൾ വണ്ടിയിൽ പോയിട്ടുണ്ടെന്ന് രാഹുൽ എങ്ങനെയറിഞ്ഞു?'

'ആ വണ്ടിയുടെ അന്നത്തെ റിസർവേഷൻ ചാർട്ട് പരിശോധിച്ചിട്ടാണ് പറഞ്ഞത്. സ്വന്തം ആധാർകാർഡ് ഉപയോഗിച്ചാണ് അവൾ തിരിച്ചു പോയത്.'

'രാഹുൽ കള്ളം പറയുമെന്ന് ഞാൻ വിചാരിക്കുന്നില്ല. പക്ഷേ അയാൾ അറിയിച്ച വിവരം തെറ്റാണ്. എവിടെയോ എന്തൊ പിശക് സംഭവിച്ചിട്ടുണ്ട്.' അവൻ ഉറപ്പിച്ചുപറഞ്ഞു.

'ശരിക്കും വെരിഫൈ ചെയ്ത് സത്യമാണെന്ന് ബോധ്യപ്പെടാതെ രാഹുലേട്ടൻ ഇങ്ങനൊരു കാര്യം വിളിച്ചറിയിക്കുമെന്ന് അനുവിന് തോന്നുന്നുണ്ടോ?'

'പക്ഷെ, അവളുടെ ജീവനില്ലാത്ത ബോഡി ഞാൻ കണ്ടതല്ലേ? പോരാത്തതിന് ആ ഡോക്ടർ പരിശോധിച്ചപ്പോഴും അതുതന്നെയാണ് പറഞ്ഞത്.' അവന്റെ വാക്കുകളെ എതിർക്കാനാവാതെ അവൾ നിന്നു.

'അവളുടെ ആധാർ ഉപയോഗിച്ച് വേറേതോ പെണ്ണായിരിക്കും യാത്ര ചെയ്തത്. ഒരുപക്ഷേ, പൂജ. അവളുടെ നാട്ടിലുണ്ടായിരുന്നിരിക്കും.'

'അതിനുസാധ്യതയില്ല. കൂട്ടുകാരി മരിച്ചെന്നറിഞ്ഞാൽ അവൾ തിരിച്ചുപോകുമോ?'

'അപ്പോൾപ്പിന്നെ ടിക്കറ്റ് എക്സാമിനർ എന്തോ തിരിമറി നടത്തി ആ ബർത്ത് ആർക്കോ കൊടുത്തതാണ്. ഏതോ പെണ്ണിന്.'

അനുരാഗ് അങ്ങനെ പറഞ്ഞപ്പോൾ പല്ലവി ആശയക്കുഴപ്പത്തിലായി. അവൾ മരിച്ചു എന്ന് അനുരാഗ് ഉറപ്പിച്ചുപറയുകയാണല്ലോ.

'നമുക്കൊരു കാര്യം ചെയ്യാം. നേരിട്ട് ചെന്ന് രാഹുലിനോട് സംസാരിക്കാം. അപ്പോൾ കാര്യങ്ങൾ കുറച്ചുകൂടെ ക്ലിയറാകും.' അവൻ പറഞ്ഞ ആ അഭിപ്രായത്തോട് അവൾക്കു യോജിപ്പായിരുന്നു.

'നാളെ മതിയോ. ഇപ്പത്തന്നെ സന്ധ്യാകാറായി.' അവൾ പറഞ്ഞു.

'അതുസാരമില്ല. അറിയാതെ ഇന്ന് ഉറങ്ങാൻ പറ്റുമോ? നീ രാഹുലിനെ ഒന്ന് വിളിക്ക്.' അവൻ പറഞ്ഞു.

'അതുവേണ്ട. അനുതന്നെ വിളിക്കൂ. ഇനിയിപ്പോൾ നിങ്ങൾക്കിടയിൽ ഇടനില നിൽക്കാൻ ആരും വേണ്ട.' അനുരാഗ് അപ്പോൾത്തന്നെ മൊബൈൽ എടുത്തു രാഹുലിനെ വിളിച്ചു.

'രാഹുൽ ബിസിയാണോ ഇപ്പോൾ?'

'ആയിരുന്നു. ഇപ്പോൾ കുറച്ചു ഫ്രീയായിട്ടുണ്ട്.' അയാൾ പറഞ്ഞു.

'വളരെ പ്രധാനപ്പെട്ട ഒരു കാര്യം പല്ലവിയോട് പറഞ്ഞല്ലോ. എനിക്കു ചില സംശയങ്ങളുണ്ട്. ഒന്നു നേരിൽ കാണാൻ എപ്പോഴാണ് സമയം?'

അനുരാഗ് ചോദിച്ചു.

'ഞാനിപ്പോൾ വീട്ടിലുണ്ട്. കുളികഴിഞ്ഞ് അരമണിക്കൂറിനുള്ളിൽ ഫുഡ് കഴിക്കാൻ പുറത്തേക്ക് പോകും.'

'രാഹുൽ എവിടെയാണ് ഫുഡ് കഴിക്കാൻ പോകുന്നത്?'

'ബോട്ടുജെട്ടിക്കടുത്ത് ഒരു റസ്റ്റോറന്റുണ്ടല്ലോ. കാവാലം ഫ്ളവേഴ്സ്.'

'ഓ എനിക്കറിയാം. ഞാനവിടെ ഇടയ്ക്കൊക്കെ പോകാറുണ്ട്. ഒരു എട്ടുമണിയാകുമ്പോൾ അവിടെ വന്നാൽ കാണാൻ പറ്റുമോ?'

'തീർച്ചയായും.'

'പല്ലവിയും ഉണ്ടാകും.'

'അതു നല്ലതാണ്.'

'ശരി. എട്ടുമണിക്ക്.'

'ഓക്കെ.' അനുരാഗ് കോൾ കട്ട് ചെയ്ത് പല്ലവിയെ നോക്കി.

'ഇന്ന് എട്ടുമണിയാകുമ്പോൾ...'

'ഉവ്വ്. ഞാൻ കേട്ടു. എന്തായാലും അമ്മയോട് ഞാൻ ഇക്കാര്യം ഒന്നു

പറയട്ടെ. വലിയ ആശ്വാസമായിരിക്കും അമ്മയ്ക്ക്.' അവൾ പറഞ്ഞു.

'വേണ്ട. അറിഞ്ഞതു സത്യമാണോ എന്ന് ഉറപ്പിച്ചിട്ട് മതി. അല്ലെങ്കിൽ വെറുതെ ആശ കൊടുത്തിട്ട്...'

'എന്നാലും എനിക്കിതൊരു കച്ചിത്തുരുമ്പായിട്ടാണ് തോന്നുന്നത്. ഇതിൽ പിടിച്ചുകയറി അനുവിന് രക്ഷപ്പെടാൻ കഴിയും. എന്നിട്ടുവേണം ഒന്ന് നിവർന്നുനിന്ന് ചിലതൊക്കെ ചെയ്യാൻ.'

അവൻ തലകുലുക്കി.

'അതെ പല്ലവീ. നീ ഒപ്പമുണ്ടല്ലോ. എനിക്കതൊരു കരുത്താണ്.'

അനുരാഗ് പറഞ്ഞു. രാത്രിയിൽ പുറത്തുപോയി ഭക്ഷണം കഴിക്കാനായി രണ്ടുപേരും ഒരുങ്ങാൻ തുടങ്ങി.

***

രാഹുൽ കുളി കഴിഞ്ഞു ടൗണിലേക്ക് പോകാൻ വേഷം ധരിക്കുമ്പോഴാണ് ശ്രീനാഥിന്റെ പോലീസ് ജീപ്പ് വന്ന് മുറ്റത്തുനിന്നത്.

'ഇന്നിനി എവിടേക്കെങ്കിലും പോകുന്നുണ്ടോ സാർ.'

ഡ്രൈവർ പ്രകാശൻ ചോദിച്ചു.

'ഇല്ല. പോണെങ്കിൽതന്നെ ഞാനോടിച്ചോളാം വണ്ടി.'

'ശരി. സാർ.'

രണ്ട് ചെറിയ കുട്ടികളടങ്ങിയ കുടുംബമുണ്ട് പ്രകാശിന്. അയാളിനി ബസ്സ് പിടിച്ചുവേണം തകഴിയിലെത്താൻ.

ശ്രീനാഥ് കയറിച്ചെന്നപ്പോഴേക്കും രാഹുൽ വന്ന് മുൻവാതിൽ തുറന്നു.

'എങ്ങോട്ടോ യാത്രയുണ്ടെന്ന് തോന്നുന്നല്ലോ.' പുറത്തേക്ക് പോകാൻ ഒരുങ്ങിനിന്ന രാഹുലിനെ കണ്ട് ശ്രീനാഥ് പറഞ്ഞു.

'ഫുഡ് കഴിക്കാൻ പോകാനാണ്. താൻ ലേറ്റാകുമെന്നാ ഞാൻ വിചാരിച്ചത്.'

'ലേറ്റാകുമെന്നാ വിചാരിച്ചത്. ഒരഞ്ചുമിനിറ്റ്. കുളിക്കുന്ന താമസമേയുള്ളൂ. ഞാനും വരാം.' ശ്രീനാഥ് യൂണിഫോമിന്റെ ബട്ടൺസ് തിടുക്കത്തിൽ അഴിച്ചു. രാഹുൽ വാച്ചിൽ ഒന്നു നോക്കി. ഏഴ് നാല്പ്പത്.

'എട്ടുമണിക്ക് ഒരു ഫ്രണ്ടുമായി മീറ്റിംഗ് ഉണ്ട്. വേഗം വരണം.'

'ഏതു ഫ്രണ്ട്?'

'കാണുമ്പോൾ പരിചയപ്പെടുത്തി തരാം.'

'ആണോ പെണ്ണോ?' കുസൃതിച്ചിരിയോടെ ശ്രീനാഥ് ചോദിച്ചു.

'ഒരു പെണ്ണും കൂട്ടത്തിലുണ്ടാവും.'

'എങ്കിൽ കാര്യമായിട്ടുതന്നെ ഒരുങ്ങണമല്ലോ.' ഒരു മൂളിപ്പാട്ടോടെ

ശ്രീനാഥ് അയാളുടെ മുറിയിലേക്കു പോയി. ടീവി ഓൺ ചെയ്ത് വാർത്തയിൽ കണ്ണുംനട്ട് രാഹുൽ ഇരുന്നു.

ശ്രീനാഥും ഉണ്ടാവുന്നത് നല്ലതാണ്. അവനും ഇപ്പോൾ ചിത്രത്തിലുണ്ടല്ലോ. ഇൻവെസ്റ്റിഗേഷൻ അവനല്ലേ നടത്തിയത്. കുളികഴിഞ്ഞ് ശ്രീനാഥ് വേഗം വന്നു. പാന്റ്സും ടീഷർട്ടുമായിരുന്നു അയാളുടെ വേഷം.

'ഞാൻ റെഡി.'

'ശരി. പോകാം.'

ടീവി ഓഫ് ചെയ്തിട്ട് രാഹുൽ എഴുന്നേറ്റു. വീടുപൂട്ടി അവർ ഇറങ്ങി. രാഹുലിന്റെ കാറിലാണ് അവർ ടൗണിലേക്ക് പോയത്.

'എവിടുന്നാ നമ്മൾ ഫുഡ് കഴിക്കുന്നത്?' ശ്രീനാഥ് തിരക്കി.

'താനിവിടെ പുതിയ ആളല്ലേ. ഓരോന്നായി സ്ഥലം പരിചയപ്പെടുത്തിത്തരാം. നമ്മളിന്ന് കാവാലം ഫ്ളവേഴ്സിലാണ് പോകുന്നത്.'

രാഹുൽ പറഞ്ഞു.

'അവിടെ മീൻ കിട്ടുമോ?'

'എന്തും കിട്ടും.'

'മീൻ കഴിച്ചിട്ട് ഒത്തിരി നാളായെടോ. അതുകൊണ്ടാ. അതിരിക്കട്ടെ... ഏതു ഫ്രണ്ടിനെയാ താൻ കാണാൻ പോകുന്നത്?'

'ഒരു ഹസ്ബന്റ് ആന്റ് വൈഫ്.'

രാഹുൽ എങ്ങും തൊടാതെ പറഞ്ഞു.

'ഇവിടുത്തുകാരാണോ?'

'ഉം.'

'നേരത്തേ പരിചയമുള്ളതോ അതോ...'

'വൈഫ് എന്റെ പഴയ വുഡ് ബി ആയിരുന്നു.' ഞെട്ടലോടെ ശ്രീനാഥ് അയാളെ മുഖം തിരിച്ചു നോക്കി.

'രാഹുൽ...'

'യേസ്....അവളുടെയും എന്റെയും എൻഗേജ്മെന്റ് കഴിഞ്ഞതാണ്. അതിനുശേഷം സംഭവം തെറ്റിപ്പോയി.'

'അക്കാര്യം താൻ പറഞ്ഞിട്ടുണ്ട്. പക്ഷേ വീണ്ടും ഇപ്പോൾ.'

'പുതിയ കഥയിൽ താനും ഒരു കഥാപാത്രമാണ്.'

'മനസ്സിലായില്ല.'

'പല്ലവിക്കും അനുരാഗിനും വേണ്ടിയാണ് ധൻബാദ് എക്സ്പ്രസിൽ യാത്ര ചെയ്ത പ്രസീദയെക്കുറിച്ച് അന്വേഷിക്കാൻ ഞാൻ റിക്വസ്റ്റ് ചെയ്തത്.'

'ഓ...മൈ ഗോഡ്.' ശ്രീനാഥ് ആശ്ചര്യപ്പെട്ടു.

'അവളുടെ ഹസ്ബന്റിന്റെ തലയ്ക്കുമുകളിൽ തൂങ്ങിനിൽക്കുമായിരുന്ന കൊലക്കയറാണ് താൻ ഇല്ലാതാക്കിയത്. അതു കൊണ്ടാണ് തന്നെക്കൂടി ഞാൻ കൂട്ടിയത്.'

'സത്യത്തിൽ എനിക്ക് മടിയുണ്ടായിരുന്നു തന്റെ ഫ്രണ്ടിനെ കാണാൻ പോകുമ്പോൾ നിങ്ങൾക്കിടയിൽ ഞാനൊരു അധികപ്പറ്റാവില്ലേ എന്ന്. വേറെ സീറ്റിൽ ചെന്ന് ഇരിക്കാമെന്നായിരുന്നു പ്ലാൻ.'

'ഇനി അതിന്റെ ആവശ്യമില്ല. ആ സംഭവത്തെക്കുറിച്ച് കൂടുതൽ അറിയാനാണ് രണ്ടുപേരും ഇപ്പോൾ വരുന്നത്. ആ പെണ്ണ് ജീവനോടെയുണ്ട് എന്ന് പറഞ്ഞിട്ട് അവർക്ക് വിശ്വാസമാകുന്നില്ല.'

'വിശ്വാസമാകാതിരിക്കാൻ തക്ക കാരണങ്ങളുമുണ്ടല്ലോ.' ശ്രീനാഥ് പറഞ്ഞു.

റസ്റ്റോറന്റിന്റെ മുന്നിലെ വീതിയുള്ള റോഡിന്റെ ഓരത്തു കാർ പാർക്ക് ചെയ്യാനുള്ള സ്ഥലമുണ്ടായിരുന്നു. രാഹുൽ അവിടെ ചെന്ന് വണ്ടി നിർത്തി.

'വാ.' ഓടുമേഞ്ഞ കേരളീയ ഭവനത്തിന്റെ മാതൃകയിലുള്ള റസ്റ്റോറന്റ് ആയിരുന്നു അത്. നാലുപേർക്കുള്ള ഒരു മേശ അവർക്കു കിട്ടി.

'അവർ ഇതുവരെ വന്നിട്ടില്ല.' രാഹുൽ പറഞ്ഞു.

വെയിറ്റർ വന്നു.

'രണ്ടുപേർകൂടി വരാനുണ്ട്.' രാഹുൽ പറഞ്ഞു.

'അതുസാരമില്ല സാർ. ഓർഡർ തന്നേക്കൂ. ഫുഡ് റെഡിയാകാൻ കുറഞ്ഞതു പതിനഞ്ച് മിനിറ്റെടുക്കും.'

വിഭവങ്ങൾ ശ്രീനാഥ് അയാളോട് ചോദിച്ചറിഞ്ഞു. ചപ്പാത്തി, നെയ്മീൻ കറി, കല്ലുമ്മക്കായ ഫ്രൈ. അയാൾ ഓർഡർ ചെയ്തു.

അപ്പോഴാണ് വാതിലിനടുത്ത് അനുരാഗും പല്ലവിയും പ്രത്യക്ഷപ്പെട്ടത്. രാഹുൽ കൈ ഉയർത്തിക്കാട്ടിയതു കണ്ട് അവർ വേഗം ആ മേശയുടെ അടുത്തേക്ക് വന്നു.

'ഗുഡ് ഈവനിംഗ്' അനുരാഗ് പറഞ്ഞു.

'ഗുഡ് ഈവനിംഗ്. ഇത് എന്റെ ഫ്രണ്ട് ശ്രീനാഥ്. പുതിയ എഎസ്. പിയാണ്. എന്റെ കൂടെതന്നെയാണ് താമസം.' സുഹൃത്തിനെ രാഹുൽ പരിചയപ്പെടുത്തി.

'ഹലോ.' അനുരാഗ് അയാളുടെ കൈ പിടിച്ച് കുലുക്കി.

പല്ലവി പുഞ്ചിരിച്ചു.

'സ്ത്രീകളെയാണ് ആദ്യം പരിചയപ്പെടുത്തേണ്ടത്.' ശ്രീനാഥ് തമാശ പറഞ്ഞു.

'ഓ...സോറി. ഇതു പല്ലവി. അനുരാഗിന്റെ വൈഫ്. സ്റ്റിൽ ന്യൂലി വെഡഡ് കപ്പിൾസ്.'

'അതു പറയേണ്ട. കണ്ടാൽത്തന്നെ മനസ്സിലാകും.'

ശ്രീനാഥ് പറഞ്ഞു.

പക്ഷേ തമാശ ആസ്വദിക്കാനുള്ള മാനസികാവസ്ഥയിലായിരുന്നില്ല അനുരാഗ്. എങ്കിലും അവൻ ചിരി അഭിനയിച്ചു. പെട്ടെന്ന് കിട്ടാൻ വേണ്ടി രാഹുൽ പറഞ്ഞ അതേ ആഹാരം തന്നെയാണ് അനുരാഗും ഓർഡർ ചെയ്തത്.

'അനുരാഗ് ഇപ്പോഴും ടെൻഷനിലാണെന്നു തോന്നുന്നല്ലോ.' അവന്റെ മുഖം കണ്ട് രാഹുൽ ചോദിച്ചു.

'ഞാൻ എത്ര പറഞ്ഞിട്ടും അനുവിനതങ്ങോട്ട് വിശ്വസിക്കാൻ കഴിയുന്നില്ല.' പല്ലവി പറഞ്ഞു.

'വിശ്വസിക്കാം. ഞാനാണ് ഒഫീഷ്യൽ അല്ലാതെ ആ സംഭവത്തെക്കുറിച്ച് അന്വേഷിച്ചത്. റെയിൽവേയിലും ഞങ്ങൾക്ക് കുറച്ച് കണക്ഷൻസ് ഉണ്ട്. യൂണിവേഴ്സിറ്റി ക്യാംപസിന് വെളിയിലുള്ള ഒരു ലേഡീസ് ഹോസ്റ്റലിലാണ് ആ കുട്ടി താമസം. ഹോസ്റ്റലിലെ അസ്സിസ്റ്റന്റാണ് ടിക്കറ്റ് റിസർവ് ചെയ്യാൻ കൊടുത്തിട്ടുള്ളത്.' ശ്രീനാഥ് പറഞ്ഞു.

'പക്ഷേ സാർ, ഞാനവളുടെ ബോഡി കണ്ടതാണ്. അവൾക്ക് ആ സമയത്ത് ശ്വാസം ഇല്ലായിരുന്നു.' അനുരാഗ് പറഞ്ഞു.

'നിങ്ങൾ നോക്കിയ സമയത്ത് അവൾ ശ്വാസം വിടാതെ കിടന്നതാണെങ്കിലോ?' ശ്രീനാഥ് ചോദിച്ചു.

അനുരാഗ് ഞെട്ടലോടെ അയാളെ നോക്കി.

'പക്ഷേ, ഡോക്ടർ വന്നു നോക്കി. അപ്പോഴും....'

'കോഴിക്കോട് മെഡിക്കൽ കോളേജിൽനിന്ന് ആലപ്പുഴ ടിഡി മെഡിക്കൽ കോളേജിൽ എക്സ്റ്റേണൽ എക്സാമിനു വന്ന ഡോ.മനേഷ് പൈ അന്ന് ഹോട്ടലിൽ താമസമുണ്ടായിരുന്നു എന്നും അദ്ദേഹമാണ് പ്രസീദ നമ്പ്യാർ മരിച്ചുകഴിഞ്ഞെന്നും അവളെ പരിശോധിച്ചിട്ട് പറഞ്ഞത് അല്ലേ?' രാഹുൽ ചോദിച്ചു.

'അതെ.'

'പല്ലവി പറഞ്ഞാണ് ഈ ഡോക്ടറെ കുറിച്ച് ഞാൻ അറിഞ്ഞത്. എന്നാൽ കേട്ടോളൂ... ഈയടുത്തൊന്നും ടീഡി മെഡിക്കൽ കോളേജിൽ ഒരു എക്സാമും നടന്നിട്ടില്ല.'

'അനുരാഗും പല്ലവിയും ആശ്ചര്യത്തോടെ അയാളെ നോക്കി.

'പിന്നെ അയാൾ ആരായിരുന്നു?'

അമ്പരപ്പോടെ അനുരാഗ് ചോദിച്ചു.

'ഒരു കള്ളഡോക്ടർ. ഇനിയും അനുരാഗിന് അതു മനസ്സിലായില്ലേ. ആ മരണം വിദഗ്ദ്ധമായി അവതരിപ്പിച്ച ഒരു നാടകം മാത്രമായിരുന്നു.'

ആ സത്യം അനുരാഗിന് ഉൾക്കൊള്ളാൻ രണ്ടുമൂന്നുനിമിഷം വേണ്ടി വന്നു.

പെട്ടെന്ന് അവന്റെ കണ്ണുകൾ നിറഞ്ഞു.

'താങ്ക്സ് രാഹുൽ. താങ്ക്സ് ശ്രീനാഥ്.'

അപ്പോഴേക്കും ഭക്ഷണം വന്നു. നാലുപേരുടെയും മുന്നിൽ മേശപ്പുറത്ത് പ്ലേറ്റുകൾ നിരന്നു. പ്ലേറ്റുകളിൽ അവർ ആവശ്യമുള്ളത് വിളമ്പിയെടുത്തു.

'ആരാണ് ഈ നാടകത്തിന്റെ സൂത്രധാരൻ എന്ന് അനുരാഗിന് ഇപ്പോൾ മനസ്സിലായിക്കാണുമെന്ന് തോന്നുന്നു.' ഭക്ഷണം കഴിക്കുന്നതിനിടയിൽ രാഹുൽ പറഞ്ഞു.

'നേരത്തെ ആളിനെക്കുറിച്ച് സംശയം ഉണ്ടായിരുന്നു. ഇപ്പോൾ ആ സംശയം മാറി.' പല്ലവിയാണ് മറുപടി പറഞ്ഞത്.

'എന്തിനുവേണ്ടിയായിരുന്നു ഈ നാടകം എന്ന് ഇനി കണ്ടുപിടിക്കേണ്ടിവരുമോ?' ശ്രീനാഥ് ചോദിച്ചു.

'ചില സംശയങ്ങൾ ഉണ്ട്.'

'ഒരു പേടിയും വേണ്ട. ഇപ്പോൾ ശ്രീനാഥും ഞാനും സ്ഥലത്തുണ്ടല്ലോ. കഴിയുന്ന സഹായങ്ങൾ ചെയ്തുതരാൻ ഞങ്ങൾ തയ്യാറാണ്. ആവശ്യം വരുമ്പോൾ പറഞ്ഞാൽ മതി.' രാഹുൽ പറഞ്ഞു.

പല്ലവി നന്ദിയോടെ അയാളെ നോക്കി.

'രണ്ടുപേരും ഒഴിവുള്ള ഒരു ദിവസം ഉച്ചയൂണിന് വീട്ടിൽ വരണം. ഉച്ചയ്ക്കു വരാൻ പറ്റിയില്ലെങ്കിൽ ഡിന്നറിന്.' അനുരാഗ് ക്ഷണിച്ചു.

'വരാം എന്ന് ഇപ്പോൾ വാക്കു പറഞ്ഞാലും സമയമാകുമ്പോൾ വല്ല എമർജൻസിയും ഉണ്ടായാൽ... പോലീസല്ലേ... ഓടിച്ചെല്ലാതിരിക്കാൻ പറ്റുമോ?' ശ്രീനാഥ് ചോദിച്ചു.

'അതു സാരമില്ല. അത്തരം സാഹചര്യമുണ്ടായാൽ... ഞങ്ങൾക്കു മനസ്സിലാകുമല്ലോ.' അനുരാഗ് പറഞ്ഞു.

അവർ ഭക്ഷണം കഴിച്ചുകഴിഞ്ഞപ്പോൾ ബിൽ വന്നു. അനുരാഗും രാഹുലും ഒരേസമയത്ത് അതിന് കൈനീട്ടി.

'നവദമ്പതികൾക്ക് ഞാൻ കൊടുക്കുന്ന ഒരു ട്രീറ്റ്. ഇത് അങ്ങനെ വിചാരിച്ചാൽ മതി.'

രാഹുൽ പറഞ്ഞു.

അനുരാഗ് പിന്നെ എതിർത്തില്ല.

'ഇക്കാര്യത്തിൽ ഒരു തീരുമാനമെടുക്കണ്ടേ. കള്ളനെ കയ്യോടെ പിടി കൂടണം.' ശ്രീനാഥ് പറഞ്ഞു.

'വേണം. പക്ഷേ കള്ളൻ നിസ്സാരനല്ല. എവിടെ തുടങ്ങണമെന്ന് അറിയില്ല.' അനുരാഗ് പറഞ്ഞു.

'ആ പെണ്ണില്ലേ... പൂജ. അവൾ ബ്ലാക്ക് മെയിൽ ചെയ്യാൻ ശ്രമിക്കുന്നു എന്ന് ഒരു കംപ്ലെയിന്റ് എഴുതി പോലീസ് സ്റ്റേഷനിൽ കൊടുക്ക്. അപ്പോൾത്തന്നെ പോലീസ് അവളെ കസ്റ്റഡിയിലെടുക്കും. അതോടെ വെടി പൊട്ടിത്തുടങ്ങും.' ശ്രീനാഥ് പറഞ്ഞു.

'അത് നല്ലൊരു ഐഡിയ ആണ് സർ. പക്ഷേ, ഇക്കാര്യങ്ങളെക്കുറിച്ച് ഒരറിവും ഇതുവരെ കിട്ടിയിട്ടില്ലാത്ത ഒരാളുണ്ട്. അനുരാഗിന്റെ അമ്മ. കാര്യങ്ങളെല്ലാം പറഞ്ഞ് ഒന്ന് ബോധ്യപ്പെടുത്തിയിട്ട്...'

പല്ലവി പറഞ്ഞു.

'അതുമതി. ധൃതിവെക്കണമെന്നില്ല.'

ശുഭരാത്രി ആശംസിച്ച് അവർ രണ്ടുകാറുകളിലുമായി രണ്ടുവഴിക്കു പിരിഞ്ഞു. തിരിച്ചുപോകുമ്പോൾ ശ്രീനാഥാണ് കാറോടിച്ചത്.

'ഒരു കാര്യം പറഞ്ഞാൽ തനിക്കത് ഇൻസൾട്ടാകുമോ?'

ശ്രീനാഥ് ചോദിച്ചു.

'ഇല്ല പറയൂ.'

'പല്ലവിക്ക് തന്നേക്കാൾ മാച്ച് അനുരാഗാണ്.'

'സത്യമാണത്. എനിക്കും തോന്നി. സൗന്ദര്യത്തിന്റെ കാര്യത്തിൽ അവരാണ് പെർഫെക്ട് പെയേഴ്സ്.' രാഹുൽ സമ്മതിച്ചു.

'പക്ഷേ ഇപ്പോഴും ആ കുട്ടിയോടുള്ള ഇഷ്ടം തന്റെ മനസ്സിൽനിന്ന് മാഞ്ഞുപോയിട്ടില്ല. അവൾ വിവാഹിതയായിട്ടും...'

'നമുക്ക് ഒരാളോട് ഇഷ്ടം തോന്നിയാൽ മനസ്സിൽനിന്ന് അതു മായിച്ചുകളയാൻ പറ്റുമോ? അല്ലെങ്കിൽ എന്തെങ്കിലും കാരണവശാൽ നമ്മൾ ആ ആളിനെ വെറുക്കണം. പല്ലവിയോട് വെറുപ്പു തോന്നാനുംമാത്രം ഒന്നും സംഭവിച്ചിട്ടില്ല.' രാഹുൽ പറഞ്ഞു.

'ഒരുപക്ഷേ താൻ വേറൊരു പെണ്ണിനെ താലികെട്ടി സ്നേഹിച്ചുതുടങ്ങുമ്പോൾ ഈ ഇഷ്ടം ഇല്ലാതായെന്നുവരും.'

'ഇനി എന്റെ ജീവിതത്തിൽ വേറൊരു പെണ്ണോ ഒരു കല്യാണമോ ഇല്ല ശ്രീനാഥ്.'

അയാൾ പെട്ടെന്ന് തലതിരിച്ചു നോക്കി. പുറത്തെ ഇരുട്ടിലേക്ക് നോക്കി ഓർമകളിൽ മുഴുകി രാഹുൽ ഇരിക്കുകയായിരുന്നു.

***

വിശ്വാസം വരാതെ ഗായത്രീദേവി അനുരാഗിനെയും പല്ലവിയെയും മാറിമാറി നോക്കി.

'സത്യമാണോ മക്കളേ ഞാനീ കേട്ടത്?'

'അതെ അമ്മേ. ഇതൊക്കെയാണ് സംഭവിച്ചത്. അനുവിനെ കൊല പാതകിയാക്കാൻ ഒരു വ്യാജമരണം ഉണ്ടാക്കുകയായിരുന്നു.'

പല്ലവി പറഞ്ഞു.

'എന്തിന്?'

'പിന്നീട് ആവശ്യം വരുമ്പോൾ അതിന്റെ പേരിൽ ഭീഷണിപ്പെ ടുത്താൻ. പിന്നെ അനു ശബ്ദമുയർത്തില്ലല്ലോ. വിധേയനായിരിക്കും.'

അതോടെ ഗായത്രീദേവിയുടെ കണ്ണുകൾ നിറഞ്ഞു. അവർ പല്ലവിയെ കെട്ടിപ്പിടിച്ചു.

'ദൈവമാ മോളേ നിന്നെ ഞങ്ങൾക്കു കൊണ്ടുവന്നു തന്നത്. നീയി ല്ലായിരുന്നുവെങ്കിൽ എന്റെ മിട്ടുമോൻ ജീവിതകാലം മുഴുവൻ അവന്റെ അടിമയായി....'

പല്ലവി അപ്പോൾ അനുരാഗിനെ ഒന്നു നോക്കി. അതിന്റെ അർത്ഥം അവന് മനസ്സിലായി.

'അമ്മേ ഒരു കാര്യം കൂടി പറയാനുണ്ട്.' അവൻ തുടക്കമിട്ടു.

'എന്താ മോനേ.?'

'പുതിയ സബ്കലക്ടർ രാഹുൽ ആരാണെന്നറിയുമ്പോൾ അമ്മയ്ക്ക് എന്തു തോന്നും എന്ന് അറിയില്ല.'

'നമ്മൾ അറിയുന്ന ആരെങ്കിലുമാണോ?'

'പല്ലവിയുടെ എൻഗേജ്മെന്റ് നേരത്തെ ഒരു തവണ നടന്നതല്ലേ. ഈ രാഹുലായിരുന്നു....' ഞെട്ടലോടെ ഗായത്രീദേവി അവളുടെ മുഖ ത്തേക്കു നോക്കി.

'അതെ അമ്മേ. അധികം ദിവസമായില്ല ആ ചേട്ടൻ ഇവിടേക്ക് ട്രാൻസ്ഫറായി വന്നിട്ട്. ഒരുദിവസം അനുവും ഞാനും കൂടി ടെക്സ്റ്റൈൽ ഷോപ്പിൽ ചെന്നപ്പോൾ അദ്ദേഹം അവിടെയുണ്ടായിരുന്നു.'

അവൾ പറഞ്ഞു.

'അവിടെവച്ചാണ് ഞാൻ രാഹുലിനെ പരിചയപ്പെട്ടത്. നല്ല മനുഷ്യ നാണമ്മേ. മുമ്പ് അത്തരമൊരു കയ്പുള്ള അനുഭവം ഉണ്ടായിട്ടുണ്ടെ ങ്കിലും അതൊക്കെ മറന്നാണ് ഞങ്ങളോട് സംസാരിച്ചതും പെരുമാറി യതും.' അനുരാഗ് പറഞ്ഞു.

'ദൈവമായിരിക്കും അതിന്റെ പിന്നിൽ പ്രവർത്തിച്ചതും. അല്ലെങ്കിൽ ആ കൊച്ചനെ ഈ നേരത്ത് ഇങ്ങോട്ട് അയക്കണോ.'

നന്ദിയോടെ ഗായത്രീദേവി പറഞ്ഞു.

പല്ലവിക്കു സമാധാനമായി.

രാഹുലേട്ടന്റെ കാര്യത്തിൽ അമ്മയ്ക്ക് കല്ലുകടി ഉണ്ടായാലോ എന്ന് അവൾക്ക് ആശങ്കയുണ്ടായിരുന്നു.

'ഇതൊക്കെ കണ്ടുപിടിക്കാൻ രാഹുലിനെ സഹായിച്ചത് പുതിയ എഎസ്പിയാണ്. ശ്രീനാഥ്. രണ്ടുപേരും പണ്ടേ കൂട്ടുകാരായിരുന്നു. അവർ ഒരു വീടെടുത്ത് ഒന്നിച്ചാണ് താമസം.' അനുരാഗ് പറഞ്ഞു.

'അവരെ ഇങ്ങോട്ട് ക്ഷണിക്കുക. അമ്മയ്ക്ക് രണ്ടുപേരേയും കാണാൻ ആഗ്രഹമുണ്ട്.' ഗായത്രീദേവി പറ്ഞു.

'അതിനൊക്കെ ഇനിയും സമയമുണ്ടല്ലോ അമ്മേ. ഉടനെ ചെയ്യേണ്ട വേറെ കാര്യങ്ങൾ ഉണ്ടല്ലോ.' പല്ലവി പറഞ്ഞു.

ഗായത്രീദേവി ചോദ്യഭാവത്തിൽ അവളെ ഒന്നുനോക്കി.

'ഒരുത്തി ഇതിന്റെ പേരിൽ പത്തുലക്ഷം ആവശ്യപ്പെട്ട് ഇവിടെ വന്നു തമ്പടിച്ചിട്ടുണ്ടല്ലോ. അതു കൊടുത്തില്ലെങ്കിൽ പോലീസിൽ കംപ്ലെയിന്റ് കൊടുക്കുമെന്നല്ലേ ഭീഷണി.'

'അത് അവൻതന്നെ ഇറക്കിയ കഥാപാത്രമാണ് മോളേ. പണം കൊടുക്കരുതെന്ന് നമ്മൾ അന്നുതന്നെ അവനെ വിലക്കിയിട്ടുണ്ടല്ലോ.'

'അതെ. പക്ഷേ, നമ്മൾ സത്യം മുഴുവൻ മനസ്സിലാക്കിയ കാര്യം ആരും അറിഞ്ഞിട്ടില്ലല്ലോ.' അനുരാഗ് പറഞ്ഞു.

'എനിക്കു തോന്നുന്നത് നമ്മൾ ഒന്നുമറിഞ്ഞിട്ടില്ല എന്ന് അഭിനയിക്കുന്നതാണ് നല്ലതെന്നാണ്. പെട്ടെന്ന് ഒരു ഏറ്റുമുട്ടൽ ബുദ്ധിയല്ല. അയാളുടെ കയ്യിലുള്ള പിടി എന്താണെന്ന് അറിയണം. അതിന് സൂത്രത്തിൽ കൂടെ നിൽക്കുന്നതാണ് നല്ലതെന്ന് തോന്നുന്നു.' പല്ലവി പറഞ്ഞു.

'അതാണ് നല്ലതെന്ന് എനിക്കും തോന്നുന്നുണ്ട്.'

അനുരാഗ് അവളോട് യോജിച്ചു.

'ശരിയാ മക്കളേ. കാള പെറ്റു എന്നു കേൾക്കുമ്പോത്തന്നെ നമുക്ക് കയറെടുക്കണ്ട. പക്ഷേ നമ്മൾ അവന് ഒരു ഇരയിട്ട് കൊടുക്കണം. അവൻ അതിൽ കൊത്തും. നമുക്ക് ഉടനെ അവനെ പിടിച്ച് കരയിലിടണ്ട. ചരട് അയച്ചുവിട്ട് കൊടുക്കാം. എവിടെ വരെ അവൻ പോകുമെന്ന് അറിയാമല്ലോ.' ഗായത്രീദേവി പറഞ്ഞു.

'ശരിയാണമ്മേ. അതാണ് നല്ലത്.' പല്ലവി പറഞ്ഞു.

'പക്ഷേ കടിച്ച പാമ്പിനെ തന്നെ വരുത്തി വിഷമിറക്കുന്ന ഒരു വിദ്യയുണ്ടല്ലോ. അത് നമുക്ക് ഉടൻ ചെയ്യണം.' ഗായത്രീദേവി പറഞ്ഞു.

പ്രായം ഇത്രയായിട്ടും അമ്മയുടെ ബുദ്ധിയെ അതു ബാധിച്ചിട്ടില്ലെന്ന്

പല്ലവിക്കു മനസ്സിലായി. പിറ്റേന്നു രാവിലെ ഗോപിനാഥിനെ ഗായത്രീദേവി വിളിച്ചുവരുത്തി. പതിവുപോലെ അംഗരക്ഷകരുടെ അകമ്പടിയോടെ അയാൾ വന്നു.

'ഇരിക്കൂ ഗോപീ...'

സാധാരണ മട്ടിൽ ഗായത്രീദേവി പറഞ്ഞു.

അയാൾ എതിർവശത്ത് ഇരുന്നു.

'ഞാനൊരു തീരുമാനത്തിലെത്തി ഗോപീ. ഉപ്പുതിന്നവൻ വെള്ളം കുടിക്കണം. കുടിച്ചേ പറ്റൂ.' അവർ പറഞ്ഞു.

എന്താണ് ഗായത്രീദേവി പറഞ്ഞുവരുന്നതെന്ന് അയാൾക്ക് പിടി കിട്ടിയില്ല.

'അതായത് തെറ്റു ചെയ്തവന് ശിക്ഷിക്കപ്പെടണം. അത് എന്റെ സ്വന്തം മകനായാൽപോലും.'

അവിടെ ഗോപിനാഥിന് അപകടം മണത്തു.

'ദേവിയേടത്തി എന്താണുദ്ദേശിക്കുന്നത്?'

'ആ കുട്ടിയെ കൊലപ്പെടുത്തി എന്നു പറഞ്ഞ് പോലീസിൽ സറണ്ടർ ചെയ്യാൻ മിട്ടു തയ്യാറല്ല. അതിന് ഞാനൊരു വഴിയേ കാണുന്നുള്ളു.'

'എന്താണ്?'

'പത്തുലക്ഷം ചോദിച്ച് ഒരു പെണ്ണ് വന്നിട്ടില്ലേ. എന്താണ് അവളുടെ പേര്?'

'പൂജ.'

'അവൾ നമ്മളെ ബ്ലാക്ക്മെയിൽ ചെയ്യാൻ ശ്രമിക്കുന്നു എന്നു കാണിച്ച് പോലീസിൽ ഒരു കംപ്ലെയിന്റ് കൊടുക്കണം. പോലീസ് അതന്വേഷിക്കും. അവൾ സത്യങ്ങൾ തുറന്നുപറയട്ടെ. അതോടെ പോലീസ് അവനെ അറസ്റ്റ് ചെയ്യും.'

പെട്ടെന്ന് ഗോപിനാഥിന്റെ മുഖം വിളറി.

'പക്ഷേ അതുവേണോ... ഒന്നൂടെ ആലോചിച്ച്...'

'ശരിക്ക് ആലോചിച്ചിട്ടാ ഗോപീ ഞാനീ പറയുന്നത്. ഇന്നുതന്നെ പരാതി തയ്യാറാക്കി കൊണ്ടുവരണം. ഞാൻ ഒപ്പിട്ടുതരാം. സമയക്കുറവുണ്ടെങ്കിൽ ഞാൻ പല്ലവിയെക്കൊണ്ട് എഴുതിക്കാം. എന്താ?'

ഗോപിനാഥ് ഞെട്ടലോടെ ഇരുന്നു.

പത്ത്

ഗോപിനാഥ് സൂത്രത്തിൽ ചുറ്റും ഒന്നു നോക്കി. അനുരാഗോ പല്ലവിയോ സമീപത്തൊന്നും ഇല്ലെന്ന് അയാൾക്കു മനസ്സിലായി.

പോലീസിൽ പരാതി കൊടുക്കാൻ ആരാണ് ഇവരെ ഉപദേശിച്ചത്? അതിബുദ്ധിയോ അതോ മണ്ടത്തരമോ?

'ഭീഷണിപ്പെടുത്തി പണം ചോദിക്കുന്നു എന്നു വേണമെങ്കിൽ ഇന്നു തന്നെ പരാതി കൊടുക്കാം. പക്ഷേ പോലീസ് അന്വേഷണമാരംഭിച്ചാൽ നമുക്കുതന്നെയല്ലേ നാണക്കേട്.' അയാൾ ചോദിച്ചു.

'എന്ത് നാണക്കേട്?'

'അനുമോന് അങ്ങനെയൊരു പെണ്ണുമായി കല്യാണത്തിന് മുമ്പ് എല്ലാത്തരത്തിലുമുള്ള ബന്ധമുണ്ടായിരുന്നു എന്നു പല്ലവിമോൾ അറിയില്ലേ.?'

'അവന് അങ്ങനെയൊരു ബന്ധമുണ്ടായിരുന്നെങ്കിൽ അവളത് അറിയുന്നതിൽ ഒരു തെറ്റുമില്ല. അറിയുമ്പോൾ അവൾക്കത് ക്ഷമിക്കാൻ കഴിയില്ലെങ്കിൽ അവൾ അവനെ ഉപേക്ഷിച്ചുപോയിക്കോട്ടെ.'

'നാടു മുഴുവൻ അറിയും. പരസ്യമായി വിഴുപ്പലക്കുന്നതിനു തുല്യമാണത്. ഏട്ടത്തിക്ക് പിന്നെ പുറത്തിറങ്ങി നടക്കാൻ പറ്റില്ല.'

'നമ്മൾ പണം കൊടുക്കുന്നില്ല. കൊടുത്താൽ പിന്നെയും അവൾ ആവശ്യപ്പെടും. അപ്പോഴും കൊടുക്കേണ്ടി വരും. മനുഷ്യന്റെ ആർത്തിക്ക് അന്തമില്ല ഗോപീ.' ഗായത്രീദേവി പറഞ്ഞു.

'പണം കൊടുക്കാതെ തന്നെ ഞാനിത് കൈകാര്യം ചെയ്തോളാം. ഏടത്തി ധൈര്യമായിട്ടിരിക്ക്.' അടവ് മാറ്റുന്നതാണ് നല്ലതെന്ന് ഗോപിനാഥിന് പെട്ടെന്ന് തോന്നി.

'എങ്ങനെ?'

'ബ്ലാക്ക്മെയിൽ ചെയ്യുന്നത് കുറ്റകരമാണെന്ന് അവളെ ബോധ്യപ്പെടുത്തിയാൽ പേടിച്ച് പോയ്ക്കോളും.' അയാൾ പറഞ്ഞു.

'വേണ്ടാ... മിട്ടുവിന്റെയും പല്ലവിയുടെയും അഭിപ്രായം ഇതുതന്നെയാണ്. ഗോപി ബുദ്ധിമുട്ടണ്ട. പെറ്റീഷൻ ഞാൻ തയ്യാറായിക്കോളാം.'

ഗായത്രീദേവിയുടെ ഉറച്ച സ്വരം കേട്ടപ്പോൾ താൻതന്നെ ഇതു കൈകാര്യം ചെയ്യുന്നതാണ് ബുദ്ധി എന്ന് അയാൾക്കു മനസ്സിലായി.

'ശരി. ഓഫീസിൽത്തന്നെ കംപ്ലെയിന്റ് തയ്യാറാക്കി കൊടുത്തയക്കാം. ദേവിയേടത്തി ഒപ്പിട്ടാൽ മതി. ഉടൻ സ്റ്റേഷനിൽ കൊടുക്കാം.'

കൂടുതൽ ഒന്നും പറയാതെ ഗോപിനാഥ് പോയി. പക്ഷേ അയാളുടെ മുഖം വിവർണ്ണമായിരുന്നു. അതു കണ്ടപ്പോൾ വിജയഭാവത്തിൽ ഗായത്രീദേവി ഒന്നു ചിരിച്ചു.

നേരെ ഓഫീസിലേക്കാണ് ഗോപിനാഥ് പോയത്. സ്വന്തം ക്യാബിനിൽ ചെന്ന് കഴിഞ്ഞ് മദനഗോപാലിനെ വിളിപ്പിച്ചു.

'എന്താ സാർ?' അയാൾ വന്നു.

'ചക്കിനു വച്ചത് കൊക്കിനു കൊണ്ടു എന്നു പറഞ്ഞതുപോലെയായി മദനാ.' പുതിയ സംഭവവികാസത്തെക്കുറിച്ച് ഗോപിനാഥ് അയാളോട് പറഞ്ഞു.

'പരാതി കൊടുക്കുന്ന കാര്യത്തിൽ അവർ ഉറച്ചുനിൽക്കുകയാണെങ്കിൽ അതിന്റെ പിന്നിൽ തക്കതായ കാരണം കാണും സാർ.'

മദനഗോപാൽ ഊഹിച്ചു.

'അതേ. എനിക്കും അങ്ങനെയാണ് തോന്നുന്നത്.'

'മരുമോൾ ചില്ലറക്കാരിയല്ല. അവളായിരിക്കും ഇതിന്റെ പിന്നിൽ.'

'എങ്ങനറിയാം.'

'കല്യാണം കഴിഞ്ഞതിനു ശേഷമല്ലേ അമ്മയും മോനും തലപൊക്കാൻ തുടങ്ങിയത്. അവൾ നിസ്സാരക്കാരിയല്ല. കല്യാണത്തിന് മുമ്പേ അവളത് തെളിയിച്ചതാണല്ലോ.'

ഗോപിനാഥ് മെല്ലെ തലകുലുക്കി. ശരിയാണ്. അവൾ ഒന്നിനും മടിക്കാത്തവളാണ്.

'അവൻ ജയിലിൽ കിടക്കുന്നതാണ് നല്ലതെന്ന് അവൾ വിചാരിക്കുന്നുണ്ട്. കമ്പനി പിന്നെ അവളുടെ കയ്യിലാകുമല്ലോ.' മദനഗോപാൽ പറഞ്ഞു.

'അത് അവളുടെ മനപ്പായസം.' ഗോപിനാഥ് പുച്ഛത്തോടെ പറഞ്ഞു.

'കംപ്ലെയിന്റ് എഴുതിത്തരാം സാർ. ജയരാജ് അല്ലേ എസ്.ഐ. പിന്നെന്തു പേടിക്കാനാ.'

'അതെ. ഞാനും അതുതന്നെയാണ് ഓർത്തത്.'

'എന്നുമാത്രമല്ല, മലർന്നുകിടന്ന് തുപ്പുകയാണ് ചെയ്തതെന്ന് തള്ളയ്ക്കും മക്കൾക്കും മനസ്സിലാക്കി കൊടുക്കുകയും ചെയ്യാം.'

'അതെ മദനാ...താൻ ഉടൻതന്നെ ഒരു കംപ്ലെയിന്റ് ഡ്രാഫ്റ്റ് ചെയ്യ്. ഗായത്രീദേവിയുടെ പേരിൽ...പൂജ എന്ന അജ്ഞാതയായ ഒരു പെണ്ണ് മകൻ അനുരാഗിനെ ഭീഷണിപ്പെടുത്തി പണം പിടുങ്ങാൻ ശ്രമിക്കുന്നു എന്നും ഇതന്വേഷിച്ച് മേൽനടപടി ഉണ്ടാകണമെന്നും...'

അയാൾ പറഞ്ഞ പ്രകാരം ഒരു പരാതി തയ്യാറാക്കി മദനഗോപാൽ

വായിച്ചു കേൾപ്പിച്ചു.

'ഇതുമതി.'

ഗായത്രീദേവിയെക്കൊണ്ട് ഒപ്പിടുവിച്ച് ഉടൻതന്നെ ടൗൺപോലീസ് സ്റ്റേഷനിൽ അതു കൊണ്ടുചെന്ന് കൊടുക്കണം എന്ന നിർദ്ദേശവുമായി ഓഫീസിലെ സ്റ്റാഫായ പ്രകാശനെ ആർ.കെ ബംഗ്ലാവിലേക്ക് അയച്ചു. അതിനുശേഷം പൂജയെ ഗോപിനാഥ് വിളിച്ചു.

'നീ ഇപ്പത്തന്നെ ബാഗുമെടുത്ത് നാട്ടിലേക്ക് പൊയ്ക്കോ. ഒരു പോലീസ് അന്വേഷണം നടക്കാൻ സാധ്യതയുണ്ട്.'

'അയ്യോ അങ്കിൾ...'

'പേടിക്കേണ്ട. ഒന്നും വരാതെ ഞാൻ നോക്കിക്കോളാം. ജയന്തിയെ കണ്ടിട്ടു പോയാൽ മതി. അവൾ നിനക്ക് കുറച്ച് കാശുതരും.'

'ശരി അങ്കിൾ.'

അതുകഴിഞ്ഞ് ഗോപിനാഥ് ടൗൺ എസ്.ഐ ജയരാജിനെ വിളിച്ചു.

'എന്താണ് സാർ?'

'ഗായത്രീദേവിയുടെ ഒരു പെറ്റീഷൻ ഇന്ന് അവിടെ കിട്ടും. അത് എങ്ങനെ കൈകാര്യം ചെയ്യേണ്ടതെന്ന് ഞാൻ പറയാം. കിട്ടിക്കഴിഞ്ഞ് വായിച്ചുനോക്കിയിട്ട് വിളിക്കണം.'

'ശരി സാർ.'

ഗോപിനാഥ് ആത്മവിശ്വാസത്തോടെ കോൾ കട്ട് ചെയ്തു.

***

പോലീസ് സ്റ്റേഷനിൽ കൊടുക്കാനുള്ള കംപ്ലെയിന്റ് തയ്യാറാക്കിയതുമായി ആർ.കെ ബംഗ്ലാവിൽ പ്രകാശൻ ചെന്നപ്പോൾ ഗായത്രീദേവിയുടെ അടുത്ത് പല്ലവി ഉണ്ടായിരുന്നു.

'അതൊന്ന് വായിക്ക് മോളേ. ഞാനൊന്നു കേൾക്കട്ടെ.'

അവർ പറഞ്ഞു.

പല്ലവി അതു വാങ്ങി വായിച്ചുകേൾപ്പിച്ചു.

'കൊള്ളാം. ഇതു മതി. അല്ലേ?' കേട്ടുകഴിഞ്ഞപ്പോൾ ഗായത്രീദേവി ചോദിച്ചു.

'മതിയമ്മേ.' അവൾ പറഞ്ഞു.

'എങ്കിൽ ഒരു പേനയെടുത്തുകൊണ്ടുവാ.'

പല്ലവി പേനയെടുത്ത് കൊണ്ടുവന്നു. പരാതിയുടെ ചുവട്ടിൽ ഗായത്രീദേവി എന്ന് എഴുതിയതിന് മുകളിൽ അവർ ഒപ്പിട്ടു. മൊബൈലിൽ അവൾ അതിന്റെ ഒരു ഫോട്ടോ എടുത്തു.

'അതു നന്നായി. ആവശ്യം വന്നാൽ നമുക്കത് വീണ്ടുമൊന്ന് വായിച്ചു

നോക്കാമല്ലോ.' അവർ അവളെ പ്രശംസിച്ചു.

'ഞാനിത് അയാളെ ഏൽപ്പിച്ചിട്ട് വരാം അമ്മേ.' പല്ലവി പുറത്തേക്ക് ചെന്നു.

പ്രകാശൻ വെളിയിൽ കാത്തുനിൽക്കുന്നുണ്ടായിരുന്നു.

'എന്താണ് നിങ്ങളുടെ പേര്?' അവൾ ചോദിച്ചു.

'പ്രകാശൻ.' അയാൾ പറഞ്ഞു.

'ഓഫീസിൽ എന്തായിട്ടാണ് വർക്ക് ചെയ്യുന്നത്?'

'അക്കൗണ്ടന്റ്.'

'എവിടെയാണ് താമസിക്കുന്നത്?' അവൾ വീണ്ടും ചോദിച്ചു.

'തൃക്കുകുളത്ത്.'

'അപ്പോൾ ബസ്സിലാണോ പോക്കുവരവ്?'

'അതെ.'

'ഒരു ടൂവീലർ വാങ്ങിക്കൂടേ. അതല്ലേ സൗകര്യം?'

'ആഗ്രഹമുണ്ട് മാഡം.'

'വീട്ടിൽ ആരൊക്കെയുണ്ട്?' അവൾ തിരക്കി.

'അച്ഛനും അമ്മയും വൈഫും രണ്ടുമക്കളും.'

'സുഖമായി ജീവിക്കാനുള്ള ശമ്പളം കിട്ടുന്നുണ്ടോ?'

മറുപടി പറയാതെ അയാൾ ഒരു വിളറിയ ചിരി ചിരിച്ചു.

'സാരമില്ല. ഒക്കെ ശരിയാക്കാം കേട്ടോ.' അവൾ പറഞ്ഞു.

'ശരി മാഡം.' കംപ്ലെയിന്റ് അടക്കം ചെയ്ത കവറുമായി അയാൾ പോയി.

പല്ലവി ഒരുനിമിഷം ആലോചിച്ച് ഇരുന്നു. ആർ.കെ. അസോസിയേറ്റ്സ് എന്ന ബിസിനസ്സ് സ്ഥാപനം ഇപ്പോൾ ഗോപിനാഥിന്റെ കൈപ്പിടിയിലാണ്. എന്തായിരിക്കും അയാളുടെ പിൻബലം? എങ്ങനെ അത് അയാളുടെ കയ്യിൽനിന്ന് മോചിപ്പിച്ചെടുക്കാൻ പറ്റും?

ഒരുപക്ഷേ രാഹുലേട്ടന്റെയും ശ്രീനാഥിന്റെയും സഹായമുണ്ടെങ്കിൽ...

പെട്ടെന്നാണ് അവളുടെ മൊബൈൽ ബല്ലടിച്ചത്. നോക്കിയപ്പോൾ വീട്ടിൽനിന്ന് അമ്മയാണ്. അവൾക്ക് നേരിയ കുറ്റബോധം തോന്നാതിരുന്നില്ല. മൂന്നാലുദിവസമായി അച്ഛനെയോ അമ്മയെയോ വിളിച്ചിട്ട്. അറിയാതെ എന്തെങ്കിലും നാവിൽനിന്ന് വീണുപോയാലോ എന്ന് ഭയന്നാണ് വിളിക്കാതിരുന്നത്.

കല്യാണത്തിന് മുൻപ് മരുമകന് ഒരു പെണ്ണുമായി എല്ലാത്തരത്തിലുമുള്ള ബന്ധമുണ്ടായിരുന്നെന്നും അവളെ കൊലപ്പെടുത്തുകയാണ് ചെയ്തതെന്നും അച്ഛനും അമ്മയും അറിഞ്ഞാൽ സഹിക്കുമോ? അവർ

ആ നിമിഷം ഹൃദയംപൊട്ടി മരിക്കും.

അതൊരു കള്ളക്കഥ ആയിരുന്നു എന്നുപോലും അവരോട് പറയാൻ പറ്റില്ല.

'അമ്മേ...' അവൾ കോൾ എടുത്തു.

'എന്താ മോളേ...കല്യാണം കഴിഞ്ഞപ്പോഴേക്ക് അച്ഛനേയും അമ്മയേയും മറന്നോ നീ?' രാജേശ്വരി പരിഭവസ്വരത്തിൽ ചോദിച്ചു.

'അമ്മ ചോദിച്ചതിന്റെ അർത്ഥമെനിക്കു മനസ്സിലായി. പ്രത്യേകിച്ച് വിശേഷമൊന്നുമില്ലാത്തതുകൊണ്ടാണമ്മേ ഞാൻ വിളിക്കാതിരുന്നത്.'

അവൾ പറഞ്ഞു.

'നിനക്കവിടെ സ്നേഹിക്കാൻ നിന്റെ ഭർത്താവുണ്ട്. സംസാരിക്കാൻ അവന്റെ അമ്മയുണ്ട്. എനിക്കോ...അച്ഛൻ രാവിലെ പോയിക്കഴിഞ്ഞാൽപ്പിന്നേ...'

'സോറി അമ്മേ...ഞാൻ...ഞാൻ അതേക്കുറിച്ചൊന്നും ഓർത്തില്ല. സോറി...അമ്മയ്ക്ക് എന്നോട് ദേഷ്യമൊന്നും തോന്നല്ലേ. ഓരോരോ തിരക്കുകൾ. അതിന്റെയിടയിൽ അമ്മയെ ഞാൻ മറന്നെന്നൊന്നും വിചാരിക്കല്ലേ.' അവൾ പറഞ്ഞു.

'വിഷമം പറഞ്ഞെന്നേയുള്ളൂ. എനിക്ക് നിന്നോട് ദേഷ്യം തോന്നുമോ മോളേ. നീ സന്തോഷത്തോടെ ഇരിക്കുന്നു എന്നു മാത്രം അറിഞ്ഞാൽ മതി എനിക്ക്.'

'എനിക്കിവിടെ സുഖമാണമ്മേ. ഇവിടത്തെ അമ്മയ്ക്കെന്നോട് വലിയ സ്നേഹമാണ്. അനുവിന്റെ കാര്യം പറയുകയും വേണ്ട.'

'അവൻ ഓഫീസിലൊക്കെ പോകുന്നുണ്ടോ?'

'ഇപ്പോൾ പതിവായി പോകുന്നുണ്ട്.'

'അവിടെ എന്തൊക്കെയോ പ്രോബ്ലമുണ്ടെന്ന് പറഞ്ഞിട്ട്...'

'അതൊന്നും അത്ര വലിയ സീരിയസ് പ്രശ്നമൊന്നുമല്ല. ഇന്നും ആ ഗോപിയങ്കിൾ വീട്ടിൽ വിന്നിട്ടുണ്ടാരുന്നു.' എല്ലാം കഴിയുന്നത്ര പൊതിഞ്ഞുപിടിച്ചാണ് പല്ലവി അമ്മയോട് സംസാരിച്ചത്. അമ്മയും അച്ഛനും തൽക്കാലം ഒന്നും അറിയണ്ട.'

'നിങ്ങൾ എന്നാണിങ്ങോട്ട് വരുന്നത്?' രാജേശ്വരി ചോദിച്ചു.

'സൺഡേ അച്ഛൻ വീട്ടിൽ കാണുമല്ലോ. അന്നു വരാം.'

അവൾ സമ്മതിച്ചു.

'ശരി മോളേ. ഇടയ്ക്കു വിളിക്കണേ.'

'വിളിക്കാം അമ്മേ.'

അവൾ കോൾ കട്ട് ചെയ്തു. അപ്പോഴാണ് പുറത്തു പോയിരുന്ന

അനുരാഗ് വന്നത്.

'അനൂ ഒരു വിശേഷമുണ്ട്.'

അവൻ വന്നപ്പോൾത്തന്നെ പല്ലവി പറഞ്ഞു.

'എന്താണ്?'

പ്രകാശൻ വന്നിരുന്ന കാര്യം അവൾ അവനോട് പറഞ്ഞു.

'ഒടുവിൽ ഗോപിയങ്കിൾ മുട്ടുമടക്കി അല്ലേ?' അവൻ സന്തോഷത്തോടെ ചോദിച്ചു.

'അയാളെ നമുക്ക് സാവധാനം അടിയറവ് പറയിക്കാം. എടുത്തുചാടി ഒന്നും ചെയ്യണ്ട. സകലപഴുതുകളും അടച്ചുവേണം മുമ്പോട്ടു പോകാൻ.' അവൾ പറഞ്ഞു.

'പോലീസ് അന്വേഷിക്കും. പ്രസീദാനമ്പ്യാർക്ക് എന്താണ് സംഭവിച്ചതെന്നു ശ്രീമാൻ ഗോപിനാഥിന് വെളിപ്പെടുത്തേണ്ടി വരും. അയാൾ തന്നെയായിരിക്കും അവളെ റെയിൽവേസ്റ്റേഷനിൽ കൊണ്ടുചെന്ന് വിട്ടത്.' അനുരാഗ് പറഞ്ഞു.

'കംപ്ലെയിന്റ് കൊടുത്ത കാര്യം ശ്രീനാഥ് സാറിനെ അറിയിക്കണ്ടേ?'

അവൾ ചോദിച്ചു.

'വേണം. അമ്മയെക്കൊണ്ട് വിളിപ്പിക്കാം. അതാണ് നല്ലത്.'

അവർ ഗായത്രീദേവിയുടെ അടുത്തേക്ക് ചെന്നു.

'അമ്മേ എന്നാണ് നമ്മൾ രാഹുലിനെയും കൂട്ടുകാരനെയും ഭക്ഷണം കഴിക്കാൻ ക്ഷണിക്കുന്നത്?' അനുരാഗ് ചോദിച്ചു.

'അവർക്ക് വരാൻ സൗകര്യം എന്നാണെന്നറിയില്ലല്ലോ മോനേ...'

'നമ്മൾ ക്ഷണിക്കുന്നു. അവർക്ക് വരാൻ എപ്പോഴാണോ സൗകര്യം കിട്ടുന്നത്...അപ്പോൾ വരട്ടെ.'

'അതു ശരിയാ. വിളിച്ചുതാ. ഞാൻ സംസാരിക്കാം.' ഗായത്രീദേവി പറഞ്ഞു.

ലാൻഡ് ഫോണിലാണ് രാഹുലിന്റെ നമ്പർ അനുരാഗ് ഡയൽ ചെയ്തു കൊടുത്തത്.

'മോനേ ഇത് അനുരാഗിന്റെ അമ്മയാണ്. ബിസിയാണോ?'

'അല്ലമ്മേ...പറയൂ. സുഖമായിരിക്കുന്നോ?'

അയാൾ ഉടൻ കോൾ എടുത്തു.

'സുഖമായിരിക്കുന്നു എന്നു പറയാൻ പറ്റില്ലല്ലോ. കാര്യങ്ങൾ മോനും അറിയാമല്ലോ. ഇന്ന് ടൗൺ സ്റ്റേഷനിൽ കംപ്ലെയിന്റ് കൊടുത്തിട്ടുണ്ട്.'

'കൊടുത്തോ. അതു നന്നായി. നമ്മൾ ഒന്നും മിണ്ടാതിരുന്നാൽ അതു തേഞ്ഞുമാഞ്ഞുപോകും. ഇതല്ല ഏതു കാര്യമായാലും നമ്മൾ പ്രതിക

രിക്കണം. ചെയ്യാനുള്ളത് ചെയ്യണം. റിസൽട്ട് എന്തുമാകട്ടെ. അതു കാര്യമാക്കണ്ടാ.'രാഹുൽ പറഞ്ഞു.

'എനിക്കു മോനെ ഒന്നു കാണണമെന്ന് വലിയ ആഗ്രഹമുണ്ട്. അതു പോലെ കൂട്ടുകാരനെയും. രണ്ടുപേരും കൂടി ഒരുദിവസം വീട്ടിൽ വരണം. ആഹാരം കഴിച്ചിട്ടേ പോകാൻ പറ്റൂ.' ഗായത്രീദേവി പറഞ്ഞു.

'ഞാൻ ശ്രീനാഥിനോട് ചോദിക്കട്ടെ. ഒരുദിവസം ഞങ്ങൾ വരാം.'

അയാൾ ഏറ്റു.

'അധികം വൈകല്ലേ. കഴിയുന്നതും ഈയാഴ്ച തന്നെ.'

'വരാം അമ്മേ.'

'ശരി മോനേ.' ഗായത്രീദേവിക്ക് സമാധാനമായി. രണ്ടുപേരും വരുമല്ലോ. മിട്ടുമോന് വലംകയ്യും ഇടംകയ്യുമാകും. അവൻ ഒറ്റയ്ക്കല്ലേ...അവന് വേറാരും തുണയില്ലല്ലോ.

രണ്ടുദിവസം അങ്ങനെ കഴിഞ്ഞു.

'നമ്മൾ പരാതി കൊടുത്തിട്ട് പിന്നെ ഒന്നും അറിഞ്ഞില്ലല്ലോ അമ്മേ.'

പല്ലവി പറഞ്ഞു.

'ശരിയാ. ഞാനൊന്ന് വിളിച്ചു നോക്കാം.' ടൗൺ പോലീസ് സ്റ്റേഷനിലേക്ക് അവർ വിളിച്ചു. എസ്.ഐയെത്തന്നെ കിട്ടി.

'സർ ഞാൻ ആർ.കെ ബംഗ്ലാവിൽനിന്ന് ഗായത്രീദേവിയാണ് വിളിക്കുന്നത്. രണ്ടുദിവസം മുമ്പ് ഞാനൊരു പരാതി തന്നിരുന്നു. അതേക്കുറിച്ച് അറിയാനാണ് വിളിക്കുന്നത്.'

'നിങ്ങൾക്ക് അതിന്റെ പേരിൽ പണം വല്ലതും നഷ്ടപ്പെട്ടിട്ടുണ്ടോ?'

എസ്.ഐ ജയരാജ് ചോദിച്ചു.

'ഇല്ല.'

'ആ സ്ത്രീ വീണ്ടും വിളിച്ചു ഭീഷണിപ്പെടുത്തിയോ?'

'ഇല്ല.'

'പിന്നെ നിങ്ങൾക്കെന്താ പ്രശ്നം? ഇവിടെ ഞങ്ങൾക്ക് വേറെ നൂറുകൂട്ടം കാര്യങ്ങളുണ്ട്. അവൾ വീണ്ടും വിളിച്ച് കാശ് ചോദിച്ചാൽ അന്നേരം എന്തെങ്കിലും നോക്കാം. '

ഫോൺ അയാൾ കട്ട് ചെയ്തു. ഗായത്രീദേവിയും പല്ലവിയും പരസ്പരം നോക്കി.

***

രാത്രിയിൽ വീട്ടിൽ ആദ്യമെത്തിയത് രാഹുലാണ്. ശ്രീനാഥ് വന്നപ്പോൾ ഒൻപതു കഴിഞ്ഞു.

'എന്താ വൈകിയേ?' രാഹുൽ ചോദിച്ചു.

'ഇരുമ്പുപാലത്തിനടുത്ത് ഒരു ചെരുപ്പുകടയ്ക്ക് തീ പിടിച്ചു. അവിടെയായിരുന്നു. ഇപ്പഴാ തീയണഞ്ഞത്.'

'താൻ വല്ലതും കഴിച്ചോ?'

'ഇല്ല. പാഴ്സൽ കൊണ്ടുവന്നിട്ടുണ്ട്.'

കുളി കഴിഞ്ഞുവന്ന് ശ്രീനാഥ് കഴിക്കാനിരുന്നു.

'നമുക്ക് ഒരു കുക്കിനെ വച്ചാലോ. ദിവസവും ഹോട്ടലിൽ പോയി കഴിക്കുന്നത് ശരിയാവത്തില്ല.' രാഹുൽ പറഞ്ഞു.

'ശരിയാണ്. നമുക്ക് അതേക്കുറിച്ച് സീരിയസ്സായി ആലോചിക്കണം.'

ശ്രീനാഥ് അതിനോട് യോജിച്ചു.

'ഇന്ന് അനുരാഗിന്റെ അമ്മ വിളിച്ചിട്ടുണ്ടായിരുന്നു. അവർ ആ കംപ്ലെയിന്റ് കൊടുത്തിട്ട് രണ്ടുദിവസം കഴിഞ്ഞു. ടൗൺ എസ്.ഐ വിളിച്ച് അതിന്റെ പുരോഗതി ചോദിച്ചപ്പോൾ അയാൾ കളിയാക്കുകയാണ് ചെയ്തത്.'

'ഓ...നാളെ ഞാനൊന്ന് ചോദിക്കാം. അയാൾ കളിയാക്കിയെങ്കിൽ അയാളുടെ പിന്നിൽ ആരോ ഉണ്ട് എന്നർത്ഥം. അല്ലെങ്കിൽ ഒരു സ്ത്രീ കൊടുത്ത പരാതിയിൽ അടങ്ങിയിരിക്കാൻ അയാൾക്ക് ധൈര്യംവരില്ല.'

പിറ്റേന്ന് എസ്.പി ഓഫീസിൽ ചെന്ന് അത്യാവശ്യ കാര്യങ്ങൾ ചെയ്തു കഴിഞ്ഞപ്പോൾ ടൗൺ എസ്.ഐയെ ശ്രീനാഥ് വിളിപ്പിച്ചു. അല്പനേരം കഴിഞ്ഞപ്പോൾ ജയരാജ് വന്ന് സല്യൂട്ടടിച്ച് നിന്നു. നാല്പത് വയസ്സ് പ്രായം വരുന്ന കറുത്തു തടിച്ച ഒരാളായിരുന്നു എസ്.ഐ.

'നമ്മൾ തമ്മിൽ ഇതുവരെ പരിചയപ്പെട്ടിട്ടില്ല അല്ലേ?'

ശ്രീനാഥ് ചോദിച്ചു.

'ഇല്ല സാർ.'

'ഞാൻ പുതിയ എ.എസ്.പി. പേര് ശ്രീനാഥ്.' ഈ പരിചയപ്പെടുത്തൽ മനപൂർവ്വമാണെന്ന് ജയരാജന് മനസ്സിലായി.

'അറിയാം സാർ.'

'സ്റ്റേഷനിൽ ഒരു പരാതി കിട്ടിയാൽ കഴിയുന്നതും ഇരുപത്തിനാലു മണിക്കൂറിനുള്ളിൽ അതേക്കുറിച്ച് എന്തെങ്കിലുമൊരു അന്വേഷണം നടത്തണം. അതല്ലേ ആളുകൾ പ്രതീക്ഷിക്കുന്നതും നമ്മുടെ ഡ്യൂട്ടിയും.'

'സർ.'

'ആർ.കെ ബംഗ്ലാവിലെ ഗായത്രീദേവി തന്ന പരാതിയെക്കുറിച്ച് നിങ്ങൾ എന്തെങ്കിലും അന്വേഷണം നടത്തിയോ?'

'സർ...അത്...അത്യാവശ്യമുള്ള കുറേ കേസുകൾ ഉണ്ടായിരുന്നു. ഇന്നുതന്നെ ഞാൻ അന്വേഷിക്കാം സാർ.'

'നാളെ ഉച്ചയ്ക്ക് പന്ത്രണ്ടുമണിക്ക് മുമ്പ് പൂജ എന്ന ആ പെണ്ണിനെക്കുറിച്ചുള്ള സകല ഡീറ്റെയിൽസും എനിക്കു കിട്ടിയിരിക്കണം. നൗ യു ക്യാൻ ഗോ.' കർശനസ്വരത്തിൽ ശ്രീനാഥ് പറഞ്ഞു.

'യേസ് സാർ.'

വീണ്ടും സല്യൂട്ട് ചെയ്തിട്ട് എസ്.ഐ ജയരാജ് പിൻവാങ്ങി. മുമ്പ് പല ഓഫീസർമാരുടെയും ശകാരം കേട്ടിട്ടുള്ളതുകൊണ്ട് അയാൾക്ക് ഇത് അതത്ര കാര്യമായി തോന്നിയില്ല. പക്ഷേ തിരിച്ച് സ്റ്റേഷനിലെത്തിയശേഷം അയാൾ ഗോപിനാഥിനെ വിളിച്ചു.

'അവർ മുകളിൽ പിടിച്ചിട്ടുണ്ട് സാർ.'

'ആര്?'

'എ.എസ്.പി ഇപ്പോഴെന്നെ വിളിപ്പിച്ചിട്ടുണ്ടാരുന്നു. ഗായത്രീദേവി തന്ന പരാതിയെക്കുറിച്ച് ചോദിക്കാൻ. നാളെ ഉച്ചയ്ക്കുമുമ്പ് അന്വേഷണ റിപ്പോർട്ട് കൊടുക്കാനാണ് ഉത്തരവ്. എന്താണ് ചെയ്യേണ്ടതെന്ന് എനിക്കറിയാം സർ. മീശ കുരുക്കാത്ത പയ്യന്മാർ വന്ന് മുകളിലിരുന്ന് കുരയ്ക്കുമ്പോൾ ഞാനതു മിണ്ടാതെ കേട്ടിട്ട് പോരാറേയുള്ളു. പക്ഷേ ഈ ജയരാജ് അത്ര നിസ്സാരക്കാരനല്ലെന്ന് ഞാൻ അവരെ പിന്നീട് ബോധ്യപ്പെടുത്തിയിട്ടുമുണ്ട്.'

'അതെനിക്കറിയാമല്ലോ.'

'ഞാനിതങ്ങ് പൊലിപ്പിക്കാൻ പോവാ സാറേ.'

'എന്തു വേണേലും ചെയ്യ്. ഞാനുണ്ട് കൂടെ.' ഗോപിനാഥ് പറഞ്ഞു. ഉടൻതന്നെ രണ്ടു പോലീസുകാരോടൊപ്പം ജയരാജ് ആർകെ ബംഗ്ലാവിലേക്ക് ചെന്നു. സുമിത്രയാണ് വാതിൽ തുറന്നുകൊടുത്തത്.

'ഗായത്രീദേവിയെ കാണാൻ വന്നതാണ്. അവർ തന്ന പരാതിയിന്മേൽ അന്വേഷണം നടത്താനും മൊഴിയെടുക്കാനും.' അയാൾ പറഞ്ഞു

'സാർ ഇരുന്നാട്ടെ. ഞാൻ വിളിക്കാം.'

അയാൾ പുറത്തുള്ള കസേരയിൽ ഇരുന്നു. സുമിത്ര ഉടൻതന്നെ ഗായത്രീദേവിയെ വിളിച്ചുകൊണ്ടുവന്നു. ഒപ്പം അനുരാഗും പല്ലവിയും ഉണ്ടായിരുന്നു. മൂന്നുപേരേയും ജയരാജ് ഒന്നുനോക്കി.

'ഗായത്രീദേവി അല്ലേ?'

'അതേ.' ഗായത്രീദേവി തലകുലുക്കി.

'നിങ്ങളോടാണോ പൂജ എന്ന സ്ത്രീ പത്തുലക്ഷം രൂപ ആവശ്യപ്പെട്ടത്.?' അയാൾ ചോദിച്ചു.

'അല്ല. എന്റെ മകൻ അനുരാഗിനോടാണ്.'

'അപ്പോൾ മകൻ പറഞ്ഞ അറിവ് മാത്രമേ നിങ്ങൾക്കുള്ളു.'

'അതെ.'

അയാൾ അനുരാഗിന്റെ നേർക്കു തിരിഞ്ഞു.

'പൂജ എന്ന പെണ്ണിനെ കണ്ടിട്ടുണ്ടോ?' അയാൾ ചോദിച്ചു.

'എത്ര തവണ?'

'രണ്ടുതവണ'

'എവിടെവച്ച്?'

'ബീച്ചിലുള്ള റസ്റ്റോറന്റിൽ വച്ച്.'

'നിങ്ങൾ തമ്മിൽ നേരത്തേ പരിചയമുണ്ടായിരുന്നോ?'

അയാൾ ചോദിച്ചു.

'ഇല്ല.' അനുരാഗ് പറഞ്ഞു.

'പിന്നെ എങ്ങനെയാണ് റസ്റ്റോറന്റിൽവച്ച് കണ്ടത്?'

'കാണണമെന്ന് പറഞ്ഞ് അവൾ വിളിച്ചു. അതാണ് ചെന്നത്.'

ഗായത്രീദേവിയും പല്ലവിയും എല്ലാം കേട്ടു നിൽക്കുന്നുണ്ടായിരുന്നു

'എന്തിനാണ് അവൾ കാണണമെന്ന് പറഞ്ഞത്?'

'അവളുടെ കൂട്ടുകാരി പ്രസീദാ നമ്പ്യാർ കുറേ ദിവസം മുമ്പ് നാട്ടിൽ വന്നിട്ടുണ്ടായിരുന്നു എന്നും അവൾ ഇതുവരെ ജാർഖണ്ഡിലെ യൂണിവേഴ്സിറ്റിയിൽ തിരിച്ചു ചെന്നിട്ടില്ലെന്നും അവളെ അന്വേഷിച്ചു വന്നതാണെന്നും.'

'അവർ തമ്മിൽ എന്താണ് ബന്ധം?'

'കൂട്ടുകാരികളാണ്.'

'അവൾ എന്തിനാണ് ആലപ്പുഴയിൽ വന്ന് അന്വേഷിച്ചത്?'

'അത്...അത്...പ്രസീദ എന്നെ കാണാൻ വന്നിട്ടുണ്ടായിരുന്നു.'

'നിങ്ങൾ തമ്മിൽ പരിചയമുണ്ടായിരുന്നോ?'

'ഉണ്ടായിരുന്നു.'

'എങ്ങനെയുള്ള പരിചയം?'

അനുരാഗ് അതിന് മറുപടി പറയാന ഒന്നു മടിച്ചു.

'പറയൂ..എങ്ങനെയുള്ള പരിചയം?'

'പ്രസീദ എന്റെ കൂട്ടുകാരിയായിരുന്നു.'

'എന്നുവച്ചാൽ ഗേൾഫ്രണ്ട്.'

അവൻ മറുപടി പറഞ്ഞില്ല.

'പ്രസീദ അന്ന് വന്നിട്ട് നിങ്ങളെ കണ്ടോ?'

'കണ്ടു.'

'എന്നിട്ട് എപ്പോഴാണ് തിരിച്ചുപോയത്?'

'പിറ്റേന്ന്.'

'അവൾ എവിടെയാണ് അന്ന് താമസിച്ചത്?'

'ഞങ്ങളുടെ ഹോട്ടലിൽ.'

'തനിച്ചായിരുന്നോ അതോ...'

ചോദ്യം ചെയ്യലിന്റെ പോക്ക് ശരിയല്ലെന്ന് പെട്ടെന്ന് പല്ലവിക്ക് മന സ്സിലായി.

'അമ്മ വാ. നമുക്ക് അകത്തുപോയി ഇരിക്കാം.'

അവൾ ഗായത്രീദേവിയേയും കൊണ്ട് അകത്തേക്കു പോയി. ജയ രാജ് അതുകണ്ട് ഊറിച്ചിരിച്ചു. അരമണിക്കൂറിലധികം അനുരാഗിനെ ചോദ്യം ചെയ്തിട്ട് ജയരാജും പോലീസും പോയി.

***

ബാലകൃഷ്ണൻനായർ അന്ന് ഓഫീസിൽനിന്ന് വന്നപ്പോൾ എട്ടു മണി കഴിഞ്ഞു.

'നല്ല വിശപ്പ്. ഞാൻ വേഗം കുളിച്ചിട്ട് വരാം. നീ കഴിക്കാനുള്ളത് എടുത്തു വയ്ക്ക്. ' അദ്ദേഹം പറഞ്ഞു.

'വൈകുന്നേരം ചായ കിട്ടിയില്ലേ?' രാജേശ്വരി ചോദിച്ചു.

'ഇല്ല. യാത്രയിലായിരുന്നു.'

'അതാണിത്ര വിശപ്പ്.'

ഓഫീസിലാണെങ്കിൽ കൃത്യസമയത്ത് ചായ കൊണ്ടുവരും. എന്തെ ങ്കിലും ചെറുകടിയും കാണും. രാജേശ്വരി നെയ് പുരട്ടിച്ചുട്ട ചപ്പാത്തി ചൂടാറാതെ കാസറോളിൽ വച്ചിട്ടുണ്ടായിരുന്നു. വെജിറ്റബിൾ കുറുമയും ഉണ്ടായിരുന്നു. കുടിക്കാനുള്ള ചൂടുവെള്ളവും എടുത്തുവച്ചു. ബാലകൃ ഷ്ണൻനായർ കുളിച്ച് വേഷം മാറി വന്നു. അപ്പോഴേക്കും രാജേശ്വരി ടീവി ഓൺ ചെയ്തു.

രണ്ടുപേരും കഴിക്കാനിരുന്നു.

'ഞായറാഴ്ച വരാമെന്നാ മോൾ പറഞ്ഞിരിക്കുന്നേ.. ശനിയാഴ്ച ഉച്ച കഴിഞ്ഞെങ്കിലും വരാൻ പറയണം. എന്നാലല്ലേ ഞായർ കംപ്ലീറ്റ് അവളെ കിട്ടൂ.' രാജേശ്വരി പറഞ്ഞു.

'അതെ. അവൾ ഹോസ്റ്റലിൽ ആയിരുന്നപ്പോൾ കാണാൻ ഇത്ര കൊതിയില്ലായിരുന്നു. പക്ഷേ ഇപ്പോൾ...'

പെട്ടെന്നാണ് ടീവി സ്ക്രീനിൽ അനുരാഗിന്റെ ചിത്രം തെളിഞ്ഞത്.

'അയ്യോ...അത് മോനല്ലേ...' രാജേശ്വരിയാണ് ആദ്യം കണ്ടത്.

'പത്തുലക്ഷം രൂപയുടെ ബ്ലാക്ക് മെയിൽ കേസിൽ ആർകെ അസോ സിയേറ്റ്സ് ഉടമ ഗായത്രീദേവിയുടെ മകൻ അനുരാഗിനെ ഇന്ന് പോലീ സ് വിശദമായി ചോദ്യം ചെയ്തു. പ്രസീദാ നമ്പ്യാർ എന്ന പെൺകു

ട്ടിയെ കാണാതാകുന്നതിന്റെ തലേരാത്രിയിൽ തന്റെ കൂടെ ഉണ്ടായിരുന്നു എന്ന് അനുരാഗ് ചോദ്യം ചെയ്യലിനിടയിൽ സമ്മതിച്ചു...'

ന്യൂസ് റീഡർ പറഞ്ഞതുകേട്ട് ബാലകൃഷ്ണൻനായരും രാജേശ്വരിയും ഞെട്ടലോടെ ഇരുന്നു.

പതിനൊന്ന്

ന്യൂസ് റീഡർ പെട്ടെന്ന് വേറൊരു വാർത്തയിലേക്ക് പോയി. കേട്ടത് വിശ്വസിക്കാനാവാതെ ബാലകൃഷ്ണൻനായരും രാജേശ്വരിയും പരസ്പരം നോക്കി.

'ഇത്...ഇത് നമ്മുടെ അനുരാഗ് തന്നെയാണോ? അതോ ടീവിക്കാർക്ക് തെറ്റിയതായിരിക്കുമോ?' ഞെട്ടലിൽനിന്ന് വിമുക്തയാകാതെ രാജേശ്വരി ചോദിച്ചു.

'അവർക്ക് തെറ്റിയതൊന്നുമല്ല. ഗായത്രീദേവിയുടെ മകൻ എന്ന് തന്നെയല്ലേ പറഞ്ഞത്. നമ്മളറിയാത്ത എന്തോ സംഭവിച്ചിട്ടുണ്ട്.'

ബാലകൃഷ്ണൻനായർ പെട്ടെന്ന് മൊബൈൽ എടുത്ത് പല്ലവിയെ വിളിച്ചു. പക്ഷേ ബെല്ലടിച്ച് നിന്നതല്ലാതെ അവൾ ഫോൺ എടുത്തില്ല. അദ്ദേഹം വീണ്ടും വിളിക്കാനൊരുങ്ങിയപ്പോൾ പല്ലവിയുടെ വിളി വന്നു.

'മോളേ ടീവിയിൽ ഇപ്പോൾ ഒരു വാർത്ത കണ്ടു. എന്തായിത്...സത്യം വല്ലതുമുണ്ടോ?' അദ്ദേഹം ചോദിച്ചു.

'കുറച്ചു കാര്യങ്ങൾ ഉണ്ടച്ഛാ. അനു എല്ലാം എന്നോട് പറഞ്ഞിട്ടുള്ളതാ. ഇതിന്റെ പിന്നിൽ ചിലരുണ്ട്. വിശദമായി ഞാൻ പിന്നെ സംസാരിക്കാം.' അവൾ പറഞ്ഞു.

'കാര്യം എന്തുതന്നെയായാലും എത്രയോ പേർ ഇപ്പോൾ അത് അറിഞ്ഞുകാണും നമ്മളെ അറിയുന്നവരും അറിയാത്തവരും. നാളെ മുതൽ ഓരോരുത്തർ ചോദിച്ചു തുടങ്ങും. അച്ഛൻ എന്തു മറുപടി പറയും?'

'കല്യാണത്തിനുമുമ്പ് സംഭവിച്ച കാര്യമാണ്. അനു നിരപരാധിയാണെന്ന് ഞാൻ പറയില്ല. പക്ഷേ അനുവിനെ മനഃപൂർവ്വം ചിലർ ട്രാപ്പിൽ പെടുത്തിയതാണ്.'

'ആര്?'

'ആ ഗോപിനാഥ്. ഈ വാർത്തയ്ക്കു പിന്നിലും അയാളാണ്.'

'എന്തായാലും മനസ്സമാധാനം പോയല്ലോ മോളേ.'

'അച്ഛൻ വിഷമിക്കല്ലേ. സമാധാനമായിട്ടിരിക്കൂ.'

'എന്റെ കാര്യം പോട്ടേ. പക്ഷേ നിന്റെ അമ്മ...'

'അമ്മയ്ക്ക് ഫോൺ ഒന്നു കൊടുത്തേ അച്ഛാ.' അവൾ പറഞ്ഞു.

അദ്ദേഹം മൊബൈൽ രാജേശ്വരിക്ക് കൊടുത്തു.

'മോളേ...' ഹൃദയം തകർന്ന് അവർ വിളിച്ചു.

'അനുവിന് ഒരു കുഴപ്പവും സംഭവിക്കില്ലമ്മേ. ശിക്ഷ കിട്ടാവുന്ന ഒരു തെറ്റും അനു ചെയ്തിട്ടില്ല. അമ്മ വിശ്വസിക്ക്. ഞാനല്ലേ പറയുന്നത്. '

അമ്മയുടെ മനസ്സ് തണുപ്പിക്കാൻ പല്ലവി ശ്രമിച്ചു.

'പക്ഷേ അച്ഛന് നാണക്കേടായില്ലേ മോളേ. ഓഫീസിൽതന്നെയുള്ള എത്രയോ പേര് ഇപ്പോൾ ഇതൊക്കെ അറിഞ്ഞുകാണും.'

'നമ്മുടെ മുഖത്തു കരിതേച്ച് കാണിക്കാനുള്ള ശ്രമമാണമ്മേ ഇത്. അതിൽ അവർ വിജയിച്ചിരിക്കുന്നു.'

'അവൻ എന്തു പറയുന്നു?'

'ഇവിടുണ്ട്. വല്ലാത്ത ഷോക്കായിപ്പോയി അനുവിന്. പക്ഷേ അനുവിന്റെ അമ്മയ്ക്ക് നല്ല ധൈര്യം. അനുവിനെ പെടുത്തിയതാണെന്ന് അമ്മയ്ക്ക് മനസ്സിലായിട്ടുണ്ട്. പൊരുതാൻ തന്നെയാണ് ഉദ്ദേശ്യം.'

'എന്നാലും ഉണ്ടായ മാനക്കേട്...'

'അതേക്കുറിച്ച് ഇനി ആലോചിച്ചിട്ടെന്താ ഫലം. ശരിയമ്മേ. നാളെ വിളിക്കാം.' പല്ലവി കോൾ കട്ട് ചെയ്തു.

ഉടൻതന്നെ ബാലകൃഷ്ണൻനായരുടെ അനുജൻ ഹരികൃഷ്ണന്റെ വിളി വന്നു.

'ബാലേട്ടാ ടീവിയിൽ ഇപ്പോ ഒരു വാർത്ത കണ്ടു.' ഉത്കണ്ഠാ സ്വരത്തിൽ അയാൾ പറഞ്ഞു.

'ഞങ്ങളും കണ്ടു ഹരീ. ഇപ്പോഴാണ് ഇങ്ങനൊരു സംഭവത്തെക്കുറിച്ച് ഞങ്ങളും അറിയുന്നത്. പല്ലവിയെ വിളിച്ചു ചോദിച്ചപ്പോൾ ആരോ കരുതിക്കൂട്ടി അനുരാഗിനെ ഇതിൽ പെടുത്തിയതാണെന്നാ പറഞ്ഞത്. പക്ഷേ കേട്ട വാർത്തയിൽ കുറച്ച് സത്യമുണ്ടെന്ന് തോന്നുന്നു. നാളെ വിശദമായി അറിയാം.'

'എന്തെങ്കിലും അറിഞ്ഞാൽ വിളിക്കണേ.'

'വിളിക്കാം.' ബാലകൃഷ്ണൻനായർ കോൾ കട്ട് ചെയ്തു.

അപ്പോൾത്തന്നെ അടുത്ത വിളി വന്നു. അദ്ദേഹത്തിന്റെ ഓഫീസിലെ സഹപ്രവർത്തകനായിരുന്നു അത്.

അദ്ദേഹം ആ കോൾ എടുത്തില്ല. വിളിക്കുന്നത് എന്തിനാണെന്ന് അറിയാമായിരുന്നു. ചോദ്യങ്ങൾക്ക് മറുപടി പറയാൻ വയ്യ..

പക്ഷേ വീണ്ടും തുരുതുരാ വിളികൾ വന്നുകൊണ്ടിരുന്നു. പലരുടേയും. ക്ഷമ നശിച്ച് അദ്ദേഹം മൊബൈൽ സ്വിച്ച് ഓഫ് ചെയ്തുവച്ചു.

***

ഉറങ്ങാത്ത രാത്രിയായിരുന്നു അനുരാഗിനും പല്ലവിക്കും അത്. കൊച്ചുകുട്ടിയെപ്പോലെ അവൻ കരഞ്ഞു.

'എനിക്കിനി ജീവിച്ചിരിക്കണ്ടാ. സ്നേഹിക്കുന്നവരെയെല്ലാം വേദനിപ്പിച്ചിട്ട്...അവർക്ക് അപമാനമുണ്ടാക്കിയിട്ട് എനിക്കു വയ്യാ. ഓർക്കാൻ പോലും.'

'അനൂ എന്തായീ പറയുന്നത്. ആ പെണ്ണിനെ കൊന്നിട്ടില്ല. നീ അവളെ റേപ്പ് ചെയ്തിട്ടില്ല. നേരം വെളുത്തപ്പോൾ കാണാനില്ല. അതല്ലേ പരാതി. അവൾ ജീവിച്ചിരിപ്പുണ്ടെന്ന് നമുക്കറിയാമല്ലോ.' അവൾ പറഞ്ഞു.

'നമുക്കല്ലേ അറിയൂ. പക്ഷേ ആ ടീവി വാർത്ത കേട്ടവരൊന്നും അതു വിശ്വസിക്കത്തില്ല. അവർ എന്നെ കൊലയാളിയായിട്ടേ കാണൂ.'

'സത്യം പുറത്തു വരുന്നതുവരെ മാത്രമേ ആ വിശ്വാസം നിലനിൽക്കൂ.'

'എന്നാലും നിന്റെ അച്ഛനും അമ്മയും എന്തുമാത്രം സങ്കടപ്പെട്ടുകാണും. അച്ഛൻ ഉത്തരവാദപ്പെട്ട ഒരു ഉദ്യോഗസ്ഥനല്ലേ. ഓഫീസിലേക്ക് ഇനി തലയുയർത്തി കയറിച്ചെല്ലാൻ അദ്ദേഹത്തിനു കഴിയുമോ?'

'എന്തായാലും നേരം വെളുക്കട്ടെ. എന്തെങ്കിലും പരിഹാരം നമുക്കുണ്ടാക്കാം. ഇതിലും ഗുരുതരമായ ആരോപണങ്ങൾ എത്രയോ പേർക്ക് നേരിടേണ്ടിവന്നിട്ടുണ്ട്. അവരൊക്കെ പിടിച്ചുനിന്നില്ലേ...'

പല്ലവി അവനെ കെട്ടിപ്പിടിച്ച് കിടന്നു. ഒരു അമ്മയെപ്പോലെ അവന് സ്നേഹവും വാത്സല്യവും ആത്മവിശ്വാസവും നൽകി.

ടീവിയിൽ വാർത്ത കണ്ടപ്പോൾത്തന്നെ രാഹുലിനെ വിളിച്ചാലോ എന്ന് അവൾ വിചാരിച്ചതാണ്. പക്ഷേ മടിച്ചു. തൊട്ടതിനും പിടിച്ചതിനുമൊക്കെ ഒരാളെ ശല്യപ്പെടുത്തുന്നത് മര്യാദയല്ല.

രാവിലെ പത്രം വന്നപ്പോൾ പല്ലവി ഓടിച്ചെന്ന് അതെടുത്തുനോക്കി. എല്ലാ പേജുകളും അരിച്ചുപെറുക്കി പരിശോധിച്ചു. പക്ഷേ ആ വാർത്ത മാത്രം ഉണ്ടായിരുന്നില്ല.

അപ്പോൾ ഒരു ചാനലിനെ മാത്രമേ അയാൾക്ക് സ്വാധീനിക്കാൻ കഴിഞ്ഞുള്ളു. അല്ലെങ്കിൽ ആ വാർത്ത അപ്രധാനമാണെന്ന് മറ്റു ചാനലുകാർ കരുതിക്കാണും. അല്ലെങ്കിൽ അതിന്റെ നിജസ്ഥിതി അറിഞ്ഞിട്ടു മതി എന്നു ചിന്തിച്ചുകാണും.

'മോളേ അവൻ എഴുന്നേറ്റില്ലേ?' ഗായത്രീദേവിയുടെ ചോദ്യം കേട്ട് അവൾ തിരിഞ്ഞുനോക്കി.

'ഉണർന്നുകിടക്കുകയാണമ്മേ. ഞാനെത്ര വിളിച്ചിട്ടും എഴുന്നേറ്റുവരാൻ കൂട്ടാക്കിയില്ല. ആരെയും ഫെയ്സ്ചെയ്യാൻ വയ്യാന്നാ പറഞ്ഞത്.'

'ഞാൻ ചെന്ന് വിളിക്കണോ?'

'വേണ്ടമ്മേ. കുറച്ചു കഴിയുമ്പം മനസ്സു ശാന്തമാകും. കിടന്ന് ആലോചിക്കട്ടെ. വീണ്ടുവിചാരത്തിനുള്ള സമയം കൂടിയാണിത്.'

'കിടന്നോട്ടെ. പക്ഷേ ഭക്ഷണം കഴിക്കാതിരിക്കാൻ അനുവദിക്കരുത്.'

'ഇങ്ങോട്ടു വന്നില്ലെങ്കിൽ ഞാൻ കൊണ്ടുചെന്നു കൊടുക്കാം.'

'എങ്കിൽ മോൾ വാ. നമുക്കു കഴിക്കാം.'

ഗായത്രീദേവിയും പല്ലവിയും ഒന്നിച്ചിരുന്നാണ് പ്രാതൽ കഴിച്ചത്. അതിനുശേഷം അവൾ കൊണ്ടുചെന്നു കൊടുത്ത ഭക്ഷണം അനുരാഗ് ബെഡ് റൂമിൽ ഇരുന്ന് കഴിച്ചു. പത്തുമണിയായപ്പോൾ മൂവാറ്റുപുഴയിൽനിന്ന് ബാലകൃഷ്ണൻനായരും രാജേശ്വരിയും വന്നു. മ്ലാനമായ മുഖത്തോടെയാണ് പല്ലവി അവരെ സ്വീകരിച്ചത്.

'എന്താ മോളേ ഈ കേട്ടതൊക്കെ?' ബാലകൃഷ്ണൻനായർ ഭീതിയോടെ അവളെ നോക്കി.

'അച്ഛനും അമ്മയും ഇരിക്ക്. പേടിക്കേണ്ട. ഞാൻ എല്ലാം പറയാം.'

പ്രസീദയെക്കുറിച്ച് അറിയാവുന്ന കാര്യങ്ങളെല്ലാം അവൾ അവരോട് പറഞ്ഞു. അത്ഭുതസ്തബ്ധരായിട്ടാണ് അവർ അതു കേട്ടിരുന്നത്.

'അനുരാഗ് എവിടെ?'

'മുറിയടച്ചിട്ട് ഇരിക്കുകയാണ്. ആരെയും ഫേയ്സ് ചെയ്യാൻ വയ്യാ എന്നാണ് പറഞ്ഞത്.'

അപ്പോഴേക്കും ഗായത്രീദേവി വന്നു. 'ബാലകൃഷ്ണൻനായർ പേടിക്കണ്ട. ഇതെല്ലാം ചില ഗൂഢാലോചനയുടെ ഫലമായിട്ട് സംഭവിച്ചതാ. ഒക്കെ നമുക്ക് പരിഹരിക്കാവുന്നതേയുള്ളൂ.'

'ആരാണ് ഇതിന്റെയെല്ലാം പിന്നിൽ? '

ആളിനെ സംശയമുണ്ടായിരുന്നെങ്കിലും ബാലകൃഷ്ണൻനായർ ചോദിച്ചു.

'ഗോപി...ഗോപിനാഥ്. അവനാണ്. വേറാരുമല്ല.'

ഗായത്രീദേവി പറഞ്ഞു.

'അയാൾ നമ്മുടെ മാനേജരല്ലേ. എന്തിനാണ് അയാൾ നമ്മളോട് ശത്രുത കാണിക്കുന്നത്. ഇരിക്കുന്ന കൊമ്പുമുറിക്കുന്നതു പോലെയല്ലേ അത്.' രാജേശ്വരി ചോദിച്ചു.

'അതാണ് സത്യത്തിൽ എനിക്കും അറിയാത്തത്. പക്ഷേ അവൻ എന്തോ മുന്നിൽ കണ്ടുകൊണ്ടാണ് ഇങ്ങനെയൊക്കെ പ്രവർത്തിക്കുന്നത്. അതാണ് ഇനി കണ്ടുപിടിക്കേണ്ടത്.' ഗായത്രീദേവി പറഞ്ഞു.

'എന്തുകൊണ്ട് അയാളെ ആ സ്ഥാനത്തുനിന്ന് നീക്കിക്കൂടാ?' ബാലകൃഷ്ണൻനായർ ചോദിച്ചു.

'അനുവിന്റെ അച്ഛനുള്ള സമയത്തേ അവനാണ് കമ്പനി മാനേജർ. മരണശേഷം സകല ചുമതലയും അവനെ ഏൽപ്പിച്ചു. അതാണ് എനിക്കു പറ്റിയ അബദ്ധം.'

ആരും ഒന്നും മിണ്ടിയില്ല.

'ഞാനാണെങ്കിൽ ചെറുപ്പം. ബിസിനസ്സിൽ ഒരു താല്പര്യവുമില്ലായിരുന്നു. മിട്ടുമോൻ സ്കൂൾകുട്ടി. ഗോപിയെ നല്ല വിശ്വാസവും. ഞങ്ങൾക്ക് ഒരല്ലലും ഉണ്ടായില്ല. എല്ലാ കാര്യങ്ങളും ഭംഗിയായി നടന്നു. അതുകൊണ്ട് വേറൊന്നും സംശയിച്ചതുമില്ല.'

'ബാങ്ക് ഇടപാടുകളും മറ്റ് ബിസിനസ്സ് ഡീലുകളും നടത്തുന്നത് അയാളല്ലേ?'

'അതെ.'

'അപ്പോൾ രേഖാമൂലം അതിനുള്ള അധികാരം എഴുതിക്കൊടുത്തിട്ടുണ്ടായിരിക്കുമല്ലോ.' ബാലകൃഷ്ണൻനായർ പറഞ്ഞു.

'പല സമയത്തായി എന്തൊക്കെയോ ഒപ്പിട്ടുകൊടുത്തിട്ടുണ്ട്.'

'അപ്പോൾ നമ്മൾ വിചാരിച്ചതിലും അപകടകരമാണ് അവസ്ഥ. കമ്പനി ഇപ്പോൾ അയാളുടെ കൈപ്പിടിയിലാണ്. നമുക്ക് അതിൽ യാതൊരു അവകാശവുമില്ല.' ബാലകൃഷ്ണൻനായർ പറഞ്ഞതുകേട്ട് ഗായത്രീദേവി ഒന്നു ഞെട്ടി. 'അനുരാഗ് പ്രായപൂർത്തിയായില്ലേ. അവൻ ഒരു ഭീഷണിയാകുമെന്ന് അയാൾ പേടിക്കുന്നുണ്ട്. അനുരാഗിനെ ജയിലിലടച്ചാൽ അത് ഒഴിവായി കിട്ടും. അതായിരിക്കും അയാളുടെ ഉദ്ദേശ്യം.' ബാലകൃഷ്ണൻനായർ പറഞ്ഞു.

'എനിക്കും ഇപ്പോൾ അങ്ങനെ തോന്നുന്നുണ്ട്.'

ഗായത്രീദേവി പറഞ്ഞു.

'അനുരാഗ് അവകാശം ചോദിച്ചുവന്നാൽ പേടിപ്പിച്ച് ചൊൽപ്പടിയിൽ നിർത്താൻ വേണ്ടി അയാൾ കളിച്ച നാടകമായിരിക്കാനാ വേറൊരു സാധ്യത.' പല്ലവി പറഞ്ഞു.

'എന്തായിരിക്കണം ഇനി നമ്മുടെ അടുത്ത നീക്കം?' നാലുപേരും കൂടിയിരുന്ന് ആലോചിച്ചു. ഒടുവിൽ അവർ തീരുമാനത്തിലെത്തി.

ആർ.കെ അസോസിയേറ്റ്സ് മാനേജർസ്ഥാനത്തുനിന്നും ഗോപിനാഥിനെ മാറ്റുക.

'പക്ഷേ പകരം ചുമതല ആർക്കു കൊടുക്കും? എനിക്ക് കമ്പനിയെക്കുറിച്ചോ ബിസിനസ്സിനെക്കുറിച്ചോ ഒന്നും അറിയില്ല.' ഗായത്രീദേവി

വിഷണ്ണയായി പറഞ്ഞു.

'ബിസിനസ്സ് കാര്യങ്ങൾ അനുരാഗും പല്ലവിയും കൂടി നോക്കട്ടെ. ചില തെറ്റുകുറ്റങ്ങൾ ഉണ്ടായെന്നു വരും. പരിചയമാകുമ്പോൾ അതൊക്കെ പരിഹരിക്കപ്പെടും.' ബാലകൃഷ്ണൻനായർ പറഞ്ഞു.

ഉച്ചയ്ക്ക് ഊണുകഴിഞ്ഞിട്ടാണ് പല്ലവിയുടെ അച്ഛനും അമ്മയും തിരിച്ചുപോയത്.

അല്പനേരം കഴിഞ്ഞപ്പോൾ അവളുടെ മൊബൈലിൽ രാഹുലിന്റെ കോൾ വന്നു.

'രാവിലെ വിളിക്കണമെന്ന് വിചാരിച്ചതാണ്. പക്ഷേ ചില അർജന്റ് കാര്യങ്ങൾ. ഇന്നലെതന്നെ ടീവിയിൽ വാർത്ത കണ്ടിരുന്നു. നമ്മൾ ഒട്ടും പ്രതീക്ഷിക്കാത്ത തരത്തിലാണല്ലോ കാര്യങ്ങൾ സംഭവിച്ചത്.'

ഖേദത്തോടെ അയാൾ പറഞ്ഞു.

'എല്ലാവർക്കും വലിയ ഷോക്കായിപ്പോയി. വീട്ടിൽനിന്ന് അച്ഛനും അമ്മയും വന്നിരുന്നു. അയാൾ ചാനലുകാർക്ക് അതു ചോർത്തിക്കൊടുക്കുമെന്ന് വിചാരിച്ചില്ല രാഹുലേട്ടാ.'

'അനുരാഗിനെ വിളിച്ചിട്ട് കിട്ടിയില്ല അതുകൊണ്ടാണ്....'

'അനു മുറിയിൽ അടച്ചിട്ടിരിപ്പാണ്. ഫോൺകോളുകൾ ഒന്നും അറ്റന്റ് ചെയ്യുന്നില്ല.'

'പോലീസ് കംപ്ലെയിന്റ് കൊടുത്തത് ഗോപിനാഥിന് ഇഷ്ടപ്പെട്ടില്ല. അതിനു പകരം വീട്ടിയതാണ് അയാൾ. പിടിക്കപ്പെടുമോ എന്ന പേടിയുണ്ട് അയാൾക്ക്. പരാതിയുമായി മുമ്പോട്ടു പോകാതിരിക്കാൻ അയാൾ ഒരു വാണിങ്ങ് തന്നതാണ്.'

'രാഹുലേട്ടന്റെ അഭിപ്രായമെന്താണ് ഇക്കാര്യത്തിൽ?'

'മുമ്പോട്ടു പോവുകതന്നെ വേണം. എല്ലാമൊന്ന് കലങ്ങിത്തെളിയട്ടെ. ശ്രീനാഥിനോട് ഞാൻ സംസാരിച്ചിട്ടുണ്ട്. അയാൾ വിളിക്കും.'

'താങ്ക്സ് രാഹുലേട്ടാ. സപ്പോർട്ടിന് ഞങ്ങൾക്ക് വേറാരുമില്ല.'

'പരിഭ്രമിക്കാതിരിക്കൂ. ശ്രീനാഥും ഞാനും ഇവിടുള്ളിടത്തോളം കാലം ഒന്നും പേടിക്കണ്ടാന്ന് വച്ചോളൂ. എന്താവശ്യം വന്നാലും വിളിക്കണം.'

'വിളിക്കാം.'

രാഹുലിനോട് സംസാരിച്ചു കഴിഞ്ഞപ്പോൾ പല്ലവിക്കു കുറച്ച് ആശ്വാസം കിട്ടി. ഒറ്റയ്ക്കല്ലല്ലോ. അധികാരമുള്ള രണ്ടുപേർകൂടെ സഹായത്തിനുണ്ട്.

വൈകുന്നേരമാണ് ശ്രീനാഥ് വിളിച്ചത്.

'രാഹുൽ കാര്യങ്ങളൊക്കെ പറഞ്ഞു. അനുരാഗ് നോർമലായോ?'

'ഇല്ലസാർ. വല്ലാത്ത ഒരവസ്ഥയിലാണ്. കുറ്റബോധം, പേടി, മാനക്കേട്.'

'എസ്.ഐ ജയരാജിനെ വിളിച്ച് ഞാൻ ശരിക്കു കൊടുത്തിട്ടുണ്ട്. ചാനലുകാർ മണത്തറിഞ്ഞ് വന്നതാണെന്നാ അയാൾ പറഞ്ഞത്. ഞാൻ ചെക്ക് ചെയ്തു. ലോക്കൽ റിപ്പോർട്ടറുടെ മൊബൈലിലേക്ക് എസ്.ഐ തന്നെയാണ് വിളിച്ചിരിക്കുന്നത്.'

'ഇനി അനുവിനെ ക്വസ്റ്റ്യൻ ചെയ്യാൻ വിളിപ്പിക്കുമോ?'

അവൾ ചോദിച്ചു.

'ഇല്ല. ഇനി ക്വസ്റ്റ്യൻ ചെയ്യാൻ പോകുന്നത് ഗോപിനാഥിനെയാണ്. എസ്.ഐ. ജയരാജല്ല. ഞാൻ. ആ പെണ്ണിന്റെ ബോഡി കടലിൽ കൊണ്ടുചെന്ന് കളയാൻ അയാൾ ആളിനെ ഏർപ്പാട് ചെയ്തു എന്നല്ലേ പറഞ്ഞത്. ആ കള്ളത്തരം പൊളിച്ചാൽ പിന്നെ അയാളുടെ കൊമ്പൊടിയും.'

'അയാളെ മാനേജർസ്ഥാനത്തുനിന്ന് മാറ്റിയാലോ എന്നാണ് ഇവിടെ വീട്ടിലെ ആലോചന.' അവൾ പറഞ്ഞു.

'എടുത്തുചാടി ഒന്നും ചെയ്യരുത്. അയാളെ മാനേജർ സ്ഥാനത്തുനിന്ന് നീക്കണമെങ്കിൽ തക്കതായ കാരണം വേണം. അതിന് അയാൾക്കെതിരെയുള്ള തെളിവുകൾ കണ്ടെത്തണം.' ശ്രീനാഥ് പറയുന്നത് ശരിയാണെന്ന് അവൾക്കു തോന്നി.

'പൂജയെ രംഗത്തിറക്കിയത് ഗോപിനാഥാണ്. അതിന്റെ റൂട്ട് കണ്ടുപിടിക്കണം. അയാൾക്കത് നിഷേധിക്കാൻ കഴിയാത്തവിധം തെളിവു ശേഖരിക്കണം. അത് ഞാനേറ്റു.'

പെട്ടെന്നാണ് പല്ലവിക്ക് ഒരു ആശയം തോന്നിയത്.

'പൂജയെ ഞാൻ കണ്ടിട്ടുണ്ടല്ലോ. അനുരാഗിനും അവളെ പരിചയമുണ്ട്. ഞങ്ങൾ അവളെ ഒന്ന് ട്രെയിസ് ചെയ്യട്ടെ. പോലീസ് രീതിയേക്കാൾ അതല്ലേ നല്ലത്.'

'അതിൽ തെറ്റൊന്നുമില്ല. പക്ഷേ നിങ്ങൾ എവിടെ തുടങ്ങും?'

ശ്രീനാഥ് ചോദിച്ചു.

'പത്തുലക്ഷം ട്രാൻസ്ഫർ ചെയ്യാൻ അവൾ അനുരാഗിന്റെ മൊബൈലിലേക്ക് ഒരു ബാങ്ക് അക്കൗണ്ട് നമ്പർ അയച്ചുതന്നിട്ടുണ്ട്. അവളിലേക്കുള്ള വഴി ആ നമ്പറിൽനിന്നു കിട്ടില്ലേ?'

'കിട്ടും. ഓൾദ ബെസ്റ്റ്.' അയാൾ ആശംസ നേർന്നു.

'താങ്ക് യു സാർ.'

ശ്രീനാഥ് കോൾ കട്ട് ചെയ്തു.

പല്ലവി അപ്പോൾത്തന്നെ അനുരാഗിന്റെ അടുത്തേക്ക് ചെന്നു. ബെഡ്ഡിൽ തലയണകൾ ചാരിവച്ച് ചിന്താമഗ്നനായി ഇരിക്കുകയായിരുന്നു അവൻ. അവൾ അവന്റെ അടുത്ത് ഇരുന്നു.

'നമുക്ക് നാളെയൊരു യാത്ര പോയാലോ?' അവൾ ചോദിച്ചു.

'എങ്ങോട്ട്?'

'അതു പറയാം. ആ പൂജ ഒരു ബാങ്ക് അക്കൗണ്ട് നമ്പർ വാട്സാപ്പിൽ അയച്ചുതന്നില്ലേ. അതൊന്ന് എടുക്കൂ.'

അനുരാഗ് വാട്സാപ്പിൽ പൂജ അയച്ച മെസേജ് കണ്ടുപിടിച്ചു. അക്കൗണ്ട്നമ്പറിനോടൊപ്പം കൊടുത്തിരുന്നത് സൗഭാഗ്യലക്ഷ്മി എന്ന പേരാണ്. എസ്ബിഐ പള്ളിക്കൽ ബ്രാഞ്ച്.

'അനുവിന് എസ് ബി. ഐയിലെ ആരെയെങ്കിലും പരിചയമുണ്ടോ?'

പല്ലവി ചോദിച്ചു.

'എന്തിനാണ്?'

'ഈ അക്കൗണ്ട് നമ്പർ കൊടുത്താൽ സൗഭാഗ്യലക്ഷ്മിയുടെ അഡ്രസ്സ് കിട്ടും. നമ്മൾ ഈ സ്ത്രീയെ ചെന്നു കാണുന്നു. പൂജയും ആ സ്ത്രീയും തമ്മിലുള്ള ബന്ധം എന്താണെന്ന് അറിയുന്നു.'

'അറിഞ്ഞാൽ?'

'പൂജയിപ്പോൾ ഒളിവിൽ താമസിക്കുന്നത് എവിടെയാണെന്ന് അറിയാൻ കഴിഞ്ഞേക്കും. തന്നെയുമല്ല അവളെ പോലീസ് കസ്റ്റഡിയിലെടുത്താൽ ഗൂഢാലോചന നമുക്ക് വെളിച്ചത്തു കൊണ്ടുവരാനും കഴിയും.'

അതുകേട്ടതോടെ അനുരാഗിന്റെ മുഖം തെളിഞ്ഞു. അവന് കുറച്ച് ഉന്മേഷം വീണ്ടുകിട്ടിയതുപോലെ അവൾക്കു തോന്നി.

'പീയുഷിന്റെ ഒരു കസിൻ എസ്.ബി.ഐയിലാണ് വർക്ക് ചെയ്യുന്നത്. ആ സ്ത്രീയുടെ അഡ്രസ്സ് നമുക്ക് കണ്ടുപിടിക്കാം.'

ഉത്സാഹത്തോടെ അവൻ പറഞ്ഞു.

അനുരാഗ് അപ്പോൾത്തന്നെ പീയുഷിനെ വിളിച്ച് കാര്യം പറഞ്ഞു.

'നീ ആ അക്കൗണ്ട്നമ്പർ അയച്ചുതാ. ഞാൻ ചോദിക്കാം.'

പീയുഷ് പറഞ്ഞു. അനുരാഗ് അക്കൗണ്ട് നമ്പർ അയച്ചുകൊടുത്തു.

പത്തുമിനിറ്റ് കഴിഞ്ഞപ്പോൾ അവന്റെ വാട്സാപ്പിൽ ഒരു മേൽവിലാസം വന്നു.

സൗഭാഗ്യലക്ഷ്മി, ശ്രീഗോവിന്ദം, കാക്കനാട് പി.ഒ, കായംകുളം.

പിറ്റേന്നുരാവിലെ അനുരാഗും പല്ലവിയും കൂടി കായംകുളത്തിന് പുറപ്പെട്ടു. കാക്കനാട് എവിടെയാണെന്ന് അവർക്ക് അറിയില്ലായിരുന്നു. അതു

കാരണം ഗൂഗിൾമാപ്പിന്റെ സഹായത്തോടെയാണ് അവർ പോയത്.

കാക്കനാട് ചെന്നപ്പോൾ ശ്രീഗോവിന്ദം കണ്ടുപിടിക്കാൻ ഒട്ടും പ്രയാസം നേരിട്ടില്ല. മെയിൻ റോഡ് സൈഡിൽതന്നെയായിരുന്നു ആ ഒറ്റനില വീട്. ഗേറ്റിൽ വീട്ടുപേര് എഴുതിവച്ചിട്ടുണ്ടായിരുന്നു.

'ഇതുതന്നെയാണ് വീട്.' പല്ലവി പറഞ്ഞു.

'നമ്മൾ സംസാരിക്കാൻ പോകുന്നത് എന്താണെന്നറിയാമല്ലോ.' അനുരാഗ് ചോദിച്ചു.

'ഞാൻ പൂജയുടെ പഴയ കൂട്ടുകാരി.'

'അവൾ അവിടെയില്ലെങ്കിൽ മാത്രം. ഉണ്ടെങ്കിൽ നമ്മൾ ശ്രീനാഥിനെ വിളിച്ചു പറയുന്നു. അവളെ കസ്റ്റഡിയിലെടുക്കാൻ കായംകുളം പോലീസിന് നിർദ്ദേശം വരും.'

റോഡിന്റെ ഓരം ചേർന്ന് കാർ നിർത്തിയിട്ട് അനുരാഗും പല്ലവിയും ശ്രീഗോവിന്ദത്തിന്റെ ഗേറ്റ് തുറന്ന് അകത്തേക്കു കയറിച്ചെന്നു. വെളിയിൽ ആരെയും കണ്ടില്ല. മുറ്റത്ത് കടൽത്തീരത്തെ മണൽപോലെ വെളുത്ത പൂഴിമണ്ണ്. നടുവിൽ തുളസിത്തറ.

എന്തുചെയ്യണമെന്നറിയാതെ രണ്ടുപേരും മുറ്റത്തുനിന്നു. നാലോ അഞ്ചോ വയസ്സു പ്രായം തോന്നിക്കുന്ന ഒരു പട്ടുപാവാടക്കാരി പെൺകുട്ടി വെളിയിലേക്കിറങ്ങിവന്നു. അനുരാഗിനെയും പല്ലവിയെയും കണ്ട് അവൾ പെട്ടെന്ന് അകത്തേക്ക് ഓടിപ്പോയി. അടുത്ത നിമിഷം തന്നെ വെളുത്തു തടിച്ച ഒരു സാരിക്കാരി വെളിയിലേക്കിറങ്ങിവന്നു.

'പൂജയുടെ വീടല്ലേ ഇത്?' പല്ലവി ചോദിച്ചു.

'അതെ ആരാ?' സൗഹൃദഭാവത്തിൽ അവർ അവളെ നോക്കി.

'കൂട്ടുകാരിയാ. കോളേജിൽ ഞങ്ങൾ ഒന്നിച്ചുപഠിച്ചിട്ടുണ്ട്.'

'എം.എസ്.എമ്മിലാണോ?'

'അതെ. പൂജയില്ലേ ഇവിടെ?'

'ഇല്ല. അവൾ ആലപ്പുഴയിലാ.'

'എന്താ വല്ല ജോലിയും കിട്ടി പോയതാണോ?' ഒന്നും അറിയാത്ത മട്ടിൽ പല്ലവി ചോദിച്ചു.

'അല്ല. എന്റെ അമ്മയുടെ അനിയത്തിയുടെ മോൾ അവിടെയാ താമസിക്കുന്നത്. അവിടെ പോയതാ.'

അനുരാഗും പല്ലവിയും പരസ്പരം ഒന്നുനോക്കി.

'ഞങ്ങൾ എറണാകുളത്തിനാ ഇനി പോകുന്നത്. ആലപ്പുഴ വഴി. അവളെ കുറേനാളായി കണ്ടിട്ട്. വീടെവിടെയാണെന്ന് പറഞ്ഞാൽ കണ്ടിട്ട് പോകാമായിരുന്നു.'

'ജയന്തി താമസിക്കുന്ന വീട്ടിലേക്കുള്ള വഴി പറഞ്ഞുതരാൻ എനിക്കറിയത്തില്ല. പൂജയുടെ നമ്പർ തരാം. വിളിച്ചാൽ മതി. അവൾ പറഞ്ഞുതരും.'

അനുരാഗും പല്ലവിയും ഒന്നു ഞെട്ടി.

'പൂജയുടെ ആന്റിയുടെ പേര് ജയന്തിയെന്നാണോ?' വിശ്വാസം വരാതെ പല്ലവി ചോദിച്ചു.

'അതെ. അവളുടെ ഹസ്ബന്റ് ആർ.കെ. അസോസിയേറ്റ്സ് എന്ന കമ്പനിയിലെ അക്കൗണ്ടന്റായിരുന്നു. മരിച്ചുപോയി. എന്നാലും മക്കൾ അവിടെ പഠിക്കുന്നതുകൊണ്ട് അവൾ അവിടെ സ്ഥിരതാമസമാക്കിയതാ.'

അപ്പോൾ അതാണു കാര്യം. പത്തുലക്ഷം പോകുമായിരുന്നത് ജയന്തിയുടെ അമ്മയുടെ ചേച്ചിയുടെ മകളുടെ അക്കൗണ്ടിലേക്കാണ്. സൗഭാഗ്യലക്ഷ്മി പറഞ്ഞുകൊടുത്ത നമ്പർ പല്ലവി മൊബൈലിൽ സേവ് ചെയ്തു.

'ശരി ആന്റീ. താങ്ക്സ്.'

രണ്ടുപേരും അധികമൊന്നും സംസാരിക്കാൻ നിൽക്കാതെ അപ്പോൾത്തന്നെ അവിടെനിന്നിറങ്ങി.

'അപ്പോൾ ഒരു കാര്യം ഉറപ്പായി. ഗോപിയങ്കിളാണ് പൂജയെ രംഗത്തിറക്കിയത്. അയാൾക്ക് അവളെ അറിയില്ലെന്ന് ഇനി പറയാൻ പറ്റില്ല.' അനുരാഗ് പറഞ്ഞു.

'ജയന്തി എന്ന സ്ത്രീയുടെ വീട്ടിലായിരിക്കും അവൾ ഇപ്പോൾ ഒളിച്ചുകഴിയുന്നത്. ആരും സംശയിക്കുകയില്ലല്ലോ.' യാത്ര വിജയകരമായ സന്തോഷത്തോടെ രണ്ടുപേരും തിരിച്ച് ആലപ്പുഴയിലേക്കു പോയി.

സമയം രാത്രി എട്ടുമണി.

ജയന്തിയുടെ വീട്ടിലായിരുന്നു ഗോപിനാഥ്.

'എന്തായാലും ആ ചാനലുകാർ ഒരു കലക്ക് കലക്കി.' പുഞ്ചിരിയോടെ ജയന്തി പറഞ്ഞു.

'ആവുന്നത്ര ഞാൻ അവരോട് പറഞ്ഞതാ. കംപ്ലെയിന്റ് കൊടുക്കരുതെന്ന്. അവർ അതു ചെവിക്കൊണ്ടില്ല. ഗോപിനാഥിനെ ധിക്കരിച്ചാൽ ഇങ്ങനെയായിരിക്കുമെന്ന് ഇപ്പോൾ മനസ്സിലായിക്കാണും.'

ജയന്തി ഉണ്ടാക്കിക്കൊടുത്ത ഫിൽട്ടർ കോഫി അയാൾ ആസ്വദിച്ച് അല്പാല്പമായി കുടിച്ചു. അപ്പോഴാണ് എസ്.ഐ ജയരാജ് വിളിച്ചത്.

'എന്താടോ?' ഗോപിനാഥ് കോൾ എടുത്തു.

'സാറേ, ഒരു വിവരം കിട്ടിയിട്ടുണ്ട്. ആ എ.എസ്.പി പ്രസീദാനമ്പ്യാരെ

കണ്ടുപിടിച്ചേ അടങ്ങൂ എന്ന വാശിയിലാണെന്നു തോന്നുന്നു. അയാൾ ഹോട്ടലിൽചെന്ന് മാനേജരെയും റൂംബോയ്സിനെയുമൊക്കെ ക്വസ്റ്റ്യൻ ചെയ്തേക്കും.'

'എന്തിന്?'

'ആ പെണ്ണിന്റെ ബോഡി കടലിൽ കൊണ്ടു ചെന്ന് കളയുമെന്ന് സാർ പറഞ്ഞു എന്ന് ആ ചെറുക്കൻ പോലീസിൽ അറിയിച്ചാൽ...'

ഗോപിനാഥ് താടിയിൽ ചൊറിഞ്ഞ് ഒരു നിമിഷം ഇരുന്നു. പോലീസ് അങ്ങനെ നീങ്ങുമെന്ന് അയാൾ അതുവരെ ചിന്തിച്ചിരുന്നില്ല.

'ഈ പുതിയ എഎസ്.പി എവിടുത്തുകാരനാണ്?' ആ രീതിയിൽ സ്വാധീനിക്കാൻ പറ്റുമോ എന്നായിരുന്നു അയാളുടെ ആലോചന.

'പന്തളം ആണെന്ന് തോന്നുന്നു.'

'താമസം എവിടെയാണ്?'

'ശവക്കോട്ട പാലത്തിനടുത്ത് ഒരു വീട് വാടകയ്ക്കെടുത്ത് പുതിയ സബ് കലക്ടറുടെ കൂടെയാണ്.'

'ആരാണ് പുതിയ സബ് കലക്ടർ?'

'രാഹുൽ. കൊല്ലത്തുനിന്ന് ഈയിടെയായി ട്രാൻസ്ഫറായി വന്നതാണ്.'

ഗോപിനാഥ് ഒന്നു ഞെട്ടി.

'സബ്കലക്ടറെ കാണാൻ അയാളുടെ വീട്ടിൽ ഒരു രാത്രിയിൽ അനുരാഗും അവന്റെ ഭാര്യയും കൂടി പോകുന്നത് ഒരു പോലീസുകാരൻ കണ്ടിട്ടുണ്ട്. ഇന്നാണ് ഞാനക്കാര്യം അറിയുന്നത്.'

'ശരിയെടോ. പിന്നെ വിളിക്കാം.'

കോൾ കട്ട് ചെയ്തിട്ട് ഗോപിനാഥ് പല്ലുകൾ കടിച്ചുപിടിച്ച് ഒരു നിമിഷം ഇരുന്നു.

'എന്താ എന്തുപറ്റി?' ആധിയോടെ ജയന്തി ചോദിച്ചു.

'അവൾക്ക് ആദ്യം മോതിരമിട്ടവനാ പുതിയ സബ് കലക്ടർ രാഹുൽ. അവൾ അവനെ കയ്യിലെടുത്തിരിക്കുന്നു. അയാൾ വഴി എ.എസ്.പിയെയും. ഇത് നമുക്ക് ദോഷം ചെയ്യും.'

'അയ്യോ...' ജയന്തി ഭയന്നു.

'രണ്ടിനെയും ഇവിടുന്ന് കെട്ടുകെട്ടിക്കണം. അല്ലെങ്കിൽ കൈകൾ രണ്ടും കെട്ടിയിടണം.'

'അതെങ്ങനെ പറ്റും?' ജയന്തി ചോദിച്ചു.

'ഒരു ചെറിയ പണി കൊടുത്തുനോക്കാം. ആദ്യം അതു നടന്നില്ലെങ്കിൽ പിന്നെ വേറെ നോക്കാം.'

പിറ്റേന്നുരാവിലെ രാഹുലും ശ്രീനാഥും താമസിക്കുന്ന വീടിന്റെ മതിലിൽ ഒരു പോസ്റ്റർ ഒട്ടിച്ചിരിക്കുന്നതാണ് കാൽനടയാത്രക്കാർ കണ്ടത്.

സബ് കലക്ടറും ആർകെ അസോസിയേറ്റ്സ് ഉടമയുടെ മരുമകളും തമ്മിലുള്ള അവിഹിതം അവസാനിപ്പിക്കുക. അതിന് വിളക്കുപിടിച്ചു കൊടുക്കുന്ന എഎസ്.പിയെ സ്ഥലം മാറ്റുക.

കലക്ട്രേറ്റിന്റെയും പോലീസ് സൂപ്രണ്ടിന്റെ ഓഫീസിന്റെയും മതിലുകളിലും ഇതേ പോസ്റ്റർ പ്രത്യക്ഷപ്പെട്ടു. കൂടാതെ നൂറുകണക്കിന് മതിലുകളിലും.

പന്ത്രണ്ട്

പുലർച്ചെയുള്ള ഒരുമണിക്കൂർ നേരത്തെ ജോഗിങ്ങ് കഴിഞ്ഞ് തിരിച്ചെത്തി കോഫി മേക്കറിൽ കാപ്പിയുണ്ടാക്കാൻ ശ്രമിക്കുമ്പോഴാണ് ശ്രീനാഥിന്റെ മൊബൈൽ ബെല്ലടിച്ചത്.

ഓടാൻപോയപ്പോൾ വാങ്ങിയ പത്രത്തിന്റെ തലക്കെട്ടുകൾ വായിച്ചുനോക്കുകയായിരുന്നു രാഹുൽ.

എസ്.പി.ഓഫീസിലെ ഒരു പോലീസുകാരനായ ആന്റണിയാണ് വിളിച്ചത്.

'എന്താ ആന്റണീ?' ശ്രീനാഥ് കോൾ എടുത്തു.

'ടൗണിന്റെ പലഭാഗത്തും ഇന്നുരാവിലെ വളരെ മോശമായ ഒരു പോസ്റ്റർ പ്രത്യക്ഷപ്പെട്ടിട്ടുണ്ട് സാർ.'

'എന്തു പോസ്റ്റർ?'

'സാറിനെക്കുറിച്ച് അതിൽ പരാമർശമുണ്ട്. അതുകൊണ്ടാ ഞാനിപ്പോൾ വിളിച്ചത്.'

'എന്നെക്കുറിച്ചോ...വന്നിട്ട് ഒരുമാസം പോലുമായില്ലല്ലോ ആന്റണീ... അതിനുമുമ്പ് എന്നെ ഹീറോ ആക്കിയോ?' ചിരിച്ചുകൊണ്ടാണ് ശ്രീനാഥ് ചോദിച്ചത്.

'സാറല്ല ഹീറോ.'

'പിന്നെ?'

'സബ് കലക്ടറാണ്. ഞാൻ അതിന്റെ ഫോട്ടോ എടുത്തിട്ടുണ്ട്. വാട്സാപ്പിൽ അയക്കാം.'

'ശരി.' കോൾ കട്ട് ചെയ്തിട്ട് രാഹുലിനെ ശ്രീനാഥ് ഒന്നു നോക്കി.

'ഇംഗ്ലീഷ് പത്രം നോക്കി കഴിഞ്ഞ് മലയാളം പത്രം നിവർത്തുകയായിരുന്നു അയാൾ.

'രാഹുൽ...തനിക്കെന്തോ പണി വരുന്നുണ്ട്. നാട്ടുകാരുടെ വക. വല്ല വരേയും വെറുപ്പിച്ചിട്ടുണ്ടോ ഇവിടെ വന്നശേഷം.'

'ഞാനോ...ഹേയ്...തനിക്കറിയാമല്ലോ. ആരെയും മുഷിപ്പിക്കുന്ന രീതിയിൽ ഞാൻ സംസാരിക്കാറുമില്ല. പെരുമാറാറുമില്ല. താനെന്താ ഉദ്ദേശിച്ചത്?' ഉത്കണ്ഠയോടെ രാഹുൽ അയാളെ നോക്കി.

'ഒരുമിനിറ്റ്. ഇപ്പം പറയാം.'

ശ്രീനാഥിന്റെ മൊബൈലിൽ അപ്പോൾ ആന്റണിയുടെ മെസേജ് വന്നു. അയാൾ വാട്സാപ്പ് തുറന്നുനോക്കിയപ്പോൾ ഏറ്റവും മുകളിൽത്തന്നെ അതു കണ്ടു. ഫോട്ടോ സൂം ചെയ്ത് വലുതാക്കി വായിച്ചു നോക്കിയപ്പോൾ അറിയാതെ അയാൾ പല്ലുകൾ ഞെരിച്ചു.

'ഏതോ തെമ്മാടികൾ.'

'എന്താ ശ്രീനാഥ്?'

'ആരാ നമ്മൾ രണ്ടുപേരെയും...ആരാണെന്നറിയാം. ചെയ്യിച്ചത്.'

'കാര്യം പറയെടോ.' അക്ഷമയോടെ രാഹുൽ പറഞ്ഞു.

'തനിക്ക് ഇത്തിരി വിഷമമുണ്ടാക്കാൻ സാധ്യതയുള്ള ഒരു വിഷയമാണ്. ഞാനത് കാണിക്കാം. ടൗണിൽ പല സ്ഥലത്തും ആരോ പോസ്റ്റർ ഒട്ടിച്ചിരിക്കുന്നു. 'വാട്സാപ്പിലെ ഫോട്ടോ അയാൾ രാഹുലിനെ കാണിച്ചു. രാഹുലിന്റെ മുഖം വിളറി വെളുത്തു.

'ഛേ. എന്തൊരു വൃത്തികേട്. ആരാണിത്.'

'ആരായിരിക്കും എന്ന് തനിക്ക് മനസ്സിലായില്ലേ. നമ്മുടെ വീര്യം കെടുത്താനുള്ള ഒരു പ്രയോഗം. അതു കാര്യമാക്കാനില്ല.'

ശ്രീനാഥ് അയാളെ സമാധാനിപ്പിച്ചു.

'എന്നാലും അതല്ലല്ലോ. എത്രയോപേർ കണ്ടുകാണും. അവർ നമ്മളെക്കുറിച്ച് എന്തു വിചാരിക്കും? അനുരാഗും പല്ലവിയും ഇതു കാണുമ്പോൾ...'

അപ്പോഴാണ് ശ്രീനാഥിന് ഒരു സംശയം തോന്നിയത്. 'നമ്മളെയല്ലേ ലക്ഷ്യമിട്ടത്. നമ്മുടെ മതിലിലും കാണും.' അയാൾ പുറത്തേക്കിറങ്ങി ഗേറ്റ് തുറന്ന് റോഡിലേക്ക് ചെന്നുനോക്കി. പ്രതീക്ഷ തെറ്റിയില്ല. ഗേറ്റിന്റെ ഇടതുവശത്തെ മതിലിൽ അതേ പോസ്റ്റർ ഉണ്ടായിരുന്നു. ഏതോ ഡിടിപി സെന്ററിൽ ചെന്ന് പോസ്റ്റർ തയ്യാറാക്കി വലിയ പേപ്പറിൽ ഫോട്ടോസ്റ്റാറ്റ് എടുത്ത് കോപ്പി എടുത്തതാണ്. ഇരുന്നൂറോ മുന്നൂറോ കോപ്പിയെടുക്കാൻ എളുപ്പമാണല്ലോ. തിരിഞ്ഞുനോക്കിയപ്പോൾ പിന്നിൽ രാഹുൽ നിൽക്കുന്നു. കണ്ണുകൾ പോസ്റ്ററിൽ.

ശ്രീനാഥ് ഉടൻതന്നെ അതു വലിച്ചുകീറി പല കഷണങ്ങളാക്കി എറിഞ്ഞുകളഞ്ഞു.

'ഛേ എത്രയോപേർ ഇന്ന് കണ്ടുകാണും. കുറേപേരെങ്കിലും സംശയിക്കും. മനസ്സിൽ ചിരിക്കും. കാണുമ്പോൾ പരിഹസിച്ച്...' രാഹുൽ വിഷണ്ണനായി പറഞ്ഞു.

'ഡോണ്ട് വറി രാഹുൽ. ഔദ്യോഗികജീവിതത്തിൽ ഇതുമാത്രമല്ല മഞ്ഞപ്പത്രത്തിൽ വാർത്തയും വന്നെന്നും വരും. ശത്രുക്കൾ ഉണ്ടാകുമ്പോൾ നമ്മൾ തളരാൻ പാടില്ല. കാരണം നമ്മളെ തളർത്താനും പിന്തിരിപ്പിക്കാനും ഉദ്ദേശിച്ച് ചെയ്ത പണിയാണത്.' ശ്രീനാഥ് പറഞ്ഞു.

'സംഭവിച്ചത് സംഭവിച്ചു. നമുക്കിനി ചെയ്യാവുന്നത് ഒരു കാര്യം മാത്രമേയുള്ളൂ. കൂടുതൽ ആളുകൾ കാണുംമുമ്പ് അതൊക്കെ നീക്കം ചെയ്യണം.' ശ്രീനാഥ് അപ്പോൾത്തന്നെ ആന്റണിയെ വിളിച്ചു.

'ആന്റണീ എത്രയും വേഗം ടൗൺ മുഴുവൻ ഒന്നു കറങ്ങണം. സകല പോസ്റ്റേഴ്സു നീക്കണം. അതിനുമുമ്പ് ഓരോന്നിന്റെയും ഫോട്ടോ എടുക്കണം. എവിടെയൊക്കെയാണ് അത് ഒട്ടിച്ചിരിക്കുന്നതെന്ന് മനസ്സിലാക്കാൻ പറ്റുന്ന വിധത്തിൽ.'

'ശരി സാർ.'

'സഹായത്തിന് ആരെയെങ്കിലും വിളിച്ചോ. യൂണിഫോമിൽ വേണ്ടാ. മഫ്തിയിൽ മതി. അല്ലെങ്കിൽ പലരും അതു കൂടുതൽ ശ്രദ്ധിക്കും.'

'ശരി സാർ.'

അപ്പോഴാണ് രാഹുലിനെ അനുരാഗ് വിളിച്ചത്. കോൾ എടുക്കും മുമ്പേ അയാൾ കാരണം ഊഹിച്ചു.

'എന്താ അനുരാഗ്?'

'സർ, ഒരു വാർത്ത അറിയിക്കാനാണ്' തളർച്ചമട്ടിലാണ് അവൻ പറഞ്ഞത്.

'എന്താണ്?'

'നമ്മുടെ വീടിന്റെ മതിലിൽ ആരോ ഇന്നലെ രാത്രിയിൽ...'

'ഒരു പോസ്റ്റർ ആരോ വന്ന് ഒട്ടിച്ചു അല്ലേ?'

'അതെ. സാറെങ്ങനെ അറിഞ്ഞു?'

'അവിടെ മാത്രമല്ല, ടൗണിന്റെ പല ഭാഗത്തും ഒട്ടിച്ചിട്ടുണ്ട്.'

'എന്റീശ്വരാ...' വിശ്വസിക്കാനാവാതെ അവൻ വിളിച്ചു.

'അതൊക്കെ നീക്കാൻ ഏർപ്പാട് ചെയ്തിട്ടുണ്ട്.'

'പല്ലവി കരച്ചിലോട് കരച്ചിൽ. അമ്മ ഇതുവരെ ഒന്നും അറിഞ്ഞിട്ടില്ല.'

'അറിയാതിരിക്കട്ടെ. എന്തായാലും ആരാണ് അത് ചെയ്തതെന്ന് കണ്ടുപിടിക്കാൻ ഒരു ശ്രമം നടത്തുന്നുണ്ട്.' രാഹുൽ പറഞ്ഞു.

'നമുക്ക് അറിയാമല്ലോ ഇത് ആരാണ് ചെയ്യിച്ചതെന്ന്.'

'എന്നാലും ഊഹം മാത്രം പോരല്ലോ. തെളിവു സഹിതം കണ്ടുപി ടിക്കണം. പല്ലവിയോട് പറഞ്ഞേക്ക്...ധൈര്യമായിട്ടിരിക്കാൻ.'

'പറയാം.'

അല്പനേരം കഴിഞ്ഞപ്പോൾ ജില്ലാ പോലീസ് സൂപ്രണ്ട് ശ്രീനാഥിനെ വിളിച്ചു. മേലുദ്യോഗസ്ഥനാണ്. അദ്ദേഹം സംഭവങ്ങളറിഞ്ഞിട്ട് വിളിക്കു ന്നതാണെന്ന് അയാൾക്ക് പെട്ടെന്ന് മനസ്സിലായി.

'ഗുഡ്മോണിംഗ് സാർ.'

'താനിപ്പം എവിടാ?'

'വീട്ടിലാണ് സാർ.'

'എന്തൊക്കെയാ ഈ കേൾക്കണത്. ഡിപ്പാർട്ട്മെന്റിന് നാണക്കേട് വരുത്തിവച്ചിട്ടേ താൻ അടങ്ങൂ അല്ലേ.'

ചൂടിലായിരുന്നു എസ്.പി.

'കേട്ടതിലൊന്നും ഒരു വാസ്തവവും ഇല്ല സാർ. എന്താണ് സംഭവി ച്ചതെന്ന് ഞാൻ ഓഫീസിൽ വന്ന് നേരിട്ട് പറയാം. ഒരു ബ്ലാക്ക് മെയിൽ കേസ് വന്നപ്പോൾ ഞാൻ ഒന്ന് അന്വേഷിക്കാൻ ആരംഭിച്ചു. അതിന്റെ പകപോക്കലാണ്.'

കാര്യം പറഞ്ഞപ്പോൾ അദ്ദേഹത്തിനു മനസ്സിലായി.

'പക്ഷേ ഇതുപോലുള്ള സ്കാൻഡൽസ് ഉണ്ടാവാതെ നോക്കുന്ന താണ് തന്റെ കരിയറിന് നല്ലത്. ആവശ്യമില്ലാത്ത കാര്യത്തിലൊന്നും ഇടപെടാതിരിക്കാൻ ശ്രമിക്കുക.'

'ശരി സാർ.'

കോൾ കട്ട് ചെയ്ത് കഴിഞ്ഞിട്ട് അയാൾ രാഹുലിനെ നോക്കി.

'എന്റെ സാറാണ് വിളിച്ചത്. രാവിലെ ഒരു ഡോസ് കിട്ടി.'

'എന്റെ സാറും അറിയും. എന്തു പറയും എന്നാണ് ഞാൻ ആലോ ചിക്കുന്നത്. സത്യം പറഞ്ഞാലും ആരെങ്കിലും വിശ്വസിക്കുമോ'

രാഹുൽ ചോദിച്ചു.

'തീയില്ലാതെ പുകയുണ്ടാകുമോ എന്നേ ആളുകൾ വിചാരിക്കൂ. സാര മില്ല. ഇത്രയുമായ സ്ഥിതിക്ക് ഇനി പിൻവലിയുന്ന പ്രശ്നമില്ല. അനുരാ ഗിന്റെയും പല്ലവിയുടെയും ഒപ്പം നമ്മളുണ്ട്.' ശ്രീനാഥ് പറഞ്ഞു.

'അതെ. തോറ്റുമടങ്ങാൻ പാടില്ല.

ശ്രീനാഥും രാഹുലും പരസ്പരം കൈ പിടിച്ചുകുലുക്കി.

***

ബ്രേക്ക്ഫാസ്റ്റ് കഴിക്കാൻ സമയമായപ്പോൾ ഗായത്രീദേവി ഡൈ നിംഗ് റൂമിലേക്ക് വന്നു. ചൂടുപോകാതെ എല്ലാം കാസറോളുകളിൽ അട ച്ചുവെച്ചിട്ടുണ്ടായിരുന്നു സുമിത്ര. കസേര നീക്കിയിട്ട് ഗായത്രിദേവി ഇരു

ന്നു. അനുരാഗും പല്ലവിയും കഴിച്ചിട്ടില്ല എന്ന് അവർക്കു മനസ്സിലായി. രണ്ടുപേർക്കും കഴിക്കാനുള്ള പ്ലേറ്റുകൾ എടുത്തുവച്ചിട്ടുണ്ടായിരുന്നു.

'സുമിത്രേ...' ഗായത്രീദേവി വിളിച്ചു.

'ചേച്ചീ...' അവൾ കിച്ചണിൽനിന്ന് വേഗം വന്നു.

'മിട്ടുവും പല്ലവിയും വന്നില്ലല്ലോ. ചെന്ന് വേഗം വിളിക്ക്. വേഗം വരാൻ പറ. മണി ഒൻപതായല്ലോ.'

'വിളിക്കാം ചേച്ചീ.'

സുമിത്ര സ്റ്റെയർകേസ് കയറി മുകളിലേക്ക് ചെന്നു. അനുരാഗിന്റെ മുറിയുടെ വാതിൽ അടഞ്ഞുകിടക്കുകയായിരുന്നു. അവരെ വിളിക്കാൻ സുമിത്രയ്ക്ക് മടി തോന്നാതിരുന്നില്ല. കല്യാണം കഴിഞ്ഞിട്ട് അധികം നാളായില്ല. പുതുമോടിയാണ്. അവർ ഉറങ്ങുകയാവണമെന്നില്ല.

എങ്കിലും ദേവിയേടത്തി വിളിക്കാൻ പറഞ്ഞാൽ വിളിച്ചേ പറ്റൂ. അവൾ വാതിലിൽ മൃദുവായി മുട്ടി. എന്നിട്ട് അനുരാഗിനെ വിളിച്ചു.

'മിട്ടുമോനേ...'

'എന്താ ആന്റീ.' അനുരാഗ് ഉള്ളിൽനിന്ന് വിളി കേട്ടു.

'അമ്മ വിളിക്കുന്നു. ബ്രേക്ക്ഫാസ്റ്റ് കഴിക്കാൻ.'

'അമ്മ കഴിക്കാൻ പറയൂ. ഞങ്ങൾ വരാൻ പത്തുമിനിറ്റ് കഴിയും.'

അവൻ പറഞ്ഞു.

'ശരി മോനേ.'

സുമിത്ര താഴേക്കു പോയി.

അപ്പോഴും കിടക്കുകയായിരുന്നു പല്ലവി. കണ്ണുകൾ തോർന്നിരുന്നില്ല. കവിളുകളിൽ കണ്ണീർ ഒഴുകി ഉണങ്ങിയ പാടുകൾ ഉണ്ടായിരുന്നു. അനുരാഗ് കിടക്കയിൽ ഇരുന്ന് അവളുടെ കൈ എടുത്തു പിടിച്ച് തലോടുകയായിരുന്നു.

'എഴുന്നേറ്റ് വാ പല്ലവീ. നമുക്ക് ചെന്ന് എന്തെങ്കിലും കഴിക്കാം. അല്ലെങ്കിൽ അമ്മ കയറിവരും. വിളിക്കാൻ.'

'അനു പോയി കഴിക്ക്. ഞാൻ വരുന്നില്ല.' അവൾ പറഞ്ഞു.

'എന്താ വരാൻ വയ്യാത്തത്?'

'എനിക്ക് ഒട്ടും വിശപ്പ് തോന്നുന്നില്ല. പിന്നെങ്ങനാ കഴിക്കുന്നത്?'

'വിശപ്പില്ലെങ്കിൽ നമുക്ക് അല്പം എന്തെങ്കിലും കഴിക്കാൻ പറ്റും. നീയിങ്ങനെ വിഷമിച്ചു കിടക്കണ്ട ഒരു കാര്യവുമില്ല. രാഹുലും പറഞ്ഞത് അതാണ്.'

'എന്നെക്കുറിച്ച് ആര് എന്തുവേണമെങ്കിലും എന്തു കഥ വേണമെങ്കിലും ഉണ്ടാക്കിപ്പറയട്ടെ. എനിക്കത് സഹിക്കാൻ പറ്റും. പക്ഷേ ഞാൻ കാരണം നിരപരാധിയായ രാഹുലേട്ടൻ....' അവൾ വീണ്ടും കരഞ്ഞു.

'ഇങ്ങനൊക്കെ സംഭവിക്കുമെന്ന് ആരും വിചാരിച്ചതല്ലല്ലോ. അയാൾ ഇത്ര ക്രൂരനാണെന്ന് ഞാനറിഞ്ഞിരുന്നില്ല. ഈ ചെന്നായയെ ആണല്ലോ ഇത്രയുംകാലം ഞാൻ അങ്കിൾ...അങ്കിൾ എന്നു വിളിച്ചുകൊണ്ട് പിന്നാലെ നടന്നത്.' അനുരാഗ് ഖേദിച്ചു.

'ഇനി അയാളെ എത്രയുംവേഗം കമ്പനിയിൽനിന്ന് പുറത്താക്കണം. അനു ഒരു നിമിഷംപോലും വച്ചോണ്ടിരിക്കരുത്. പണാപഹരണം നടത്തുന്നതുപോലെയല്ല വ്യക്തിഹത്യ ചെയ്യുന്നത്. ക്ഷമിക്കാൻ പറ്റില്ല.'

അയാൾ പറഞ്ഞു.

'എന്തിനും പരിഹാരമുണ്ടാക്കാം. നീയൊന്ന് എഴുന്നേറ്റു വാ പല്ലവീ.' അവൻ നിർബന്ധിച്ചു.

അവൾ എഴുന്നേറ്റു.

'മുഖം കഴുകി മുടിയൊക്കെ ചീകിവച്ചിട്ട് താഴേക്ക് പോയാൽ മതി. അല്ലെങ്കിൽ നിന്നെ കണ്ടാൽ സംശയിക്കും.' അവൻ പറഞ്ഞു.

അവൻ പറഞ്ഞതെല്ലാം അവൾ അനുസരിച്ചു. അതിനുശേഷമാണ് താഴേക്ക് ഇറങ്ങിച്ചെന്നത്. അപ്പോൾ സ്വീകരണമുറിയിൽ ഗായത്രീദേവി ഉണ്ടായിരുന്നു.

'ഇവിടെ വാ മോളേ.' അവളെ കണ്ട് അവർ വിളിച്ചു. ഗായത്രീദേവിയുടെ അടുത്തേക്ക് അവൾ ചെന്നു. കണ്ടിട്ട് അമ്മയ്ക്ക് എന്തെങ്കിലും സംശയം തോന്നിയോ...

'എന്താ മോൾ എഴുന്നേൽക്കാൻ വൈകിയോ?' അവർ ചോദിച്ചു.

'ഒന്നുമില്ലമ്മേ...നേരത്തെ ഉണർന്നതാ. വെറുതെ കിടന്നെന്നേയുള്ളൂ.'

'കണ്ടിട്ട് നല്ല ക്ഷീണമുണ്ടല്ലോ.'

'ഇന്നലെ ഉറങ്ങാൻ കുറച്ചു വൈകി.'

കാരണമായി അവൾ പറഞ്ഞു. അങ്ങനെ പറയേണ്ടിയിരുന്നില്ലെന്ന് അടുത്തനിമിഷം അവൾക്ക് തോന്നുകയും ചെയ്തു. അമ്മ അതിന് വേറെ അർത്ഥം കണ്ടാലോ...

ഗായത്രീദേവി ഒന്നു പുഞ്ചിരിച്ചു.

'എന്നോട് പറയാൻ നാണിക്കുകയൊന്നും വേണ്ട. എന്തെങ്കിലും വിശേഷമോ മറ്റോ ആണോ?'

'ഇല്ലമ്മേ.' വിളറിയ മുഖത്തോടെ പെട്ടെന്ന് അവൾ പറഞ്ഞു.

വാഷ്ബേസിന്റെ അടുത്തുചെന്ന് കൈ കഴുകുകയായിരുന്നു അനുരാഗ്. അതുകാരണം അവൻ ആ ചോദ്യവും ഉത്തരവും കേട്ടില്ല.

'അമ്മയ്ക്ക് കൊതിയായി. അതുകൊണ്ട് രണ്ടുപേരും അതു മനസ്സിൽ ഓർമ്മവെക്കണം. കുറേനാൾ ഫ്രീയായി നടക്കണം എന്ന ചിന്ത തൽക്കാലം വേണ്ട കേട്ടോ.'

അവൾ ദുർബലയായി തല കുലുക്കി.

അനുരാഗും പല്ലവിയും കഴിക്കാനിരുന്നു. ഗായത്രീദേവി വാത്സല്യത്തോടെ രണ്ടുപേർക്കും വിളമ്പിക്കൊടുത്തു. വിശപ്പില്ലായിരുന്നെങ്കിലും അമ്മയുടെ സ്നേഹത്തിനു മുൻപിൽ അവൾക്ക് കഴിക്കേണ്ടിവന്നു.

രാഹുലിനെക്കുറിച്ചുള്ള ചിന്തയാണ് പല്ലവിയെ അലട്ടിക്കൊണ്ടിരുന്നത്. പോസ്റ്റർസംഭവം രാഹുലേട്ടനെ ഞെട്ടിച്ചുകാണും. ഒരു തെറ്റും ചെയ്യാതെ ശിക്ഷിക്കപ്പെടേണ്ടിവന്നതിൽ ദുഃഖവും ദേഷ്യവും കാണും. രാഹുലിനോട് ഒന്നു സംസാരിക്കാൻ അവൾക്ക് അതിയായ മോഹം തോന്നി. വലിയ തിരക്കുള്ള ആളാണ്. ഒന്നാമതേ കോപിച്ച് ഇരിക്കുകയായിരിക്കും. അതിനിടെ താൻ ശല്യപ്പെടുത്താൻ ചെന്നാൽ...

ക്ഷമ നശിച്ച അവൾ അനുരാഗിന്റെ അടുത്തേക്ക് ചെന്നു. അവൾക്ക് എന്തോ പറയാനുണ്ടെന്ന് അവനു തോന്നി.

'അനൂ...എനിക്ക് രാഹുലേട്ടനോട് ഒന്ന് സംസാരിക്കണം.' അവൾ പറഞ്ഞു.

'അതിനെന്താ നീ വിളിക്ക്.'

'പേടിയാണ് അനൂ. ഒന്നുവിളിച്ചു തരാമോ?'

'വിളിക്കാം. പക്ഷേ സംസാരിക്കാൻ പറ്റിയ സാഹചര്യമല്ലെങ്കിൽ...'

'എങ്കിൽ വേണ്ട.' അവൾ പറഞ്ഞു.

പക്ഷേ അവൻ രാഹുലിന് ഒരു മെസേജ് അയച്ചു.

പ്ലീസ് കോൾ വെൻ യു ആർ ഫ്രീ.

ഏതാണ്ട് ഒരുമണിക്കൂർ കഴിഞ്ഞപ്പോൾ രാഹുൽ വിളിച്ചു.

'എന്താ അനുരാഗ്?'

'പല്ലവിക്ക് സംസാരിക്കണമെന്ന് പറഞ്ഞ് ബഹളം വെക്കുകയായിരുന്നു. അവൾക്ക് ഞാനൊന്ന് ഫോൺ കൊടുക്കട്ടെ. സമയമുണ്ടാവുമോ?'

'കൊടുക്കൂ.'

ഫോൺ അയാൾ പല്ലവിക്കു കൈമാറി.

'രാഹുലേട്ടാ എന്നോട് ക്ഷമിക്കണേ. ഞാൻ കാരണമല്ലേ രാഹുലേട്ടന് പേരുദോഷം കേൾക്കേണ്ടിവന്നത്.' കരച്ചിലടക്കി അവൾ പറഞ്ഞു.

'ആരെങ്കിലും എന്തെങ്കിലും തോന്ന്യാസം മതിലിൽ എഴുതിയൊട്ടിച്ചാൽ അതു പേരുദോഷമാകുന്നതെങ്ങനെ? അതേക്കുറിച്ചോർത്ത് പല്ലവി വിഷമിക്കണ്ട. ഞാനത് കാര്യമായിട്ടെടുത്തിട്ടില്ല.'

'ഞങ്ങളെ സഹായിക്കാൻ വന്നതാണ് രാഹുലേട്ടന് വിനയായത്. അല്ലങ്കിൽ മാനംമര്യാദയ്ക്ക് ജീവിക്കാമായിരുന്നല്ലോ.'

'അങ്ങനെയല്ല പല്ലവീ. ഞാൻ ഇങ്ങോട്ട് ട്രാൻസ്ഫറായി വന്നതും ശ്രീനാഥിനെ ഇങ്ങോട്ട് വരുത്തിച്ചതും ചില നിമിത്തങ്ങളാണെന്നു

തോന്നുന്നു. അതുകൊണ്ട് ഒട്ടും ഖേദമില്ല ഞങ്ങൾക്ക്. സ്വന്തം ജീവിതംകൊണ്ട് ആർക്കെങ്കിലും പ്രയോജനമുണ്ടാവുന്നുണ്ടെങ്കിൽ അതുമാത്രമാണ് പ്രധാനം എന്ന് വിശ്വസിക്കുന്നവരാണ് ഞങ്ങൾ രണ്ടുപേരും.'

'നന്ദി രാഹുലേട്ടാ.'

'ഞങ്ങൾ ഈ സംഭവം സീരിയസ്സായി ഏറ്റെടുത്തിരിക്കുകയാണ്.'

'ഇത് ആരാണ് ചെയ്തതെന്ന് നമുക്കറിയാമല്ലോ.'

'അറിയാം. പക്ഷേ തെളിവില്ലെങ്കിൽ അതു വെറും ഒരു ആരോപണം മാത്രമായി പോകും. ശ്രീനാഥ് അന്വേഷണം തുടങ്ങിക്കഴിഞ്ഞു. പിന്നെ സമയം കിട്ടുമ്പോൾ ഞാൻ വിളിക്കാം.'

'താങ്ക്സ് രാഹുലേട്ടാ.' അവൾ മൊബൈൽ അനുരാഗിന് തിരിച്ചുകൊടുത്തു.

'സമാധാനമായോ?' അവൻ ചോദിച്ചു.

'ഉം.' അവൾ മെല്ലെ തലകുലുക്കി.

***

ആന്റണിയും ഗിരീഷും വന്നപ്പോൾ ഉച്ചയായി. അവർ യൂണിഫോമിൽ വന്നു. ശ്രീനാഥിന് മുമ്പിൽ സല്യൂട്ടടിച്ചു നിന്നു.

'എന്തായീ കാര്യങ്ങൾ?' അയാൾ തിരക്കി.

'മൊത്തം നൂറ്റിയിരുപത്തിനാല് പോസ്റ്ററുകൾ ഞങ്ങൾ കണ്ടുപിടിച്ചു സാർ. സകലതും ഇളക്കിയെടുത്ത് നശിപ്പിച്ചിട്ടുണ്ട്.' ആന്റണി റിപ്പോർട്ട് ചെയ്തു.

'അപ്പോൾ വ്യാപകമായിട്ടുതന്നെയാണ്.'

'ചിലതൊക്കെ ആരോ കീറിക്കളഞ്ഞിട്ടുണ്ട്. മതിലിന്റെ ഉടമസ്ഥർ തന്നെയാവാനാണ് സാധ്യത.'

'എല്ലാം ഫോട്ടോ എടുത്തിട്ടില്ലേ?'

'ഉണ്ട് സാർ.' ആന്റണി മൊബൈൽ എടുത്ത് ഫോട്ടോകൾ ശ്രീനാഥിനെ കാണിച്ചു. അയാൾ ഓരോന്നായി അവയെല്ലാം പരിശോധിച്ചു. പട്ടണത്തിന്റെ കണ്ണായ ഭാഗത്തൊക്കെ ഒട്ടിച്ചിട്ടുണ്ട്. ആയിരക്കണക്കിന് ആളുകൾ അതെല്ലാം കണ്ടുകാണും.

'ഇതിൽ കുറേ ഭാഗത്ത് സിസിടിവി ക്യാമറ കാണുമല്ലോ അല്ലേ?' ശ്രീനാഥ് ചോദിച്ചു.

'ഉണ്ട് സാർ. റെയിൽവേസ്റ്റേഷൻ, ബസ് സ്റ്റേഷൻ, ബോട്ടുജെട്ടി, കോടതി വളപ്പ്...അവിടെയൊക്കെ ക്യാമറ വച്ചിട്ടുണ്ട്.' ഗിരീഷാണ് പറഞ്ഞത്.

'ആരാണ് ഇത് ചെയ്തതെന്ന് ക്യാമറയിൽ പതിഞ്ഞിട്ടുണ്ടാവണം.

അത് എത്രയും വേഗം രണ്ടുപേരുംകൂടി ഒന്ന് ചെക്ക് ചെയ്യണം.'

'ശരിസാർ'

'എന്തെങ്കിലും തടസ്സം ഉണ്ടായാൽ എന്നെ വിളിക്കണം.'

'ശരി സാർ.'

ആന്റണിയും ഗിരീഷും പോയി. രണ്ടുമണിക്കൂർ കഴിഞ്ഞപ്പോൾ ആന്റണിയുടെ വിളി വന്നു.

'നാലഞ്ചിടത്ത് ക്യാമറയിൽ സംഭവം പതിഞ്ഞിട്ടുണ്ട് സാർ. മുഖംമൂടിയിട്ട രണ്ടുപേരാണ് സ്കൂട്ടറിൽ വന്ന് ഒട്ടിച്ചിരിക്കുന്നത്.'

'ഓ..അപ്പോൾ വളരെ ബുദ്ധിപൂർവ്വമാണ്.' ശ്രീനാഥിന് നിരാശ തോന്നി.

'പാന്റ്സും ഷർട്ടുമാണ് വേഷം. മുഖം ഒട്ടും കാണാൻ വയ്യ.'

'സ്കൂട്ടർ കാണാൻ പറ്റുന്നുണ്ടോ എല്ലായിടത്തും.'

'ഉണ്ട് സാർ. വെള്ള ഹോണ്ടയാണ്.'

'നിങ്ങൾ ഇപ്പോൾ എവിടെ നിൽക്കുന്നു?'

'ബോട്ടുജെട്ടിയിലാണ് സാർ. ഇതിനടുത്തുള്ള ജ്വല്ലറി ഷോപ്പിന്റെ വെളിയിലുള്ള ക്യാമറയിലാണ് ഞങ്ങൾ ഇപ്പോൾ നോക്കിക്കൊണ്ടിരിക്കുന്നത്.'

'സ്കൂട്ടറിന്റെ നമ്പർ വ്യക്തമാണോ?' ശ്രീനാഥ് ചോദിച്ചു.

'ഒന്നൂടെ നോക്കിയിട്ട് പറയാം സാർ.'

ആകാംക്ഷയോടെ ശ്രീനാഥ് കാത്തിരുന്നു. സ്കൂട്ടറിന്റെ നമ്പർ കിട്ടിയാൽ രക്ഷപ്പെട്ടു. പക്ഷേ രാത്രിനേരത്ത് വെളിച്ചക്കുറവു കാണും. നമ്പർ പ്ലേറ്റ് കിട്ടിയാലും അക്കങ്ങൾ വ്യക്തമാകണമെന്നില്ല.

ഉടൻതന്നെ ആന്റണിയുടെ വിളി വന്നു.

'കിട്ടി സാർ. നാല്പത് ഇരുപത്തിനാല്.'

'ക്ലിയറായി കാണാൻ കഴിയുന്നുണ്ടോ?'

'ഉണ്ട് സാർ.'

'എങ്കിൽ മുഴുവനും പറയൂ.'

ആന്റണി പറഞ്ഞുകൊടുത്തത് ശ്രീനാഥ് എഴുതിയെടുത്തു. മോട്ടോർ വെഹിക്കിൾ ഡിപ്പാർട്ട്മെന്റിന്റെ വെബ് സൈറ്റിൽ ചെന്ന് വണ്ടിയുടെ ഉടമ ആരാണെന്നറിയാൻ വണ്ടിയുടെ നമ്പർ വച്ച് അയാൾ സെർച്ച് ചെയ്തു.

രഘുനന്ദൻ. ചുള്ളിക്കൽ ഹൗസ്, പഴവീട്, ആലപ്പുഴ.

ഉടമയുടെ മേൽവിലാസം കിട്ടി. ഉടൻതന്നെ ആന്റണിയെ വിളിച്ച് ശ്രീനാഥ് ആ അഡ്രസ്സ് കൊടുത്തു.

'ഇവൻ ആരാണെന്ന് അന്വേഷിച്ച് ഉടൻ വിവരം അറിയിക്കണം.'

'ശരി സാർ.'

അരമണിക്കൂർ കഴിഞ്ഞപ്പോൾ ആന്റണിയുടെ വിളി വന്നു.,

'അനുരാഗ് ഹോട്ടലിലെ വെയിറ്ററാണ് സാർ രഘുനന്ദൻ.'

'വീട്ടിൽ പോയാണോ തിരക്കിയത്?'

'അല്ല സാർ. വീട്ടിൽ ചെന്നാൽ അവൻ വിവരം അറിയുകയില്ലേ. മുങ്ങിയാലോ. എന്റെയൊരു ഫ്രണ്ടിനെ വിട്ട് വേറെ സോഴ്സിൽനിന്ന് അറിഞ്ഞതാണ്.'

'വെരി ഗുഡ് ആന്റണീ. മിടുക്കനാണ് താൻ. ഇനി ഇങ്ങ് പോര്. നമുക്ക് ഹോട്ടലിൽ ചെന്ന് അവനെ പൊക്കണം.'

'താങ്ക്യു സാർ.'

എസ്.ഐ ജയരാജ് ഒന്നുമറിയാൻ പാടില്ലെന്ന് ശ്രീനാഥിന് നിർബന്ധമുണ്ടായിരുന്നു. അയാൾ സർക്കിൾ ഇൻസ്പെക്ടർ സോമരാജിനെ വിട്ട് ഹോട്ടലിൽനിന്ന് രഘുനന്ദനെ കസ്റ്റഡിയിലെടുത്തു. സി.ഐ അയാളെ ശ്രീനാഥിന്റെ മുമ്പിൽ ഹാജരാക്കി. വെളുത്തു മെലിഞ്ഞ ഒരു ചെറുപ്പക്കാരൻ.

ശ്രീനാഥ് അയാളുടെ മുഖത്തേക്ക് ഒന്ന് തറപ്പിച്ചുനോക്കി. കണ്ണുകളിലെ ഭയം അയാൾ കണ്ടു. അധികം കഷ്ടപ്പെടേണ്ടി വരില്ലെന്ന് ശ്രീനാഥിന് മനസ്സിലായി.

'എത്ര പോസ്റ്റർ ഉണ്ടായിരുന്നു മൊത്തം?' ആദ്യത്തെ ചോദ്യം അതായിരുന്നു.

'നൂറ്റൻപത്.'

'എവിടെയാണ് അത് തയ്യാറാക്കിയത്?'

'അജിതാ ഡിജിറ്റൽ സെന്ററിൽ.'

'ആരാ തന്നെ അവിടേക്ക് പറഞ്ഞുവിട്ടത്?'

'മദനഗോപാലൻസാർ.'

'ആർ.കെ അസോസിയേറ്റ്സിന്റെ മാനേജരല്ലേ അയാൾ?'

'അതേ.'

'അയാളാണോ അവിടെ തീരുമാനങ്ങൾ എടുക്കുന്നത്?'

'അല്ല. ഗോപിനാഥ് സാർ പറഞ്ഞിട്ടാണെന്നാ പറഞ്ഞത്.'

ആന്റണി എല്ലാം ക്യാമറയിൽ പകർത്തുന്നുണ്ടായിരുന്നു.

'കൊണ്ടുപോയ്ക്കോ ഇയാളെ.' ശ്രീനാഥ് പറഞ്ഞു.

സി.ഐ സോമരാജൻ അയാളെയും കൊണ്ട് തിരിച്ചുപോയി. ഉടൻതന്നെ രാഹുലിനെ ശ്രീനാഥ് വിളിച്ചു.

'തെളിവ് കിട്ടിയെടാ.'നടന്നതെല്ലാം അയാൾ രാഹുലിനോട് പറഞ്ഞു.

'അപ്പോൾ ഇനി അനുരാഗിനെ വിളിക്കാം അല്ലേ.'

'അതെ.'

'താങ്ക്സ് ശ്രീനാഥ്.' കോൾ കട്ട് ചെയ്തിട്ട് അയാൾ ഒരുനിമിഷം ചിന്തിച്ച് ഇരുന്നു.

***

അനുരാഗ് പറഞ്ഞതുകേട്ട് ഗായത്രീദേവി സ്തംഭിച്ച് ഇരുന്നു.

'അമ്മയെ ഒന്നും അറിയിക്കാതിരുന്നതാണ് ഞങ്ങൾ. എല്ലാം അറിഞ്ഞിട്ട് മതിയെന്ന് വച്ചു.' പല്ലവി കൂട്ടിച്ചേർത്തു.

'എന്നാലും അവൻ നമ്മളോട് ഈ ചതി ചെയ്തല്ലോ മക്കളേ. പണം വേണമെങ്കിൽ എത്ര വേണമെങ്കിലും എടുത്തോട്ടെ. പക്ഷേ ഇങ്ങനെ അപമാനിക്കാമോ നമ്മളെ?' ക്ഷോഭത്തോടെ ഗായത്രീദേവി ചോദിച്ചു.

'രാഹുലിനെയും ശ്രീനാഥിനെയും വെറുതെ വിട്ടില്ല അയാൾ. അതാണ് എനിക്ക് സങ്കടം.' അനുരാഗ് പറഞ്ഞു.

'ഇനി ഒട്ടും വൈകിക്കണ്ട. അവനെ അവിടെനിന്ന് അടിച്ചുപുറത്താക്കണം.' രോഷത്തോടെ ഗായത്രീദേവി പറഞ്ഞു.

'അതത്ര എളുപ്പമാകുമോ അമ്മേ?' പല്ലവി ചോദിച്ചു.

'ഞാൻ പറഞ്ഞാൽ അവന് പോകാതിരിക്കാൻ പറ്റത്തില്ല മോളേ. മാറ്റിയുടുക്കുവാൻ ഒരു മുണ്ടും ഷർട്ടുപോലുമില്ലാതെ അവൻ വീട്ടുമുറ്റത്ത് നിന്നത് എനിക്കിപ്പോഴും ഓർമ്മയുണ്ട്.

ആ രാത്രി മുഴുവൻ അവർ മൂന്നുപേരും ആലോചിച്ചു. ഒടുവിൽ നേരിട്ട് ചെന്ന് സംസാരിക്കാൻ തന്നെ തീരുമാനമെടുത്തു.

പിറ്റേന്ന് പതിനൊന്നുമണിയായപ്പോൾ ഗായത്രീദേവിയും അനുരാഗും പല്ലവിയും കൂടി ആർ.കെ അസോസിയേറ്റ്സിന്റെ ഹെഡ് ഓഫീസ് മന്ദിരത്തിലേക്ക് ചെന്നു. മുൻവശത്ത് കാർചെന്നപ്പോൾത്തന്നെ ഗോപിനാഥ് അയാളുടെ മുറിയിലിരുന്നുകൊണ്ട് സീസി ടീവി ക്യാമറയിലൂടെ ആ കാഴ്ച കണ്ടു. അയാൾ ചുണ്ടുകൾ ഒന്ന് കടിച്ചുപിടിച്ചു. അനുവാദം ചോദിക്കാതെതന്നെ ഗായത്രീദേവിയും അനുരാഗും പല്ലവിയും കൂടി അയാളുടെ രാജകീയമായി അലങ്കരിച്ച ഓഫീസ് മുറിയിലേക്ക് കയറിച്ചെന്നു. റിവോൾവിംഗ് ചെയറിൽനിന്ന് ഗോപിനാഥ് പെട്ടെന്ന് ആദരവോടെ എഴുന്നേറ്റു.

'അയ്യോ..ഇതാരൊക്കെയാണ്. എന്താ ദേവിയേടത്തീ ഒരു മുന്നറിയിപ്പുമില്ലാതെ...എന്തെങ്കിലും ആവശ്യമുണ്ടെങ്കിൽ ഞാൻ അങ്ങോട്ടു വരുമായിരുന്നല്ലോ. അതായിരുന്നല്ലോ പതിവ്.'

'പതിവുകൾ തെറ്റിക്കാൻതന്നെ വന്നതാണ് ഗോപീ ഞങ്ങൾ.'

ഗായത്രീദേവി പറഞ്ഞു.

പെട്ടെന്ന് അയാളുടെ മുഖത്തെ ചിരി മാഞ്ഞു.

എതിരാളികളെപ്പോലെ ഗായത്രീദേവിയും ഗോപിനാഥും പരസ്പരം കണ്ണുകളിലേക്കു നോക്കിനിന്നു.

പതിമൂന്ന്

പെട്ടെന്ന് ഗോപിനാഥ് മുഖത്ത് പ്രസന്നത വീണ്ടെടുത്തു.

'ദേവിയേടത്തി ഇങ്ങോട്ടിരിക്കൂ. ഇതു ദേവിയേടത്തിയുടെ കസേരയാണ്. ഞാൻ വെറും പകരക്കാരൻ.' അയാൾ ഗായത്രീദേവിയെ റിവോൾവിങ് ചെയറിൽ ഇരിക്കാൻ ക്ഷണിച്ചു.

'അത് എന്റെ കസേരയാണെന്ന് ഗോപി സമ്മതിച്ചല്ലോ. അതുമതി. നീയിരിക്ക്. ഞങ്ങൾ വന്നത് ചില പ്രധാനപ്പെട്ട കാര്യങ്ങൾ സംസാരിക്കാനാണ്.' ഗായത്രീദേവി പറഞ്ഞു.

ഗോപിനാഥിന്റെ മുഖത്ത് പെട്ടെന്ന് ഗൗരവം നിറഞ്ഞു. അയാൾ മെല്ലെ കസേരയിലേക്ക് ഇരുന്നു. അയാളുടെ മേശയുടെ എതിർവശത്തുണ്ടായിരുന്ന കേസരകളിൽ നടുക്ക് ഗായത്രീദേവിയും ഇരുവശത്തുമായി അനുരാഗും പല്ലവിയും ഇരുന്നു.

'ഞങ്ങളെന്തിനാ വന്നിരിക്കുന്നതെന്ന് ഗോപിക്ക് അറിയാമോ?'

ഗായത്രീദേവി ചോദിച്ചു.

'എന്തോ പ്രധാനപ്പെട്ട കാര്യങ്ങൾ സംസാരിക്കാനാണെന്ന് ദേവിയേടത്തിതന്നെ പറഞ്ഞല്ലോ.' എങ്ങും തൊടാതെ അയാൾ ഒഴിഞ്ഞുമാറി.

'ഊഹിക്കാൻപോലും കഴിയുന്നില്ലേ?'

'കാടിലും പടർപ്പിലും തല്ലാതെ ദേവിയേടത്തി കാര്യത്തിലേക്ക് കടക്കൂ.'

'ശരി. പറയാം. ആർ.കെ അസോസിയേറ്റ്സ് എന്ന ഈ ബിസിനസ്സ് സ്ഥാപനത്തിന്റെ ഉടമ ആരാണ്?'

'എന്താ ഏടത്തീ കുട്ടികളോട് ചോദിക്കുന്നതുപോലെ...ദേവിയേടത്തി തന്നെയാണ് ഉടമ.'

'ഗോപി ആരാ ഇവിടുത്തെ?'

'ജനറൽമാനേജർ.'

'എന്താണ് ഗോപിയുടെ ചുമതലകൾ?'

'ആർ.കെ അസോസിയേറ്റ്സിന്റെ മൊത്തത്തിലുള്ള നടത്തിപ്പ്.'

'എന്നുവച്ചാൽ?'

'നമ്മുടെ സ്ഥാപനത്തിന്റെ കീഴിൽ പല സംരംഭങ്ങളുണ്ടല്ലോ. സിനി

മതിയേറ്റർ, ഹോട്ടൽ, ടെക്സ്റ്റൈൽ ഷോപ്പ്, ബസ് സർവ്വീസ് അങ്ങനെ പലതും...'

'ആർ.കെ അസോസിയേറ്റ്സിന്റെ ഉടമയായ എന്നോടും എന്റെ കുടുംബത്തോടും കൂറും വിശ്വസ്തതയും ഉണ്ടാവേണ്ടതല്ലേ ഗോപിയുൾപ്പടെയുള്ള സകല സ്റ്റാഫിനും.'

'അതെ.'

'ഗോപിയുൾപ്പെടെ പലരിൽനിന്നും അതു കിട്ടുന്നില്ല എന്ന് ഞാൻ പറഞ്ഞാൽ ഗോപിയത് നിഷേധിക്കുമോ?'

ഗോപിനാഥിന്റെ മറുപടി കേൾക്കാൻ ആകാംക്ഷയോടെ നിശ്ശബ്ദരായി കാത്തിരിക്കുകയായിരുന്നു പല്ലവിയും അനുരാഗും. ഗായത്രീദേവിയുടെ ചോദ്യങ്ങളും ഗോപിനാഥിന്റെ ഉത്തരങ്ങളും പല്ലവി മടിയിൽ വച്ചിരുന്ന മൊബൈലിൽ റിക്കോർഡ് ചെയ്യുന്നുണ്ടായിരുന്നു.

'മനുഷ്യരല്ലേ ഏടത്തീ...നല്ലവരും കാണും. ചീത്ത ആളുകളും കാണും. സ്റ്റാഫിൽ ചിലർ വിശ്വസ്തരല്ലെന്ന് മനസ്സിലാക്കിയിട്ടുണ്ട്. അപ്പോൾത്തന്നെ അവരെ നീക്കം ചെയ്തിട്ടുമുണ്ട്.'

'ഇത്രയും ആമുഖചോദ്യങ്ങൾ മാത്രമായിരുന്നു. ഇനിയാണ് ഞാൻ കാര്യത്തിലേക്ക് കടക്കാൻ പോകുന്നത്. എനിക്ക് ഗോപിയുടെ വ്യക്തമായ മറുപടിയാണ് കിട്ടേണ്ടത്.' ഗായത്രീദേവി പറഞ്ഞു.

അറിയാതെ ഗോപിനാഥിന്റെ കണ്ണുകൾ ഒന്ന് ഇടുങ്ങി.

'രണ്ടുമാസംമുമ്പ് നമ്മുടെ ഹോട്ടലിൽവച്ച് പ്രസീദാ നമ്പ്യാർ എന്നു പേരുള്ള ഒരു പെൺകുട്ടി മരിച്ചു. അവൾ മിട്ടുവിന്റെ ഗസ്റ്റായിരുന്നു. ശരിയല്ലേ.'

'അതെ.'

'അവളുടെ ബോഡി ബോട്ടിൽ ഉൾക്കടലിൽ കൊണ്ടുചെന്ന് കളയാനാണ് ഗോപി ഏർപ്പാടാക്കിയത് എന്നാണ് മിട്ടു എന്നോട് പറഞ്ഞത്.'

അയാൾ മിണ്ടിയില്ല.

'ഏതു കടപ്പുറത്തുനിന്നാണ് ബോട്ടിൽ കൊണ്ടുപോയത്. നടുക്കടലിൽ കളയാൻ?' ഗായത്രീദേവി ചോദിച്ചു.

'തോട്ടപ്പള്ളിയിൽനിന്നാണെന്നാ ലോപ്പസ് പറഞ്ഞത്. വേറൊന്നും എനിക്കറിയില്ല.' അയാൾ പറഞ്ഞു.

ഗായത്രീദേവി പരിഹാസത്തോടെ ഒന്നു ചിരിച്ചു.

'അന്നു പുലർച്ചെ ആലപ്പുഴ റെയിൽവേ സ്റ്റേഷനിൽനിന്നു ധൻബാദ് എക്സ്പ്രസ്സിൽ പ്രസീദാനമ്പ്യാർ തിരിച്ചുപോയി. അവളിപ്പോൾ ഛത്തീസ്ഖട്ട് യൂണിവേഴ്സിറ്റിയിലുണ്ട്.'

ഗോപിനാഥ് അവരുടെ മുഖത്തേക്ക് തുറിച്ചുനോക്കി ഇരുന്നു.

'മിട്ടുമോനെ കൊലയാളിയാണെന്ന് തെറ്റിദ്ധരിപ്പിച്ച് ചൊൽപ്പടിയിൽ നിർത്താൻ നടത്തിയ ഈ നാടകം ആരുടെ തലയിലാണ് രൂപം കൊണ്ടത്. അതിന് കൂട്ടുനിൽക്കാൻ ആ പെണ്ണിന് നീ എത്ര ലക്ഷം കൊടുത്തു? കോഴിക്കോട് മെഡിക്കൽ കോളേജിലെ പ്രൊഫസറായി നീ ആരെയാണ് അന്ന് വേഷം കെട്ടിച്ച് നിർത്തിയത്. ഡോ. മനേഷ് പൈ...നല്ല ഭാവന.'

പിന്നെ അനുരാഗിന്റെ ഊഴമായിരുന്നു.

'എന്നിട്ട് പ്രസീദയുടെ കൂട്ടുകാരി എന്ന വ്യാജേന പൂജ എന്ന പെണ്ണിനെ അങ്കിൾ എന്റെ അടുത്തേക്ക് വിട്ടു. പത്തുലക്ഷം രൂപ കൊടുത്തില്ലെങ്കിൽ പ്രസീദ മിസ്സിങ്ങ് ആണെന്ന് പോലീസിൽ പരാതി കൊടുക്കുമെന്ന് അവൾ ഭീഷണിപ്പെടുത്തി.'

ഗോപിനാഥിന്റെ നോട്ടം അവനിലായി.

'എന്നിട്ട് പത്തുലക്ഷം രൂപ ട്രാൻസ്ഫർ ചെയ്യാൻവേണ്ടി ഒരു അക്കൗണ്ട് നമ്പറും തന്നു. തിരക്കിയപ്പോഴാണ് പൂജയുടെ അമ്മയുടെ സൗഭാഗ്യവതിയെന്നാണെന്ന്...ജയന്തിയാന്റിയുടെ അമ്മയുടെ ചേച്ചിയുടെ മകൾ.' അവൻ പറഞ്ഞു.

'അപ്പോൾ പത്തുലക്ഷം സ്വന്തം ആളുകൾക്കുതന്നെയാണ് കൊടുക്കുന്നത്. മിടുക്കൻ.' ഗായത്രീദേവി അയാളെ പരിഹസിച്ചു.

'ഇനി എനിക്കാണ് ചോദിക്കാനുള്ളത്.' ആദ്യമായി പല്ലവി സംസാരിച്ചു. ഗോപിനാഥ് കണ്ണുകൾ അവൾക്കുനേരെ തിരിച്ചു.

'ഞാൻ നിങ്ങൾക്ക് എന്തു ദ്രോഹം ചെയ്തിട്ടാണ് നിങ്ങൾ നാടുനീളെ പോസ്റ്റർ ഒട്ടിച്ച് എന്നെ അപമാനിച്ചത്? നിങ്ങൾ കല്യാണം കഴിച്ചിട്ടില്ലെന്നാണ് അറിഞ്ഞത്. കല്യാണം കഴിച്ചിരുന്നെങ്കിൽ എന്റെ പ്രായത്തിലുള്ള ഒരു മകൾ നിങ്ങൾക്ക് ഉണ്ടാകുമായിരുന്നു.'

അയാൾ മിണ്ടിയില്ല.

'സബ് കലക്ടറും ആർ.കെ അസോസിയേറ്റ്സ് ഉടമയുടെ മരുമകളും തമ്മിലുള്ള അവിഹിതബന്ധം അവസാനിപ്പിക്കുക. ഇവിടുത്തെ സ്റ്റാഫായ രഘുനന്ദനെയും വേറൊരാളെയും ഉപയോഗിച്ച് നിങ്ങൾ പോസ്റ്ററുണ്ടാക്കി. എന്നെ മാത്രമല്ല സബ് കലക്ടറെയും. നിങ്ങൾക്ക് ആരുടെ ചോരയായിരുന്നു വേണ്ടത്...എന്റെയോ ആ മനുഷ്യന്റെയോ?' അല്പനേരത്തെ നിശ്ശബ്ദത. ആരും ഒന്നും പറഞ്ഞില്ല. മുറിയിൽ ഏസിയുടെ നേർത്ത മൂളൽ മാത്രം.

'മൂന്നുപേർക്കും പറയാനുള്ളത് മുഴുവൻ പറഞ്ഞുകഴിഞ്ഞോ?'

ഒടുവിൽ ഗോപിനാഥ് ചോദിച്ചു.

'എന്താ ഇത്രയും പോരേ?' ഗായത്രീദേവി അയാളുടെ മുഖത്തേക്കു നോക്കി.

'ഞാൻ ഇങ്ങനെയൊക്കെ ചെയ്തെങ്കിൽ അതിന് തക്കതായ കാരണങ്ങൾ ഉണ്ട്.' അയാൾ പറഞ്ഞു.

'അതു നിങ്ങളോട് പറയാൻ ഉദ്ദേശിക്കുന്നില്ല.'

'അങ്കിൾ അങ്ങനെ പറഞ്ഞ് ഒഴിയുന്നത് ശരിയല്ല. പറഞ്ഞേ പറ്റൂ. ഞങ്ങൾക്ക് അതറിയണം.' അനുരാഗ് ശഠിച്ചു.

'പറഞ്ഞില്ലെങ്കിൽ...?' വാശിപോലെ ഗോപിനാഥ് ചോദിച്ചു.

'ചില കടുത്ത തീരുമാനങ്ങൾ എനിക്ക് എടുക്കേണ്ടി വരും.'

ഗായത്രീദേവി പറഞ്ഞു.

'എന്തു തീരുമാനവും എടുക്കാനുള്ള അവകാശവും അധികാരവും ദേവിയേടത്തിക്കുണ്ട്.'

'എന്റെ തീരുമാനം ഇതാണ്. ഇന്നുമുതൽ കമ്പനിക്ക് ഗോപിയുടെ സേവനം ആവശ്യമില്ല. ഇന്നുതന്നെ സ്ഥാനം ഒഴിഞ്ഞ് പിരിഞ്ഞുപോകണം.' എന്തായിരിക്കും അയാളുടെ പ്രതികരണമെന്നറിയാൻ ഗായത്രീദേവിയും അനുരാഗും പല്ലവിയും ഉത്കണ്ഠയോടെ കാത്തു.

അയാൾ അങ്ങനെയങ്ങ് പരിഞ്ഞുപോവുകയില്ലെന്ന് അവർ ന്യായമായും ചിന്തിച്ചു. പ്രതിഷേധിക്കും അല്ലെങ്കിൽ ഭീഷണിപ്പെടുത്തും.

'ദേവിയേടത്തി പേടിക്കണ്ട. എനിക്ക് ഒരെതിർപ്പും ഇല്ല. ഞാൻ പോയേക്കാം. ഇപ്പോൾത്തന്നെ. ആരോടും യാത്രപറയാൻപോലും നിൽക്കുന്നില്ല. ജനറൽമാനേജർ ഗോപിനാഥിനെ പിരിച്ചുവിട്ടു എന്ന് നമ്മുടെ സ്റ്റാഫിനെ അറിയിച്ചാൽ മാത്രം മതി.'

അതുകേട്ടതോടെ മൂന്നുപേരുടെയും മനസ്സിൽനിന്ന് പെട്ടെന്ന് ആശങ്ക ഒഴിഞ്ഞുപോയി.

'കമ്പനിയിൽനിന്ന് ആരെയെങ്കിലും പിരിച്ചുവിടുമ്പോൾ നഷ്ടപരിഹാരം കൊടുക്കാറുണ്ട് എന്ന് കേട്ടിട്ടുണ്ട്.' പെട്ടെന്ന് ഗായത്രീദേവിക്ക് ഓർമ്മ വന്നു.

'ഉണ്ട്. ഒടുവിൽ വാങ്ങിയ ശമ്പളത്തിന്റെ ആറിരട്ടിക്ക് തുല്യമായ തുക നമ്മൾ കോംപിൻസേഷൻ കൊടുക്കാറുണ്ട്.' അയാൾ പറഞ്ഞു.

'ഗോപിയുടെ കാര്യത്തിൽ ഒരു പ്രത്യേക പരിഗണന ഞാൻ തരുന്നു. ആറുമാസത്തെയല്ല അതിന്റെ ഇരട്ടി. അതായത് പന്ത്രണ്ടുമാസത്തെ ശമ്പളത്തിന് തുല്യമായ തുക തരാൻ മദനഗോപാലനോട് ഞാൻ പറഞ്ഞേക്കാം.' ഗായത്രീദേവി ഔദാര്യത്തോടെ പറഞ്ഞു.

ഗോപിനാഥ് മെല്ലെ എഴുന്നേറ്റു. അയാളുടെ മേശയുടെ എതിരെയുള്ള ഭിത്തിയിൽ അനുരാഗിന്റെ അച്ഛൻ കൃഷ്ണദാസിന്റെ വലിയ ഒരു ഫോട്ടോ ചില്ലിട്ടു തൂക്കിയിട്ടുണ്ടായിരുന്നു. അയാൾ ആ ചിത്രത്തിൽ നോക്കി ഒരുനിമിഷം നിന്നു.

'ആരോടും എനിക്ക് യാത്ര ചോദിക്കാനില്ല. എന്റെ അദ്ധ്വാനംകൊണ്ടു കൂടി വളർന്നു വലുതായ ഈ സ്ഥാപനത്തിൽനിന്ന് എന്നന്നേക്കുമായി പടിയിറങ്ങി പോകുമ്പോൾ എന്റെ കൃഷ്ണദാസ് സാറിന്റെ ആത്മാവി നോടു മാത്രമേ എനിക്കു യാത്ര ചോദിക്കാനുള്ളു.' ചിത്രത്തെ നോക്കി ഒന്ന് തൊഴുതിട്ട് ആരോടും ഒന്നും പറയാതെ ഗോപിനാഥ് വാതിൽ തുറന്ന് മുറിയിൽ നിന്നും ഇറങ്ങിപ്പോയി.

ഗായത്രീദേവിയും അനുരാഗും പല്ലവിയും വിശ്വാസം വരാതെ പര സ്പരം ഒന്നു നോക്കി. കാര്യങ്ങൾ ഇത്ര എളുപ്പത്തിലായിരിക്കുമെന്ന് മൂന്നുപേരും സ്വപ്നത്തിൽപ്പോലും വിചാരിച്ചതല്ല.

'അമ്മ ആ കസേരയിലിരിക്കൂ.' അനുരാഗ് പറഞ്ഞു.

'ഇല്ല മോനേ. അത് ജനറൽമാനേജർക്കുള്ള കസേരയാണ്. അച്ഛൻ ഉപയോഗിച്ചിരുന്ന മുറിയുണ്ടല്ലോ. നാളെ വന്ന് ഞാൻ അവിടെ ഇരി ക്കാം.' ഗായത്രീദേവി പറഞ്ഞു.

'അതാണമ്മേ ശരിയായ തീരുമാനം.' പല്ലവി അവരെ പിന്തുണച്ചു.

'മദനഗോപാലനങ്കിളിനോട് വിവരം പറയണ്ടേ?'

അനുരാഗ് ചോദിച്ചു.

'വേണം. അയാളോട് ഒന്ന് വരാൻ പറ. ഓഫീസിന്റെ ചാർജ്ജ് അയാൾക്കാണല്ലോ.' ഗായത്രീദേവി പറഞ്ഞു.

മൊബൈൽ എടുത്ത് മദനഗോപാലിനെ അനുരാഗ് വിളിച്ചു. ഉടൻ തന്നെ അയാൾ വന്നു.

'മദനാ ഇന്നുമുതൽ നമ്മുടെ ഓഫീസിൽ പുതിയ ചില മാറ്റങ്ങൾ വരുത്താൻ പോവുകയാണ്. അതിനു മുന്നോടിയായി ചില തീരുമാന ങ്ങൾ എടുത്തിട്ടുണ്ട്.' ഗായത്രീദേവി അയാളോടു പറഞ്ഞു.

മദനഗോപാൽ ഒന്നും മനസ്സിലാകാതെ നിന്നു.

'ഗോപിനാഥ് ഇനിമുതൽ ഇവിടത്തെ ജനറൽമാനേജർ അല്ല. അയാ ളെ ഞാൻ ഒഴിവാക്കിയിരിക്കുകയാണ്. അതിനു തക്കതായ കാരണങ്ങ ളുമുണ്ട്.'

'മാഡം...' വിശ്വസിക്കാനാവാതെ അയാൾ ഗായത്രീദേവിയെ മിഴിച്ചു നോക്കി.

'ജനറൽമാനേജരുടെ ചുമതല തൽക്കാലം ഞാൻ മദനഗോപാലിനെ ഏൽപ്പിക്കുകയാണ്. നിങ്ങളുടെ മികവ് ഞാനൊന്ന് നോക്കട്ടെ. അതിനു ശേഷം തീരുമാനിക്കും. നിങ്ങൾതന്നെ തുടരണോ അതോ വേറെ ആളിനെ വയ്ക്കണോ എന്ന്.'

'യേസ് മാഡം.'

'നാളെ മുതൽ ഞാൻ ഓഫീസിൽ വരും. ദാസേട്ടൻ ഉപയോഗിച്ചി

രുന്ന മുറിയായിരിക്കും ഞാനും ഉപയോഗിക്കുന്നത്. അവിടെ വേണ്ടുന്ന ക്രമീകരണങ്ങൾ ചെയ്യുക. കേട്ടോ.'

'യേസ് മാഡം.'

ഗായത്രീദേവിയും അനുരാഗും പല്ലവിയും അപ്പോൾത്തന്നെ അവിടെനിന്ന് ഇറങ്ങി.

'കാര്യങ്ങൾ ഇത്ര എളുപ്പമായിരിക്കുമെന്ന് ഞാനൊട്ടും വിചാരിച്ചില്ല. ' കാർ ഡ്രൈവ് ചെയയുന്നതിനിടയിൽ അനുരാഗ് പറഞ്ഞു.

'ഞാനും. അവൻ ഇത്തിരി ബലം പിടിക്കും എന്നായിരുന്നു എന്റെ വിചാരം.' ഗായത്രീദേവി പറഞ്ഞു.

'പക്ഷേ കാര്യങ്ങൾ അത്ര സുഗമമായിരിക്കുമെന്ന് എനിക്ക് തോന്നുന്നില്ല അമ്മേ. കാരണം നമുക്ക് മൂന്നുപേർക്കും കമ്പനിയുടെ നടത്തിപ്പിനെക്കുറിച്ച് ഒരു ചുക്കും അറിയില്ല. തന്നെയുമല്ല മദനഗോപാൽ അയാളുടെ വലംകൈയായിരുന്നില്ലേ.'

'അതും ശരിയാണ്.' ഗായത്രീദേവി തലകുലുക്കി.

'എന്നാലും സാരമില്ല. കമ്പനി ഇപ്പോൾ നമ്മുടെ കയ്യിൽത്തന്നെ വന്നുചേർന്നില്ലേ. അതു നിസ്സാരകാര്യമല്ല.' അനുരാഗ് പറഞ്ഞു.

അതൊരു വലിയ വിജയംതന്നെയാണെന്ന കാര്യത്തിൽ അനുരാഗിനും പല്ലവിക്കും സംശയമുണ്ടായിരുന്നില്ല. തൃപ്തിയോടെയാണ് അവർ വീട്ടിൽ വന്നു കയറിയത്.

'രാഹുലേട്ടനെ വിളിച്ച് കാര്യമൊന്ന് പറഞ്ഞേക്കൂ അനൂ'

അവൾ പറഞ്ഞു.

'ശരിയാ. പുതിയ സംഭവവികാസം രാഹുൽ അറിയണമല്ലോ.'

അവൻ അപ്പോൾത്തന്നെ രാഹുലിനെ വിളിച്ചു. ലൈൻ ബിസിയായതുകൊണ്ട് അപ്പോൾ അയാളെ കിട്ടിയില്ല. അല്പനേരം കഴിഞ്ഞപ്പോൾ രാഹുൽ തിരികെ വിളിച്ചു. ഉണ്ടായ കാര്യങ്ങൾ അനുരാഗ് അയാളോട് പറഞ്ഞു.

'ഒരു എതിർപ്പുമില്ലാതെ അയാൾ ഇറങ്ങിപ്പോയെങ്കിൽ അതു സൂക്ഷിക്കണം. അയാൾ എന്തോ മുന്നിൽ കണ്ടിട്ടുണ്ട്.' രാഹുൽ പറഞ്ഞു.

'എന്താണ്?'

'അതെനിക്ക് ഇപ്പോൾ പറയാൻ കഴിയുന്നില്ല. പക്ഷേ അയാൾ തന്ത്രശാലിയാണ്. എന്തോ കുരുക്ക് ഒപ്പിച്ചാവണം അയാൾ പോയത്. പക്ഷേ പേടിക്കേണ്ട. ഏതു കുരുക്കും അഴിക്കാൻ മാർഗ്ഗങ്ങളുണ്ട്.'

രാഹുൽ ധൈര്യം കൊടുത്തു.

'താങ്ക്സ് രാഹുൽ.'

ലൗഡ്സ്പീക്കറിൽ അവരുടെ സംസാരം മുഴുവൻ പല്ലവി കേൾക്കു

ന്നുണ്ടായിരുന്നു.

'ഞാൻ പറഞ്ഞില്ലേ അനൂ അയാൾ ഒന്നും മിണ്ടാതെ കയ്യും വീശി ഇറങ്ങിപ്പോകുന്നവനല്ല. പക്ഷേ, നമുക്ക് കാത്തിരുന്നു കാണാം.

***

ആലപ്പുഴ പട്ടണത്തിലെ തിരക്കുള്ള റോഡിലൂടെ കാർ വേഗം കുറച്ചാണ് ഓടിയത്. പിൻസീറ്റിൽ ഗോപിനാഥ് ചാരിക്കിടന്നു. ഒരു അംഗരക്ഷകൻ കാർ ഡ്രൈവ് ചെയ്തു. മറ്റേ അംഗരക്ഷകൻ മുൻസീറ്റിൽ ഡ്രൈവറുടെ അടുത്ത് ജാഗ്രതയോടെ ഇരുന്നു.

ഒടുവിൽ കാർ ബീച്ച് റോഡിലേക്ക് കടന്നു. ഒരുവശത്ത് അലയടിക്കുന്ന കടൽ. മറുവശത്ത് കെട്ടിടങ്ങൾ. നടുവിലൂടെ നേർരേഖപോലെ കറുത്ത റോഡ്. കടൽത്തീരത്തെ പഞ്ചാരമണൽ വെയിൽവീണ് തിളങ്ങുന്നുണ്ടായിരുന്നു.

ഒടുവിൽ കാർ ഒരു കൂറ്റൻ ഗേറ്റിനുമുന്നിൽ ചെന്നുനിന്നു. കാവൽക്കാരൻ ഓടിവന്ന് ഗേറ്റിന്റെ പാളികൾ തുറന്നുവച്ചു. കാർ ഉള്ളിലേക്ക് കയറിപ്പോയി. വീണ്ടും ഗേറ്റ് അടഞ്ഞു.

ഒരേക്കർ പറമ്പിന്റെ നടുവിൽ ഒരു കോടിയിലേറെ രൂപ മുടക്കി നിർമ്മിച്ച മനോഹരമായ ഒരു ഇരുനിലബംഗ്ലാവ് ആയിരുന്നു അത്. പോർച്ചിൽ ചെന്ന് കാർ നിന്നു. കാറിൽനിന്ന് ഗോപിനാഥ് ഇറങ്ങിയപ്പോൾ ഒരു പരിചാരിക വന്ന് കൊത്തുപണികളുള്ള വലിയ വാതിൽ തുറന്നു. അവളെ ശ്രദ്ധിക്കാതെ അയാൾ ചെന്ന് വിശാലമായ സ്വീകരണമുറിയിലെ സെറ്റിയിൽ ഇരുന്നു. എന്നിട്ട് മൊബൈൽ എടുത്ത് ജയന്തിയെ വിളിച്ചു.

'എന്താ സാർ?' അവൾ ഉടനെ കോൾ എടുത്തു.

'ഞാൻ വണ്ടി അയക്കുകയാണ്. നീ അതിൽ വരണം. സുഭദ്രയിലേക്ക്.' അയാൾ പറഞ്ഞു. അയാളുടെ അമ്മയുടെ പേരാണ് അയാൾ ബംഗ്ലാവിന് നൽകിയിരിക്കുന്നത്.

അരമണിക്കൂർ കഴിഞ്ഞപ്പോൾ ജയന്തിയെയും കൊണ്ട് കാർ വന്നു. അപൂർവ്വമായി മാത്രമേ അവളെ അയാൾ ബംഗ്ലാവിലേക്ക് വിളിച്ചിട്ടുള്ളു. എന്തെങ്കിലും വിശേഷമുണ്ടാകുമ്പോൾ മാത്രം. അവൾ വന്നപ്പോൾ അയാൾ സെറ്റിയിൽ ഇരിക്കുകയായിരുന്നു.

'നീ വാ. നമുക്ക് മുകളിലേക്കു പോവാം.' അയാൾ എഴുന്നേറ്റു.

വീതിയുള്ള കോണിപ്പടികൾ കയറി അവളെയും കൊണ്ട് അയാൾ മുകളിലത്തെ നിലയിലുള്ള ബെഡ് റൂമിലേക്കു പോയി. കടലിനഭിമുഖമായിരുന്നു മനോഹരമായി ഫർണിഷ് ചെയ്ത ആ വലിയ കിടപ്പുമുറി.

കിങ് സൈസ് ബെഡ്ഡിന് പുറമെ സോഫയും കസേരകളും സൈഡ് ടേബിളുകളും ഉണ്ടായിരുന്നു. പോരാത്തതിന് ഭിത്തിയിൽ അലമാരക്കു

ള്ളിൽ മിനിബാറും.

'ആ കർട്ടൻ നീക്കിയിട്.' ബെഡ് റൂമിൽ ചെന്നപ്പോൾ ഗോപിനാഥ് പറഞ്ഞു.

എട്ട് പാളികളുള്ള ജനാലയുടെ നേർമയേറിയ കർട്ടൻ അവൾ രണ്ടു വശത്തേക്കും നീക്കിയിട്ടു. എന്നിട്ട് ചില്ലുജാലകത്തിന്റെ രണ്ടുപാളികൾ മാത്രം തുറന്നു.

അകലയല്ലാതെ നീലക്കടൽ.

'എനിക്ക് ഒരു ഡ്രിങ്ക് വേണം.' അയാൾ പറഞ്ഞു.

ജയന്തി ചോദ്യഭാവത്തിൽ അയാളെ ഒന്നുനോക്കി.

'വോഡ്ക മതി.'

പകൽസമയത്ത് അയാൾക്ക് വോഡ്ക ആയിരുന്നു പതിവ്. അത് ഉറപ്പാക്കാനായിരുന്നു അവൾ നോക്കിയത്. സ്ഫടിക ഗ്ലാസിൽ അവൾ വോഡ്ക പകർന്ന് നാരങ്ങാനീര് ചേർത്ത് ഐസുകട്ടകളുമിട്ട് അയാൾക്ക് കൊണ്ടുചെന്ന് കൊടുത്തു.

'ഇനി നിനക്ക് ഒരെണ്ണം എടുക്ക്. ഒന്ന് ഉഷാറാകട്ടെ.'

അയാൾ പറഞ്ഞു.

അതിന്റെ അർത്ഥം അവൾക്കു മനസ്സിലായി. അവളുടെ ശരീരം പെട്ടെന്ന് ഒന്ന് പൂത്തുലഞ്ഞു. ജയന്തി ചെന്ന് അളവുകുറച്ച് ഒരു വോഡ്ക തയ്യാറാക്കി അതുംകൊണ്ട് അയാളുടെ അടുത്തു ചെന്ന് ബെഡ്ഡിൽ ഇരുന്നു. വലതുകയ്യിലായിരുന്നു ഗ്ലാസ്. ഇടതുകൈകൊണ്ട് അയാൾ അവളെ ഒന്നു ചേർത്തുപിടിച്ചു.

'ഇന്ന് എനിക്ക് ഏറ്റവും സന്തോഷമുള്ള ദിവസമാണ്.'

ഗ്ലാസിൽനിന്ന് ഒരു കവിൾ കുടിച്ചിട്ട് ഗോപിനാഥ് പറഞ്ഞു.

'എന്താണ് ഇത്ര വലിയ സന്തോഷം?' അവൾ ചോദിച്ചു.

'ആർ.കെ അസോസിയേറ്റ്സിന്റെ ജനറൽമാനേജർ സ്ഥാനത്തുനിന്ന് ഗായത്രീദേവി എന്നെയിന്ന് പിരിച്ചുവിട്ടു.'

'അയ്യോ എന്തായീ കേൾക്കുന്നത്?' ഞെട്ടലോടെ അവൾ അയാളെ നോക്കി.

അവളുടെ ഗ്ലാസിൽനിന്ന് ഒരു തുള്ളി വോഡ്ക തുളുമ്പി അവളുടെ സിൽക്ക് സാരിയിൽ വീഴുകയും ചെയ്തു.

'തള്ളയുടെയും മോന്റെയും വിചാരം അവർ എന്നെ തോൽപ്പിച്ചു എന്നാണ്. പക്ഷേ ഞാനൊരുക്കിയ കെണിയിലേക്ക് അവർ വന്നുവീഴുകയായിരുന്നു എന്നു പാവങ്ങൾ അറിയാനിരിക്കുന്നതേയുള്ളൂ.'

അയാൾ പൊട്ടിച്ചിരിച്ചു.

'എന്നാലും കമ്പനിയിൽ ആരുമല്ലാതായിത്തീരുക എന്നു പറ

ഞ്ഞാൽ...അതൊരു അന്തസ്സുള്ള പദവിയായിരുന്നു. അധികാരവും'

അവളുടെ വിഷമം മാറിയില്ല.

'ശമ്പളക്കാരനായി ജോലി ചെയ്തു മടുത്തു ജയന്തീ. എനിക്ക് എന്റേതായ ചില സ്വപ്നങ്ങളുണ്ട്. അതു നടപ്പിൽ വരുത്താൻ ആർ.കെ അസോസിയേറ്റ്സിന്റെ ജനറൽ മാനേജരായിരുന്നുകൊണ്ട് പറ്റില്ല.'

'എനിക്കൊന്നും മനസ്സിലാവുന്നില്ല.

'നീ അതു കുടിക്ക്.'

അയാൾ ഓർമ്മിപ്പിച്ചു.

ജയന്തി ഒറ്റവലിക്ക് ഗ്ലാസിന്റെ പകുതിയോളം കുടിച്ചു.

'എനിക്ക് ഈ ഭൂമിയിൽ നീയും നിന്റെ ജഗനും എന്റെ സാരംഗിമോളുമല്ലാതെ വേറാരുമില്ല. അതു നിനക്കറിയാമല്ലോ. ഒരുദിവസം ഞാൻ മറിഞ്ഞുവീണുചത്താൽ നീയും പറക്കമുറ്റാത്ത രണ്ടുമക്കളും...'

'അയ്യോ അങ്ങനൊന്നും പറയാതെ.' ഭയത്തോടെ ജയന്തി അയാളുടെ വായ പൊത്തി.

'നിന്നെ വിഷമിപ്പിക്കാൻ വേണ്ടി പറഞ്ഞതല്ല. അങ്ങനെയും വേണമെങ്കിൽ സംഭവിക്കാം. അപ്പോൾ ഒരു മുൻകരുതൽ എടുക്കണ്ടേ. അതിനുവേണ്ടി ഞാൻ നടത്തിയ ഒരു കളിയാണിത്.'

'എന്നുവച്ചാൽ?'

'നേരെ ചൊവ്വേ ചോദിച്ചാൽ അവർ എനിക്ക് ഒന്നും തരില്ല. ഇപ്പോൾത്തന്നെ എനിക്കുതരുന്ന നഷ്ടപരിഹാരം എത്രയാണെന്ന് അറിയാമോ. പന്ത്രണ്ടുലക്ഷം രൂപ.'

'ഈ രീതിയിൽ പിരിഞ്ഞുപോന്നതുകൊണ്ടല്ലേ..അല്ലെങ്കിൽ അവർ നല്ല ഒരു തുക തന്നേനെ. അത്ര പിശുക്കിയാണ് ഗായത്രീദേവി എന്ന് എനിക്കു തോന്നുന്നില്ല.'

'ഒരു കോടി തരുമോ? ഇല്ല. അതിന്റെ പകുതിപോലും തരില്ല. പക്ഷേ ഞാൻ ചോദിക്കുന്ന കോടികൾ അവർ എനിക്കു തരേണ്ടിവരും.' അയാൾ ആത്മവിശ്വാസത്തോടെ പറഞ്ഞു.

'എങ്ങനെ?'

'ഗായത്രീദേവിയും മോനും എന്റെ കാൽച്ചുവട്ടിൽ വരും. ഇന്നല്ലെങ്കിൽ നാളെ. നീ കണ്ടോ. ഞാൻ പറയുന്ന നിബന്ധനകൾ അവർക്ക് അംഗീകരിക്കേണ്ടി വരും. ' അത്ഭുതത്തോടെ അവൾ അയാളെ നോക്കിയിരുന്നു.

'ആർ.കെ അസോസിയേറ്റ്സിനെക്കാൾ വലിയ ഒരു ബിസിനസ്സ് ഗ്രൂപ്പ് ഉണ്ടാക്കണം എനിക്ക്. അതിൽ നീയും ഞാനും നമ്മുടെ മക്കളും മാത്രമായിരിക്കും ഉടമസ്ഥർ.'

ഗ്ലാസിൽ ശേഷിച്ച വോഡ്ക ജയന്തി പെട്ടെന്ന് കുടിച്ചുതീർത്തു. അവൾക്ക് താങ്ങാവുന്നതിലും അപ്പുറമായിരുന്നു കേട്ട വാർത്ത.

'അവർ തരുമോ അത്രയും പണം?' അവൾ സംസയിച്ചു.

ഒരു പൊട്ടിച്ചിരിയായിരുന്നു അയാളുടെ മറുപടി.

'ഒന്നുകൂടി ഒഴിക്ക്.' ഗ്ലാസ് കാലിയാക്കിയിട്ട് അയാൾ പറഞ്ഞു.

'വേണ്ട. ഇപ്പോൾ ഇത്രയും മതി.' അവൾ ഗ്ലാസ് വാങ്ങി മേശപ്പുറത്തു കൊണ്ടുചെന്ന് വച്ചിട്ട് വാതിൽ ബോൾട്ടിട്ട് സുരക്ഷിതമാക്കി.

'കിടക്ക്.'

അയാളുടെ അടുത്തുചെന്ന് അവൾ ആവശ്യപ്പെട്ടു. ഗോപിനാഥ് മെത്തയിൽ മലർന്നുകിടന്നു. ജയന്തി അയാളുടെ അടുത്തുചെന്ന് കിടന്ന് ഷർട്ടിന്റെ ബട്ടണുകൾ ഓരോന്നായി അഴിക്കാൻ തുടങ്ങി.

***

അന്നു പ്രഭാതത്തിൽ ഗായത്രീദേവി പതിവിലും നേരത്തെ ഉണർന്നു. കിടന്നിട്ട് ഉറക്കം വരാഞ്ഞിട്ട് അനുരാഗും പല്ലവിയും അതിനുമുമ്പേ എഴുന്നേറ്റിരുന്നു.

'രാവിലെ അമ്പലത്തിൽ പോണം. അതുകഴിഞ്ഞുമതി ഓഫീസിലേക്ക്.' ഗായത്രീദേവി പറഞ്ഞു.

'അതെ. ഈശ്വരാനുഗ്രഹം വേണം. എല്ലാം ഒന്നുമുതൽ തുടങ്ങാൻ പോവുകയല്ലേ.'

'ഗണപതിയമ്പലത്തിൽ പോയി തേങ്ങയുടയ്ക്കണം. വിഘ്നങ്ങളൊന്നും ഉണ്ടാവരുതല്ലോ.'

സന്തോഷവും അതോടൊപ്പം ആശങ്കയുമുണ്ടായിരുന്നു മൂന്നുപേർക്കും. പക്ഷേ എന്തു വന്നാലും നേരിടാമെന്നുള്ള ആത്മവിശ്വാസവും ഉണ്ടായിരുന്നു. മൂന്നുപേരും കുളിച്ചു. മൂന്ന് അമ്പലങ്ങളിൽ പോയി തൊഴുതു പ്രാർത്ഥിച്ച് പ്രസാദം വാങ്ങി. വീട്ടിലെ പൂജാമുറിയിലാണ് കൃഷ്ണദാസിന്റെ ചിത്രമുണ്ടായിരുന്നത്.

മൂന്നുപേരും ആ ചിത്രത്തിന്റെ മുമ്പിൽ തൊഴുകൈകളോടെ നിന്നു.

'ദാസേട്ടന്റെ കസേരയിൽ ഇന്നു ഞാൻ ആദ്യമായിട്ട് ഇരിക്കാൻ പോവാണ്. വേറൊരു ലോകത്തിരുന്നുകൊണ്ട് എല്ലാം കാണുന്നുണ്ടെന്ന് എനിക്കറിയാം. എന്നെ അനുഗ്രഹിക്കണം. നമ്മുടെ മക്കളെയും.'

പ്രാർത്ഥിച്ചു കഴിഞ്ഞപ്പോൾ ഗായത്രീദേവിയുടെ കണ്ണുകൾ നിറഞ്ഞു. മൂന്നുപേർക്കും സുമിത്ര പ്രാതൽ കൊടുത്തു.

'ഇന്ന് ഒന്നാംതീയ്യതിയല്ലേ. അതും ഒരു നല്ല നിമിത്തമാണെന്ന് തോന്നുന്നു. ഒരു പുതിയ തുടക്കത്തിന് ഏറ്റവും യോജിച്ച ദിവസം.'

കഴിച്ചുകൊണ്ടിരിക്കുമ്പോൾ പല്ലവി പറഞ്ഞു.

'അമ്മ രാഹുകാലം നോക്കിയോ?' പെട്ടെന്ന് അനുരാഗിന് ഓർമ്മ വന്നു.

'ഏഴരമുതൽ ഒൻപതുവരെയാണ്.' ഗായത്രീദേവി പറഞ്ഞു.

'ഇപ്പോത്തന്നെ ഒൻപതായല്ലോ. അരമണിക്കൂർ കഴിഞ്ഞ് ഇറങ്ങിയാൽ മതി.'

'മോളും ഞാനും കൂടി ആദ്യം പോകാം. മോൻ എന്റെ കാറിൽ പിന്നെ വന്നാൽ മതി. മൂന്നുപേർ ഒന്നിച്ചു പോകുന്നത് ശുഭമല്ല.' ഗായത്രീദേവി പറഞ്ഞു.

ആദ്യം പോയത് ഗായത്രീദേവിയും പല്ലവിയും കൂടി ആയിരുന്നു. അവർ ചെന്നപ്പോൾ സ്വീകരിക്കാൻ പൂച്ചെണ്ടുമായി മദനഗോപാലും കുറെ സ്റ്റാഫ് അംഗങ്ങളും കാത്തുനിൽക്കുന്നുണ്ടായിരുന്നു.

മദനഗോപാലനെ ഒഴിച്ച് ഗായത്രീദേവി മറ്റാരേയും പരിചയമുണ്ടായിരുന്നില്ല. എല്ലാവരോടും സൗഹൃദഭാവത്തിൽ ചിരിച്ച് അവർ കൃഷ്ണദാസിന്റെ മുറിയിലേക്കു പോയി. മദനഗോപാൽ മാത്രം ഒപ്പം ചെന്നു.

ആ മുറി വൃത്തിയാക്കി വച്ചിട്ടുണ്ടായിരുന്നു. മേശപ്പുറത്ത് ഫ്ളവർ വേസിൽ പുതിയ പൂക്കൾ വരെ. മനസ്സിൽ ദൈവത്തേയും കൃഷ്ണദാസിനെയും ധ്യാനിച്ച് ഗായത്രിദേവി ആ കസേരയിൽ ഇരുന്നു. അപ്പോഴേക്കും അനുരാഗും വന്നു.

'ഇന്ന് ഒന്നാംതീയ്യതിയല്ലേ മാഡം. സ്റ്റാഫിന് ശമ്പളം കൊടുക്കേണ്ട ദിവസമാണ്.' മദനഗോപാൽ പറഞ്ഞു.

'എത്ര വരും എമൗണ്ട്.' ഗായത്രീദേവി ചോദിച്ചു.

'തൊണ്ണൂറ്റിയെട്ടു ലക്ഷത്തിന് അടുത്തുവരും.'

'ചെക്കായിട്ടാണോ കൊടുക്കുന്നത്? അതോ ക്യാഷായിട്ടോ?'

'എല്ലാവരുടേയും അക്കൗണ്ട്നമ്പറിലേക്ക് പണം ട്രാൻസ്ഫർ ചെയ്യും. അവർ അത് എടിഎം കാർഡ് ഉപയോഗിച്ച് ആവശ്യത്തിന് എടുത്തുകൊള്ളും.'

'നല്ല കാര്യം. അപ്പോൾ കാര്യങ്ങൾക്ക് ഒരു മുടക്കവും വരുത്തണ്ട. എല്ലാം പതിവുപോലെ നടക്കട്ടെ.' ഗായത്രീദേവി പറഞ്ഞു.

'തൊണ്ണൂറ്റിഎട്ടുലക്ഷത്തിന്റെ ചെക്കെഴുതി ബാങ്കിൽ കൊടുത്താലേ അവർ ഓരോരുത്തരുടെയും അക്കൗണ്ടിലേക്ക് അവരുടെ സാലറി ട്രാൻസ്ഫർ ചെയ്യൂ.'

'എങ്കിൽ ചെക്ക് കൊണ്ടുവരൂ. ഒപ്പിട്ടുതരാം.'

'ബാങ്ക് അക്കൗണ്ട് ഗോപിനാഥ് സാറിന്റെ പേരിലാണ്. ചെക്കിൽ സാർ ഒപ്പിട്ടാലേ തുക പിൻവലിക്കാൻ പറ്റൂ.'

അടിയേറ്റതുപോലെ ഗായത്രീദേവി ഇരുന്നു. അനുരാഗും പല്ലവിയും

പകച്ചുനോക്കി.

'ഒരു അക്കൗണ്ട് മാത്രമേയുള്ളൂ ബാങ്കിൽ?'

'അല്ല. പത്തോളം ബാങ്കുകളിൽ അക്കൗണ്ട് ഉണ്ട്. എല്ലാം ഗോപിനാഥ് സാറിന്റെ പേരിലാണ്. സാർ ഒപ്പിടാതെ ഒരു ചെക്കും പാസാവുകയില്ല.' മദനഗോപാൽ പറഞ്ഞു.

തളർച്ചയോടെ ഗായത്രീദേവി കസേരയിലേക്ക് ചാരി ഇരുന്നു.

ഭൂമി കീഴ്മേൽ മറിയുന്നതുപോലെ അവർക്ക് അനുഭവപ്പെട്ടു.

പതിനാല്

അനുരാഗ് എഴുന്നേറ്റ് മദനഗോപാലിന്റെ അടുത്തേക്ക് ചെന്നു.

'എന്താ അങ്കിൾ ഇപ്പറയുന്നത്. എനിക്കൊന്നും മനസ്സിലാകുന്നില്ല. ആർ.കെഅസോസിയേറ്റ്സ് എന്ന കമ്പനി എന്റെ അച്ഛൻ കൃഷ്ണദാസാണ് പടുത്തുയർത്തിയത്. അന്നുമുതലേ അങ്കിൾ ഇവിടുണ്ടായിരുന്നില്ലേ. ശരിയല്ലേ.' അവൻ ചോദിച്ചു.

ശരിയാണെന്ന മട്ടിൽ അയാൾ തല മെല്ലെ ചലിപ്പിച്ചു.

'അച്ഛന്റെ മരണശേഷം ഗായത്രീദേവി എന്ന എന്റെ അമ്മയിലായി ഉടമസ്ഥാവകാശം. അതിനുവേണ്ടുന്ന ഏർപ്പാടുകൾ മരിക്കുംമുമ്പേ അച്ഛൻ ചെയ്തുവച്ചിരുന്നു. അതും ശരിയല്ലേ.'

'അതെ മോനേ.'

'എന്നിട്ട് ഗായത്രീദേവിക്ക് കമ്പനിയുടെ ബാങ്ക് അക്കൗണ്ടിൽനിന്ന് ചില്ലിക്കാശുപോലും എടുക്കാനുള്ള അവകാശമില്ല അല്ലേ? എല്ലാം മാനേജരുടെ അധീനതയിൽ എന്താ അങ്കിൾ ഇതൊക്കെ?' അനുരാഗ് ശബ്ദമുയർത്തി.

'അതു മോനേ...ബാങ്ക് അക്കൗണ്ടുകളൊക്കെ ഗോപിനാഥ് സാറിന്റെ പേരിലല്ലേ. അപ്പോൾ വേറാർക്കും അത് ഓപ്പറേറ്റ് ചെയ്യാൻ പറ്റില്ലല്ലോ.'

മദനഗോപാൽ വിശദീകരിച്ചു.

'അതെങ്ങനെ ഗോപിയങ്കിളിന്റെ പേരിലായി?'

'അച്ഛൻ മരിച്ചപ്പോൾ കമ്പനിക്കാര്യങ്ങളുടെ ചുമതല മുഴുവൻ ഗോപിനാഥ് സാറിനെ ഏല്പ്പിച്ച് എഴുതി ഒപ്പിട്ടുകൊടുത്തിരുന്നു.'

ഗായത്രീദേവിയുടെ നേർക്ക് അനുരാഗ് നോക്കി.

'ശരിയാണോ അമ്മേ.'

'അച്ഛൻ മരിച്ച സമയത്ത് എനിക്ക് കുറെ ദിവസം എഴുന്നേൽക്കാൻ

പോലുമാകാതെ കിടപ്പിലായിപ്പോയി മോനേ. കമ്പനിയുടെ കാര്യങ്ങൾക്ക് ഒരു തടസ്സവും വരാതിരിക്കാനായി എല്ലാം ഞാൻ അന്നേരം ഗോപിയെ ഏൽപ്പിച്ചിരുന്നു. എന്തോ കടലാസ് അന്ന് കൊണ്ടുവന്നാരുന്നു. ഞാന തിൽ ഒപ്പിട്ടുകൊടുത്ത ഓർമ്മയുണ്ട്.'

പല്ലവി ഒന്നു ഞെട്ടി. കമ്പനിയുടെ അവകാശം മുഴുവൻ ഇപ്പോൾ ഗോപിനാഥിനായിരിക്കുമെന്ന് അവൾക്കു തോന്നി. അമ്മയുടെയും മക ന്റെയും ആവശ്യങ്ങൾ ഒന്നും തെറ്റാതെ നടത്തിക്കൊടുത്തതുകൊണ്ട് അവർ വീണ്ടും അവകാശം സ്ഥാപിക്കാൻ ചെന്നതുമില്ല.

'സ്റ്റാഫിന് ഇന്ന് ശമ്പളം കൊടുക്കണമല്ലോ. അതിനെന്തു ചെയ്യും?'

ഗായത്രീദേവി ചോദിച്ചു.

'ചെക്കിൽ ഗോപിനാഥ് സാറ് ഒപ്പിട്ടാലേ ബാങ്കിൽനിന്ന് പണം കിട്ടൂ.'

മദനഗോപാൽ പറഞ്ഞു.

'വിളിക്കൂ ഗോപിയെ. വന്ന് ഒപ്പിട്ട് തന്നിട്ട് പോകാൻ പറ.'

ഗായത്രീദേവി ആവശ്യപ്പെട്ടു.

മദനഗോപാൽ അപ്പോൾത്തന്നെ ഗോപിനാഥിന്റെ നമ്പറെടുത്ത് വിളി ച്ചു. ഫോൺ ലൗഡ് സ്പീക്കറിലിട്ടു.

'എന്താ മദനാ?'

ഗോപിനാഥ് കോൾ എടുത്തു.

'ഗായത്രീമാഡം ഓഫീസിൽ വന്നിട്ടുണ്ട്. മാഡം പറഞ്ഞിട്ടാണ് ഞാൻ വിളിക്കുന്നത്.'

'എന്താണ് കാര്യം?'

'ഇന്ന് ഒന്നാംതീയ്യതിയല്ലേ. സ്റ്റാഫിന് സാലറി കൊടുക്കണം. സാർ വന്ന് ചെക്കിൽ ഒപ്പിട്ടാലേ...'

'ഓ അതാണോ കാര്യം. മദനൻ അറിഞ്ഞില്ലേ ഞാനിപ്പോൾ ആർ.കെ അസോസിയേറ്റ്സിന്റെ ജനറൽ മാനേജർ അല്ല.'

'പക്ഷേ ബാങ്ക് അക്കൗണ്ടുകൾ സാറിന്റെ പേരിലാണല്ലോ.'

'അതുകൊണ്ട്?'

'സാർ വന്ന് ഒട്ടിട്ടുതന്നാലേ ചെക്ക് പാസാകൂ.'

'എന്നെ ഇറക്കിവിട്ട സ്ഥാപനത്തിന്റെ പടി ചവിട്ടില്ല മദനാ ഞാൻ. എനിക്കുമുണ്ട് ആത്മാഭിമാനം.'

'എങ്കിൽ ചെക്ക് അങ്ങോട്ട് കൊടുത്തയക്കട്ടെ?'

'കൊടുത്തയക്ക്. തിന്ന ചോറിന് കൂറില്ലാത്തവനല്ല ഞാൻ. തന്നെ യുമല്ല എന്നെ സ്നേഹിക്കുന്ന സ്റ്റാഫാണ് അവിടെയുള്ളത്. ഞാൻ കാരണം അവരുടെ ശമ്പളം ഒരുദിവസംപോലും മുടങ്ങാൻ പാടില്ല.'

'ശരിസാർ.' ഗോപിനാഥ് കോൾ കട്ട് ചെയ്തു.

തൽക്കാലം പ്രതിസന്ധി ഒഴിഞ്ഞുപോയല്ലോ എന്നോർത്തപ്പോൾ ഗായത്രീദേവിക്ക് ആശ്വാസം തോന്നി.

'വേറാരേയും വിടണ്ട. മദനൻ തന്നെ പോയി ഒപ്പിടുവിച്ചാൽ മതി.' അവർ പറഞ്ഞു.

'ശരി മാഡം.' മദനഗോപാൽ ചെക്കുമായി ഉടനെ പോയി.

പക്ഷേ പല്ലവിക്ക് തൃപ്തി വന്നില്ല.

'ഈയൊരു ചെക്ക് ഒപ്പിട്ടതുകൊണ്ടുമാത്രം പ്രശ്നം തീരുന്നില്ലല്ലോ അമ്മേ. ഓരോ ചെക്കും ഒപ്പിടാൻ അയാളുടെ അടുത്തേക്ക് ആളിനെ വിടണോ.' അവൾ ചോദിച്ചു.

'അതു ശരിയാണല്ലോ.'

അപ്പോഴാണ് അതേക്കുറിച്ച് ഗായത്രീദേവി ചിന്തിച്ചത്.

'സകല ബാങ്ക് അക്കൗണ്ടുകളും അമ്മയുടെ പേരിലാക്കണം. എന്നു മാത്രമല്ല അയാൾക്കു കൊടുത്ത എല്ലാ അധികാരങ്ങളും തിരിച്ചെടുക്കുകയും വേണം.' അനുരാഗ് പറഞ്ഞു.

'അതെ അമ്മേ. അല്ലെങ്കിൽ കമ്പനി അയാളുടെ കയ്യിൽത്തന്നെയായിരിക്കും. അമ്മയ്ക്ക് ഒരു കാര്യവും ചെയ്യാൻ പറ്റില്ല. ഒരു അവകാശവും ഇവിടെ ഉണ്ടായിരിക്കില്ല.'

പല്ലവി അവനെ പിന്താങ്ങി.

'അതിനിപ്പോൾ എന്താണ് നമ്മൾ ചെയ്യേണ്ടത്?'

ഗായത്രീദേവി ചോദിച്ചു.

'ചെന്ന് അയാളെക്കണ്ട സംസാരിക്കണം. എല്ലാം തീർപ്പാക്കണം. അമ്മ എഴുതിക്കൊടുത്തത് എന്താണെന്ന് അറിഞ്ഞാൽ മാത്രമേ കാര്യങ്ങളുടെ സത്യാവസ്ഥ മനസ്സിലാക്കാൻ പറ്റൂ.'

'ശരിയാ മോളേ.'

മദനഗോപാൽ മടങ്ങിവരുന്നതുവരെ അവർ ഓഫീസിൽത്തന്നെ ഇരുന്നു. ഗോപിനാഥ് ചെക്ക് ഒപ്പിട്ടുകൊടുത്താണ് അയാളെ വിട്ടത്.

'തൽക്കാലം പ്രശ്നം തീർന്നല്ലോ. ബാക്കിയുള്ള കാര്യങ്ങൾ ഞാൻ മദനനെ ഏൽപ്പിക്കുകയാണ്. ഞാനിപ്പോൾ പോകുന്നു. നാളെ രാവിലെ വരും. അതിനുള്ളിൽ എന്തെങ്കിലും അത്യാവശ്യമുണ്ടായാൽ എന്നെ വിളിക്കണം.' ഗായത്രീദേവി പറഞ്ഞു.

'ശരി മാഡം.'

ഗായത്രീദേവിയും അനുരാഗും പല്ലവിയും ആർ.കെബംഗ്ലാവിലേക്ക് മടങ്ങി.

'ഇനി ഇതു വച്ചുനീട്ടിയാൽ പറ്റില്ലമ്മേ. എത്രയും വേഗം നമുക്ക് അയാളെ കണ്ട് ഒരു തീരുമാനമുണ്ടാക്കണം.' അനുരാഗ് പറഞ്ഞു.

'അവൻ ഇങ്ങോട്ട് വരാൻ പറയട്ടെ.' ഗായത്രീദേവി ചോദിച്ചു.

'വരാൻ പറ. ഓഫീസിൽ എന്തെങ്കിലും പണത്തിന് ആവശ്യം വന്നാൽ നാളെയും ചെക്ക് കൊടുത്ത് വിടേണ്ടി വരില്ലേ?'

പല്ലവി ഒന്നും മിണ്ടിയില്ല. ഫോണെടുത്ത് ഗോപിനാഥിനെ അപ്പോൾത്തന്നെ ഗായത്രിദേവി വിളിച്ചു.

'ഹലോ...' അയാൾ കോൾ എടുത്തു.

'ഗോപിയോട് എനിക്കു സംസാരിക്കാനുണ്ട്. എത്രയും വേഗം ഇവിടെ വരെ വരണം.'

'ഇല്ല മാഡം. ഞാൻ നിങ്ങളുടെ പഴയ മാനേജർ ഗോപിനാഥല്ല. വിളിക്കുമ്പോൾ അവിടെ ഓടിവരാൻ. നിങ്ങൾക്ക് എന്തെങ്കിലും സംസാരിക്കാനുണ്ടെങ്കിൽ ഞാൻ എവിടെയാണോ അവിടെ വന്നു കാണണം.'

ധിക്കാരം നിറഞ്ഞതായിരുന്നു അയാളുടെ സംസാരം.

ഗായത്രിക്ക് മിണ്ടാൻ കഴിഞ്ഞില്ല.

'പിന്നെ ഒരു കാര്യം കൂടി. ചെക്ക് ഒപ്പിടാൻ ഇനി കൊടുത്തയക്കരുത്. ഞാനത് ചെയ്യില്ല.'

അയാൾ പെട്ടെന്ന് കോൾ കട്ട് ചെയ്തു.

'ഇപ്പത്തന്നെ നമുക്ക് അയാളെ കാണാൻ പോകാം അമ്മേ. അയാൾക്ക് പറയാനുള്ളത് എന്താണെന്ന് ഒന്നറിയണമല്ലോ.' അനുരാഗ് ചാടിയെഴുന്നേറ്റു.

'വേണ്ട അനൂ. എടുത്തുചാടി ഒന്നും ചെയ്യരുത്. നമ്മൾ ചെന്നാൽ അയാൾ നമ്മളെ അപമാനിച്ചുവിടും. അതിനുമുമ്പ് നമുക്ക് വിശ്വാസമുള്ള ആരെങ്കിലുമായി ഈ പ്രശ്നം കൺസൽട്ട് ചെയ്യണം.' പല്ലവി പറഞ്ഞു.

'ആരുമായിട്ട്?' അവൻ ചോദിച്ചു.

അവൾ അപ്പോൾ അതിന് മറുപടി പറഞ്ഞില്ല.

***

പ്രൊഫസർ ശിവദാസിന്റെ കാർ പാഞ്ഞുവന്ന് മുറ്റത്തുനിന്നപ്പോൾ ഗിരിജാകുമാരി ഞെട്ടി. ഇത്രവേഗത്തിൽ ഇതുവരെ കാറോടിച്ചു വന്നിട്ടില്ല. ഉച്ചയൂണിന് സാധാരണ വരുന്ന സമയമായിട്ടില്ല. ഫ്രൈയിംഗ് പാനിലെ തിളച്ച എണ്ണയിലേക്ക് മീൻകഷണങ്ങൾ ഓരോന്നായി എടുത്തിടുകയായിരുന്നു ഗിരിജാകുമാരി.

പെട്ടെന്ന് കോളിംഗ് ബെൽ നിർത്താതെ മുഴങ്ങി. സിങ്കിന്റെ ടാപ്പ് തുറന്ന് കൈകൾ കഴുകിയിട്ട് സാരിത്തുമ്പിൽ തുടച്ച് അവർ സ്വീകരണമുറിയിലേക്ക് ഓടിച്ചെന്നു. ബോൾട്ടെടുത്ത് വാതിൽ തുറന്നപ്പോൾ കോപംകൊണ്ട് ജ്വലിക്കുന്ന മുഖവുമായി ശിവദാസ് നിൽക്കുന്നുണ്ടാ

യിരുന്നു.

'എന്തുപറ്റി?'

അദ്ദേഹത്തിന്റെ മുഖത്തെ ഭാവംകണ്ട് അവർ അമ്പരന്നു.

'ഇനി എന്തുപറ്റാൻ...മരിച്ചാൽ മതിയെനിക്ക്. ജീവിതത്തിലിതുവരെ ഞാൻ ഇങ്ങനൊരപമാനം നേരിടേണ്ടിവന്നിട്ടില്ല. കഴിഞ്ഞ ജന്മത്തിലെ ശത്രുവാണി പിന്നത്തെ ജന്മത്തിൽ മക്കളായി ജനിക്കുന്നതെന്ന് പറയുന്നത് എത്ര ശരി.' അദ്ദേഹം തളർച്ചയോടെ സെറ്റിയിലേക്ക് ഇരുന്നു. ഗിരിജാകുമാരിക്ക് ഒന്നും മനസ്സിലായില്ല. രാഹുലിനെക്കുറിച്ചാണ് പറയുന്നതെന്നുമാത്രം അവർ ഊഹിച്ചു.

'രാഹുൽ എന്തു ചെയ്തു? അവൻ എന്തെങ്കിലും അബദ്ധം കാണിച്ചോ?' അവർ വേവലാതിയോടെ ചോദിച്ചു.

'പറയാൻതന്നെ എനിക്കു ലജ്ജയാകുന്നു. സ്വന്തം മകനെക്കുറിച്ച് ഒരച്ഛനും അതു പറയാൻ പറ്റില്ല. വായിച്ചുനോക്ക്.'

അദ്ദേഹം മൊബൈൽ എടുത്ത് വാട്സാപ്പ് തുറന്ന് അവരെ കാണിച്ചു. ഭിത്തിയിലൊട്ടിച്ച ഒരു പോസ്റ്ററിന്റെ ഫോട്ടോ ആയിരുന്നു അത്.

'സബ് കലക്ടറും ആർകെ അസോസിയേറ്റ്സ് ഉടമയുടെ മരുമകളും തമ്മിലുള്ള അവിഹിതം അവസാനിപ്പിക്കുക...' മുഴുവൻ വായിച്ച ഗിരിജാകുമാരി ഞെട്ടി.

'ഇത്...ഇത് ആരെക്കുറിച്ചാണ്?'

വിശ്വാസം വരാതെ അവർ ചോദിച്ചു.

'ആലപ്പുഴ ടൗണിലുള്ള മതിലുകളിൽ കഴിഞ്ഞയാഴ്ച പ്രത്യക്ഷപ്പെട്ട പോസ്റ്ററാ. ഒന്നല്ല. ഒരുപാടെണ്ണം. എനിക്കു പരിചയമുള്ള ഒരു പ്രൊഫസർ എസ്ഡി കോളേജിൽ ഉണ്ട്. അദ്ദേഹം അയച്ചുതന്നതാ ഇത്.'

'രാഹുലിനെക്കുറിച്ചാണോ ഈ പറഞ്ഞുവരുന്നത്?' ഞെട്ടലോടെ ഗിരിജാകുമാരി ചോദിച്ചു.

'എനിക്കിത് അയച്ചുതരാൻ മടിയായിരുന്നു. ഇന്ന് അദ്ദേഹം എന്നെ വിളിച്ചു. ഇങ്ങനൊരു കാര്യം അറിഞ്ഞിട്ടില്ലെന്ന് മനസ്സിലായപ്പോഴാണ് ഇതയച്ചുതന്നത്.'

'ആരാ ഈ ആർ.കെഅസോസിയേറ്റ്സ് ഉടമയുടെ മരുമകൾ.' വിറയ്ക്കുന്ന സ്വരത്തിൽ അവർ ചോദിച്ചു.

'എറണാകുളം ഡെപ്യൂട്ടി കലക്ടറുടെ മകൾ പല്ലവി.'

ശിവദാസ് പറഞ്ഞു.

'ഈശ്വരാ...ആ കുട്ടിയെ...'

'അവൻ അത്യാവശ്യമായി ഇവിടുന്ന് ട്രാൻസ്ഫർ മേടിച്ച് ആലപ്പുഴയ്ക്ക് പോയതിന്റെ കാരണം ഇപ്പോൾ മനസ്സിലായില്ലേ? എനിക്കതല്ല

അത്ഭുതം. ആ പെണ്ണിനെങ്ങിനെ ധൈര്യം വന്നു. പിന്നേം അവന്റെ കൂടെ.'

'ഇതു സത്യമല്ല. ഇങ്ങനൊന്നും നടന്നിട്ടില്ല. അവനോട് വിരോധമുള്ള ആരോ അവന്റെ മുഖത്ത് കരി വാരിതേക്കാൻ വേണ്ടി ഒപ്പിച്ച പണിയാണ്. ഞാനിത് വിശ്വസിക്കുന്നില്ല. എന്റെ കുഞ്ഞിനെ എനിക്കറിയാം. അവൻ ചീത്തവഴിയിൽ നടക്കുകയില്ല.' ഗിരിജാകുമാരി ഉറപ്പിച്ചുപറഞ്ഞു

'സത്യമാവട്ടെ, അല്ലാതിരിക്കട്ടെ. പക്ഷേ അവനെക്കുറിച്ച് കുറേപ്പേരെങ്കിലും മോശമായി ചിന്തിച്ചുകാണില്ലേ. നാളെ അവനൊരു കല്യാണാലോചന വരുമ്പോൾ ആരെങ്കിലും ഇതുവല്ലതും കുത്തിപ്പൊക്കിയാൽ.'

അദ്ദേഹം പറഞ്ഞതുകേട്ട് ഗിരിജാകുമാരി വീണ്ടും ഞെട്ടി. ഈശ്വരാ അങ്ങനെ വല്ലതും സംഭവിച്ചാൽ...അവർ ഫോണെടുത്ത് അപ്പോൾത്തന്നെ രാഹുലിനെ വിളിച്ചു.

'അമ്മേ ഞാനിപ്പോൾ ഫ്രീയല്ല. കുറച്ചുകഴിഞ്ഞു വിളിക്കാം.'

അയാൾ പറഞ്ഞു.

'വിളിക്കണം. അത്യാവശ്യമാണ്.'

'വിളിക്കാം.'

കുറച്ചുനേരം കഴിഞ്ഞപ്പോൾ രാഹുൽ തിരിച്ചുവിളിച്ചു.

'എന്താണമ്മേ അത്യാവശ്യം?'

'മോനേ നിന്നെക്കുറിച്ച് ഒരു കാര്യം അറിഞ്ഞു. അതിന്റെ സത്യാവസ്ഥ ചോദിക്കാൻ വേണ്ടിയാണ്.'

'എന്താണ് എന്നെക്കുറിച്ച് അറിഞ്ഞത്?'

'ഒരു പോസ്റ്ററിന്റെ കാര്യമാണ്.'

രാഹുൽ ഒന്നു ചിരിച്ചു. 'അപ്പോൾ വാർത്ത അവിടെയും എത്തി. അല്ലേ. കഴിഞ്ഞയാഴ്ചയായിരുന്നു സംഭവം. ഒരാൾക്ക് എന്നോടുള്ള വിരോധം കാരണമാണ്. ശ്രീനാഥിന്റെ കാര്യവും സൂചിപ്പിച്ചിട്ടുണ്ട്. അതിൽ. അത് ഒട്ടിച്ചവനെ അവൻ പിടികൂടുകയും ചെയ്തു.'

'അത്രേയുള്ളോ...എന്നാലും ആളുകൾ എന്തു വിചാരിച്ചുകാണും അതു കണ്ടപ്പോൾ.'

'എന്തും വിചാരിക്കട്ടെ. ഞാനതു കാര്യമാക്കുന്നില്ല. ഒരു സത്യവുമില്ല അതിലൊന്നും. പല്ലവിയും അവളുടെ ഹസ്ബന്റും എന്നെ കാണാൻ വന്നിട്ടുണ്ട്. ഒരു സഹായം തേടി. അതിലപ്പുറം ഒന്നുമില്ല.'

അയാൾ പറഞ്ഞു.

'ശരി മോനേ. എനിക്ക് നിന്നെ വിശ്വാസമാണ്. എന്തായാലും ഈ ഞായറാഴ്ച നീ വരണം. നിന്നെ കാണാഞ്ഞിട്ട് എനിക്ക്...'

ഗിരിജാകുമാരി അറിയാതെ തേങ്ങിപ്പോയി.

'ഞാൻ വരാം അമ്മേ. അമ്മ സമാധാനമായിട്ടിരിക്ക്.'

രാഹുൽ പറഞ്ഞു.

കോൾ കട്ട് ചെയ്തിട്ട് ഒന്നും ചെയ്യാനാവാതെ അയാൾ അല്പനേരം ഇരുന്നു. അയാൾക്ക് വലിയ ഖേദം തോന്നി. അന്തസ്സുള്ള ഒരച്ഛനും അമ്മയും കേട്ടാൽ സഹിക്കാത്ത ഒരു കാര്യമാണ്.

അയാൾ ഒന്നു നെടുവീർപ്പിട്ടു.

ഉച്ചകഴിഞ്ഞപ്പോൾ അനുരാഗിന്റെ കോൾ വന്നു. സംസാരിക്കണോ എന്ന് രാഹുൽ ഒരുനിമിഷം ചിന്തിച്ചു. ഇനി അനുരാഗും പല്ലവിയുമായി ബന്ധപ്പെടാതിരിക്കുന്നതല്ലേ നല്ലത്. അവരായി അവരുടെ പാടായി.

അങ്ങനെയങ്ങ് നിസ്സാരമായി തള്ളിക്കളയാൻ പറ്റുമോ രണ്ടുപേരേയും. എന്തെങ്കിലും സഹായത്തിനുവേണ്ടിയായിരിക്കും അനുരാഗ് വിളിക്കുന്നത്. ഫോൺ എടുക്കാതിരിക്കുന്നത് മര്യാദയല്ല.

'എന്താ അനുരാഗ്?' അയാൾ കോൾ എടുത്തു.

'ഞങ്ങളിന്നലെ അയാളെ ഓഫീസിൽനിന്ന് പുറത്താക്കി. ആ ഗോപിനാഥിനെ. അയാൾ ഒരെതിർപ്പും കൂടാതെയാണ് പോയത്. പക്ഷേ...'

'എന്താണ് പക്ഷേ...?'

സ്റ്റാഫിന് ശമ്പളം മുടങ്ങുമെന്നുവന്ന അവസ്ഥയെക്കുറിച്ച് അനുരാഗ് അയാളോട് പറഞ്ഞു.

'ഇനി ഞങ്ങൾ എന്താണ് ചെയ്യേണ്ടത്. ആലോചിച്ചിട്ട് ഒരെത്തും പിടിയും കിട്ടുന്നില്ല രാഹുൽ.'

'അയാൾ നിസ്സാരക്കാരനല്ല. എന്തോ പിടി അയാളുടെ കയ്യിലുണ്ട്. അതിന്റെ തെളിവാണ് ഇന്ന് സംഭവിച്ചത്.'

പല്ലവിയും അതാണ് പറഞ്ഞത്. നേരിട്ടു ചെന്ന് സംസാരിച്ചാലോ എന്ന് ഞാൻ വിചാരിച്ചതാണ്. പല്ലവി പറഞ്ഞു രാഹുലിന്റെ അഭിപ്രായം ചോദിച്ചിട്ട് മതിയെന്ന്.'

'അതെ അനുരാഗ്. അയാളുമായി സംസാരിക്കുന്നതിനു മുമ്പ് നമ്മൾ അല്പം ഹോംവർക്ക് ചെയ്യണം. നിങ്ങൾക്ക് ഒരു ലീഗൽ അഡ്വൈസർ ഉണ്ടാവുമല്ലോ.'രാഹുൽ ചോദിച്ചു.

'അച്ഛന്റെ കാലത്ത് അഡ്വ. മാർത്താണ്ഡം സുബ്രമണിയായിരുന്നു ലീഗൽ അഡ്വൈസർ. അദ്ദേഹത്തെ പിന്നീട് അയാൾ മാറ്റി. ഇപ്പോൾ അഡ്വ.രവീന്ദ്രനാഥാണ്.'

'അനുരാഗ് ഒരു കാര്യം ചെയ്യൂ. ആദ്യം അഡ്വ.മാർത്താണ്ഡം സുബ്രമണിയെ ചെന്നു കാണൂ. എന്താണ് സംഭവിച്ചതെന്ന് അദ്ദേഹത്തിന് അറിയാൻ സാധിച്ചേക്കും. അതുകഴിഞ്ഞുമതി ഗോപിനാഥിനോട് സംസാരി

ക്കുന്നത്.'

'ശരി രാഹുൽ.'

'പേടിക്കണ്ട. എല്ലാം കലങ്ങിത്തെളിയും. അതിനുവേണ്ടിയാണ് ഇപ്പോൾ ഇങ്ങനൊക്കെ സംഭവിക്കുന്നത്.'

'താങ്ക്സ് രാഹുൽ.' പല്ലവി അനുരാഗിന്റെ അടുത്ത് ഇരുന്നുകൊണ്ട് ഈ ഫോൺ സംസാരം കേൾക്കുന്നുണ്ടായിരുന്നു.

'എവിടെയാണ് അഡ്വ.സുബ്രമണി താമസിക്കുന്നത്?'

അവൾ ചോദിച്ചു.

'കിടങ്ങാംപറമ്പാണെന്ന് തോന്നുന്നു. എനിക്ക് അദ്ദേഹത്തെ പരിചയമില്ല. അമ്മയ്ക്ക് ഒരുപക്ഷേ അറിയുമായിരിക്കും.'അവൻ പറഞ്ഞു.

രണ്ടുപേരും കൂടി ഗായത്രീദേവിയുടെ അടുത്തേക്കു ചെന്നു. രാഹുൽ പറഞ്ഞ അഭിപ്രായം അനുരാഗ് അമ്മയോട് പറഞ്ഞു.

'വക്കീലിനെ എനിക്കു പരിചയമുണ്ട് മോനേ. നമുക്കു പോയി അദ്ദേഹത്തെ കാണാം. പക്ഷേ ഇപ്പോൾ താമസിക്കുന്നത് എവിടെയാണെന്ന് എനിക്കറിയില്ല.' ഗായത്രീദേവി പറഞ്ഞു.

'കിടങ്ങാംപറമ്പ് വഴി പോകുമ്പോൾ വക്കീലിന്റെ ബോർഡ് ഞാൻ കണ്ടിട്ടുണ്ടമ്മേ. എന്തായാലും നമുക്കൊന്ന് പോയിനോക്കാം.'

അനുരാഗ് പറഞ്ഞു.

'അദ്ദേഹം വീട്ടിലുണ്ടോ എന്ന് ഒന്ന് തിരക്കിയിട്ട് പോകാം അനൂ. അതാണ് നല്ലത്.' പല്ലവി അല്പം കൂടി പ്രായോഗികമായി ചിന്തിച്ചു.

'അതിനുവഴിയുണ്ട്. ഞാൻ പീയുഷിനെ ഒന്നു വിളിക്കാം.'

അനുരാഗ് പീയുഷിനെ വിളിച്ച് കാര്യം അവതരിപ്പിച്ചു.

'ഇപ്പോൾത്തന്നെ ഞാൻ പോയി തിരക്കിയിട്ട് വിളിക്കാം.' അവൻ ഏറ്റു. അരമണിക്കൂർ കഴിഞ്ഞപ്പോൾ പീയുഷിന്റെ വിളി വന്നു.

'അനു പറഞ്ഞത് ശരിയാണ്. അവിടെത്തന്നെയാണ് വക്കീലിന്റെ വീടും ഓഫീസും. ആൾ വീട്ടിലുണ്ട്. ഞാൻ കയറി കണ്ടു. ചെന്നാൽ അസൗകര്യമില്ലെന്നും അദ്ദേഹം പറഞ്ഞു.

'താങ്ക്സ്. ഞങ്ങൾ ഉടൻ പോവാണ്. പിന്നെ വിളിക്കാം നിന്നെ.'

ഗായത്രീദേവിയോടൊപ്പം അനുരാഗും പല്ലവിയും അപ്പോൾത്തന്നെ പുറപ്പെട്ടു. തത്തംപള്ളിയിൽ കിടങ്ങാംപറമ്പ് ക്ഷേത്രത്തിന്റെ അടുത്തായിരുന്നു മാർത്താണ്ഡം സുബ്രമണി വക്കീലിന്റെ പഴയ ഇരുനില വീട്. വീടിന് മുന്നിലുള്ള ഔട്ടുഹൗസാണ് അദ്ദേഹം ഓഫീസായി ഉപയോഗിച്ചിരുന്നത്.

പീയുഷ് നേരത്തെ അറിയിച്ചിരുന്നതുകൊണ്ട് വക്കീൽ കാത്തിരിക്കുന്നുണ്ടായിരുന്നു ഗായത്രീദേവിയെ. അറുപത്തിയഞ്ചു വയസ്സുള്ള നീണ്ടു

മെലിഞ്ഞ സാധുപ്രകൃതമുള്ള മനുഷ്യനായിരുന്നു സുബ്രഹ്മണി വക്കീൽ.

'വരൂ. എത്രകാലമായി കണ്ടിട്ട്. ആർ.കെ അസോസിയേറ്റ്സ് വിട്ട ശേഷം നമ്മൾ തമ്മിൽ കണ്ടിട്ടില്ലല്ലോ.' സന്തോഷപൂർവ്വമാണ് അദ്ദേഹം ഗായത്രീദേവിയെ സ്വീകരിച്ചത്.

'ശരിയാണ് സാർ. ഞാൻ വീട്ടിൽത്തന്നെയായിരുന്നു ഇക്കാലമത്രയും. കമ്പനിയുടെ കാര്യത്തിൽ ഒരു ശ്രദ്ധയും കൊടുത്തില്ല. അതു ഞാൻ ചെയ്ത വലിയ മണ്ടത്തരമായിപ്പോയെന്ന് ഇപ്പോഴാണ് മനസ്സിലായത്.'

ഗായത്രീദേവി പറഞ്ഞു.

'ഒക്കെ ഓരോ വിധിയാണ് ഗായത്രീ. നമുക്ക് അതനുസരിച്ച് ജീവിക്കാനേ പറ്റൂ.'

'ഇതു മോൻ അനുരാഗ്. ഇത് അവന്റെ വൈഫ് പല്ലവി. അടുത്ത കാലത്താണ് കല്യാണം നടന്നത്.' അവരെ ഗായത്രിദേവി വക്കീലിന് പരിചയപ്പെടുത്തി.

'ഞാൻ കമ്പനി വിടുമ്പോൾ മോന് എട്ടോ പത്തോ വയസ്സേ കാണൂ.' വക്കീൽ ഓർമ്മിച്ചു.

'ശരിയാണ്. കുഞ്ഞായിരുന്നു അവൻ.'

ആദ്യത്തെ സൗഹൃദ സംഭാഷണം കഴിഞ്ഞശേഷമാണ് അവർ കാര്യത്തിലേക്ക് കടന്നത്. അതോടെ വക്കീലിന്റെ മുഖത്ത് ഗൗരവം നിറഞ്ഞു

'കമ്പനി നടത്തിപ്പിന്റെ ചുമതല മുഴുവനും ഗോപിനാഥിന് കൈമാറ്റം ചെയ്തുകൊണ്ട് ഗായത്രീദേവി മുക്ത്യാർ എഴുതിക്കൊടുത്തിട്ടുണ്ട് ഗോപിനാഥിന്. അതിൻപ്രകാരം അയാൾക്കാണ് കമ്പനി നടത്തിപ്പിന്റെ പൂർണ്ണമായ അവകാശം. ഉടമസ്ഥത ഗായത്രീദേവിക്കാണെങ്കിലും. ഏകപക്ഷീയമായി ആ എഗ്രിമെന്റ് റദ്ദ് ചെയ്യാൻ പറ്റില്ല.'വക്കീൽ പറഞ്ഞു.

'എന്നുവച്ചാൽ?'

'ഗായത്രീദേവിക്ക് സ്വയം ആ എഗ്രിമെന്റ് അവസാനിപ്പിക്കാൻ പറ്റില്ല. രണ്ടുപേരും കൂടി തീരുമാനിക്കണം. അല്ലെങ്കിൽ അയാളുടെ മരണം വരെ അതു തുടരും.

ഗായത്രീദേവി സ്തബ്ധയായി ഇരുന്നു. ഊരാക്കുടുക്കിലാണ് പെട്ടിരിക്കുന്നതെന്ന് പല്ലവിക്കും അനുരാഗിനും മനസ്സിലായി.

'ആ എഗ്രിമെന്റ് കോപ്പി എന്റെ കയ്യിലുണ്ടെന്ന് തോന്നുന്നില്ല.' ഗായത്രീദേവി പറഞ്ഞു.

'കമ്പനി ഓഫീസിൽ കാണും. ഒറിജിനൽ ഗോപിനാഥിന്റെ കൈവശം ആയിരിക്കും.'

'ഈ അവകാശം അയാൾക്ക് വേറൊരാൾക്ക് കൈമാറാൻ പറ്റുമോ സാർ?' പല്ലവി ചോദിച്ചു.

'പറ്റില്ല. അയാൾക്കുമാത്രം കൊടുത്ത അവകാശമാണ്.'

'ശരി സാർ. വളരെ നന്ദി. ഞാൻ ഇനിയും സാറിന്റെ അടുത്തേക്ക് വരും. നമുക്ക് വീണ്ടും കാണാം.' അവർ അവിടെനിന്നും യാത്ര പറഞ്ഞ് ഇറങ്ങി.

'ഒക്കെ എന്റെ തെറ്റാണ്. ഞാനവനെ കണ്ണുമടച്ച് വിശ്വസിച്ചു.'

കാറിലിരിക്കുമ്പോൾ ഗായത്രീദേവി പറഞ്ഞു.

'അയാളൊരു കള്ളനാണെന്ന് അറിയില്ലായിരുന്നല്ലോ അമ്മയ്ക്ക്. സാരമില്ല. ഒന്നും നഷ്ടപ്പെട്ടുപോയിട്ടില്ല. തിരിച്ചെടുക്കാവുന്നതേയുള്ളൂ.'

പല്ലവി പറഞ്ഞു.

'അതത്ര എളുപ്പമായിരിക്കുമെന്ന് എനിക്കു തോന്നുന്നില്ല മോളേ. എങ്കിലും നാളെ നമുക്ക് അവനെ കാണാൻ പോണം.'

ഗായത്രീദേവി പറഞ്ഞു.

'അയാളെ വിളിച്ചു പറയണോ നമ്മൾ ചെല്ലുന്ന കാര്യം?'

പല്ലവി ചോദിച്ചു.

'പറഞ്ഞാൽ അയാൾ വീട്ടിൽനിന്ന് മുങ്ങിക്കളഞ്ഞാലോ?' അനുരാഗ് സംശയം പ്രകടിപ്പിച്ചു.

'രാവിലെ വിളിക്കാം. വീട്ടിലുണ്ടെന്ന് പറഞ്ഞാൽ അപ്പോൾത്തന്നെ നമുക്ക് ചെല്ലാം.' ഗായത്രീദേവി പറഞ്ഞു.

'അതാണ് നല്ലത്.' പല്ലവി യോജിച്ചു.

പിന്നെ ആരും ഒന്നും സംസാരിച്ചില്ല. മൂന്നുപേരുടെ മനസ്സിലും ആശങ്കയുണ്ടായിരുന്നു. പക്ഷേ, നാളെ.. നാളെ ഒരു തീരുമാനമാകും.

***

ജയന്തി ഗോപിനാഥിനെ കെട്ടിപ്പിടിച്ചു കിടന്നു. ചോദിക്കാൻ പറ്റിയ സമയമാണോ ഇതെന്ന് അവൾക്ക് അറിയില്ലായിരുന്നു. പക്ഷേ ഇനി വച്ചുനീട്ടാനും വയ്യ..

'ഞാനൊരു കാര്യം പറഞ്ഞാൽ...എന്നോട് ദേഷ്യപ്പെടുമോ?' അവൾ അയാളുടെ കാതിലേക്കു ചോദിച്ചു.

'ഇല്ല.' അയാൾ പറഞ്ഞു.

'ഞാൻ ഒരാഗ്രഹം പറയുന്നു. അതു പറ്റില്ലെങ്കിൽ വേണ്ട. എന്റേത് അതിമോഹമാണെന്ന് വിചാരിക്കാതിരുന്നാൽ മതി.'

'നീ കാര്യം പറ.'

'എന്നെയും മക്കളേയും കൂടെ കൊണ്ടുപോയി താമസിപ്പിക്കാമോ? ഞാൻ ഒത്തിരി ആഗ്രഹിക്കുന്നു. ഒന്നിച്ചുള്ള ജീവിതം.'

'അത്രേയുള്ളോ. ഞാനത് നേരത്തെ തീരുമാനിച്ചതാണ്. ഒറ്റയ്ക്കുള്ള ജീവിതം ഞാനും മടുത്തുകഴിഞ്ഞു.' അയാൾ പറഞ്ഞു.

'എന്റെ പൊന്നേ...' അവൾ അയാളെ തെരുതെരെ ഉമ്മവച്ചു.

'ഞാൻ പറഞ്ഞില്ലേ. ഒത്തുതീർപ്പാക്കാൻ ഗായത്രീദേവി വരും. എന്റെ കാൽക്കൽ. ഞാൻ പറയുന്നതായിരിക്കും അവസാന വാക്ക്. അത് അംഗീ കരിച്ചില്ലെങ്കിൽ അമ്മയും മോനും മരുമോളും എന്റെ മുമ്പിൽ പിച്ചക്കാ ശിന് കൈനീട്ടി നിൽക്കേണ്ടിവരും.' അയാൾ പറഞ്ഞു.

'അവർക്ക് സമ്മതിക്കാതിരിക്കാൻ പറ്റില്ലല്ലോ.'

'സമ്മതിക്കും. പിന്നെ ഞാൻ എന്റെ സ്വന്തം ബിസിനസ്സ് സാമ്രാജ്യം ഉണ്ടാക്കും. അതോടെ ആർ.കെ അസോസിയേറ്റ്സ് പിൻതള്ളപ്പെടും. കാരണം ആർ.കെ അസോസിയേറ്റ്സുമായി ഇപ്പോൾ ബന്ധപ്പെട്ടുകൊ ണ്ടിരിക്കുന്ന എല്ലാവരും എനിക്ക് വേണ്ടപ്പെട്ടവരാണ്. അവർ എന്നോ ടൊപ്പമേ നിൽക്കൂ. '

പക്ഷേ അതൊന്നുമായിരുന്നില്ല ജയന്തിക്ക് അറിയേണ്ടിയിരുന്നത്.

'ഞങ്ങളെ വെറുതെ അവിടേക്ക് കൊണ്ടുപോയാൽ മതിയോ? '

അവൾ ചോദിച്ചിന്റെ അർത്ഥം അയാൾക്കു മനസ്സിലായി.

'അല്ല. നിന്നെ എന്റെ ഭാര്യയായിട്ട് കൊണ്ടുപോകും. അതിനുമുമ്പ് ഞാൻ നിന്റെ കഴുത്തിൽ താലികെട്ടും. ഒരു സംശയവും വേണ്ട.'

അറിയാതെ ജയന്തിയുടെ കണ്ണുകൾ നിറഞ്ഞു.

'എനിക്കിപ്പോൾ ഏറ്റവും കൂടുതൽ കടപ്പാട് ജഗന്നാഥനോടാണ്.'

'ജഗനോടോ? അതെന്താ?'

'അന്നു കോളേജിൽ വച്ച് അവളുടെ തല്ല് കൊള്ളേണ്ടിവന്നില്ലേ അവ ന്. ആ ഒരു സംഭവമാണ് ഇന്ന് സ്ഥിതിഗതികൾ ഇവിടെ വരെ കൊണ്ടു വന്ന് എത്തിച്ചത്. വേർപിരിയാൻ ഒരവസരത്തിനുവേണ്ടി ഞാൻ കാത്തി രിക്കുകയായിരുന്നു. അവൻ അതിന് കാരണമുണ്ടാക്കി.' അവർ അല്പ നേരംകൂടി അങ്ങനെ സംസാരിച്ചു കിടന്നു. പിന്നെ രണ്ടുപേരും എഴു ന്നേറ്റു.

'ഇന്ന് ഇവിടുന്ന് കഴിച്ചിട്ട് പോയാൽ മതി.' ജയന്തി പറഞ്ഞു.

'ഉം.' അയാൾ സമ്മതിച്ചു.

പിറ്റേന്നുരാവിലെ ഗോപിനാഥ് ബ്രേക്ക്ഫാസ്റ്റ് കഴിച്ച് പത്രം മറിച്ചു നോക്കി ഇരിക്കുമ്പോഴാണ് ഗായത്രീദേവിയുടെ വിളി വന്നത്. അയാൾ പ്രതീക്ഷിച്ച വിളിയായിരുന്നു അത്.

'എന്താണ്?' അയാൾ കോൾ എടുത്തു.

'ഗോപി വീട്ടിലുണ്ടെങ്കിൽ കാണാൻ വരാനാണ്.'

'ഞാനിവിടുണ്ട്.'

'ഒരുമണിക്കൂറിനകം ഞാൻ വരാം.'

'ശരി.'

ഒരുമണിക്കൂർ കഴിയുംമുമ്പ് ഗായത്രീദേവിയും അനുരാഗും പല്ലവിയും അയാളുടെ മണിമാളികയിലേക്ക് വന്നു. അയാൾ സ്വീകരണമുറിയിൽ ഉണ്ടായിരുന്നു.

'എന്താണ് വിശേഷം?' മൂന്നുപേരും ഇരുന്നുകഴിഞ്ഞപ്പോൾ ഗോപിനാഥ് ചോദിച്ചു.

'ഞങ്ങൾക്ക് കമ്പനി നടത്തിക്കൊണ്ടുപോകാനുള്ള അവകാശം തിരിച്ചുകിട്ടണം. അന്നുണ്ടാക്കിയ എഗ്രിമെന്റ് ക്യാൻസൽ ചെയ്യണം.'

ഗായത്രീദേവി ആവശ്യപ്പെട്ടു.

'ഒരു വിരോധവുമില്ല. ഞാൻ തയ്യാറാണ്. പക്ഷേ എനിക്ക് നഷ്ടപരിഹാരം കിട്ടണം.' അയാൾ പറഞ്ഞു.

ഗായത്രീദേവി അതു പ്രതീക്ഷിച്ചതാണ്. അമ്പതുലക്ഷമല്ല ഒരുകോടി ചോദിച്ചാൽപോലും കൊടുക്കാൻ അവർ തയ്യാറുമായിരുന്നു.

'ഇപ്പോൾ ആർകെ അസോസിയേറ്റ്സിന്റെ ആസ്തി അഞ്ഞൂറുകോടിയിലേറെ വരും. എനിക്ക് അതിന്റെ പകുതി വേണം. അതായത് ഇരുന്നൂറ്റമ്പതു കോടി. അതുകിട്ടണം. സമ്മതമാണെങ്കിൽ മാത്രം അതേക്കുറിച്ച് ചർച്ച ചെയ്യാം. അല്ലെങ്കിൽ ഇപ്പോൾത്തന്നെ തിരിച്ചുപോകുന്നതാണ് നല്ലത്.'

ഗായത്രീദേവിയും അനുരാഗവും പല്ലവിയും ഒന്നും മിണ്ടാനാവാതെ ഇരുന്നു.

പതിനഞ്ച്

ഗോപിനാഥിന്റെ മുഖത്തേക്ക് ഗായത്രീദേവി ഒന്നു നോക്കി. അയാൾ ഗൗരവഭാവത്തിൽ ഇരിക്കുകയായിരുന്നു.

ഉള്ളിൽ ആർത്തിരമ്പിയ ക്ഷോഭം ഒന്നടങ്ങാൻ ഗായത്രീദേവി അല്പനേരം നിശ്ശബ്ദയായിരുന്നു. ഇപ്പോൾ പൊട്ടിത്തെറിക്കുകയല്ല വേണ്ടത്. ഒച്ച ഉയർത്തിയിട്ട് ഒരു കാര്യവുമില്ല.

'നമ്മൾ ഈ എഗ്രിമെന്റ് ഉണ്ടാക്കിയത് പതിനേഴു വർഷം മുമ്പാണ് അല്ലേ?'

'അതേ.' ഗോപിനാഥ് തലകുലുക്കി.

'അന്നും നല്ല നിലയിൽ പോയിരുന്ന കമ്പനിയാണ് ആർ.കെ അസോസിയേറ്റ്സ്.'

'അതെ.'

'എഗ്രിമെന്റ് പ്രകാരം കമ്പനിയുടെ കീഴിലുള്ള സകല സ്ഥാപന

ങ്ങളും നടത്തിക്കൊണ്ടുപോകാനുള്ള പൂർണ്ണ അധികാരമാണ് ഞാൻ ഗോപിക്ക് എഴുതിത്തന്നത്. ഉഭയകക്ഷി സമ്മതത്തോടെ മാത്രമേ ഈ എഗ്രിമെന്റ് അവസാനിപ്പിക്കാൻ പറ്റൂ എന്നും ഒടുവിൽ വച്ചിട്ടുണ്ടായിരുന്നു.' ഗായത്രീദേവി പറഞ്ഞു.

'അതെ. അതുകൊണ്ടാണല്ലോ എന്റെയും കൂടി സമ്മതമില്ലാതെ ഈ കരാർ റദ്ദാക്കാൻ പറ്റുകയില്ലെന്ന് ഞാൻ പറഞ്ഞത്. അത് വിശ്വാസമില്ലെങ്കിൽ നിങ്ങൾ ഏതെങ്കിലും വക്കീലിനെ കണ്ടാൽ മതി. ഞാൻ പറഞ്ഞതാണ് ശരിയെന്ന് ബോധ്യപ്പെടും.' അയാൾ പറഞ്ഞു.

'അക്കാര്യത്തിൽ വിശ്വാസക്കുറവില്ല. കമ്പനി നടത്താൻ ഏല്പിക്കുക മാത്രമേ ഞാൻ ചെയ്തുള്ളു. അതായത് പാർട്ട്ണർഷിപ്പല്ല.'

അതിനു മറുപടിയില്ലായിരുന്നു ഗോപിനാഥിന്.

അമ്മ പറഞ്ഞത് ഒരു പ്രധാന പോയിന്റാണെന്ന് അനുരാഗിനും പല്ലവിക്കും തോന്നി.

'പാർട്ട്ണർഷിപ്പാണെങ്കിൽ ഞാൻ മുടക്കിയ അത്രയും തുക തന്നെ നീയും ബിസിനസ്സിൽ മുടക്കണമായിരുന്നു. എങ്കിൽ കമ്പനിയുടെ പകുതി സ്വത്തിന് നിനക്ക് അവകാശമുണ്ടായിരുന്നേനെ. പക്ഷേ നീ ചില്ലിക്കാശ് മുടക്കിയിട്ടില്ല. എന്നിട്ടും ഒരുളുപ്പുമില്ലാതെ കമ്പനിയുടെ ആസ്തിയുടെ പകുതി നീ ആവശ്യപ്പെട്ടിരിക്കുന്നു.' പരിഹാസത്തോടെയാണ് ഗായത്രീദേവി പറഞ്ഞത്.

അതിന്റെ ഫലം ഉടനെ കണ്ടു. ഗോപിനാഥിന്റെ മുഖം ഇരുണ്ടു. അയാൾ കോപം കടിച്ചമർത്താൻ പാടുപെട്ടു.

'നീ എന്റെ ഒരു സ്റ്റാഫ് മാത്രമാണ്. നിനക്ക് ഇഷ്ടമുള്ള ശമ്പളം എഴുതിയെടുത്തുകൊള്ളാനും ഞാൻ അവകാശം തന്നതാണ്. എന്നിട്ടും നിന്റെ അത്യാഗ്രഹത്തിന് ഒരു കുറവുമില്ല.'

'ഇത് അത്യാഗ്രഹമല്ല. പതിനേഴുവർഷം ഞാൻ പാടുപെട്ടാണ് കമ്പനിയെ വളർത്തി ഈ നിലയിൽ എത്തിച്ചത്. അതിന്റെ പ്രതിഫലമാണ് ഞാൻ ചോദിച്ചത്.' അയാൾ പറഞ്ഞു.

'പതിനേഴ് വർഷത്തിനുള്ളിൽ പുതിയതായി ഒരു സ്ഥാപനംപോലും നീ ആർ.കെ അസോസിയേറ്റ്സിന്റെ കീഴിൽ തുടങ്ങിയിട്ടില്ല. ഉണ്ടോ?'

ഗോപിനാഥ് മിണ്ടിയില്ല.

'ഉണ്ടായിരുന്നത് മുന്നോട്ടു കൊണ്ടുപോകുക മാത്രമേ നീ ചെയ്തിട്ടുള്ളു. അതിന് ശമ്പളവും പറ്റിയിട്ടുണ്ട്.'

'അധികം വാദിക്കണമെന്നില്ല. എഗ്രിമെന്റ് ക്യാൻസൽ ചെയ്ത് സ്വത്തുവകകൾ നിങ്ങൾക്ക് തിരികെ കിട്ടണമെങ്കിൽ ഞാൻ പറഞ്ഞ വ്യവസ്ഥയിൽ മാത്രമേ നടക്കൂ. എനിക്ക് കൂടുതലൊന്നും പറയാനില്ല.'

അവസാനവാക്കുപോലെയാണ് ഗോപിനാഥ് അത് പറഞ്ഞത്. ഇനി ഇരുന്നിട്ട് കാര്യമില്ലെന്ന് അവർക്ക് ഉറപ്പായി.

'ഇല്ല ഗോപീ. ഈ വ്യവസ്ഥ അംഗീകരിക്കാൻ ഞാൻ തയ്യാറല്ല. അല്ലാതെ വേറെ മാർഗ്ഗമുണ്ടോ എന്ന് ഞാനൊന്നു നോക്കട്ടെ.'

ഗായത്രീദേവി എഴുന്നേറ്റു. ഒപ്പം അനുരാഗും പല്ലവിയും.

'ഞാനൊരു സ്ത്രീയായതുകൊണ്ട് എന്തും എന്റെയടുത്ത് വിലപ്പോകുമെന്ന് നീ കരുതരുത് ഗോപീ. കൂടുതലൊന്നും ഞാൻ പറയുന്നില്ല.'

മൂന്നുപേരും പുറത്തേക്ക് ഇറങ്ങിപ്പോയി.

അവർ കാറിൽ കയറി യാത്രയായപ്പോൾ ജയന്തി ഉള്ളിൽനിന്ന് ഗോപിനാഥിന്റെ അടുത്തേക്ക് വന്നു. ഗൗരവഭാവത്തിലായിരുന്നു അയാൾ. അവൾ അയാളുടെ അടുത്ത് ഇരുന്നിട്ട് കൈ എടുത്ത് മടിയിൽ വച്ചു.

'എന്താ ഒരു ആലോചന?' അവൾ സ്വരം കഴിയുന്നത്ര മധുരമാക്കി ചോദിച്ചു.

'ഒന്നുമില്ല.'

'സംസാരം മുഴുവൻ ഞാൻ കേട്ടു. ഇതാണ് ആണത്തം. പറയാനുള്ളത് ആരുടെ മുഖത്തുനോക്കിയാണെങ്കിലും പറയണം.'

'ഉം.' അയാൾ ഘനഗംഭീരസ്വരത്തിൽഒന്നു മൂളി.

'അവർ ഇന്ന് വല്യ വീരവാദം പറഞ്ഞു പോയെങ്കിലും സാർ വിചാരിച്ചാൽ അവർ സാറിന്റെ കാൽക്കൽ വരും. അതിനു വഴിയുണ്ട്.'

ജയന്തി പറഞ്ഞു.

'എന്തു വഴി?'

'ഇപ്പോൾ അവരുടെ വീട്ടുചെലവുകൾ ആരാണ് നടത്തുന്നത്.?'

'ഓഫീസിൽനിന്നാണ്. കടയിൽനിന്ന് വാങ്ങുന്നതിന്റെ പണം കൊടുക്കുന്നതും മറ്റു ബില്ലുകൾ അടയ്ക്കുന്നതും വീട്ടുജോലിക്കാർക്ക് ശമ്പളം കൊടുക്കുന്നതും അനുരാഗിന് പോക്കറ്റ് മണി കൊടുക്കുന്നതും... മദനഗോപാലാണ് അതൊക്കെ നോക്കുന്നത്.'

'ഇനി അതൊക്കെയങ്ങ് നിർത്തലാക്കിയാലോ? വിശക്കുമ്പം ഒന്നും തിന്നാനില്ലാതാകും. അന്നേരം പാഠം പഠിച്ചോളും.'

ഗോപിനാഥ് പെട്ടെന്ന് തല തിരിച്ച് അവളെയൊന്നു നോക്കി.

'പെട്ടെന്ന് കയറി അങ്ങനൊക്കെ ചെയ്യുന്നത് ശരിയല്ല. മാത്രമല്ല എന്റെ ഔദാര്യത്തിലാണ് ജീവിക്കുന്നതെന്ന് ഒരു തോന്നൽ അവർക്കുണ്ടാകണം.'

'എന്റെ പൊട്ടബുദ്ധിയിൽ തോന്നിയത് പറഞ്ഞെന്നേയുള്ളൂ. സാർ പറയുന്നതായിരിക്കും ശരി.'

'അല്ല ജയന്തീ. നീ പറയുന്നതിലും കാര്യമുണ്ട്. വേറൊരു നിവൃ

ത്തിയുമില്ലെങ്കിൽ ഈ അടവും പുറത്തിറക്കേണ്ടിവരും.'

അയാൾ പറഞ്ഞു.

അയാളുടെ ദേഹത്തേക്ക് ശരീരമമർത്തി ജയന്തി അല്പനേരം ഇരുന്നു. 'ഒരാഗ്രഹം കൂടിയുണ്ട് എനിക്ക്.' അവൾ പറഞ്ഞു.

'എന്താണ്?'

'കൂട്ടുകാർ കാൺകെ എന്റെ ജഗനെ അപമാനിച്ചവളാണ് ആ പല്ലവി. ആ സങ്കടം എനിക്ക് മാറണമെങ്കിൽ ' ജയന്തി ബാക്കി പറയാതെ ഒന്നു നിർത്തി.

'മാറണമെങ്കിൽ....'

'അവളുടെ കവിളത്തടിക്കാൻ അവനും അവസരം കിട്ടണം.' വാശി പോലെ അവൾ പറഞ്ഞു.

'നോക്കട്ടെ.'

'നോക്കിയാൽ പോരാ. നടക്കണം. എങ്കിലേ എന്റെ സങ്കടം മാറൂ.'

'ഉം. പക്ഷേ, അതിലും വലിയ ശിക്ഷയല്ലേ നമ്മൾ അവൾക്ക് കൊടുത്തുകൊണ്ടിരിക്കുന്നത്. എന്തെല്ലാം മോഹനസ്വപ്നങ്ങളുമായിട്ട് വന്നതാണവൾ...'

'എന്നാലും പകുതി കിട്ടുമല്ലോ. ഇരുന്നൂറ്റമ്പതു കോടി അത്ര നിസ്സാരമാണോ?' ജയന്തി ചോദിച്ചു.

'നീയിത്ര മണ്ടിയാണോ ജയന്തീ. ഞാൻ വെറുതെ ഒരു വ്യവസ്ഥ വച്ചതല്ലേ. അവർ അതിന് സമ്മതിക്കില്ല എന്ന് അറിഞ്ഞുകൊണ്ടുതന്നെ.' മനസ്സിലാകാത്ത മട്ടിൽ അവൾ അയാളെ നോക്കി.

'പകുതി സ്വത്ത് കൈപ്പറ്റി കരാർ റദ്ദാക്കാൻ അവർ ഒരിക്കലും സമ്മതിക്കുകയില്ല. പകരം അവർ കോടതിയിൽ ഒരു കേസ് ഫയൽ ചെയ്യും. സിവിൽ കേസിന്റെ കാര്യം അറിയാമല്ലോ. ആ സ്ത്രീ വയസ്സു ചെന്ന് മരിച്ചാലും കേസിന്റെ വിധി വരില്ല. അതിലങ്ങനെ നീണ്ടുനീണ്ടു പോകും.'

'ഭയങ്കരാ...' അവൾ ആരാധനയോടെ അയാളെ നോക്കി.

'അതിനിടയിൽ നമ്മൾ നമ്മുടേതായ ഒരു ബിസിനസ്സ് സാമ്രാജ്യം... ഞാനിന്നലെ നിന്നോട് പറഞ്ഞതുപോലെ...നമ്മൾ കെട്ടിപ്പൊക്കും. എന്നെങ്കിലും കാലത്ത് കോടതി വിധി നമുക്ക് പ്രതികൂലമായി വന്നെന്നിരിക്കട്ടെ. അപ്പോൾ ആർ.കെഅസോസിയേറ്റ്സിന്റെ അസ്ഥികൂടം മാത്രമേ അവശേഷിച്ചിട്ടുണ്ടാവൂ.'

ആ ഓർമ്മയിൽ ഗോപിനാഥും ജയന്തിയും പൊട്ടിച്ചിരിച്ചു.

***

സ്വീകരണമുറിയിലെ സെറ്റികളിലാണ് ഗായത്രീദേവിയും അനുരാഗും

പല്ലവിയും ഇരുന്നത്. മൂന്നുപേരും ദുഃഖിതരും ക്ഷീണിതരുമായിരുന്നു.

സുമിത്ര ഒരു ട്രേയിൽ മൂന്നു കപ്പ് കാപ്പിയുമായി വന്നു. അവൾ നിശ്ശബ്ദം ഓരോ കപ്പ് കാപ്പിയെടുത്ത് മൂന്നുപേർക്കും കൊടുത്തു.

'എവിടെയാണ് നമ്മളിനി തുടങ്ങേണ്ടതെന്ന് എനിക്ക് ഒരു ഐഡിയായുമില്ല.' നിരാശാഭരിതനായി അനുരാഗ് പറഞ്ഞു.

'ഇപ്പറയുന്ന എഗ്രിമെന്റ് നമ്മളിലാരും ഇതുവരെ നേരിൽ കണ്ടിട്ടില്ലല്ലോ. അതൊന്നു വായിച്ചുനോക്കാൻ കഴിഞ്ഞാൽ എന്തെങ്കിലുമൊരു പിടിവള്ളി അതിൽ കാണാതിരിക്കില്ലെന്ന് എന്റെ മനസ്സ് പറയുന്നു.'

'ശരിയാണമ്മേ. അതിന്റെയൊരു കോപ്പി നമ്മുടെ കയ്യിലും വേണം. മാർത്താണ്ഡം സുബ്രമണി വക്കീൽ പറഞ്ഞത് അദ്ദേഹത്തിന്റെ ഓർമ്മയിൽനിന്നാണ്. ഓഫീസിൽ അതിന്റെ കോപ്പി കാണുമെന്നാണല്ലോ അദ്ദേഹം പറഞ്ഞത്.'

അനുരാഗും പല്ലവി പറഞ്ഞതിനോട് യോജിച്ചു.

'നീ ആ മദനഗോപാലിനെ ഒന്നു വിളിച്ചുതാ. അയാളോട് ഞാൻ പറയാം.'

മൊബൈലിൽ മദനഗോപാലിന്റെ നമ്പറെടുത്ത് അനുരാഗ് വിളിച്ചു.

'എന്താ മോനേ?'

'അമ്മയ്ക്ക് ഒരു കാര്യം പറയാനുണ്ട്. അങ്കിൾ ഒന്ന് ഹോൾഡ് ചെയ്യൂ.'

മൊബൈൽ അവൻ ഗായത്രീദേവിക്ക് കൊടുത്തു. 'ഞാൻ ഗായത്രീദേവിയാണ്.'

'പറഞ്ഞാട്ടെ മാഡം.' അയാൾ വിനീതനായി.

'മദനഗോപാലാ...ഗോപിനാഥും ഞാനുംകൂടി ഒരു എഗ്രിമെന്റ് പതിനേഴ് വർഷം മുമ്പ് എഴുതി രജിസ്റ്റർ ചെയ്തിട്ടുണ്ട്. അതിന്റെ കോപ്പി അവിടെയുണ്ടോ?'

'ഉണ്ട് മാഡം. ഞാനത് കണ്ടിട്ടുണ്ട്.' അയാൾ പറഞ്ഞു.

'അതിന്റെ രണ്ടുമൂന്ന് കോപ്പിയെടുത്ത് വേഗം കൊടുത്തയക്ക്.'

അവർ പറഞ്ഞു.

'ശരിമാഡം.'

'അരമണിക്കൂറിനുള്ളിൽ ഹെഡ് ഓഫീസിലെ പ്യൂൺ രമണൻ വഴി എഗ്രിമെന്റിന്റെ മൂന്നു കോപ്പി മദനഗോപാൽ കൊടുത്തയച്ചു. അനുരാഗവും പല്ലവിയും അതിൽ ഒരെണ്ണമെടുത്ത് ശ്രദ്ധാപൂർവ്വം വായിച്ചു.

സുബ്രമണി വക്കീൽ പറഞ്ഞത് അക്ഷരംപ്രതി ശരിയാണെന്ന് രണ്ടുപേർക്കും ബോധ്യപ്പെട്ടു.

'അനുവിന് ഒരു കാര്യം ചെയ്യാമോ?' അവർ രണ്ടുപേരും മാത്രമായപ്പോൾ പല്ലവി ചോദിച്ചു.

'എന്താണ്?'

'രാഹുലേട്ടനെ ഇതൊന്ന് കാണിക്കാമോ? നമ്മൾ കാണാത്ത എന്തെങ്കിലും വേറാരെങ്കിലും നോക്കുമ്പോൾ കാണാൻ കഴിയും. എഗ്രിമെന്റിലുള്ള എന്തെങ്കിലും ഒരു ലൂപ് ഹോൾ.' അവൾ പറഞ്ഞു.

'ശരിയാണ്. വാ നമുക്ക് പോയിട്ടു വരാം.' അവൻ തയ്യാറായി.

'ഞാനിനി രാഹുലേട്ടനെ കാണാൻ വരില്ല. എനിക്ക് സംസാരിക്കുകയും വേണ്ട. കാരണം ഞാൻ പറയാതെ തന്നെ അനുവിന് മനസ്സിലായിക്കാണുമല്ലോ.'

അവനുമനസ്സിലായി. താൻ കാരണം ഇനി രാഹുലേട്ടന് ചീത്തപേര് കേൾക്കാനിടവരരുതെന്ന് അവൾ ഇടയ്ക്കൊക്കെ പറയാറുണ്ട്.'

'ശരി. ഞാൻ പോയിട്ടുവരാം.'

'രാഹുലേട്ടന് ഓഫീസിൽ നല്ല തിരക്കു കാണും. ഒന്നു വിളിച്ചു ചോദിച്ചിട്ട് പോകുന്നതല്ലേ നല്ലത്.' അവൾ ചോദിച്ചു.

'അതു ശരിയാണ്.'

അവൻ അപ്പോൾത്തന്നെ രാഹുലിനെ വിളിച്ചു. കാര്യം പറഞ്ഞപ്പോൾ സന്ധ്യക്ക് ഏഴുമണി കഴിഞ്ഞ് വീട്ടിലേക്ക് ചെല്ലാനാണ് അയാൾ അറിയിച്ചത്.

'അതാണ് അനൂ നല്ലത്. ഓഫീസിൽ ചെന്നാൽ മറ്റു തിരക്കുകൾക്കിടയിൽ ശ്രദ്ധാപൂർവ്വം വായിച്ചുനോക്കാനോ ചിന്തിക്കാനോ പറ്റിയെന്നു വരില്ല.' അവൾ പറഞ്ഞു.

'വൈകുന്നേരം ഏഴുമണി കഴിഞ്ഞപ്പോൾ അനുരാഗ് തനിച്ച് ശവക്കോട്ട പാലത്തിനടുത്തുള്ള വീട്ടിലേക്കു ചെന്നു. രാഹുൽ മാത്രമല്ല, ശ്രീനാഥുമുണ്ടായിരുന്നു അപ്പോൾ അവിടെ.

'ഇരിക്കൂ.' സൗഹൃദത്തോടെ രാഹുൽ അവനെ സ്വീകരിച്ചു.

'ഞാൻ ഇന്ന് ഗോപിനാഥിനെ കാണാൻ പോയിരുന്നു. സംസാരിച്ച് തെറ്റിപ്പിരിഞ്ഞ് തിരിച്ചുപോരേണ്ടിവന്നു ഞങ്ങൾക്ക്.' അവൻ പറഞ്ഞു.

'എന്തായിരുന്നു അയാളുടെ ഡിമാന്റ്?'

ഗോപിനാഥുമായുണ്ടായ സംഭാഷണം മുഴുവൻ അവർ രണ്ടുപേരോടും പറഞ്ഞുകേൾപ്പിച്ചു. എഗ്രിമെന്റും കാണിച്ചു.

'പന്ത് ഇപ്പോൾ അയാളുടെ കോർട്ടിലാണ്. അതാണ് അയാളിത്ര നിഗളിക്കുന്നത്.' എഗ്രിമെന്റ് വായിച്ചുനോക്കിയശേഷം രാഹുൽ പറഞ്ഞു.

'അയാൾക്ക് കുറുക്കന്റെ ബുദ്ധിയാണ്. അതുകൊണ്ടാണ് അന്നേ ഇങ്ങനെയൊരു എഗ്രിമെന്റ് തയ്യാറാക്കി അമ്മയെക്കൊണ്ട് ഒപ്പിടുവിച്ചത്. മുൻകൂട്ടി അയാൾ കാര്യങ്ങൾ പ്ലാൻ ചെയ്തിരുന്നു.'

ശ്രീനാഥ് പറഞ്ഞു.

'അയാളുടെ കയ്യിൽനിന്ന് കമ്പനി തിരിച്ചുപിടിക്കാൻ എന്തെങ്കിലും വഴിയുണ്ടോ?' അനുരാഗ് പ്രതീക്ഷയോടെ രാഹുലിനോടും ശ്രീനാഥിനോടും ചോദിച്ചു.

'അച്ഛൻ മരിച്ചുകഴിഞ്ഞശേഷമാണല്ലോ ഈ എഗ്രിമെന്റ് എഴുതി ഒപ്പിട്ടത്.' ശ്രീനാഥ് ചോദിച്ചു.

'അതെ. അമ്മ വല്ലാത്തൊരു ഷോക്കിലായിരുന്നു. കമ്പനി കാര്യങ്ങൾ ഒരു മുടക്കവും വരരുതെന്ന് ചിന്തിച്ചിട്ടാണ്.' അനുരാഗ് പറഞ്ഞു.

'അതായത് അമ്മയുടെ മനസ്സ് അപ്പോൾ നോർമൽ ആയിരുന്നില്ല. മയങ്ങാനുള്ള മരുന്ന് ഡോക്ടർ കൊടുത്തുകാണും ആ സമയത്ത്....'

'അമ്മയോട് ചോദിച്ചാലേ അറിയൂ.'

'അങ്ങനെയാണെങ്കിൽ അവിടെ ഒരു ചെറിയ സാധ്യതയുണ്ട് എഗ്രിമെന്റ് ക്യാൻസൽ ചെയ്യിക്കാൻ. കോടതി വഴി....' ശ്രീനാഥ് പറഞ്ഞു.

'എങ്ങനെ?'

'സുബോധമില്ലാത്ത സമയത്ത് കാര്യങ്ങൾ ഗ്രഹിക്കാതെ നിർബന്ധിച്ച് ഒപ്പിട്ട് വാങ്ങിയ രേഖയാണെന്ന് നല്ലൊരു വക്കീലിന് സമർത്ഥിക്കാൻ കഴിയും.'

'ഞാൻ അമ്മയോടൊന്ന് സംസാരിച്ചുനോക്കട്ടെ.'

അനുരാഗ് പറഞ്ഞു.

ഒരു പുതിയ പ്രതീക്ഷയോടെയാണ് അനുരാഗ് വീട്ടിലേക്ക് പോയത്. കോടതിവഴിതന്നെ ആ എഗ്രിമെന്റിന്റെ സാധ്യത ഇല്ലാതാക്കാൻ പറ്റുമെങ്കിൽ അതുതന്നെയാണ് നല്ലത്.'

'അമ്മേ വേറൊരു സാധ്യത മുന്നിൽ തെളിയുന്നുണ്ട്.' വീട്ടിലെത്തി ഗായത്രീദേവിയോട് അവൻ അക്കാര്യം പറഞ്ഞു.

'അമ്മ പൂർണബോധത്തോടെയല്ല ആ കരാർ ഒപ്പിട്ടുകൊടുത്തതെന്ന് തെളിയിച്ചാൽ കോടതി അത് അസ്ഥിരപ്പെടുത്തും. അതിന് വകുപ്പുണ്ട്. നല്ലൊരു വക്കീൽ വാദിച്ചാൽ അതു നടക്കുമെന്നുതന്നെയാണ് രാഹുലും ശ്രീനാഥും പറയുന്നത്.'

ഗായത്രീദേവി ഒരുനിമിഷം പഴയ ഓർമയിൽ മുഴുകി ഇരുന്നു. പല്ലവിയും അനുരാഗും ഒന്നും മിണ്ടിയില്ല. അമ്മ ഓർമയിൽനിന്ന് ആവശ്യമുള്ളതൊക്കെ തിരഞ്ഞെടുക്കട്ടെ എന്നായിരുന്നു അവർ ചിന്തിച്ചത്.

'കൃഷ്ണാനേഴ്സിംഗ് ഹോമിലെ ഡോ.ഹരിപ്രസാദായിരുന്നു മോനേ അന്ന് നമ്മുടെ ഫാമിലി ഡോക്ടർ. നിനക്ക് അദ്ദേഹത്തെ കണ്ട ഓർമ്മയുണ്ടോ?' പെട്ടെന്ന് ഗായത്രീദേവി ചോദിച്ചു.

'കൃത്യമായി ഓർക്കാൻ കഴിയുന്നില്ല. നമ്മൾ എത്രപേരെ കണ്ടിട്ടുണ്ടാവും.' അവൻ പറഞ്ഞു.

'മെലിഞ്ഞ് നല്ല ഉയരമുള്ള ആളായിരുന്നു ഡോ. ഹരിപ്രസാദ്. അന്നു തന്നെ അമ്പതു വയസ്സിനു മുകളിൽ വരും. അച്ഛന്റേത് കാർഡിയാക് അറസ്റ്റായിരുന്നല്ലോ. രാവിലെ വലിയ സന്തോഷത്തോടെയാണ് ഓഫീസിൽ പോയത്. നിനക്കന്ന് അഞ്ചുവയസ്സ്. ഉച്ചയ്ക്ക് ഊണുകഴിക്കാൻ വരുന്ന സമയത്ത് വീട്ടിലെത്തിയത് അച്ഛന്റെ കാറല്ല. ഒരു ആംബുലൻസ്.'

ആ ഓർമ്മയിൽ ഞെട്ടിത്തരിച്ച് ഗായത്രീദേവി ഇരുന്നു.

'എനിക്കത് താങ്ങാൻ കഴിയുമായിരുന്നില്ല. അലമുറയിട്ടതും തല ഭിത്തിയിലിടിച്ച് കരഞ്ഞതുമൊക്കെ ഓർമ്മയുണ്ട്. അന്ന് ഡോ. ഹരിപ്രസാദ് വന്ന് ഇഞ്ചക്ഷൻ തന്നപ്പോഴാണ് അല്പമൊന്ന് അടങ്ങിയത്. പക്ഷേ മരുന്നിന്റെ പിടി വിടുമ്പോൾ വീണ്ടും മനസ്സ് കൈവിട്ടുപോകും. അങ്ങനെ ഒന്നുരണ്ടാഴ്ച.'

'ഈ സമയത്തായിരിക്കും കമ്പനി നടത്തിപ്പിന് അയാൾ വന്ന്...'

പല്ലവി പറഞ്ഞു.

'അതെ. ആ സമയത്ത് ബന്ധുക്കൾപോലും അടുത്തില്ല. സുമിത്രയും മൂന്നു ജോലിക്കാരുമുണ്ട്. ഒന്നും വായിച്ചുനോക്കാതേയും വായിച്ചു കേൾക്കാതേയുമാണ് ഒപ്പിട്ടുകൊടുത്തത്. കമ്പനിയുടെ നടത്തിപ്പിന് ഒരു തടസ്സവും ഉണ്ടാകരുതെന്നേ വിചാരിച്ചുള്ളൂ.'

'അതുതന്നെയുമല്ല പല്ലവീ അച്ഛൻ പോയെങ്കിലും ഞങ്ങൾക്ക് പണത്തിന് ഒരു ബുദ്ധിമുട്ടും പിന്നീട് അനുഭവപ്പെട്ടില്ല. വേണ്ടതിലധികം സുഖസൗകര്യങ്ങൾ അയാൾ ചെയ്തുതന്നിരുന്നു. ' അനുരാഗ് പറഞ്ഞു.

'അതെ. എന്തായാലും ഈ റൂട്ടിൽ നമുക്കൊന്ന് മുന്നോട്ടു പോകാം. അല്ലേ അമ്മേ.' അനുരാഗ് ചോദിച്ചു.

'അതെ. തൽക്കാലം വേറൊരു വഴിയും നമ്മുടെ മുന്നിലില്ലല്ലോ.'

സുബ്രമണി വക്കീലിനെ വിളിച്ച് സമയം ചോദിച്ചിട്ട് അനുരാഗും പല്ലവിയും കൂടി അദ്ദേഹത്തിന്റെ ഓഫീസിലേക്കുചെന്നു. അദ്ദേഹത്തിന് അപ്പോൾ കാര്യമായ തിരക്കൊന്നും ഇല്ലായിരുന്നു.

'ആ എഗ്രിമെന്റിന്റെ കോപ്പി കൊണ്ടുവന്നിട്ടുണ്ടോ?'

അദ്ദേഹം ചോദിച്ചു.

'ഹാൻഡ് ബാഗിൽ മടക്കിവച്ചിരുന്ന കടലാസുകൾ എടുത്ത് പല്ലവി അദ്ദേഹത്തിനു കൊടുത്തു. അദ്ദേഹം കണ്ണടയ്ക്കുള്ളിലൂടെ അതു വായിച്ചുകൊണ്ടിരുന്നപ്പോൾ അനുരാഗിന്റെയും പല്ലവിയുടെയും ഹൃദയമിടിപ്പിന്റെ വേഗത ഉയർന്നുകൊണ്ടിരുന്നു.

ശ്രീനാഥ് പറഞ്ഞ സാധ്യത നിലനിൽക്കുന്നതല്ല എന്നാണ് വക്കീൽ പറയുന്നതെങ്കിൽ അതോടെ മുന്നിലുള്ള വഴി അടയും.

ഒടുവിൽ വക്കീൽ മുഖമുയർത്തിനോക്കി.

'വളരെ ഫുൾപ്രൂഫ് ആയ എഗ്രിമെന്റ് തന്നെയാണ് അയാൾ തയ്യാറാക്കിയിട്ടുള്ളത്. എങ്കിലും ഫോൺ ചെയ്തപ്പോൾ പറഞ്ഞ വകുപ്പിന് സാധ്യതയുണ്ട്. നമുക്ക് എത്രയും വേഗം അങ്ങനൊരു കേസ് ഫയൽ ചെയ്യാം.' വക്കീൽ പറഞ്ഞു.

രണ്ടുപേർക്കും ആശ്വാസമായി.

'അതിന് എന്തൊക്കെ തെളിവുകളാണ് നമ്മൾ കോടതിയിൽ ഹാജരാക്കേണ്ടത്?' അനുരാഗ് ചോദിച്ചു.

'ഡോ.ഹരിപ്രസാദ് ആയിരുന്നില്ലേ അമ്മയെ ട്രീറ്റ് ചെയ്തത്.'

'അതെ.'

'എനിക്കു പരിചയമുണ്ടായിരുന്നു അദ്ദേഹത്തെ. പ്രഗൽഭനായിരുന്നു. സത്യസന്ധനും ആത്മാർത്ഥതയുള്ളവനും. അദ്ദേഹത്തിന്റെ ഒരു അഫിഡവിറ്റ് മാത്രം മതി നമുക്ക് വാദിക്കാൻ. അതായത് ഈ എഗ്രിമെന്റ് എക്സിക്യൂട്ട് ചെയ്ത സമയത്ത് ഗായത്രീദേവിയുടെ മാനസികനില നോർമൽ അല്ലായിരുന്നു എന്ന് ഒരു സാക്ഷിമൊഴി.'

'കൃഷ്ണാ നേഴ്സിംഗ് ഹോമിലായിരുന്നല്ലോ അദ്ദേഹം വർക്ക് ചെയ്തിരുന്നത്.'

'അതെ. അദ്ദേഹം ഇപ്പോൾ അവിടെയില്ല. എവിടെയാണുള്ളതെന്ന് കണ്ടുപിടിക്കണം. മാത്രമല്ല അമ്മ ആ ഹോസ്പിറ്റലിന്റെ പേഷ്യന്റ് ആയിരുന്നല്ലോ. അന്നത്തെ ട്രീറ്റ്മെന്റ് റെക്കാർഡ് കിട്ടുമെങ്കിൽ അതും ഒരു നല്ല തെളിവായിരിക്കും.'

'ഞങ്ങൾ ചെന്ന് കണ്ടുപിടിക്കാം സാർ.' പല്ലവി പറഞ്ഞു.

അവൾക്ക് നല്ല ആത്മവിശ്വാസം അനുഭവപ്പെട്ടു.

'എങ്കിൽ എത്രയും വേഗം നമുക്ക് കേസ് ഫയൽ ചെയ്യാം. വിജയിക്കും. അക്കാര്യത്തിൽ എനിക്ക് നല്ല വിശ്വാസമുണ്ട്. സദുദ്ദേശ്യത്തോടെയല്ല അയാൾ ഈ എഗ്രിമെന്റിൽ ഗായത്രീദേവിയെക്കൊണ്ട് ഒപ്പിടുവിച്ചതെന്ന് ഇപ്പോഴത്തെ സംഭവങ്ങൾ തെളിയിക്കുന്നുണ്ടല്ലോ. അതും നമുക്ക് കോടതിയിൽ പ്രസന്റ് ചെയ്യാം.'

അനുരാഗിനും പല്ലവിക്കും ഒരു പുതിയ ഉണർവ് കിട്ടി.

'സർ ഒരു സംശയം കൂടിയുണ്ട് എനിക്ക്.'

മനസ്സിനെ അലട്ടിക്കൊണ്ടിരുന്ന ഒരു പ്രശ്നത്തിനുകൂടി മറുപടി വേണമായിരുന്നു അനുരാഗിന്.

'എന്താണ്?' വക്കീൽ ചോദിച്ചു.

'ഗോപിനാഥിന് ഇപ്പോൾ കമ്പനിയിലുള്ള അവകാശം അയാൾക്ക് വേറെതെങ്കിലും വ്യക്തിക്ക് കൈമാറാൻ പറ്റുമോ?'

'അതുപറ്റില്ല. ഗോപിനാഥും ഗായത്രീദേവിയും തമ്മിലുള്ള എഗ്രി

മെന്റാണിത്. അയാൾ വിവാഹിതനല്ലല്ലോ.'

'അല്ല.'

'അഥവാ അനന്തരാവകാശികൾ ഉണ്ടെങ്കിൽപ്പോലും അവർക്ക് ഇതു കൈമാറാൻ വകയില്ല. മരിക്കുന്നതുവരെ അയാൾക്ക് അവകാശമുണ്ടായിരിക്കുകയും ചെയ്യും. അതിനുമുമ്പ് അതിന്റെ സാധ്യതയില്ലെങ്കിൽ...മരിക്കുന്നതുവരെ.'

ആ വാക്കുകൾ അനുരാഗിന്റെ മനസ്സിൽ എവിടെയോ ചെന്ന് തറച്ചു.

'ശരി സാർ. ഞങ്ങൾ ഡോ. ഹരിപ്രസാദിനെ ഒന്ന് കണ്ടുപിടിക്കാൻ നോക്കട്ടെ.' അവർ യാത്ര പറഞ്ഞ് ഇറങ്ങി.

'വക്കീൽ പറഞ്ഞത് നീ ശ്രദ്ധിച്ചോ? തിരിച്ചുപോകുമ്പോൾ കാറോടിക്കുന്നതിനിടയിൽ അനുരാഗ് ചോദിച്ചു.

'എന്താണ്?'

'അയാൾ മരിക്കുന്നതുവരെ മാത്രമേ ഈ കരാറിന് ആയുസ്സുള്ളുവെന്ന്.'

'അയാൾ ഒരു പത്തുമുപ്പതു വർഷംകൂടിയെങ്കിലും ജീവിച്ചിരിക്കും.' അവൾ പറഞ്ഞു.

'അതൊന്നും പറയാൻ പറ്റില്ല. തൽക്കാലം നമുക്ക് നമ്മുടെ കാര്യം മാത്രം നോക്കാം.'

അവർ നേരെ പോയത് കൃഷ്ണാ നേഴ്സിങ് ഹോമിലേക്കാണ്. ടൗണിലെ പ്രധാനപ്പെട്ട ഹോസ്പിറ്റൽ ആയിരുന്നു അത്.

ചീഫ് ഫിസിഷ്യനും ഇപ്പോഴത്തെ ഉടമയുമായ ഡോ. ഉദയചന്ദ്രനെ അനുരാഗിന് പരിചയമുണ്ടായിരുന്നു. അതുകാരണം ഒട്ടും പ്രയാസം കൂടാതെ നേരെ അദ്ദേഹത്തെ കാണാൻ കഴിഞ്ഞു. സൗഹൃദസംഭാഷണങ്ങൾക്കുശേഷം അനുരാഗ് കാര്യം അവതരിപ്പിച്ചു.

'ഡോ.ഹരിപ്രസാദ് ഏഴുകൊല്ലമായി ഇവിടുന്ന് പോയിട്ട്. അദ്ദേഹം ചെന്നൈയിൽ മകളുടെ അടുത്തേക്ക് പോവുകയാണെന്നാണ് അന്നു പറഞ്ഞത്. പിന്നീട് ഒരു വിവരം അറിയാൻ കഴിഞ്ഞിട്ടില്ല.'

ഡോ. ഉദയചന്ദ്രൻ പറഞ്ഞു.

'അദ്ദേഹത്തിന്റെ മകളുടെ പേര് ഡോക്ടർക്ക് അറിയാമോ?' പല്ലവി ചോദിച്ചു. 'ഒരുപക്ഷേ ഫേസ് ബുക്കിൽ സെർച്ച് ചെയ്താൽ....'

'അറിയില്ല. പറഞ്ഞതായി ഓർമ വരുന്നില്ല.'

'അമ്മയെ ട്രീറ്റ് ചെയ്തതിന്റെ ചില റെക്കോർഡ്സ് വേണമായിരുന്നു. ഡോക്ടറെയും കണ്ടുപിടിക്കണമായിരുന്നു.അതിനുവേണ്ടിയാണ്.'

'എത്രകൊല്ലം മുമ്പുള്ള റെക്കോർഡ്സാണ്?'

'പതിനേഴ്.'

'അതൊന്നും ഇവിടെ ഉണ്ടാവുകയില്ല. എല്ലാം കംപ്യൂട്ടറൈസ്ഡ് ചെയ്തപ്പോൾ മുമ്പുണ്ടായിരുന്ന സകല രജിസ്റ്ററുകളും ബാക്കി കടലാസുകളും കത്തിച്ചുകളഞ്ഞു.'ഡോക്ടർ പറഞ്ഞു.

'ഡോ ഹരിപ്രസാദിനെ കണ്ടുപിടിക്കുക എന്ന ഒരു മാർഗ്ഗമേ ഇനി മുന്നിലുള്ളു.' ഡോ.ഉദയചന്ദ്രൻ ഒന്ന് ആലോചിച്ചു.

'അദ്ദേഹത്തോടൊപ്പം ഇവിടെ ജോലിചെയ്തിരുന്ന ഒരു ഹെഡ് നേഴ്സ് രത്നമ്മ തൂക്കുകുളത്തിനടുത്താണ് താമസിക്കുന്നത്. ചിലപ്പോൾ അവരെ കണ്ടാൽ എന്തെങ്കിലും അറിയാൻ കഴിഞ്ഞേക്കും. ചെന്നൈയിലുണ്ടോ ഇപ്പോഴും...അല്ലെങ്കിൽ മകളെക്കുറിച്ചുള്ള വിവരങ്ങൾ.'

അദ്ദേഹം പറഞ്ഞു.

'താങ്ക്യു ഡോക്ടർ.'

അവർ കൃഷ്ണാ നേഴ്സിംഗ് ഹോമിൽനിന്ന് ഇറങ്ങി.

'തൂക്കുകുളം എവിടെയാണ്. പരിചയമുണ്ടോ അനുവിന്?'

അവൾ ചോദിച്ചു.

'നമ്മൾ ഇവിടുന്ന് അമ്പലപ്പുഴയ്ക്ക് പോകുന്ന റൂട്ടിലാണ് ഹൈവേയിൽ. പീയുഷിന്റെ ചെറിയമ്മ അവിടെയാണ് താമസിക്കുന്നത്. അവരുടെ വീട് എനിക്കറിയാം. അവിടെച്ചെന്നാൽ രത്നമ്മ സിസ്റ്ററെ കണ്ടുപിടിക്കാൻ പറ്റും.' അനുരാഗ് പറഞ്ഞു.

അവർ തൂക്കുകുളത്തിന് പോയി.

പീയുഷിന്റെ ചെറിയമ്മ സുലോചനയുടെ വീട്ടിൽ ചെന്നപ്പോൾ വേറൊരു വിവരമാണ് അറിയാൻ കഴിഞ്ഞത്. രത്നമ്മ സിസ്റ്റർ ഇപ്പോൾ തിരുവനന്തപുരത്താണ്. പക്ഷേ അവരുടെ നമ്പർ കിട്ടാൻ പ്രയാസമില്ല. തൊട്ടടുത്ത വീട്ടിൽ താമസിക്കുന്നത് സിസ്റ്ററിന്റെ ഒരു ബന്ധുവാണ്. ചെറിയമ്മ ചെന്ന് അവരുടെ ഫോൺ നമ്പർ വാങ്ങിക്കൊണ്ടുവന്നു.

'താങ്ക്സ് ചെറിയമ്മേ.' അനുരാഗ് പറഞ്ഞു.

അപ്പോൾത്തന്നെ അവൻ രത്നമ്മ സിസ്റ്ററെ വിളിച്ചു. അവർതന്നെ കോൾ എടുത്തു.

'എന്നെ സിസ്റ്റർക്ക് പരിചയം കാണുമോ എന്നറിയില്ല. എന്റെ പേര് അനുരാഗ്. ആർകെ അസോസിയേറ്റ്സിന്റെ ഉടമ ഗായത്രീദേവിയുടെ മകനാണ് ഞാൻ.' അവൻ സ്വയം പരിചയപ്പെടുത്തി. അവർക്ക് ഗായത്രീദേവിയെ പെട്ടെന്ന് ഓർമ്മ വന്നു.

'അമ്മയെ എനിക്ക് നല്ലോണം അറിയാം. സുഖമായിരിക്കുന്നോ.'

അവർ വിശേഷങ്ങൾ ചോദിച്ചു.

എല്ലാം കഴിഞ്ഞപ്പോഴാണ് ഡോ.ഹരിപ്രസാദിന്റെ കാര്യം അവൻ ചോദിച്ചത്.

'ഹരിഡോക്ടർ ഇപ്പോൾ മകളുടെ കൂടെ ഹരിപ്പാട്ടെ വീട്ടിലാണ്. മൂന്നുവർഷംമുമ്പ് അവിടെ അമ്പലത്തിൽ വെച്ച് ഒരു കല്യാണത്തിന് ഞാൻ കണ്ടിരുന്നു. സാറിന് നല്ല സുഖമില്ലാതിരിക്കുകയായിരുന്നു അന്ന്.'

'അദ്ദേഹത്തിന്റെ മകളുടെ വീടെവിടെയാണ് എന്നറിയാമോ?'

'അമ്പലത്തിനടുത്താണെന്നാ പറഞ്ഞത്. മോളുടെ പേര് ഡോ.ഹരിത.മോളുടെ പേരു പറഞ്ഞാൽ മതി. വീട് കണ്ടുപിടിക്കാൻ പ്രയാസം വരില്ല.'

അവർ അപ്പോൾത്തന്നെ ഹരിപ്പാടിനു പോയി. അമ്പലത്തിന്റെ അടുത്തുള്ള ഒരു മെഡിക്കൽഷോപ്പിലാണ് ഡോ.ഹരിതയുടെ വീട് തിരക്കിയത്.

അയാൾ കൃത്യമായി വഴി പറഞ്ഞുകൊടുത്തു. വീട്ടുപേര് 'മാധവം' ഗേറ്റിൽ എഴുതിവച്ചിട്ടുണ്ട്.

അരകിലോമീറ്റർ കൂടി കാർ ഓടി. ഒടുവിൽ 'മാധവം' കണ്ടുപിടിച്ചു.

ഗേറ്റ് തുറന്ന് അവർ അകത്തേക്കു കയറി. വിശാലമായ മുറ്റം. പഴയ മാതൃകയിൽ പണിത പുതിയ ഒരു വീടായിരുന്നു അത്. പുറത്ത് ആരേയും കണ്ടില്ല. കോളിംഗ് ബെല്ലടിച്ചപ്പോൾ മുണ്ടും ഷർട്ടും ധരിച്ച സുമുഖനായ ഒരു ചെറുപ്പക്കാരൻ വന്ന് വാതിൽ തുറന്നു.

'ആരാ?' അയാൾ തിരക്കി.

'ഞങ്ങൾ ആലപ്പുഴയിൽ നിന്ന് വരികയാണ്. എന്റെ പേര് അനുരാഗ്. ഇതെന്റെ വൈഫ് പല്ലവി. ഞങ്ങൾക്ക് ഡോ.ഹരിപ്രസാദിനെ ഒന്നു കാണണമായിരുന്നു. അദ്ദേഹം ഇവിടുണ്ടോ?'

'ഉണ്ട്. കണ്ടാൽ മാത്രം മതിയോ?'

'സംസാരിക്കണമായിരുന്നു.'

'സംസാരിക്കില്ല. അദ്ദേഹം ഇപ്പോൾ മറവിയുടെ ലോകത്താണ്. ആരേയും തിരിച്ചറിയില്ല. മരുമകനായ എന്നെപ്പോലും. അൾഷിമേഴ്സ് പിടിപെട്ടിട്ട് രണ്ടുകൊല്ലമായി.'

അനുരാഗും പല്ലവിയും സ്തംഭിച്ചുനിന്നു.

പതിനാറ്

'എന്റെ വൈഫ് കാർത്തികയുടെ അച്ഛനാണ് ഡോ.ഹരിപ്രസാദ്. എന്റെ പേരു നന്ദകുമാർ. അച്ഛനെ കണ്ടിട്ട് കാര്യമില്ലെന്നറിഞ്ഞപ്പോൾ രണ്ടുപേർക്കും നിരാശയായെന്നു തോന്നുന്നല്ലോ. എന്താണ് കാര്യം?'

അയാൾ ചോദിച്ചു.

'അത്...ആലപ്പുഴയിലെ കൃഷ്ണാ നേഴ്സിങ് ഹോമിൽ അദ്ദേഹമുണ്ടായിരുന്ന സമയത്ത് ഞങ്ങളുടെ ഫാമിലി ഡോക്ടറായിരുന്നു.'

അനുരാഗ് പറഞ്ഞു.

'ഏതു വീട്?'

'അച്ഛന് ആർ.കെ അസോസിയേറ്റ്സ് എന്നൊരു സ്ഥാപനമുണ്ടായിരുന്നു.'

'ഓ.എനിക്കറിയാം. എന്റെ തറവാട് വീടിനടുത്താണ്. തിരുവമ്പാടി ഹയർസെക്കണ്ടറി സ്കൂളിലാണ് ഞാൻ പഠിച്ചത്. ആക്ചലി എന്റെ വൈഫ് എന്റെ മുറപ്പെണ്ണാണ്.'

ആലപ്പുഴക്കാരാണ് എന്നറിഞ്ഞപ്പോൾ നന്ദകുമാറിന് സന്തോഷമായി.

'നിന്ന കാലിൽ നിൽക്കാതെ രണ്ടുപേരും അകത്തേക്കു വരൂ. ഇരുന്നുകൊണ്ട് സംസാരിക്കാം. കാർത്തിക ഇവിടെ താലൂക്ക് ഹോസ്പിറ്റലിലാണ് വർക്ക് ചെയ്യുന്നത്. അവൾ വരാൻ രണ്ടുമണിയാകും.'

അനുരാഗും പല്ലവിയും സ്വീകരണമുറിയിലേക്കു കയറിച്ചെന്നു.

'ഇരിക്കൂ.' സൗഹൃദത്തോടെ നന്ദകുമാർ പറഞ്ഞു.

രണ്ടുപേരും സറ്റിയിൽ ഇരുന്നു.

'കാർത്തികയുടെ അമ്മ ഇവിടുണ്ട്. ചിലപ്പോൾ അമ്മയ്ക്ക് അനുരാഗിന്റെ അമ്മയെ അറിയാമായിരിക്കും. ഞാൻ വിളിക്കാം.'

നന്ദകുമാർ അകത്തേക്കു പോയി.

'നമുക്കുപോയാൽ മതിയായിരുന്നു. വെറുതെ അവരുടെ സമയം കളയാൻ.' നിരാശയോടെ അനുരാഗ് പറഞ്ഞു.

'സാരമില്ല. നമ്മൾ എന്തായാലും ഇവിടെവരെ വന്നതല്ലേ. ആളുകളെ പരിചയപ്പെടുന്നതിൽ ഒരു തെറ്റുമില്ല.'

പല്ലവി അവനെ സമാധാനിപ്പിച്ചു.

മുടി നരച്ച ഐശ്വര്യവതിയായ ഒരു സ്ത്രീ നന്ദകുമാറിന്റെ ഒപ്പം വന്നു. സെറ്റുമുണ്ടായിരുന്നു വേഷം. നെറ്റിയിൽ ചന്ദനക്കുറി.

രണ്ടുപേരും പെട്ടെന്ന് എഴുന്നേറ്റു.

'ഗായത്രിയുടെ മോനാണോ? എന്നെ അറിയില്ലെങ്കിലും എനിക്കറിയാം എല്ലാരേം.' അവർ ആഹ്ലാദത്തോടെ പറഞ്ഞു.

'ഇതെന്റെ വൈഫാണമ്മേ. പല്ലവി.' അനുരാഗ് പരിചയപ്പെടുത്തി.

'എവിടെയാണ് മോൾടെ വീട്?'

'മൂവാറ്റുപുഴ.'

അവർ അല്പനേരം സംസാരിച്ച് ഇരുന്നു. വന്നതിന്റെ ഉദ്ദേശ്യം നന്ദ

കുമാർ ചോദിച്ചു. കാര്യങ്ങൾ അല്പം വിശദമായിത്തന്നെ അനുരാഗും പല്ലവിയും അവരോട് പറഞ്ഞു.

'ഇതു ഭയങ്കര ചതിയായിപ്പോയല്ലോ. ജീവനക്കാരനായി ജോലി ചെയ്തിട്ട് സ്ഥാപനംതന്നെ കുരുട്ടുബുദ്ധിയുപയോഗിച്ച് കൈക്കലാക്കുക.' എല്ലാം കേട്ടുകഴിഞ്ഞപ്പോൾ നന്ദകുമാർ പറഞ്ഞു.

'അന്ന് അമ്മയെ ചികിത്സിച്ച ഡോക്ടറുടെ അഫിഡവിറ്റ് കിട്ടിയാൽ ചിലപ്പോൾ ആ എഗ്രിമെന്റിന്റെ നിയമസാധുത ഇല്ലാതാക്കാൻ കഴിഞ്ഞേക്കുമെന്ന് ഒരു ഉപദേശം കിട്ടിയതുകൊണ്ടാണ് ഞങ്ങൾ...'

പല്ലവി പറഞ്ഞു.

'ഒരു പക്ഷേ അച്ഛന് നോർമൽ ആരോഗ്യമുണ്ടായിരുന്നെങ്കിൽ കോടതിയിൽ വന്ന് സാക്ഷി പറഞ്ഞേനേ.' നന്ദകുമാർ പറഞ്ഞു.

'രണ്ടുകൊല്ലമായി ഓർമ്മ നശിച്ചിട്ട്. ഞങ്ങൾ അടുത്തുചെല്ലുമ്പോൾ അന്യരെപ്പോലെയാണ് നോക്കുന്നത്.' അമ്മ പറഞ്ഞു.

'ഭാഗ്യദോഷം. അല്ലാതെന്തുപറയാനാണ്. വളരെ നന്ദി. ഇനി ഞങ്ങളിറങ്ങുകയാണ്' അനുരാഗ് എഴുന്നേറ്റു.

'പോകല്ലേ ഇരിക്കൂ മോനേ. എന്തെങ്കിലും കഴിക്കാതെ ഇവിടന്ന് പോകാൻ പാടില്ല.' അവർ നിർബന്ധപൂർവ്വം പറഞ്ഞു.

അനുരാഗിന് വീണ്ടും ഇരിക്കേണ്ടിവന്നു.

'മോൾ വാ. സംസാരിച്ചിട്ട് എനിക്ക് കൊതി തീർന്നില്ല.' ആ അമ്മ പല്ലവിയെയും കൊണ്ടാണ് അകത്തേക്കു പോയത്. അതുകണ്ട് നന്ദകുമാർ ചിരിച്ചു.

'അമ്മ ഇങ്ങനെയാണ്. ആരെയെങ്കിലും ഇഷ്ടപ്പെട്ടാൽ പിന്നെ വലിയ സ്നേഹമാണ്. സൽക്കരിച്ചേ വിടൂ.'

'സാർ എവിടെയാണ് വർക്ക് ചെയ്യുന്നത്?'

അനുരാഗ് വെറുതെ ചോദിച്ചു.

'ഞാനോ...എനിക്ക് ബിസിനസ്സാണ്. കാറിന്റെ ഡീലർഷിപ്പ്. വൈറ്റിലയിലാണ് ഞങ്ങളുടെ ഷോറൂം. സർവ്വീസ് സെന്ററും. ഞാൻ തനിച്ചല്ല. പാർട്ട്ണർഷിപ്പ് ബേസിസിലാണ്.' നന്ദകുമാർ പറഞ്ഞു.

'അപ്പോൾ പുതിയ കാർ മേടിക്കണമെന്ന് തോന്നുമ്പോൾ അങ്ങോട്ട് വന്നാൽ മതിയല്ലോ.' തമാശമട്ടിൽ അനുരാഗ് ചോദിച്ചു.

'തീർച്ചയായും. മാക്സിമം ഡിസ്കൗണ്ട്...എക്സ്ചേഞ്ച് ബെനിഫിറ്റും എക്സന്റ് സർവ്വീസ് വാറന്റിയുമൊക്കെ അനുരാഗിന് പ്രതീക്ഷിക്കാം.'

അയാൾ ഒരു വിസിറ്റിംഗ് കാർഡ് എടുത്ത് അവനു കൊടുത്തു.

'ഈ നിലയിൽ പോയാൽ പുതിയ കാർ വാങ്ങാനുള്ള പണം സ്ഥാപനം സ്വന്തമാണെങ്കിലും അനുരാഗിന് കിട്ടുകയില്ലല്ലോ. ആ ഗോപി

നാഥ് കനിഞ്ഞു തന്നാലല്ലേ പറ്റൂ.'

'അതെ.' അവന്റെ സ്വരം താഴ്ന്നുപോയി.

'കേട്ടിട്ട് അയാൾ എന്തിനും മടിക്കാത്തവനാണെന്ന് തോന്നുന്നു. അനുരാഗ് സൂക്ഷിക്കണം. കഴിയുന്നതും തനിച്ചു യാത്ര ചെയ്യരുത്.'

അനുരാഗ് അയാളെ പകച്ചുനോക്കി.

'അയാൾക്ക് രണ്ട് ബോഡിഗാർഡുകൾ എപ്പോഴും കൂടെക്കാണും. ഡ്രൈവർമാരാണെന്നാണ് വെപ്പ്. പക്ഷേ...'

'അനുരാഗ് സ്വരക്ഷയ്ക്ക് മുൻകരുതൽ എടുക്കണം. കയ്യിൽ ഒരു ആയുധം എപ്പോഴും ഉണ്ടാകണം. ഇക്കാലത്ത് ബിസിനസ്സ് കോമ്പറ്റീഷനിൽ വയലൻസ് കടന്നുവരുന്നുണ്ട്. ഞാൻപോലും കരുതലോടെയാണ് ജീവിക്കുന്നത്.'

നന്ദകുമാർ പറഞ്ഞു.

'എങ്ങനെ മുൻകരുതൽ? ബോഡി ഗാർഡോ?' അവനു മനസ്സിലായില്ല

'അതു പണച്ചെലവാണ്. തന്നെയുമല്ല നമ്മുടെ ഫ്രീഡം ഇല്ലാതാകും. എവിടെപ്പോകുമ്പോഴും കൂടെ ആളുണ്ടെങ്കിൽ...അനുരാഗ് ഒരു പിസ്റ്റൾ കയ്യിൽ സൂക്ഷിച്ചാൽ മതി.'

'പിസ്റ്റൾ?'

'അതെ. കൈത്തോക്ക്. പോക്കറ്റിൽ സൂക്ഷിക്കാൻ പറ്റിയ വലുപ്പത്തിലുള്ള ജർമ്മൻ പിസ്റ്റൾ ഇപ്പോൾ വാങ്ങാൻ കിട്ടും. '

'എവിടെ കിട്ടും?'

'നമ്മുടെ നാട്ടിൽ കടയിലൊന്നും തോക്ക് വാങ്ങാൻ കിട്ടില്ല.'

നന്ദകുമാർ എഴുന്നേറ്റു. മുറിയിൽ പോയിട്ട് ഒരു ചെറിയ ലെതർ കേയ്സുമായി തിരിച്ചുവന്നു. കേയ്സിൽനിന്ന് കറുത്ത നിറമുള്ള ഒരു കൈത്തോക്ക് പുറത്തെടുത്തു.

'നോക്ക്.'

അനുരാഗ് ഭയത്തോടെ അതു വാങ്ങി. വിചാരിച്ചതിലും ഭാരമുണ്ടായിരുന്നു അതിന്. കൈയ്ക്കുള്ളിൽ ഒതുങ്ങും. വളയത്തിൽ ചൂണ്ടുവിരൽ കടത്തി കാഞ്ചി ഒന്നു വലിച്ചാൽ...അവൻ അതു പെട്ടെന്ന് തിരിച്ചു കൊടുത്തു.

'മട്ടാഞ്ചേരിയിൽ ഒരു ഫ്രെഡറിക് സായ്പ്പുണ്ട്. പുള്ളിക്ക് ഇതിന്റെ രഹസ്യബിസിനസ്സുണ്ട്. കപ്പലിൽനിന്നു വരുന്ന സെയിലേഴ്സിൽനിന്ന് ചുളുവിലയ്ക്കു വാങ്ങി ഇവിടെ കച്ചോടം ചെയ്യുന്നതാണ്. ഇതിന് ഒന്നരരൂപയായി.'

'ഒന്നര...'

'ഒന്നരലക്ഷം. കയ്യിൽ ഒരെണ്ണമുണ്ടെങ്കിൽ നല്ല ആത്മവിശ്വാസം കിട്ടും. തോക്കു കണ്ടാൽ ഏതു കൊലകൊമ്പനും ഒന്നു പതറും.' നന്ദകുമാർ അതു കൊണ്ടുചെന്ന് വച്ചിട്ട് വന്നു.

'വേണമെങ്കിൽ പറഞ്ഞാൽ മതി. ഞാൻ അറേഞ്ച് ചെയ്തു തരാം.'

'പക്ഷേ ലൈസൻസ് വേണ്ടേ തോക്ക് ഉപയോഗിക്കാൻ.'

'വേണം. അതിന് പോലീസ് സൂപ്രണ്ടിന് ഒരു അപേക്ഷ കൊടുത്താൽ മതി. ജീവന് ഭീഷണിയുണ്ടെന്ന് റിപ്പോർട്ട് അയപ്പിച്ചാൽ ലൈസൻസ് കിട്ടും.' പെട്ടെന്ന് ശ്രീനാഥിന്റെ കാര്യം അനുരാഗിന് ഓർമ്മ വന്നു. ശ്രീനാഥ് സഹായിച്ചാൽ...

അവർ സംസാരിച്ചുകൊണ്ടിരിക്കുമ്പോൾ രണ്ട് സ്റ്റീൽ ഗ്ലാസിൽ പാലടയുമായി അമ്മയും ഒപ്പം പല്ലവിയും വന്നു.

'കാർത്തികയ്ക്ക് പാലട വലിയ ഇഷ്ടമാണ്. അവൾ ഡ്യൂട്ടി കഴിഞ്ഞു വരുമ്പോൾ കൊടുക്കാൻ വേണ്ടി ഉണ്ടാക്കിയതാ. അതു ഭാഗ്യമായി. കുടിക്കൂ മോനേ.'

അമ്മ കൊടുത്ത പായസം അനുരാഗ് വാങ്ങി കുടിച്ചു. അതുപോലെ രുചികരമായ പായസം അവൻ മുൻപ് കുടിച്ചിട്ടുണ്ടായിരുന്നില്ല.

വന്ന കാര്യം നടക്കാതെ പോയതിന്റെ സങ്കടം പല്ലവിയുടെ മുഖത്തും ഉണ്ടായിരുന്നില്ല. അവളും ആസ്വദിച്ച് പായസം കഴിച്ചു.

'ഇനി ഞങ്ങൾ ഇറങ്ങുകയാണ്. ആലപ്പുഴ വരുമ്പോൾ ഞങ്ങളുടെ വീട്ടിലേക്ക് സ്വാഗതം.' പോകാൻ നേരം അനുരാഗ് പറഞ്ഞു.

'വരാം. എന്റെ എന്തെങ്കിലും ഹെൽപ്പ് വേണ്ടിവന്നാൽ പറയാൻ മടിക്കരുത് കേട്ടോ.' നന്ദകുമാർ അവന്റെ കൈപിടിച്ച് കുലുക്കി.

പല്ലവിയാണ് കാർ ഓടിച്ചത്. അനുരാഗ് നിശ്ശബ്ദനായി ഇരുന്നതേയുള്ളു.

'എന്താണ് ഇത്ര ആലോചന?' അവൾ ഇടയ്ക്ക് ചോദിച്ചു.

'ഓരോന്നിനും ഓരോ നിമിത്തമുണ്ട് പല്ലവീ. നമ്മുടെ ഈ യാത്രയും അതുപോലെ ഒരു നിമിത്തമായിരുന്നു.' അവൻ പറഞ്ഞു.

'മനസ്സിലായില്ല.'

പക്ഷേ അവൻ കൂടുതലൊന്നും പറഞ്ഞില്ല. മനസ്സിൽ ചില കണക്കുകൂട്ടലുകൾ നടത്തുകയായിരുന്നു.

***

സുമിത്ര അടുത്തു വന്നു നിന്നപ്പോൾ ഗായത്രീദേവി പത്രത്തിൽ നിന്ന് മുഖമുയർത്തി നോക്കി. അത്ര പന്തിയല്ലാത്ത നിൽപ്പാണ് സുമിത്രയുടേത് എന്ന് ഗായത്രീദേവിക്ക് തോന്നി.

'എന്താ സുമിത്രേ?'

'അയ്യരുടെ കടയിൽ പോയിട്ട് രമേശൻ വന്നു. അവൻ ഒരു കാര്യം പറഞ്ഞു ചേച്ചീ.'

'എന്താണ്?'

'കഴിഞ്ഞ മാസത്തെ പറ്റ് കാശ് ഇതുവരെ കൊടുത്തിട്ടില്ല.'

'ഇന്ന് തീയ്യതി അഞ്ചല്ലേ.'

'അതെ.'

അയ്യർ ആന്റ് സൺസ് എന്ന പലചരക്കു വ്യാപാരശാലയിൽ നിന്നാണ് വീട്ടിലേക്ക് ആവശ്യമുള്ള സാധനങ്ങൾ പുറംപണിക്കാരനായ രമേശൻ ലിസ്റ്റനുസരിച്ച് വാങ്ങിക്കൊണ്ടുവരുന്നത്. ഒന്നാംതീയതി തന്നെ കഴിഞ്ഞമാസത്തെ പറ്റുകാശ് അയ്യരുടെ ബാങ്ക് അക്കൗണ്ടിൽ എത്തുമായിരുന്നു.

'ഇത് മനഃപൂർവ്വം കൊടുക്കാത്തതാണെന്ന് തോന്നുന്നുവല്ലോ.'

ഗായത്രീദേവി പറഞ്ഞു.

അയ്യരുടെ കടയിൽ മാത്രമല്ല, പച്ചക്കറിക്കടയിലെയും പാലിന്റെയും ഒന്നും പണം കൊടുത്തിട്ടില്ല. ടെലിഫോൺ ബില്ലും കറന്റ് ചാർജ്ജും അടയ്ക്കാനുള്ള സമയം ആകുന്നതേയുള്ളൂ.'

'അവൻ നമ്മളെ എല്ലാതരത്തിലും ശ്വാസംമുട്ടിക്കാൻ ശ്രമിക്കുകയാ.' ഗായത്രീദേവി പറഞ്ഞു. അവൻ എന്ന് അവർ ഉദ്ദേശിച്ചത് ഗോപിനാഥിനെയാണെന്ന് സുമിത്രയ്ക്ക് മനസ്സിലായി.

'ആകെ സ്വത്തിന്റെ പകുതി അവനു വേണം. നമ്മളെക്കൊണ്ട് അത് സമ്മതിപ്പിക്കാനുള്ള സമ്മർദ്ദതന്ത്രം.' ഗായത്രീദേവി പറഞ്ഞു.

'ഈ നാട്ടിൽ നീതിയും നിയമവുമൊന്നുമില്ല ചേച്ചീ. ഇത് പട്ടാപ്പകലുള്ള പടിച്ചുപറിയല്ലേ.' സുമിത്ര പറഞ്ഞു.

'കുട്ടികൾ ഹരിപ്പാടിന് പോയിരിക്കുകയല്ലേ. അവർ വരട്ടെ. ആലോചിച്ച് എന്തെങ്കിലും ചെയ്തേ പറ്റൂ.' ഗായത്രീദേവി അങ്ങനെ പറഞ്ഞെങ്കിലും ആലോചിച്ചിട്ട് അവർക്ക് ഒരു വഴിയും കണ്ടുപിടിക്കാൻ കഴിഞ്ഞില്ല. അനുരാഗും പല്ലവിയും കൂടി വന്നപ്പോൾ ഉച്ചയായി. പുതിയ പ്രതിസന്ധിയെക്കുറിച്ച് ഗായത്രീദേവി അവരെ അറിയിച്ചു.

'നമുക്കൊരു കാര്യം ചെയ്താലോ അമ്മേ.' പല്ലവി ചോദിച്ചു.

'എന്താണ് മോളേ?'

'ആർ.കെ.അസോസിയേറ്റ്സിന്റെ കീഴിൽ നമുക്ക് ഹോട്ടലുണ്ട്. സിനിമാതിയേറ്ററുണ്ട്. കല്യാണമണ്ഡപവുമുണ്ട്. ബസ് സർവ്വീസുണ്ട്. അതുപോലെ പലതുമുണ്ട്. അതിൽനിന്നെല്ലാമുള്ള ഡെയില് കലക്ഷൻ ഇപ്പോൾ ഏതോ ബാങ്ക് അക്കൗണ്ടുകളിലേക്കായിരിക്കുമല്ലോ പോകുന്നത്.'

'അതെ. ആർ.കെ അസോസിയേറ്റ്സിന് പല ബാങ്കുകളിലും അക്കൗണ്ടുകളുണ്ട്. അവയിലേക്കായിരിക്കും കലക്ഷൻ ഡിപ്പോസിറ്റ് ചെയ്യുന്നത്.' ഗായത്രീദേവി പറഞ്ഞു.

'മദനഗോപാൽ അങ്കിളല്ലേ ജനറൽ മാനേജർ. അമ്മ അദ്ദേഹത്തോട് പറയൂ. ഇനിമുതൽ അന്നന്നുള്ള കലക്ഷൻ അമ്മ പറയുന്ന ബാങ്ക് അക്കൗണ്ടിൽ ഡിപ്പോസിറ്റ് ചെയ്യാൻ ഏർപ്പാടുണ്ടാക്കാൻ. അതായത് അമ്മയുടെ ബാങ്ക് അക്കൗണ്ടിലോ അല്ലെങ്കിലും അനുവിന്റെ അക്കൗണ്ടിലോ.'

'അത് ഉഗ്രൻ ഐഡിയ ആണ്.' കേട്ടപ്പോൾത്തന്നെ അനുരാഗ് പറഞ്ഞു.

'ശരിയാണ്. നമ്മുടെ കമ്പനിയിൽനിന്നുള്ള വരുമാനം നമ്മുടെ കൈകളിൽ എത്തേണ്ട കാലം കഴിഞ്ഞു.' അവൾ പറഞ്ഞു.

'മദനഗോപാലിനെ ഞാൻ ഒന്നു വിളിക്കാം.' ഗായത്രീദേവി മൊബൈൽ എടുത്തു.

'ഇങ്ങോട്ട് വരാൻ പറ അമ്മേ. നേരിട്ട് സംസാരിക്കുന്നതാണ് നല്ലത്.' പല്ലവി പറഞ്ഞു.

അപ്പോൾത്തന്നെ മദനഗോപാലിനെ ഗായത്രി വിളിച്ചു.

'അത്യാവശ്യമാണ്. മദനൻ എത്രയും വേഗം ആർ.കെ ബംഗ്ലാവിലേക്ക് വരണം.' കർശനസ്വരത്തിൽ അവർ അറിയിച്ചു.

'ഉടൻ വരാം മാഡം.'

അവർ കോൾ കട്ട് ചെയ്തു.

'അയാളെ നമുക്ക് കൂടെ നിർത്തണം. നമ്മുടെ ആരെങ്കിലും ഓഫീസിൽഉണ്ടാവണം. എങ്കിലേ നമ്മൾ വിചാരിക്കുന്നതുപോലെ കാര്യങ്ങൾ നീക്കാൻ പറ്റൂ.' പല്ലവി പറഞ്ഞു.

'ഇത്രയുംനാൾ അയാളുടെ വിധേയനായിരുന്നില്ലേ മദനൻ അങ്കിൾ. അയാളുടെ കൂടെയല്ലേ നിൽക്കൂ.' അനുരാഗ് സംശയം പ്രകടിപ്പിച്ചു.

അല്പനേരം കഴിഞ്ഞപ്പോൾ ഓഫീസ് വക കാറിൽ മദനഗോപാൽ വന്നു.

'മദനനെ ഞാൻ വിളിപ്പിച്ചത് ഒരു പ്രധാന കാര്യം പറയാനാണ്.'

'എന്താണ് മാഡം?' ആദരവോടെ അയാൾ അവരെ നോക്കി.

'എന്റെ ബാങ്ക് അക്കൗണ്ട് നമ്പർ അവിടെ ഓഫീസിലുണ്ടല്ലോ. അല്ലേ.'

'ഉണ്ട് മാഡം.'

'ആ അക്കൗണ്ടിലെ ബാലൻസ് ഇപ്പോൾ എത്രയാണെന്ന് അറിയാമോ?'

അയാൾ ഒന്നു പരുങ്ങി.

'അതു നോക്കിയാലേ അറിയൂ.'

'പതിനായിരത്തിൽ താഴെയാണ്. എട്ടും പത്തും ലക്ഷം പതിവായി കിടക്കാറുള്ള അക്കൗണ്ടാണത്. ഇപ്പോൾ ഇതെങ്ങനെ സംഭവിച്ചു?'

ഗായത്രീദേവി ചോദിച്ചു.

'അത്...അത്...'

'എന്റെ ആവശ്യങ്ങൾക്കുള്ള പണം മദനൻ എന്റെ അക്കൗണ്ടിലേക്ക് ട്രാൻസ്ഫർ ചെയ്യുന്നില്ലേ?'

'അത് എന്റെ ഭാഗത്തുനിന്നുള്ള അലംഭാവമല്ല മാഡം. ഗോപിസാറ് പറഞ്ഞതനുസരിച്ചാണ്.' അയാൾ നിസ്സഹായത പ്രകടിപ്പിച്ചു.

'അധികം വൈകാതെ കമ്പനിക്കാര്യത്തിൽ ഒരു തീരുമാനമുണ്ടാകും. അപ്പോൾ മദനൻ ആരുടെ കൂടെ നിൽക്കും. എന്റെയൊപ്പമോ അതോ ഗോപിയുടെ കൂടെ പോകുമോ?'

'എന്നെ കമ്പനിയിൽ ജോലിക്കെടുത്തത് കൃഷ്ണദാസ് സാറാണ്. അതു ഞാൻ മറക്കത്തില്ല മാഡം.'

'നന്നായി മദനാ. ആ ഓർമ്മ എപ്പോഴും ഉണ്ടാവണം. ഞാൻ ഇനി പറയാൻ പോകുന്നത് ശ്രദ്ധിച്ചുകേൾക്കണം.'

അനുരാഗും പല്ലവിയും ഒന്നും മിണ്ടാതെ അടുത്ത് ഇരിക്കുന്നുണ്ടായിരുന്നു.

'നമ്മുടെ വിവിധ സ്ഥാപനങ്ങളുണ്ടല്ലോ. അവയിൽനിന്നുള്ള ഡെയ്‌ലി കലക്ഷൻ ഇപ്പോൾ ഏത് അക്കൗണ്ടിലേക്കാണ് ഡിപ്പോസിറ്റ് ചെയ്യുന്നത്?' ഗായത്രീദേവി ചോദിച്ചു.

'കമ്പനിയുടെ പേരിലുള്ള നാല് അക്കൗണ്ടുകളുണ്ട്. അതിലാണ്.'

'ചെക്ക് സൈൻ ചെയ്യാനുള്ള അതോറിറ്റി ഗോപിനാഥിനും അല്ലേ?'

'അതെ.'

'ഇന്നുമുതൽ ഡേയിലി കലക്ഷൻ എന്റെ അക്കൗണ്ടിൽ ഇട്ടാൽ മതി. മനസ്സിലായില്ലേ?'

'അങ്ങനെ ചെയ്യാം മാഡം. പക്ഷേ ഗോപിസാർ സമ്മതിക്കുമോ എന്നറിയില്ല.'

'ഇത് അവന്റെ കമ്പനിയോ അതോ എന്റെ കമ്പനിയോ?'

'മാഡത്തിന്റെ കമ്പനി.'

'എന്നാൽ ഞാൻ പറയുന്നതുപോലെ ചെയ്താൽ മതി. കേട്ടോ.'

'ശരി മാഡം.'

'ഇപ്പോൾത്തന്നെ എല്ലാ മാനേജർമാരേയും വിളിച്ച് പറയണം ഇക്കാര്യം.'

'ശരിമാഡം.' മദനഗോപാൽ പോയി.

'ഈ ബുദ്ധി നമുക്ക് നേരത്തെ തോന്നിയിരുന്നെങ്കിൽ ഇത്ര കഷ്ട പ്പെടേണ്ടി വരില്ലായിരുന്നു.' അനുരാഗ് പറഞ്ഞു.

'സാരമില്ല. ഇപ്പോഴെങ്കിലും അത് ഓർമ്മ വന്നല്ലോ.'

ഒരുമണിക്കൂർ കഴിഞ്ഞപ്പോൾ ആർ.കെ അസോസിയേറ്റ്സിന്റെ ലീഗൽ അഡ്വൈസർ രാധാകൃഷ്ണൻ വിളിച്ചു.

'മാഡം ഞാൻ രാധാകൃഷ്ണനാണ്.'

അയാളുടെ വിളി വന്നപ്പോൾ എന്തോ അപകടമുണ്ടെന്ന് ഗായത്രീ ദേവിക്ക് പെട്ടെന്ന് മനസ്സിലായി.

'എന്താണ്?'

'ഞാനിപ്പോൾ വിളിച്ചത് ഒരു കാര്യം അറിയിക്കാനാണ്.'

'ഉം. പറയൂ.'

'മദനഗോപാൽ സാറിന് മാഡം ഒരു ഇൻസ്ട്രക്ഷൻ കൊടുത്തോ. അതായത് കമ്പനിയുടെ കീഴിലുള്ള വിവിധ സ്ഥാപനങ്ങളുടെ ഡെയിലി കലക്ഷൻ മാഡത്തിന്റെ പേഴ്സണൽ അക്കൗണ്ടിൽ ഡിപ്പോസിറ്റ് ചെയ്യ ണമെന്ന്.'

'പറഞ്ഞു. അതു ശരിയാണ്.'

'നിയമപരമായി അതിന് തടസ്സമുണ്ട് മാഡം.'

'എന്തു തടസ്സം?'

'മാഡത്തിന് കമ്പനികാര്യങ്ങളിൽ ഇടപെടാൻ ഒരു അവകാശവുമില്ല.'

'ആരാണ് ഇക്കാര്യം നിങ്ങളോട് പറഞ്ഞത്. ഗോപിനാഥാണോ?'

'എഗ്രിമെന്റ് പ്രകാരം അതുസാധ്യമല്ല മാഡം.'

'എഗ്രിമെന്റ് പ്രകാരമുള്ള കാര്യങ്ങളല്ലല്ലോ ഇപ്പോൾ കമ്പനിയിൽ നടക്കുന്നത്?' ഗായത്രീദേവി പറഞ്ഞു.

'എന്തുകാര്യമാണ് അങ്ങനെ സംഭവിച്ചിട്ടുള്ളത്?'

രാധാകൃഷ്ണൻ ചോദിച്ചു.

'എഗ്രിമെന്റിന്റെ ഏഴാമത്തെ ക്ലോസ് വക്കീൽ ഒന്നു വായിച്ചുനോ ക്കിക്കേ. അതു കയ്യിലുണ്ടെങ്കിൽ.'

'ഉണ്ട് മാഡം.'

'ഗായത്രീദേവിക്കും കുടുംബാംഗങ്ങൾക്കും ആവശ്യമായ പണം എപ്പോൾ വേണമെങ്കിലും ലഭ്യമാക്കാൻ രണ്ടാംകക്ഷി ബാധ്യസ്ഥനാ യിരിക്കും എന്നാണ് ഏഴാമത്തെ ഖണ്ഡിക. അതു പാലിക്കുന്നുണ്ടോ എന്ന് രണ്ടാമത്തെ കക്ഷിയോട് വക്കീൽ ഒന്നു ചോദിച്ചുനോക്കിക്കേ.'

'അങ്ങനെയൊരു കാര്യം എന്റെ ശ്രദ്ധയിൽ പെട്ടിട്ടില്ല മാഡം. ആരും ഇതുവരെ അറിയിച്ചിട്ടുമില്ല.'

പ്രോവിഷൻസ് സ്റ്റോറിലെ കണക്കുകൾ തീർത്തിട്ടില്ല ഇതുവരെ. പിന്നെ മറ്റു കടകളിലെ കണക്കും. എല്ലാം ഒന്നാംതിയ്യതി തന്നെ സെറ്റിൽ ചെയ്യാറുള്ളതാണ്.'

'അതൊന്നും ഞാനിതുവരെ അറിഞ്ഞിട്ടില്ല മാഡം. ഞാൻ അന്വേഷിക്കാം. വേണ്ടതു ചെയ്യാം.'

'ആവശ്യപ്പെടുന്ന തുക അപ്പപ്പോൾ എന്റെ പേഴ്സണൽ ബാങ്ക് അക്കൗണ്ടിൽ കമ്പനിയിൽനിന്ന് ട്രാൻസ്ഫറ് ചെയ്തുതരുമായിരുന്നു. ഇപ്പോൾ അതു ചെയ്യുന്നില്ല. എനിക്ക് എത്രയും അഞ്ചുലക്ഷം രൂപ വേണം.'

'അതേക്കുറിച്ച് ഞാൻ സംസാരിക്കാം മാഡം.' അയാൾ പറഞ്ഞു.

'ശരി നോക്കട്ടെ. കാര്യങ്ങൾ എങ്ങനെ നടക്കുന്നു എന്ന്.'

ഗായത്രീദേവി കോൾ കട്ടു ചെയ്തു.

പിറ്റേന്ന് മദനഗോപാൽ വിളിച്ചു. 'കടകളിലെ പറ്റ് തീർത്തിട്ടുണ്ട് മാഡം. അഞ്ചുലക്ഷം വേണമെന്ന് പറഞ്ഞത് തൽക്കാലം ബുദ്ധിമുട്ടായിരിക്കും. ഫണ്ടിന്റെ ഷോർട്ടേജുണ്ട്.'

'അപ്പോൾ താനും ഗോപിനാഥിന്റെ പക്ഷത്താണ് അല്ലേ.'

പരിഹാസത്തോടെ ഗായത്രീദേവി ചോദിച്ചു.

'എന്നെ തെറ്റിദ്ധരിക്കല്ലേ മാഡം. ഹോട്ടൽ മാനേജർക്ക് ഞാൻ നിർദ്ദേശം കൊടുത്തതാ. അയാൾ അപ്പോൾത്തന്നെ അക്കാര്യം ഗോപിസാറിനെ അറിയിച്ചു. ഗോപിസാറാ വക്കീലിനെക്കൊണ്ട് വിളിപ്പിച്ചത്.'

'ശരി. അവന്റെ കളികൾ എത്രത്തോളം പോകുമെന്ന് അറിയട്ടെ.'

കൂടുതൽ സംസാരിക്കാതെ ഗായത്രീദേവി ഫോൺ വച്ചു.

വീണ്ടും നിരാശയുടെ കയത്തിലേക്ക് സന്തോഷം അസ്തമിച്ചു. ആർ.കെ ബംഗ്ലാവിൽ ആർക്കും ആരോടും ഒന്നും മിണ്ടാൻപോലും തോന്നിയില്ല. അനുരാഗ് കാറെടുത്ത് പുറത്തേക്കു പോയി. സ്വന്തമായി പമ്പുള്ളതുകൊണ്ട് പെട്രോളടിക്കാൻ ആരുടെ മുൻപിലും കൈ നീട്ടേണ്ടതില്ല. അവൻ പീയുഷിന്റെ വീട്ടിലേക്കാണ് ചെന്നത്. കമ്പനിയിൽ പ്രശ്നങ്ങൾ ആരംഭിച്ചശേഷം പീയുഷ് ഓഫീസിൽ പോയിട്ടില്ല.

'വാ...സംസാരിക്കാനുണ്ട്.' പീയുഷിനെയും കൊണ്ട് ബീച്ച് റോഡിലുള്ള ഒരു റസ്റ്റോറന്റിലേക്കാണ് അനുരാഗ് പോയത്. അവർ ഒരു ഒഴിഞ്ഞ മേശയ്ക്ക് ഇരുവശത്തുമായി ഇരുന്നു. രണ്ടു ചായക്ക് പീയുഷാണ് ഓർഡർ ചെയ്തത്.

'എന്താണ് സംസാരിക്കാനുണ്ടെന്ന് പറഞ്ഞത്?'

'ഞാൻ ഒരു കാര്യം തീരുമാനിച്ചെടാ.' അനുരാഗ് പറഞ്ഞു.

'എന്ത്?'

'അയാളെ കൊല്ലാൻ.'

'ആരെ?'

'ആ ഗോപിനാഥിനെ.'

പീയുഷ് ഞെട്ടി. 'നിനക്കെന്താ ഭ്രാന്തു പിടിച്ചോ. അതോ മനസ്സിലെ ആഗ്രഹം പറഞ്ഞതാണോ?'

'അല്ല അയാം സീരിയസ്. ആ എഗ്രിമെന്റിന് നിയമസാധുത ഇല്ലാതാകണമെങ്കിൽ ഒരേയൊരു വഴിയേ ഉള്ളൂ. ഗോപിനാഥ് മരിക്കണം. അതോടെ കമ്പനി അമ്മയ്ക്ക് തിരിച്ചുകിട്ടും.'

രണ്ടു ചായ വന്നു.

'നീ ഒന്ന് പതിയെപ്പറ. ഇതുവല്ലതും അയാളുടെ ചെവിയിലെത്തിയാൽ അയാൾ വല്ല ക്വട്ടേഷനും കൊടുക്കും. നിനക്കുവേണ്ടി.'

പീയുഷ് പറഞ്ഞു.

'ഞാൻ ക്വട്ടേഷൻ കൊടുക്കില്ല. അങ്ങനെ അയാളെ കൊന്നാൽ എനിക്കൊരു സുഖവും കിട്ടത്തില്ല. എന്റെ കൈകൊണ്ടുതന്നെ അയാൾ മരിക്കണം. എന്റെ കൺമുമ്പിൽ കിടന്ന് പിടഞ്ഞ് പിടഞ്ഞ്...എനിക്കത് കാണണം. എങ്കിലേ തൃപ്തി വരൂ.'

'എന്നിട്ട് നേരെ ജയിലിൽ ചെന്ന് കിടക്കാം അല്ലേ.'

'ഒരു ജീവപര്യന്തം. അതിൽ കൂടുതൽ ഒന്നും സംഭവിക്കുകയില്ല. പന്ത്രണ്ടോ പതിനഞ്ചോവർഷം കഴിഞ്ഞ് ഞാൻ പുറത്തുവരും. അപ്പോഴും എനിക്ക് മുപ്പത്തഞ്ച് വയസ്സ്. പകുതി ജീവിതം ബാക്കിയുണ്ട്.'

അനുരാഗ് ചായ എടുത്ത് അല്പം കുടിച്ചു.

'നിന്റെ ആഗ്രഹം നടക്കാൻ പോകുന്നില്ല. അയാൾക്ക് രണ്ടു ബോഡിഗാർഡുകൾ ഉണ്ട്. അയാളുടെ സമീപത്തുപോലും ചെല്ലാൻ നിനക്ക് സാധിക്കില്ല. കത്തിയെടുത്ത് കുത്തിയാൽ ചത്തെന്നും വരില്ല.'

പീയുഷ് പറഞ്ഞു.

'കത്തിയല്ല. കൈത്തോക്കുകൊണ്ട് വെടിവച്ചാണ് ഞാൻ അയാളുടെ കഥ കഴിക്കാൻ പോകുന്നത്.'

'അതിന് തോക്കുണ്ടോ നിന്റെ കയ്യിൽ?'

'വാങ്ങാൻ പോവാണ്.'

'എവിടന്ന്?'

'അതൊക്കെ പറയാം. പക്ഷെ ഒന്നരലക്ഷം രൂപയെങ്കിലും വേണം. അത് എവിടെനിന്ന് സംഘടിപ്പിക്കും. അതാണ് ഇപ്പോൾ എന്റെ മുന്നിലുള്ള പ്രശ്നം.'

'പല്ലവിയുടെ അച്ഛനോട് ചോദിച്ചാൽ കിട്ടില്ലേ?' പീയുഷ് ചോദിച്ചു.

അങ്ങനെയൊരു സാധ്യതയുണ്ടല്ലോ എന്ന് അപ്പോഴാണ് അനുരാ

ഗിന് ഓർമ്മ വന്നത്.

'തരും. തീർച്ചയായും തരും. താങ്ക്യൂ പീയുഷ്. നീയാണ് റിയൽ ഫ്രണ്ട്.' അനുരാഗ് അവന്റെ കൈ പിടിച്ചു കുലുക്കി. അപ്പോൾത്തന്നെ അവൻ ബാലകൃഷ്ണൻനായരെ വിളിച്ചു.

'അച്ഛാ എനിക്കൊരു സഹായം വേണം. അതിനുവേണ്ടിയാണ് ഇപ്പോൾ വിളിച്ചത്.'

'എന്താ അനൂ?'

'വീട്ടിലെ കാര്യങ്ങൾ വലിയ കഷ്ടത്തിലാണ്. കമ്പനിയിൽനിന്ന് ഒരു രൂപപോലും അവർ തരുന്നില്ല. അയാളുടെ കളികൾ...'

അതുവരെ നടന്ന കാര്യങ്ങൾ അവൻ ചുരുക്കത്തിൽ അദ്ദേഹത്തോട് പറഞ്ഞു.

'അതുകൊണ്ട് ഒരു രണ്ടുലക്ഷം രൂപ എനിക്കു തരണം അച്ഛൻ. പറ്റില്ലേ?'

'അതിനെന്താ തരാമല്ലോ. അനൂ നീ നിന്റെ ബാങ്ക് അക്കൗണ്ട് നമ്പർ വാട്സാപ്പിൽ എനിക്ക് അയച്ചുതാ. ഇന്നുതന്നെ പൈസ ഞാൻ നിന്റെ അക്കൗണ്ടിലേക്ക് ട്രാൻസ്ഫർ ചെയ്യാം.'

'താങ്ക്സ് അച്ഛാ.'

അങ്ങനെ പണത്തിന്റെ കാര്യം പരിഹരിക്കപ്പെട്ടു.

അനുരാഗ് പിന്നെ പോക്കറ്റിൽനിന്ന് ഒരു വിസിറ്റിംഗ് കാർഡ് എടുത്തു. നന്ദകുമാറിന്റെ കാർഡ് ആയിരുന്നു അത്. അയാളുടെ നമ്പർ നോക്കി. അപ്പോൾത്തന്നെ അവൻ വിളിച്ചു.

'സാർ ഒരു കാര്യം പറഞ്ഞില്ലേ. പിസ്റ്റളിന്റെ...ഒരെണ്ണം വേണം എനിക്ക്. എത്രയും വേഗം.' അവൻ പറഞ്ഞു.

'ഞാൻ ഫെഡറിക്കിനെ വിളിച്ച് ഒന്ന് സംസാരിക്കട്ടെ.'

അയാൾ പറഞ്ഞു.

'ശരി സാർ.'

അരമണിക്കൂർ കഴിഞ്ഞ് നന്ദകുമാർ വിളിച്ചു.

'അനുരാഗിന് ഭാഗ്യമുണ്ട്. ഒരു ചെക്കോസ്ലാവാക്യൻ പിസ്റ്റൾ ഫ്രെഡറിക്കിന്റെ കൈവശമുണ്ട്. നാളെത്തന്നെ ചെന്നോളൂ. വില അല്പം കൂടുതൽ കൊടുക്കേണ്ടിവരും. ഒന്നേമുക്കാൽ ലക്ഷം.'

'അതുസാരമില്ല സാർ.'

പിറ്റേന്നുരാവിലെ അനുരാഗുംപീയുഷും കൊച്ചിയിലേക്ക് പുറപ്പെട്ടു.

പതിനേഴ്

പീയുഷാണ് കാർ ഡ്രൈവ് ചെയ്തത്. അനുരാഗ് ഏതോ ചിന്തയിൽ മുഴുകി നിശ്ശബ്ദനായി ഇരുന്നതേയുള്ളൂ.

ആ യാത്ര ശുദ്ധമണ്ടത്തരമാണെന്ന് പീയുഷിന് തോന്നി. ഒന്നേമുക്കാൽലക്ഷം കൊടുത്ത് ഒരു പരിചയവുമില്ലാത്ത ഒരുത്തന്റെ കയ്യിൽനിന്ന് കൈത്തോക്ക് വാങ്ങാൻ.

കിട്ടുന്നത് കളിത്തോക്കാണെങ്കിലോ?

അഥവാ അസ്സൽ തോക്കാണെങ്കിൽ തന്നെ അതുപയോഗിച്ച് ഗോപിനാഥിനെ കൊലപ്പെടുത്താൻ പറ്റും എന്നത് വെറുമൊരു സ്വപ്നം മാത്രം.

ചേർത്തല ബൈപ്പാസ് എത്തിയപ്പോൾ അവൻ റോഡിന്റെ വശം ചേർത്ത് കാർ നിർത്തി. അനുരാഗ് തലതിരിച്ച് അവനെ ഒന്നു നോക്കി.

'ഉം?'

'എനിക്കു ചില കാര്യങ്ങൾ അറിയാനുണ്ട്. അതുകഴിഞ്ഞിട്ടുമതി മുന്നോട്ടു പോകുന്നത്.' പീയുഷ് പറഞ്ഞു.

'എന്തുകാര്യം?'

'തോക്കു തരുന്ന ഫ്രെഡറിക്കിനെ നിനക്ക് പരിചയമുണ്ടോ?'

'ഇല്ല.'

'അയാൾ ഒരു ഫ്രോഡ് അല്ലെന്ന് എങ്ങനെയറിയാം?'

പീയുഷ് ചോദിച്ചു.

'നന്ദകുമാർസാറിന്റെ ഏർപ്പാടിലാണ് ഞാൻ പോകുന്നത്. എനിക്ക് സാറിനെ വിശ്വാസമാണ്.' അനുരാഗ് പറഞ്ഞു.

'അയാൾ ഈ ഫ്രെഡറിക്കിന്റെ ഏജന്റല്ലെന്ന് ആർക്കറിയാം. നീ കണ്ണുമടച്ച് ആരെയും വിശ്വസിക്കരുത്. ആദ്യമായിട്ട് കണ്ട നിന്നെ തോക്കു വാങ്ങാൻ അയാൾ പ്രേരിപ്പിക്കുകയല്ലേ ചെയ്തത്. അതിൽ ഒരു കള്ളത്തരമില്ലേ?'

'പീയുഷ് എനിക്ക് നിന്നോട് തർക്കിക്കാൻ ഒട്ടും താല്പര്യമില്ല. സമയവുമില്ല. എനിക്കിപ്പോൾ ഒരു ലക്ഷ്യമുണ്ട്. ഒരേയൊരു ലക്ഷ്യം മാത്രം. ഗോപിനാഥിനെ ഇല്ലായ്മ ചെയ്യണം. അതിന് ഒരു തോക്ക് കൂടിയേ തീരൂ. എന്ത് റിസ്ക്ക് എടുക്കാനും തയ്യാറാണ് ഞാൻ.' അനുരാഗ് പറഞ്ഞു.

'എന്റെ രണ്ടുമൂന്നുചോദ്യങ്ങൾക്കുകൂടി മറുപടി പറഞ്ഞാൽ ഞാൻ നിന്റെ കൂടെ വരാം. അല്ലെങ്കിൽ ഇവിടെ ഞാനിറങ്ങും.'

പീയുഷ് തറപ്പിച്ചുപറഞ്ഞു.

'ചോദിക്ക്.' അക്ഷമയോടെ അനുരാഗ് അവനെ നോക്കി.

'നിനക്ക് നല്ല അസ്സൽ തോക്ക് തന്നെ കിട്ടിയെന്നിരിക്കട്ടെ. അയാൾക്ക്

ട്രെയിനിംഗ് ഉള്ള രണ്ടു ബോഡി ഗാർഡുകൾ ഉള്ള സ്ഥിതിക്ക് തോക്ക് നീ കയ്യിലെടുക്കുമ്പോൾ തന്നെ അവർ നിന്നെ വീഴ്ത്തിക്കഴിഞ്ഞിരിക്കും.'

അനുരാഗ് ഒന്നു ചിരിച്ചു.

'ഞാൻ അത്ര മണ്ടനാണെന്നാണോ നീ വിചാരിച്ചത്. നന്നായി പ്ലാൻ ചെയ്തിട്ടുതന്നെയാ ഞാൻ ഇറങ്ങിത്തിരിച്ചിരിക്കുന്നത്. ബോഡി ഗാർഡുകൾ ഇല്ലാതെ അയാളെ ഒറ്റയ്ക്കു കിട്ടാൻ ഞാനൊരു വഴി കണ്ടുപിടിച്ചിട്ടുണ്ട്.'

'എന്തുവഴി?' പീയുഷ് ചോദിച്ചു.

'അയാളുമായി വീണ്ടും അടുക്കുക. അയാളുടെ വിശ്വാസം പിടിച്ചുപറ്റുക. അതോടെ ബോഡി ഗാർഡുകളെ ഒഴിവാക്കി അയാളെ എനിക്കു കിട്ടും.'

'അതൊക്കെ നിന്റെ മനക്കോട്ട മാത്രമാണ്. ഇനി അയാളെ നിന്നെ കൂടെ കൂട്ടുകയില്ല. അയാളെ സംബന്ധിച്ചേടത്തോളം നീ ശത്രുവാണ്.'

പീയുഷ് അത് തള്ളിക്കളഞ്ഞു.

'അയാളുടെ ശത്രുപക്ഷത്ത് ഇപ്പോൾ മൂന്നുപേരുണ്ട്. അമ്മ, ഞാൻ പിന്നെ പല്ലവി. ഇവിരിൽനിന്ന് ഒരാൾ പൊഴിഞ്ഞുപോകുന്നത് അയാൾക്ക് സന്തോഷമുള്ള കാര്യമായിരിക്കില്ലേ.'

പീയുഷ് ഒന്ന് ആലോചിച്ചു.

'ഉം. ശരിയായിരിക്കും.'

'അമ്മയും പല്ലവിയുമായി ഞാൻ തല്ലിപ്പിരിയുന്നു. അവർ രണ്ടുപേരും കാരണമാണ് ഇപ്പോൾ ഇത്രയും പ്രശ്നങ്ങളുണ്ടായത് എന്ന് ആരോപിക്കുന്നു. അവരിൽനിന്ന് പിരിഞ്ഞ് ഒറ്റയ്ക്ക് താമസിക്കുന്നു. അയാൾ എന്നെ പാട്ടിലാക്കാൻ ശ്രമിക്കുമെടാ.'

'നടക്കാത്ത കാര്യം. നിനക്കങ്ങനെ അമ്മയെയും ഭാര്യയെയും തള്ളിപ്പറയാൻ പറ്റുമോ?'

'പറ്റില്ല. പക്ഷേ അഭിനയിക്കും.'

'അയാൾ അതു വിശ്വസിക്കില്ല. അഭിനയം അയാൾ തിരിച്ചറിയും. അയാൾ അത്ര മണ്ടനൊന്നുമല്ല.'

അനുരാഗ് ഒന്ന് ആലോചിച്ചു.

'ശരി. തൽക്കാലത്തേക്ക് ഞാൻ അവരുമായി തെറ്റിപ്പിരിയും. നീ മാത്രം ഇതറിഞ്ഞാൽ മതി. അയാളുടെ കഥ കഴിച്ചശേഷം മാത്രം അവർ അറിഞ്ഞാൽ മതി ഇതൊരു നാടകമായിരുന്നുവെന്ന്.'

പീയുഷ് അവന്റെ മുഖത്തേക്കു തുറിച്ചുനോക്കി.

'ഒന്നൂടൊന്ന് ചിന്തിച്ചിട്ട് മതി. നിനക്ക് ഒരു കൊലപാതകിയാകണോ?

പത്രത്തിലും ടീവിയിലും ന്യൂസ് വരും. ലോകം മുഴുവൻ അറിയും. പോലീസ്, കോടതി, വിസ്താരം, ജയിൽ, വേണ്ടപ്പെട്ടവർക്ക് ദുഃഖം, അപമാനം, ദുഃഖം, നിരാശ...വേണോ അത്?'

'വേണം. അയാളെ കൊന്നാൽ രണ്ടു ജയങ്ങൾ എനിക്കു കിട്ടും. സ്വത്തുക്കൾ മുഴുവൻ തിരിച്ചെടുക്കാൻ പറ്റും എന്നതാണ് പ്രധാനം. അയാളോടുള്ള പ്രതികാരം വീട്ടി എന്ന ആത്മസംതൃപ്തിയാണ് മറ്റേത്.' അനുരാഗിന്റെ കണ്ണുകൾ ഒന്ന് ഇടുങ്ങി.

ചുണ്ടുകൾ വിറച്ചു.

'വേറെ ഒരു വഴിയുമില്ല പീയുഷ്. അല്ലെങ്കിൽ ജീവിതകാലം മുഴുവൻ അയാളുടെ മുമ്പിൽ ഭിക്ഷാപാത്രവുമായി ഞങ്ങൾക്ക് നിൽക്കേണ്ടിവരും. അയാൾ മരിക്കുന്നതുവരെ...'

അവൻ പറയുന്നതിലും കാര്യമുണ്ടെന്ന് പീയുഷിന് തോന്നി.

അനുരാഗ് പെട്ടെന്ന് അവന്റെ നേർക്ക് തിരിഞ്ഞു.

'ഇപ്പോൾ ഇവിടെവച്ച് എനിക്കൊരു കാര്യം അറിയണം. എന്റെ ഈ പ്ലാനുമായി ഞാൻ മുന്നോട്ടു പോവുകയാണ്. നീ എന്റെ ഒപ്പം ഉണ്ടാവണം. ഈ രഹസ്യങ്ങളൊന്നും ഒരു കുഞ്ഞുപോലും അറിയാതെ. പറ്റില്ലെങ്കിൽ ഈ നിമിഷം നീ കാറിൽനിന്നിറങ്ങണം. പിന്നെ നമ്മൾ തമ്മിൽ ഒരു ബന്ധവുമില്ല.'

എന്തുമറുപടി പറയണമെന്നറിയാതെ പീയുഷ് ഒന്നു പകച്ചു. പിന്നെ അവൻ അനുരാഗിന്റെ കൈകൾ ചേർത്തുപിടിച്ചു. 'ഞാനുണ്ട് നിന്റെ കൂടെ. ഏതറ്റംവരെയും.' അവൻ പറഞ്ഞു.

രണ്ടുകൂട്ടുകാരും ഗാഢമായി ആലിംഗനത്തിൽ അമർന്നു.

'ഇനി പോകാം.' അനുരാഗ് പറഞ്ഞു.

പീയുഷ് കാർ മുന്നോട്ടെടുത്തു.

അല്പനേരം കഴിഞ്ഞപ്പോൾ നന്ദകുമാറിന്റെ വിളി വന്നു.

'അനുരാഗ്...'

'സാർ.'

'എവിടെയാണ്?'

'ചേർത്തല കഴിഞ്ഞു.'

'കാഷ് റെഡിയല്ലേ?'

'അതെ.'

'ഫ്രെഡറിക്കിന് ഞാൻ അനുരാഗിന്റെ നമ്പർ കൊടുത്തിട്ടുണ്ട്. അയാൾ ഉടനെ വിളിക്കും. അയാളുടെ നിർദ്ദേശം അനുസരിച്ച് നീങ്ങണം. മനസ്സിലായില്ലേ.'

'യേസ് സാർ.'

'ആർക്കും ഒരു സംശയവും ഉണ്ടാകാതിരിക്കാനാണ്. ഒരു രഹസ്യ ഡീൽ ആണ് ഇത് എന്നു വിചാരിച്ച് ഒരു പേടിയും വേണ്ട. ഫ്രെഡറിക്കിനെ വിശ്വസിക്കാം.'

'ഉം.'

'ശരി വെച്ചോ.'

കോൾ പെട്ടെന്ന് കട്ട് ആയി.

അവന്റെ സംസാരം കേട്ടിരുന്നതല്ലാതെ പീയുഷ് ഒന്നും പറഞ്ഞില്ല.

വണ്ടി വീണ്ടും കുറേദൂരം ഓടിയപ്പോൾ പരിചയമില്ലാത്ത ഒരു നമ്പറിൽനിന്നും വിളി വന്നു. അത് ഫ്രെഡറിക്ക് ആയിരിക്കുമെന്ന് അനുരാഗിന് മനസ്സിലായി.

'ഹലോ.' അവൻ കോൾ എടുത്തു.

'യേസ്. അയാം ഫ്രെഡറിക്ക്.'

'ഓക്കെ.'

'നിങ്ങൾ നേരം വൈറ്റില റൂട്ടിൽ വരിക'

'ശരി.'

'ലേക്ഷോർ കഴിഞ്ഞ് അരകിലോമീറ്റർ മുമ്പോട്ട് വരുമ്പോൾ ഇടതുവശം ചേർന്ന് മഞ്ഞനിറത്തിലുള്ള ഒരു കാർ പാർക്ക് ചെയ്തിരിക്കും. നമ്പർ അൻപത് എഴുപത്.'

'ഉം.'

'ആ വണ്ടിയുടെ തൊട്ടുപിന്നിൽ പാർക്ക് ചെയ്തിട്ട് കാറിൽ കയറണം.'

'ഞങ്ങൾ രണ്ടുപേരുണ്ട്.' അനുരാഗ് പറഞ്ഞു.

'അറിയാം. കാഷ് കയ്യിലെടുത്ത് ഒരാൾ ബാക്ക് സീറ്റിലും മറ്റേയാൾ ഫ്രണ്ട് സീറ്റിലും കയറണം.'

'ശരി.'

'ഞങ്ങൾ വെയിറ്റിംഗിലാണ്. വേഗം വരിക.' കോൾ കട്ട് ആയി.

ലൗഡ് സ്പീക്കറിലിട്ടാണ് അനുരാഗ് അയാളോട് ഫോണിൽ സംസാരിച്ചത്. അതുകാരണം പീയുഷിന് പ്രത്യേകം നിർദ്ദേശം കൊടുക്കേണ്ടി വന്നില്ല. വൈറ്റില എത്തുംമുമ്പ് അകലേനിന്നേ മഞ്ഞനിറത്തിലുള്ള കാർ അവരുടെ ശ്രദ്ധയിൽ പെട്ടു. വണ്ടി വേഗം കുറച്ചാണ് പിന്നെ ഓടിയത്. ആ കാറിന്റെ പിന്നിൽ ചെന്ന് പീയുഷ് വണ്ടി നിർത്തി. എറണാകുളം രജിസ്ട്രേഷനുള്ള ആ കാറിന്റെ നമ്പർ അമ്പത് എഴുപത്. രണ്ടായിരത്തിന്റെ ഒരു കെട്ട് നോട്ട് പാന്റ്സിന്റെ പോക്കറ്റിലാക്കി അനുരാഗ് കാറിൽനിന്നിറങ്ങി. ഉടൻതന്നെ പീയുഷും ഇറങ്ങി.

അനുരാഗും വേഗം മഞ്ഞനിറമുള്ള കാറിന്റെ ബാക്ക് ഡോർ തുറന്ന്

ഉള്ളിൽ കയറി ഇരുന്നു. നരച്ച താടിയും പൂച്ചക്കണ്ണുമുള്ള അരോഗദൃഢ ഗാത്രനായ ഒരു അമ്പതുകാരൻ ബാക്ക് സീറ്റിൽ ഉണ്ടായിരുന്നു. നീല ജീൻസും വെള്ള ടീഷർട്ടുമായിരുന്നു അയാളുടെ വേഷം.

'ഫ്രെഡറിക്.' അയാൾ അനുരാഗിനുനേരെ കൈനീട്ടി.

'അനുരാഗ്.' അവൻ അയാളുടെ കൈ പിടിച്ചു. അപ്പോഴേക്ക് പീയുഷ് ഫ്രണ്ട് സീറ്റിൽ കയറി ഇരുന്നുകഴിഞ്ഞിരുന്നു. കറുത്തു തടിച്ച ഒരു ചെറുപ്പക്കാരനായിരുന്നു ഡ്രൈവർ. കാർ ഉടൻതന്നെ മുന്നോട്ടു നീങ്ങി. ബാക്ക് സീറ്റിൽവച്ചാണ് കച്ചവടം നടന്നത്. തടികൊണ്ട് നിർമ്മിച്ച ചതുരാകൃതിയിലുള്ള ഒരു ബോക്സ് തുറന്ന് അതിൽനിന്ന് സ്റ്റീൽ നിറമുള്ള ഒരു ചെറിയ കൈത്തോക്ക് എടുത്ത് അനുരാഗിന് ഫ്രെഡറിക് കൊടുത്തു. തോക്കിന്റെ പ്രധാന ഭാഗങ്ങൾ, പ്രവർത്തനം, നിറയൊഴിക്കുന്ന രീതി, തിര നിറയ്ക്കുന്ന വഴി, ഉന്നം പിടിക്കുമ്പോൾ ശ്രദ്ധിക്കേണ്ട കാര്യങ്ങൾ...എല്ലാം അയാൾ അവന് വിശദമായി പറഞ്ഞുകൊടുത്തു.

'ഇത് ക്ലോസ് റേഞ്ച് പിസ്റ്റളാണ്. പന്ത്രണ്ടടി ദൂരെ വരെ ഈസിയായിട്ട് ടാർഗറ്റ് ചെയ്യാം.'

നൂറു തിരകൾ സഹിതമാണ് അയാൾ അവന് കൈപ്പിടിയിലൊതുങ്ങുന്ന ആ തോക്ക് വില്പന നടത്തിയത്. വിലയായി ഒന്നരലക്ഷവും വാങ്ങി. കളമശ്ശേരിയിൽ ചെന്ന് കാർ തിരിഞ്ഞു. വീണ്ടും വൈറ്റിലയിലെത്തി. റോഡിന്റെ എതിർവശത്ത് അവരുടെ കാർ കിടന്ന ഭാഗത്ത് ചെന്ന് മഞ്ഞ കാർ നിന്നു.

'എന്തെങ്കിലും സംശയമുണ്ടെങ്കിൽ വിളിച്ചാൽ മതി.'

ഫ്രെഡറിക് പറഞ്ഞു.

'ശരി.' കാറിൽനിന്നിറങ്ങി വളരെ ശ്രദ്ധിച്ച് റോഡ് ക്രോസ് ചെയ്ത് അനുരാഗും പീയുഷും അവരുടെ കാറിൽ ചെന്നുകയറി.

'നീയിതുംകൊണ്ട് വീട്ടിലേക്ക് പോകുമോ?' പീയുഷ് ചോദിച്ചു.

'ഇല്ല.'

'പിന്നെ?'

'തൽക്കാലം കാറിനുള്ളിൽതന്നെ ഒളിപ്പിച്ചുവയ്ക്കും.'

'ഇതു പൊട്ടുന്ന തോക്കുതന്നെയാണെന്ന് നിനക്ക് ഉറപ്പുണ്ടോ?'

ഒടുവിൽ പീയുഷ് ചോദിച്ചു.

അനുരാഗ് അവനെ ഞെട്ടലോടെ നോക്കി.

***

മണി പന്ത്രണ്ടര.

'അനുരാഗ് ഇതുവരെ വന്നില്ലല്ലോ അമ്മേ.' പല്ലവി ചെന്ന് ഗായത്രീദേവിയോട് പറഞ്ഞു.

'എവിടെ പോയതാ അവൻ?' അവർ ചോദിച്ചു.

'ഒരാളെ കാണാൻ പോണമെന്ന് മാത്രമേ പറഞ്ഞൊള്ളു. ഒൻപതായപ്പോ ഇവിടുന്ന് പോയതല്ലേ. ഇതുവരെ പിന്നെ വിളിച്ചുമില്ല.'

'മോൾ അവനെ ഒന്നു വിളിച്ചുനോക്ക്. ഒന്നാമത് ചീത്തക്കാലം.'

പല്ലവി അപ്പോൾത്തന്നെ അനുരാഗിന്റെ നമ്പർ എടുത്തുവിളിച്ചു. ബെല്ലുണ്ടായിരുന്നു.

'ഹലോ.' അവൻ കോൾ എടുത്തു.

'അനു എവിടെയാണ്?' അവൾ ചോദിച്ചു.

'ഞാൻ ഒരു സ്ഥലം വരെ പോയിരിക്കുകയായിരുന്നു. തിരിച്ചു വന്നോണ്ടിരിക്കുവാണ്.' അവൻ പറഞ്ഞു.

'എവിടെ പോയതാ'

'ഒരു സ്ഥലം വരെ എന്നു പറഞ്ഞില്ലേ?'

അവൾ അലോസരപ്പെടുത്തുകയാണ് എന്നൊരു ധ്വനിയാണ് അവന്റെ സ്വരത്തിൽ എന്ന് അവൾക്കു തോന്നി.

'സ്ഥലത്തിന് പേരില്ലേ?' അവൾ വീണ്ടും തിരക്കി.

'അറിഞ്ഞേ തീരൂ എന്ന് എന്താണ് നിനക്കിത്ര നിർബന്ധം? എന്റെ കാര്യങ്ങളിൽ അനാവശ്യമായി ഇടപെടരുത്. കേട്ടല്ലോ.'

അവൾ കോൾ കട്ട് ചെയ്തു. പല്ലവിക്ക് ഒന്നും മനസ്സിലായില്ല. അനുവിന് ഇതെന്തുപറ്റി? ഇതുവരെ ഇതുപോലെ മുഷിഞ്ഞ് സംസാരിച്ചിട്ടില്ല. ഒരുപക്ഷേ ഇപ്പോഴത്തെ മാനസികാവസ്ഥ കാരണം ഉള്ളിലുള്ള ദേഷ്യം തന്നോട് തീർക്കുന്നതാണോ?

പാവം അനു.

അവൾ ഗായത്രീദേവിയുടെ അടുത്തേക്ക് ചെന്നു. 'അനു ഏതോ കൂട്ടുകാരനെ കാണാൻ പോയതാണമ്മേ. ഉടൻ വരും.' അവൾ അറിയിച്ചു.

'ഊണു കഴിക്കാറാകുമ്പോഴേക്കു വരുമോ?'

'വരും അമ്മേ.' പല്ലവി അവളുടെ മുറിയിലേക്കു പോയി. അപ്പോഴാണ് മൂവാറ്റുപുഴനിന്ന് രാജേശ്വരി വിളിച്ചത്. ഇവിടത്തെ വിശേഷങ്ങൾ രണ്ടുതവണയെങ്കിലും വിളിച്ചു ചോദിക്കാറുണ്ട് അവർ.

'എന്താമ്മേ?' പല്ലവി കോൾ എടുത്തു.

'ഒന്നുമില്ല മോളേ. വെറുതെ. അനു വീട്ടിലുണ്ടോ?'

രാജേശ്വരി ചോദിച്ചു.

'ഇല്ല. പുറത്തു പോയിട്ട് ഇതുവരെ തിരിച്ചെത്തിയിട്ടില്ല.'

അവൾ പറഞ്ഞു.

'എവിടാ പോയത്?'

'ഒരു കൂട്ടുകാരന്റെ വീട്ടിലാണ്.'

'അച്ഛൻ തന്ന പൈസകൊണ്ട് തൽക്കാലത്തെ കാര്യങ്ങൾ നടക്കുമല്ലോ അല്ലേ?' രാജേശ്വരി ചോദിച്ചു.

'അച്ഛൻ തന്ന പൈസയോ?' അവൾക്കു മനസ്സിലായില്ല.

'അപ്പോൾ മോൾ അറിയാതെയാണോ അനു അച്ഛനോട് കാഷ് ചോദിച്ചത്?'

'അമ്മയെന്താണ് പറയുന്നത്? അനു അച്ഛനോട് ക്യാഷ് ചോദിച്ചെന്നോ? എന്തിന്?'

'അതുശരി. അപ്പോൾ മോൾ അറിയാതെയാണ്. ആണുങ്ങളല്ലേ. എന്തെങ്കിലുമൊക്കെ ആവശ്യം കാണും.'

'എത്ര രൂപ ചോദിച്ചു?'

'രണ്ടുലക്ഷം. അപ്പോൾതന്നെ അത് അവന്റെ ബാങ്ക് അക്കൗണ്ടിലേക്ക് അച്ഛൻ ഇട്ടുകൊടുക്കുകയും ചെയ്തു.'

പല്ലവി ഞെട്ടലോടെ നിന്നു. എന്തുകൊണ്ട് അനു ഇക്കാര്യം തന്നോട് പറഞ്ഞില്ല.

'നിന്നോട് പറഞ്ഞില്ലേ അവൻ?' രാജേശ്വരി ചോദിച്ചു.

'ഒരാളോട് കുറച്ച് ക്യാഷ് ചോദിച്ചിട്ടുണ്ടെന്ന് പറഞ്ഞു. ആരോടാണെന്ന് പറഞ്ഞില്ല. ഞാൻ സമ്മതിക്കില്ലെന്ന് വിചാരിച്ചിട്ടായിരിക്കും സത്യം പറയാഞ്ഞത്.' അവനെ കള്ളനാക്കാതിരിക്കാൻ വേണ്ടി അവൾ പറഞ്ഞു.

'അതാരിക്കും കാരണം. സാരമില്ല മോളേ. അധികം വൈകാതെ എല്ലാം നേരെയാകും മോളേ. അച്ഛനും പലരോടും അന്വേഷിക്കുന്നുണ്ട്. ഇതിന് ഉചിതമായ പോംവഴി.' അവർ അല്പനേരം സംസാരിച്ചു. അമ്മയുടെ വാക്കുകൾ കേട്ടപ്പോൾ പല്ലവിക്ക് കുറച്ച് സമാധാനം തോന്നി

ഫോൺ വച്ചുകഴിഞ്ഞപ്പോഴാണ് അനുരാഗിന്റെ കാർ വന്ന് നിൽക്കുന്ന ശബ്ദം അവൾ കേട്ടത്. അവൾ വേഗം ചെന്ന് മുൻവാതിൽ തുറന്നു. കാറിൽനിന്ന് അനുരാഗ് ഇറങ്ങിവരുന്നത് കണ്ടപ്പോൾത്തന്നെ അവൾക്ക് എന്തോ ഒരു പന്തികേട് അനുഭവപ്പെട്ടു. അവന്റെ കാലുകൾ നിലത്തുറയ്ക്കാത്തതുപോലെ. അവൻ പടികയറി അടുത്തുവന്നപ്പോൾ അവൾക്ക് മടുപ്പിക്കുന്ന ഒരു ഗന്ധം അനുഭവപ്പെട്ടു.

'അനു കുടിച്ചിട്ടാണോ വന്നിരിക്കുന്നേ?' അവൾ ഞെട്ടലോടെ അവനെ നോക്കി.

'ഉം. ഇത്തിരി കുടിച്ചു. ടെൻഷൻ സഹിക്കാൻ വയ്യാഞ്ഞിട്ടാ.' അവൻ കുഴയുന്ന നാവോടെ പറഞ്ഞു.

അവളുടെ കണ്ണുകൾ പെട്ടെന്ന് നിറഞ്ഞു.

'എന്നിട്ട് ടെൻഷൻ കുറഞ്ഞോ?'

'പിന്നില്ലേ. ഇപ്പം നല്ല സുഖം. ഒരു പ്രശ്നവുമില്ല. നല്ല സുഖം.'

അവൻ ബെഡ്റൂമിലേക്ക് ആടിയാടി നടന്നു.

'അനൂ....' അവൾ ഹൃദയവേദനയോടെ വിളിച്ചു.

'ഞാൻ ഫുഡ് കഴിച്ചതാ. എനിക്കൊന്നും വേണ്ട. കുറച്ചു കിടക്കണം. ശല്യപ്പെടുത്തരുത്.' തിരിഞ്ഞുനോക്കി അവളോട് പറഞ്ഞിട്ട് അനുരാഗ് മുറിയിൽ കയറി വാതിലടച്ചു ബോൾട്ടിട്ടു. പിന്നെ അവളുടെ ശബ്ദമൊന്നും കേട്ടില്ല. അനുരാഗ് ദീർഘമായി ഒന്ന് നിശ്വസിച്ചു. അഭിനയം അത്ര ബോറായില്ലെന്ന് അവനു തോന്നി.

കുടിച്ചിട്ടുണ്ടെന്ന് പല്ലവിയെ ബോധ്യപ്പെടുത്താൻ വേണ്ടി അവൻ ബാറിൽ കയറി ഒരു ലാർജ് ബ്രാണ്ടി കഴിച്ചിരുന്നു. എത്രയോ ദിവസങ്ങൾക്കുശേഷമാണ് ഒരു ബാറിൽ കയറിയത്. തൽക്കാലം പല്ലവിയിൽനിന്ന് അകന്നുനിൽക്കണം. മനഃപൂർവ്വമാണെന്ന് അവൾ അറിയാനും പാടില്ല. അതിന് എന്താണ് വഴിയെന്നാലോചിച്ച് അവൻ തലപുകച്ച് കിടന്നു. രണ്ടുപേരും തമ്മിൽ തെറ്റിപ്പിരിഞ്ഞെന്ന് ഗോപിനാഥ് അറിയുകയും വേണം.അതാണ് പ്രധാനം.

കുറെ ആലോചിച്ചപ്പോൾ ഒരു വഴി മുൻപിൽ തെളിഞ്ഞുവന്നു. ഒന്ന് പരീക്ഷിച്ചുനോക്കാം. അതു നടന്നില്ലെങ്കിൽ വേറെ വഴി കണ്ടുപിടിക്കണം. ഏറെനേരം കഴിഞ്ഞിട്ടാണ് അനുരാഗ് വാതിൽ തുറന്നത്. അവൻ പല്ലവിയെ നോക്കി എല്ലാ മുറികളിലും നടന്നെങ്കിലും അവളെ കണ്ടില്ല.

'എന്താ മോനേ നോക്കുന്നത്?' സുമിത്ര ചോദിച്ചു.

'പല്ലവി.'

'തലവേദനയാണെന്ന് പറഞ്ഞ് ഇരിക്കണ കണ്ടാരുന്നല്ലോ. വെളീലോട്ടൊന്നും പോയിട്ടില്ല.'

അന്വേഷിച്ച് ചെന്നപ്പോൾ പൂന്തോട്ടത്തിലെ ഇരുമ്പു കസേരയിൽ പല്ലവി ഇരിക്കുന്നുണ്ടായിരുന്നു. കരഞ്ഞു കണ്ണുകൾ ചുവന്ന്...മുഖം വീർത്ത്....'

'പല്ലവീ...' അവൻ ക്ഷമാപണസ്വരത്തിൽ വിളിച്ചു. അവനെ കണ്ടതോടെ അവളുടെ കണ്ണുകൾ നിറഞ്ഞു. അവൻ ചെന്ന് അവളുടെ അടുത്തിരുന്നു.

'സോറി. സഹിക്കാൻ പറ്റാത്ത വിഷമം വന്നപ്പോൾ ഒരു ഡ്രിങ്ക് കഴിക്കാൻ തോന്നി. ഞാൻ വേറാരുടേ കാര്യം ചിന്തിച്ചില്ല. സോറി. ഇനി അങ്ങനൊന്നും സംഭവിക്കില്ല. ഉറപ്പ്.' അവൻ അവളുടെ കൈകൾ ചേർത്തുപിടിച്ചുകൊണ്ട് മാപ്പ് പറഞ്ഞു.

'ക്ഷമിച്ചു. ഇനി കുടിക്കരുത്. പക്ഷേ എനിക്ക് വേറൊരു കാര്യം ചോദിക്കാനുണ്ട്.'

അവൾ പറഞ്ഞു.

'എന്താണ്?'

'നമ്മൾ ഭാര്യയും ഭർത്താവുമാണ്. നമ്മൾ തമ്മിൽ രഹസ്യങ്ങൾ പാടുണ്ടോ?'

'എന്താ പല്ലവി അങ്ങനെ ചോദിച്ചത്?' അവനു സംശയമായി.

'അച്ഛനോട് പണം ചോദിച്ച കാര്യം എന്തിനാ എന്നോട് മറച്ചുവച്ചത്?'

'സോറി. അഭിമാനം കൊണ്ടാണ്. ഭാര്യയുടെ അച്ഛനിൽനിന്ന് പണം കടം മേടിക്കാൻ ഒരു മരുമകനും ഇഷ്ടപ്പെടുകയില്ല. എന്റെ ദയനീയാവസ്ഥ എന്റെ ഭാര്യ അറിയണ്ട എന്നു വിചാരിച്ചാണ്.'

'അത് ദുരഭിമാനമാണ് അനൂ. ഇനി എന്നോട് ഒന്നും പറയാതിരിക്കല്ലേ. എനിക്കത് സഹിക്കാൻ പറ്റില്ല.'

'ഇനി അങ്ങനെ സംഭവിക്കത്തില്ല. ഉറപ്പ്.'

അവൾക്ക് സമാധാനമായി.

അന്നുരാത്രി ഉറങ്ങാൻ കിടക്കുമ്പോൾ തന്റെ മനസ്സിലുണ്ടായിരുന്ന പ്ലാനിന്റെ ആദ്യരംഗം അനുരാഗ് അഭിനയിച്ചു.

'നാളെ നമുക്ക് ഓഫീസിൽ ചെന്ന് മദനൻ അങ്കിളിനെ ഒന്നു കാണണം.' അവൻ പറഞ്ഞു.

'എന്തിനാ?' അവൾ ചോദിച്ചു.

'നമുക്ക് എപ്പോൾ പണത്തിന്റെ ആവശ്യം വന്നാലും അതു തരാൻ ഗോപിയങ്കിൾ ബാദ്ധ്യസ്ഥനാണ്.മുമ്പ് പലതവണ തന്നിട്ടുണ്ട്. അതായത് നമ്മുടെ കല്യാണത്തിന് മുമ്പ്.' അവൻ പറഞ്ഞു.

'എങ്കിൽ നിശ്ചയമായും ഇനിയും തരണം. തരാതിരിക്കാൻ പറ്റില്ല.'

അവൾ അതിനോട് യോജിച്ചു.

'നാളെ നമുക്ക്പോയി ഒരു അഞ്ചുലക്ഷം രൂപ ചോദിക്കാം. വേണമെന്ന് നിർബന്ധിക്കണം.'

'കിട്ടുമെന്ന് എനിക്ക് പ്രതീക്ഷയില്ല അനൂ. എന്നാലും നമുക്കൊന്ന് ശ്രമിച്ചുനോക്കാം.' അവൾ സമ്മതിച്ചു.

'കയ്യിൽ പണമില്ലാതെ പറ്റില്ല പല്ലവീ. ഞാനിങ്ങനെ ബുദ്ധിമുട്ടി ജീവിച്ചിട്ടില്ല ഇതുവരെ.' അവൻ സങ്കടത്തോടെ പറഞ്ഞു. അതു കേട്ടപ്പോൾ അവൾക്ക് വലിയ വിഷമം തോന്നി.

'നമുക്ക് പറ്റുന്ന ശ്രമങ്ങളൊക്കെ നടത്തിനോക്കാം. സമാധാനമായിട്ടിരിക്കൂ.'

പിറ്റേന്നുരാവിലെ പതിനൊന്നുമണിയായപ്പോൾ പല്ലവിയെയും കൊണ്ട് അനുരാഗ് ഓഫീസിലേക്കു പോയി. അവന്റെ മുറിയിൽച്ചെന്ന് ഇരുന്നിട്ട് മദനഗോപാലിനെ വിളിപ്പിച്ചു. ഉടൻതന്നെ അയാൾ അനുരാ

ഗിന്റെ മുറിയിലേക്ക് വന്നു.

'എന്താ മോനേ? ഭവ്യത നടിച്ച് അയാൾ ചോദിച്ചു.

'അങ്കിൾ എനിക്ക് അത്യാവശ്യമായി ഒരു അഞ്ചുലക്ഷം രൂപ വേണം. ഇന്നുതന്നെ.' അവൻ പറഞ്ഞു.

നിസ്സഹായതയോടെ അയാൾ അവനെ നോക്കി.

'ഒരുദിവസം മാക്സിമം പതിനായിരം രൂപയിൽ കൂടുതൽ കൊടുക്കരുതെന്നാ ഗോപിസാർ നിർദ്ദേശിച്ചിരിക്കുന്നത്.' അയാൾ അറിയിച്ചു.

'പതിനായിരം രൂപയോ...അതു പറ്റില്ല. എനിക്ക് ഇതിനുമുമ്പ് അഞ്ചും പത്തും ലക്ഷവുമൊക്കെ ഗോപിയങ്കിൾ നൽകിയിട്ടുണ്ടല്ലോ. മദനൻ അങ്കിളിനും അറിയാവുന്നതാണല്ലോ.' അവൻ പറഞ്ഞു.

'അതൊക്കെ പണ്ടത്തെ കാര്യമല്ലേ മോനേ. ഇപ്പോ ഇപ്പോൾ സ്ഥിതിഗതികളൊക്കെ മാറിയില്ലേ?'

'എപ്പോഴാണ് സ്ഥിതിഗതികൾ മാറിയത്? എനിക്കു മനസ്സിലായി. എന്റെ കല്യാണത്തിനുശേഷം. അല്ലേ?'

മദനഗോപാൽ അതിനുമറുപടി പറഞ്ഞില്ല.

'ഞാനിവളെ കല്യാണം കഴിച്ചതോടെ എന്റെ ശനിദശ തുടങ്ങി അല്ലേ?'

അവൻ പറഞ്ഞതുകേട്ട് പല്ലവി ഒന്നു ഞെട്ടി.

'അങ്ങനൊന്നും പറയാതെ മോനേ.' മദനഗോപാൽ അവനെ തണുപ്പിക്കാൻ ശ്രമിച്ചു.

'അല്ല അങ്കിൾ...ഞാൻ എന്റെ ജീവിതത്തിൽ ചെയ്ത ഏറ്റവും വലിയ മണ്ടത്തരമാണ് ഇവളെ കല്യാണം കഴിച്ചത്. അതിനുമുമ്പ് ഞാൻ എത്ര സന്തോഷത്തോടെ ജീവിച്ചതാ. ആഗ്രഹങ്ങളൊക്കെ സാധിക്കുമായിരുന്നു. കയ്യിൽ ഇഷ്ടംപോലെ പണം. എന്റെ ജീവിതം കുട്ടിച്ചോറാക്കിയത് ഇവളാണ്.' അനുരാഗിന്റെ ഒച്ച ഉയർന്നു.

'അനൂ...എന്താണീ പറയുന്നത്?' പരിഭ്രമത്തോടെ പല്ലവി ചോദിച്ചു.

'നീ...നീയാണ് എന്റെ നാശത്തിന് കാരണക്കാരി. നീ ഇല്ലാതായാൽ എനിക്കെന്റെ പഴയ ജീവിതം തിരിച്ചുകിട്ടും. നിന്നെ എനിക്കിനി വേണ്ട. ഇറങ്ങിപ്പോ എന്റെ മുമ്പിൽനിന്ന്...'

ഭ്രാന്തുപിടിച്ചതുപോലെ അവൻ പല്ലവിയെ പൊതിരെ തല്ലി. മുടിയിൽ പിടിച്ചുവലിച്ചു. കഴുത്തിൽ പിടിച്ച് അമർത്തി. മദനഗോപാലും ഓടിവന്ന സെക്യൂരിറ്റി സ്റ്റാഫും കൂടി ഒരുവിധത്തിൽ പല്ലവിയെ അവന്റെ ആക്രമണത്തിൽനിന്നു രക്ഷപ്പെടുത്തി. വേറൊരു കാറിൽ അയാൾ അവളെ ബംഗ്ലാവിലേക്ക് വിട്ടു. അനുരാഗ് കാറെടുത്ത് ബീച്ചിലെ റോഡിലുള്ള അവരുടെ തന്നെ ഹോട്ടലിൽ പോയി. മാനേജർ അവനെക്കണ്ട്

ചാടിയെഴുന്നേറ്റു.

'എന്റെ റൂം തുറന്നുതാ. വേഗം.' അവൻ ആജ്ഞാപിച്ചു.

ഉടൻതന്നെ റൂംബോയിയെ വിട്ട് അയാൾ അവന്റെ റൂം തുറന്നുകൊടുത്തു. അവൻ കിടക്കയിലേക്ക് വീണു. അല്പനേരം കഴിഞ്ഞ് അവൻ ബാറിൽനിന്ന് ഒരു ബോട്ടിൽ വിസ്കി വരുത്തി. ഉച്ചയായപ്പോൾ വീട്ടിൽനിന്ന് ഗായത്രീദേവിയുടെ വിളി വന്നു. അപ്പോഴാണ് നടന്ന കാര്യങ്ങളൊക്കെ അവർ അറിഞ്ഞത്.

'മോനേ...എന്താ ഞാനീ കേട്ടത്? നീയെവിടെയാണ്?'

അവർ ചോദിച്ചു.

'ഹോട്ടലിലാണ്. ഞാൻ വീട്ടിലേക്ക് വരില്ല. അവൾ ആ വീട്ടിലുള്ള കാലത്തോളം ഞാനിനി അവിടേക്ക് വരില്ല. എനിക്കു വേണ്ടാ അവളെ.'

അവൻ പറഞ്ഞു.

എത്ര നിർബന്ധിച്ചിട്ടും അവൻ വഴങ്ങിയില്ല.

പിറ്റേന്ന് ബാലകൃഷ്ണൻനായരും രാജേശ്വരിയും വന്ന് പല്ലവിയെ മൂവാറ്റുപുഴയിലേക്ക് കൊണ്ടുപോയി.

അന്നു വൈകുന്നേരം അവൻ ഹോട്ടൽ മുറിയിലിരുന്നു മദ്യപിക്കുമ്പോൾ ആരോ വാതിലിൽ മുട്ടി.

'കേറിവാടോ.' അവൻ പറഞ്ഞു.

വാതിൽ തുറക്കപ്പെട്ടു.

ഗോപിനാഥിന്റെ ബോഡിഗാർഡ് രതീഷ് ആയിരുന്നു വെളിയിൽ. അവൻ അയാളെ തുറിച്ചുനോക്കി.

രതീഷിന്റെ പിന്നിൽ ഒരു മുഖംകൂടി അപ്പോൾ പ്രത്യക്ഷപ്പെട്ടു.

അതു ഗോപിനാഥായിരുന്നു.

പതിനെട്ട്

ഗോപിനാഥ് റൂമിലേക്ക് കയറിവന്നു. അയാളെ കണ്ട് ബെഡ്ഡിൽനിന്ന് എഴുന്നേൽക്കാൻ അനുരാഗ് ഒരു ശ്രമം നടത്തി. പക്ഷെ വിജയിച്ചില്ല.

'വേണ്ടാ കിടന്നോ.'അയാൾ കൈയുയർത്തി ആംഗ്യം കാട്ടി. അവൻ ദയനീയഭാവത്തിൽ അയാളെ ഒന്നുനോക്കി.

ഗോപിനാഥ് കസേര നീക്കിയിട്ട് ബെഡ്ഡിനടുത്ത് ഇരുന്നു. ബോഡിഗാർഡ് രതീഷും ഡ്രൈവർ മുത്തുരാമനും വെളിയിൽ കാവൽ നിന്നു.

'സോറി അങ്കിൾ...സോറി.' അനുരാഗ് അയാളെ നോക്കി പുലമ്പി.

'എന്തിനാ ഹോട്ടലിൽ കിടന്ന് ഇങ്ങനെ കുടിക്കുന്നത്. വീട്ടിൽ പോ.'

അയാൾ ശാന്തമായ സ്വരത്തിൽ പറഞ്ഞു.

'ഇല്ല അങ്കിൾ. ഞാനിനി വീട്ടിലേക്ക് പോകുന്നില്ല. അവിടെ എനിക്ക് ആരുമില്ല.' അവൻ പറഞ്ഞു.

'നിന്റെ അമ്മയുണ്ട്. ഭാര്യയുണ്ട്.'

'അവർ എന്റെ ആരുമല്ല. എനിക്കിനി അവരെ വേണ്ട. എന്റെ ജീവിതം നശിപ്പിച്ചവരാണ് അവർ.'

അവൻ വിങ്ങിവിങ്ങി കരഞ്ഞു.

ഗോപിനാഥ് അവന്റെ മുഖത്തേക്കുതന്നെ നോക്കി ഇരുന്നു.

'നിന്നെ സംബന്ധിച്ചിടത്തോളം ഇപ്പോൾ ഞാൻ നിന്റെ ശത്രുവാണ്. എങ്കിലും ഞാൻ പറയുന്നു, അമ്മ പറയുന്നത് മകൻ അനുസരിക്കണം. താലികെട്ടി കൊണ്ടുവന്ന ഭാര്യയെ ഭർത്താവ് സ്നേഹിക്കണം.'

'അങ്കിൾ എന്റെ ശത്രുവാണെന്ന് ഞാൻ തെറ്റിദ്ധരിച്ചു. പക്ഷേ അതെന്റെ തോന്നൽ മാത്രമായിരുന്നു. പല്ലവിയെ കല്യാണം കഴിക്കാൻ ഞാൻ ആഗ്രഹിക്കുന്നു എന്നു മനസ്സിലാക്കിയ അങ്കിൾ എനിക്ക് കല്യാണം കഴിച്ചുതന്നു. എന്നെ അത്രമാത്രം സ്നേഹിക്കുന്നതുകൊണ്ടാണ്. ഞാനത് മനസ്സിലാക്കിയില്ല.' അവൻ വീണ്ടും കരഞ്ഞു.

'അനൂ കരയരുത്. എന്തിനും പോംവഴികളുണ്ട്. ഇപ്പോൾ എന്താണ് നിന്റെ പ്രശ്നം?' അയാൾ ചോദിച്ചു.

'എനിക്ക് അവളെ വേണ്ടാ. എന്റെ ജീവിതത്തിൽനിന്ന് എന്നന്നേക്കുമായി ഒഴിവാക്കണം.'

'ആരെ?'

'പല്ലവിയെ. അവൾ എന്റെ ജീവിതത്തിലേക്ക് വന്നതിനുശേഷമാണ് സകല ആപത്തുകളും ഉണ്ടായത്. അങ്കിളുമായി ഞാൻ പിണങ്ങാൻ കാരണം അവളൊരുത്തിയാണ്. എനിക്ക് വേണ്ടാ അവളെ.'

'അതൊന്നും അത്ര എളുപ്പമല്ല അനൂ.'

'ഒരു ഡൈവോഴ്സ് ഞാൻ ആഗ്രഹിക്കുന്നു.'

'അതിന് തക്കതായ കാരണം വേണം.'

'കാരണം ഉണ്ട്.'

'എന്തുകാരണം?'

'അവളെ മുമ്പ് കല്യാണം കഴിക്കാനാഗ്രഹിച്ചിരുന്ന രാഹുലുമായി അവൾ ഇപ്പോഴും അടുപ്പത്തിലാണ്. അവൾ എന്നെ വഞ്ചിച്ചുകൊണ്ടിരിക്കുകയാണ്.'

'അതിനു തെളിവുണ്ടോ?'

'ഉണ്ട്. കോടതിയിൽ ഞാനത് പ്രൂവ് ചെയ്യും.'

ഗോപിനാഥ് അല്പനേരം കൂടി അവനോട് സംസാരിച്ച് ഇരുന്നു.

അവൻ എന്നന്നേക്കുമായി ഗായത്രീദേവിയിൽനിന്നും പല്ലവിയിൽനിന്നും അകന്നുകഴിഞ്ഞെന്ന് അയാൾക്കു മനസ്സിലായി.

'ശരി മോനേ. ഞാൻ നിന്റെ കൂടെയുണ്ട്. ഒന്നുകൊണ്ടും വിഷമിക്കണ്ട. നിന്റെ ഏതാഗ്രഹവും ഈ ഗോപിയങ്കിൾ സാധിപ്പിച്ചുതരും. പറഞ്ഞാൽ മാത്രം മതി.' അയാൾ പോകാനായി എഴുന്നേറ്റു. 'പിന്നെ ഒരു കാര്യം. ഇനി കുടിക്കരുത്. അഥവാ കുടിച്ചാൽത്തന്നെ ഓവർ ആകരുത്. അതു നിന്നെ നെഗറ്റീവായി ബാധിക്കും.' അയാൾ ഉപദേശിച്ചു.

'ശരി അങ്കിൾ.'

അവൻ തലകുലുക്കി.

ഗോപിനാഥ് മുറിയിൽനിന്ന് ഇറങ്ങി. അംഗരക്ഷകരുടെ അകമ്പടിയോടെ അയാൾ ലിഫ്റ്റിന് നേരെ നടന്നു. ഗ്രൗണ്ട് ഫ്ളോറിലെത്തിയപ്പോൾ അയാൾ ഹോട്ടലിന്റെ റിസപ്ഷനിലേക്ക് ചെന്നു. റിസപ്ഷനിലുണ്ടായിരുന്ന ചെറുപ്പക്കാരൻ ആദരവോടെ നിന്നു.

'അനുരാഗിന് വേണ്ടതെല്ലാം കൊടുക്കണം. മനസ്സിലായില്ലേ.'

അയാൾ പറഞ്ഞതിന്റെ അർത്ഥം ചെറുപ്പക്കാരനു മനസ്സിലായി. ആവശ്യത്തിന് മദ്യവും വേണമെങ്കിൽ പെണ്ണും.

'ശരി സാർ.'

'അവൻ ഇവിടന്ന് വെളിയിലേക്ക് പോയാൽ ഉടൻ എന്നെ അറിയിക്കണം.'

'ഉവ്വ്.'

ഗോപിനാഥും രതീഷും ഹോട്ടലിന്റെ റിസപ്ഷനിൽനിന്നു പുറത്തേക്ക് നടന്നു. മുത്തുരാമൻ അപ്പോഴേക്കും കാർ കൊണ്ടുവന്ന് പോർച്ചിൽ നിർത്തിയിരുന്നു.

രതീഷ് കാറിന്റെ ബാക്ക് ഡോർ തുറന്നുകൊടുത്തപ്പോൾ ഗോപിനാഥ് ഉള്ളിൽ കയറി ഇരുന്നു. ഡോർ അടച്ചിട്ട് അയാൾ ഫ്രണ്ട് സീറ്റിൽ കയറി മുത്തുരാമനോടൊപ്പം ഇരുന്നു. കാർ ആദ്യം ടൗണിലേക്കാണ് പോയത്. പിന്നെ ഗോപിനാഥിന്റെ ബംഗ്ലാവിലേക്കും.

അയാളുടെ കാർ കണ്ട് സെക്യൂരിറ്റി ഓടിവന്ന് ഗേറ്റ് തുറന്നുവച്ചു. പൂന്തോട്ടം ചുറ്റി വണ്ടി പോർച്ചിൽ ചെന്നുനിന്നു.

രതീഷാണ് ആദ്യം കാറിൽനിന്നിറങ്ങിയത്. അയാൾ ഡോർബെൽ മുഴക്കിയപ്പോൾ ഹൗസ് കീപ്പർ ഇന്ദിരാഭായ് വന്നു വാതിൽ തുറന്നു.

'ജയന്തി എവിടെ?' ഗോപിനാഥ് ചോദിച്ചു.

'റൂമിലുണ്ട്.'

'വരാൻ പറ.' ഇന്ദിരാഭായ് പോയി.

ഗോപിനാഥ് സ്വീകരണമുറിയിലെ സോഫയിലേക്ക് അമർന്നിരുന്നു.

ഉടൻതന്നെ ജയന്തി വന്നു. അവൾ അയാളുടെ അടുത്ത് ചേർന്ന് ഇരുന്നു.

'അറിഞ്ഞതൊക്കെ നേരായിരുന്നോ?' അയാളുടെ കൈ എടുത്തുപിടിച്ച് അവൾ ചോദിച്ചു.

'ഉം. അവൻ നമ്മുടെ ഹോട്ടലിലുണ്ട്. പതിവുറൂമിൽ. ഇനിയൊരു തിരിച്ചുപോക്കില്ലെന്നാ തോന്നുന്നത്.' അയാൾ പറഞ്ഞു.

'അവളോ?'

'മൂവാറ്റുപുഴയിൽനിന്ന് അവളുടെ തന്തയും തള്ളയും വന്ന് ഇന്നലെ കൊണ്ടുപോയി. ഓഫീസിൽ വച്ച് അവൻ അവളെ ശരിക്കു തല്ലിയെന്നാ മദനൻ പറഞ്ഞത്.'

ജയന്തി ഒന്നു പുഞ്ചിരിച്ചു.

'അവളുടെ ഡൈവോഴ്സ് നടക്കണം. ചെറുപ്രായത്തിലേ അവളെ അവൻ ഉപേക്ഷിക്കണം. അവളുടെ ജീവിതം കശക്കിയെറിയണം.'

അവൾ പറഞ്ഞു.

'ഇനിയൊരു കോംപ്രമൈസിന് ഞാൻ ഇടം കൊടുക്കത്തില്ല. അവനു വേണ്ടതെല്ലാം കൊടുത്തോളാൻ ഞാൻ ഹോട്ടലിൽ ഏർപ്പാട് ചെയ്തിട്ടുണ്ട്.'

'എന്നുവച്ചാൽ?'

'ഇഷ്ടംപോലെ ലിക്കർ. പിന്നെ പെണ്ണിനെവേണമെങ്കിൽ അതും.'

ജയന്തി അയാളുടെ കവിളിൽ ഒരു മുത്തം കൊടുത്തു.

'ഇതൊരു ഭയങ്കരനാ. ബുദ്ധിരാക്ഷസൻ.' അവൾ അയാളെ അഭിനന്ദിച്ചു.

'അവന്റെ തള്ള ഒറ്റയ്ക്ക് ഇനി എന്തു ചെയ്യാനാ. പട്ടിണിക്കിടില്ല ഞാൻ. ആഹാരത്തിനുള്ള വക കൊടുക്കും.'

ജയന്തി ഒരുനിമിഷം ആലോചനയോടെ ഇരുന്നു. 'നമുക്ക് അവനെ ഇങ്ങ് കൊണ്ടുവന്നാലോ. ഇവിടെ നമ്മുടെ കസ്റ്റഡിയിൽ അവൻ താമസിക്കട്ടെ.' അവൾ പറഞ്ഞു.

'അതുകൊണ്ടെന്താ മെച്ചം?'

'അന്നരത്തേ ആ വാശി തീർന്നാൽ ഇനിയും അവളുമായി അടുത്താലോ? അല്ലെങ്കിൽ അവൾ വന്ന് അവന്റെ കാലുപിടിച്ചാലോ?'

ജയന്തി ചോദിച്ചു.

'അങ്ങനെയൊന്നും സംഭവിക്കില്ല. അവനെ ഹോട്ടലിൽതന്നെ താമസിപ്പിച്ചാൽ വേറെ ഗുണങ്ങളുണ്ട്.' ഗോപിനാഥ് പറഞ്ഞു.

'എന്താണ്?'

'അവന്റെ പഴയ ചില ഗേൾഫ്രണ്ട്സിനെ വിവരം അറിയിച്ചിട്ടുണ്ട്.

രേഖ, സിൽവിയ, ജാസ്മിൻ...അവർ ഓരോരുത്തരായി ഇനി അവനെ സമീപിക്കും.'

'കുറെ കാശ് അവളുമാരു കൊണ്ടുപോകും. അതല്ലേ സംഭവിക്കുക.' ജയന്തിക്ക് അതത്ര മതിപ്പുണ്ടാക്കിയില്ല.

'അല്ല. അവന്റെ റൂമിൽ രഹസ്യ ക്യാമറകൾ സ്ഥാപിച്ചിട്ടുണ്ട്. അവിടെ നടക്കുന്നതെല്ലാം റിക്കോർഡ് ചെയ്യും. അതിലൊരെണ്ണം മൂവാറ്റുപുഴയ്ക്ക് അയച്ചാൽ മതിയല്ലോ. പിറ്റേന്ന് അവർ ഡൈവോഴ്സ് സ്യൂട്ട് ഫയൽ ചെയ്യും.'

ഇത്തവണ ഭ്രാന്തമായ ആക്രമണമായിരുന്നു ജയന്തിയുടേത്. അവൾ ഗോപിനാഥിനോടൊപ്പം സോഫയിലേക്ക് കെട്ടിമറിഞ്ഞുവീണു. അയാളെ അവൾ വീണ്ടും വീണ്ടും ഉമ്മവച്ചു.

***

കോളിംഗ് ബെൽ മുഴങ്ങിയപ്പോൾ രാജേശ്വരി അടുക്കളയിലായിരുന്നു. അവർ വാതിൽ തുറന്നു. ബാലകൃഷ്ണൻനായരുടെ അനുജൻ ഹരികൃഷ്ണനും ഭാര്യ രേവതിയുമായിരുന്നു വന്നത്. മ്ലാനമായിരുന്നു ഇരുവരുടെയും മുഖം.

'മോളെവിടെ?' ഹരികൃഷ്ണൻ ചോദിച്ചു.

'വന്നതിനുശേഷം ഒരേയൊരു കിടപ്പാണ്. വെള്ളംകുടിക്കാൻപോലും നൂറുതവണ നിർബന്ധിക്കണം.'

ദുഃഖഭാരത്തോടെ രാജേശ്വരി പറഞ്ഞു.

'മോളെ അതിന് കുറ്റം പറയാൻ പറ്റുമോ....ആരായാലും തളർന്നുപോകത്തില്ലേ. അതും കല്യാണം കഴിഞ്ഞ് മാസം ഒന്നു കഴിഞ്ഞതല്ലേയുള്ളൂ.'ഹരികൃഷ്ണനും രേവതിയും അകത്തേക്ക് കയറിവന്നു.

'ബാലേട്ടൻ പോയോ?' ഹരികൃഷ്ണൻ ചോദിച്ചു.

'ഇല്ല. ലീവാണ്. ടൗണിൽ ആരെയോ കാണാൻ പോയതാണ്. ഇപ്പം വരും.' രാജേശ്വരി പറഞ്ഞു.

അവർ സ്വീകരണമുറിയിൽ ഇരുന്നു.

'എന്താ ചേച്ചീ പെട്ടെന്ന് ഇങ്ങനെയൊക്കെ സംഭവിക്കാൻ? അവർ തമ്മിൽ എന്തൊരിഷ്ടമായിരുന്നു. ഇണപിരിയാ കുരുവികൾ എന്ന് ഹരിച്ചേട്ടനോട് ഞാൻ കളിയായി പറയുമായിരുന്നു.'

രേവതി സങ്കടപ്പെട്ടു.

'അവിടെ ചില പ്രോബ്ലംസ് ഉണ്ടായിരുന്നു. ഞങ്ങൾ ഈ അടുത്ത സമയത്താ അറിഞ്ഞത്. നമ്മൾ വിഷമിക്കുമെന്ന് വിചാരിച്ച് പല്ലവിമോൾ പോലും അത് ആദ്യം മറച്ചുവച്ചു.

'എന്തു പ്രോബ്ലംസ്?' ഹരികൃഷ്ണൻ ചോദിച്ചു.

'കമ്പനി ജനറൽമാനേജർ ഗോപിനാഥ് ഒരു കള്ളനാരുന്നു. അക്കാര്യം അമ്മയും മോനും അറിഞ്ഞില്ല.' രാജേശ്വരിക്ക് അറിയാവുന്ന കാര്യങ്ങളെല്ലാം അവർ ഹരികൃഷ്ണനോടും രേവതിയോടും പറഞ്ഞു.

'വലിയ നിരാശനായിരുന്നു അവൻ ഇക്കാരണംകൊണ്ട്. കല്യാണം നടന്നതിനുശേഷമാണ് ഇതു സംഭവിച്ചതെന്ന് പറഞ്ഞാ അവൻ മോളെ കുറ്റപ്പെടുത്തിയത്. അതുപിന്നെ വളരെ രൂക്ഷമായി. അവളെ ദേഹോപദ്രവമേൽപ്പിച്ചു എന്നറിഞ്ഞപ്പോൾ എനിക്കു സഹിക്കാൻ കഴിഞ്ഞില്ല. അങ്ങനാ ഞങ്ങൾ ചെന്ന് അവളെയിങ്ങ് കൊണ്ടുപോന്നത്.'

'അവൻ സമ്മതിച്ചോ കൊണ്ടുപോരാൻ?' രേവതി ചോദിച്ചു.

'അവന്റെ സമ്മതം ആർക്കുവേണം? അവന്റെ അമ്മ ഒരു പാവം സ്ത്രീയാണ്. അവൻ ചെയ്ത തെറ്റിന് ആ സ്ത്രീ മാപ്പു ചോദിച്ചു. അവരും പറഞ്ഞു മോളെ കൊണ്ടുപോയിക്കൊള്ളാൻ. എല്ലാമൊന്ന് നേരെയായിട്ട് കൊണ്ടുവന്നാൽ മതിയെന്ന്.'

'അവൻ പിന്നെ വിളിക്കുകയോ മറ്റോ ചെയ്തോ?'

ഹരികൃഷ്ണൻ ചോദിച്ചു.

'വിളിച്ചതേയില്ല. എന്നിട്ടും മോൾ പലതവണ അവനെ വിളിച്ചു. അവൻ കോൾ എടുത്തില്ല, എന്നുമാത്രമല്ല കട്ട് ചെയ്യുകേം ചെയ്തു.'

മൂന്നുപേരും അല്പനേരം നിശ്ശബ്ദരായി ഇരുന്നു.

'എന്താണ് ചെയ്യേണ്ടതെന്ന് ഒരു രൂപവുമില്ല ഹരീ. ഇതുവരെ ആരും ഒന്നും അറിഞ്ഞില്ല. എന്താ മോൾ വീട്ടിൽ വന്നുനിൽക്കുന്നതെന്ന് ആരെങ്കിലും ചോദിച്ചാൽ എന്തു മറുപടി പറയും?'

കണ്ണീരോടെ രാജേശ്വരി ചോദിച്ചു.

'വിഷമിക്കണ്ട ചേച്ചീ. അവന് എന്തോ തെറ്റിദ്ധാരണ ഉണ്ടായിട്ടുണ്ട്. അതുമാറുമ്പോൾ എല്ലാം ശരിയാകും.' രേവതി സമാധാനിപ്പിച്ചു.

'എന്തോ എനിക്കൊരു വിശ്വാസക്കുറവ്.'

'മോളെ ഒന്നു വിളിക്ക് ചേച്ചീ. ഞങ്ങളൊന്ന് കാണട്ടെ. അല്പനേരം സംസാരിച്ചിരുന്നാൽ അവളുടെ വിഷമത്തിന് കുറച്ച് ആശ്വാസം കിട്ടിയാലോ?' ഹരികൃഷ്ണൻ പറഞ്ഞു.

'അവൾ വരുമോന്നറിയില്ല. ഞാൻ ചെന്നുപറയാം.' രാജേശ്വരി എഴുന്നേറ്റ് പല്ലവിയുടെ മുറിയിലേക്കു ചെന്നു. ബെഡ്ഡിൽ കമിഴ്ന്ന് കിടക്കുകയായിരുന്നു അവൾ.

'മോളേ...' അവർ വിളിച്ചു.

അവൾ തലയുയർത്തി നോക്കി.

'ഹരിയും രേവതിയും വന്നിട്ടുണ്ട്. അവർക്ക് നിന്നെ കാണണമെന്ന് പറയുന്നു.'

'എനിക്ക് ആരേയും കാണണ്ടമ്മേ.'

'ഒന്നെഴുന്നേറ്റ് വാ മോളേ. എന്തൊരു കിടപ്പാ ഇത്. നിന്റെ ആരും മരിച്ചുപോയിട്ടൊന്നുമില്ലല്ലോ ഇങ്ങനെ സങ്കടപ്പെടാൻ.'

രാജേശ്വരിക്ക് അരിശം വരുന്നുണ്ടായിരുന്നു.

'കാണണമെന്നു പറയുന്നത് ചോദ്യങ്ങൾ ചോദിക്കാനാ. എനിക്ക് മറുപടി പറയാൻ വയ്യ.'

'നീ ഒന്നും പറയണ്ട. മിണ്ടാതെ ഇരുന്നാൽ മതി. വെളിയിലേക്ക് വന്ന് കുറച്ചു ശുദ്ധവായു ശ്വസിക്ക്. എത്രനാൾ നീയിങ്ങനെ വാതിലടച്ച് മുറിയിൽത്തന്നെ ഇരിക്കും മോളേ?'

അമ്മയുടെ വിഷമം കണ്ടപ്പോൾ പല്ലവി മെല്ലെ എഴുന്നേറ്റു. അവൾ ബാത്ത്റൂമിൽ ചെന്ന് നിലക്കണ്ണാടിയിലേക്ക് നോക്കി.

ഇത്ര ഭീകരമായി അവളെ അവൾ മുൻപ് കണ്ടിട്ടുണ്ടായിരുന്നില്ല. എണ്ണ പുരട്ടുകയോ കുളിക്കുകയോ ചെയ്യാത്തതുകാരണം പാറിപ്പറന്ന മുടി. കലങ്ങിച്ചുവന്ന കണ്ണുകൾ. കരഞ്ഞുവീർത്ത കവിളുകൾ.

അവൾ മുഖം കഴുകി.

ടവ്വലെടുത്ത അമർത്തി തുടച്ചു. മുടി ചീകിയിട്ടു.

'ആ ഉടുപ്പും കൂടി മാറ്റിയിട്ട് വാ.' രാജേശ്വരി പറഞ്ഞു.

വന്നശേഷം കുളിക്കാനോ വസ്ത്രം മാറാനോപോലും അവൾ തയ്യാറായിരുന്നില്ല. അനുരാഗ് ക്രൂരമായി പെരുമാറിയത് അവൾക്ക് ഒരു ഷോക്ക് ആയിരുന്നു. അവന്റെ ജീവിതത്തിലേക്ക് വന്ന ദുശ്ശകുനമാണ് അവളെന്ന് പറഞ്ഞപ്പോൾ അവൾക്ക് താങ്ങാനായില്ല.

രാജേശ്വരി വീണ്ടും ഹരികൃഷ്ണന്റെയും രേവതിയുടെയും അടുത്തേക്ക് ചെന്നു.

'അവൾ വരും.'

അപ്പോഴാണ് വെളിയിൽ ഒരു ടാക്സി വന്നുനിന്നത്. മൂന്നുപേരും പുറത്തേക്ക് നോക്കി. ടാക്സിയിൽ നിന്ന് പീയുഷ്ആണ് ഇറങ്ങിയത്.

'അതാരാണ്?' ഹരികൃഷ്ണന് മനസ്സിലായില്ല.

'അവന്റെ ഉറ്റസുഹൃത്താണ്. പീയുഷ്. അവനുമൊത്ത് ഇവിടെ വന്നിട്ടുണ്ട്, കല്യാണത്തിന് മുമ്പ്.'

പീയുഷ് തനിച്ചായിരുന്നു. ലേശമൊരു പരിഭ്രമത്തോടെ ഗേറ്റ് തുറന്ന് അവൻ അകത്തേക്ക് കയറിവന്നു.

'ഉം എന്താ?' ഗൗരവഭാവത്തിൽ അവർ ചോദിച്ചു.

അനുരാഗിനോടുള്ള ദേഷ്യം മുഴുവൻ കൂട്ടുകാരനോട് തീർക്കണമെന്ന് ഉണ്ടായിരുന്നു രാജേശ്വരിക്ക്. പക്ഷേ വീട്ടിലേക്ക് കയറിവന്ന ഒരാളിനെ അപമാനിക്കാൻ പാടില്ലല്ലോ. അവർ നിയന്ത്രിച്ചു.

'ഞാൻ ഞാൻ പല്ലവിയെ ഒന്നു കാണാൻ വന്നതാണമ്മേ.'

പീയുഷ് പറഞ്ഞു.

'എന്തിന്?'

'ചില കാര്യങ്ങൾ പറയാനുണ്ടായിരുന്നു.'

'എന്തുകാര്യങ്ങൾ?' അവർ ചോദ്യം ചെയ്തു.

'പല്ലവിയെ ഒന്നു വിളിക്കൂ പ്ലീസ്.' അവൻ ദയനീയസ്വരത്തിൽ പറഞ്ഞു

'എന്താ അവളുടെ മനസ്സ് തകർത്തത് പോരാഞ്ഞിട്ടാണോ നീയും വന്നിരിക്കുന്നത്? അവനെ എന്റെ കയ്യിൽ എന്നെങ്കിലും കിട്ടും. എന്റെ കുഞ്ഞിനെ തല്ലിയതിനു ഞാനവനു കണക്കു തീർത്തുകൊടുക്കും അന്ന്.'

ഹരികൃഷ്ണനും രേവതിയും വാതിലിനടുത്തു വന്നുനിന്നു. അപ്പോഴാണ് പല്ലവി ബെഡ്റൂമിൽനിന്ന് ഇറങ്ങിവന്നത്. പീയുഷിനെ കണ്ട് അവൾ അടുത്തേക്ക് വന്നു.

'എന്താ?' അവൾ ഉത്കണ്ഠയോടെ അവനോട് ചോദിച്ചു.

'അനു പറഞ്ഞിട്ടാണ് ഞാൻ വന്നത്. ചില കാര്യങ്ങൾ അറിയിക്കാനുണ്ട്.' അവൻ പറഞ്ഞു.

'വാ. അകത്തിരിക്കാം.'അവൾ ക്ഷണിച്ചു.

പീയുഷ് സ്വീകരണമുറിയിലേക്കു കയറിവന്നു. ഹരികൃഷ്ണനേയും രേവതിയേയും കണ്ട് അവൻ ഒന്നു മടിച്ചു.

'എന്റെ ചെറിയച്ഛനും വൈഫുമാണ്. കുഴപ്പമൊന്നുമില്ല. പീയുഷ് ഇരിക്ക്.' പല്ലവി പറഞ്ഞു.

അവൻ സെറ്റിയിൽ ഇരുന്നു.

എല്ലാ കണ്ണുകളും അവനിലായി. അവന് അതു മനസ്സിലായി.

'ആദ്യമേ പറയട്ടെ അനുവിന് പല്ലവിയോട് ഒരു പിണക്കവുമില്ല. അന്ന് ഓഫീസിൽവച്ച് നടന്നത് ഒരു നാടകം മാത്രമായിരുന്നു. പല്ലവിയുമായി അവൻ തെറ്റി എന്ന് മറ്റുള്ളവരെ വിശ്വസിപ്പിക്കാൻ വേണ്ടി നടത്തിയ ഒരു നാടകം.'

'മനസ്സിലായില്ല.' പല്ലവി പറഞ്ഞു.

'അനു ഒരു പ്ലാൻ തയ്യാറാക്കിയിട്ടുണ്ട്. അവൻ എന്നോട് അത് ഡിസ്ക്കസ് ചെയ്തിരുന്നു. ശത്രുവായി നിന്നുകൊണ്ട് ഗോപിനാഥിനെ തോൽപ്പിക്കുന്നത് അത്ര എളുപ്പമല്ല. മിത്രമായ ശേഷമേ...'

'അതിന് എന്റെ മോളെ തല്ലണമെന്നുണ്ടായിരുന്നോ...അത്രയും ആളുകളുടെ മുന്നിൽവച്ച്.' രോഷത്തോടെ രാജേശ്വരി ചോദിച്ചു.

'ഓഫീസിൽവച്ചുതന്നെ അത് അരങ്ങേറണമെന്ന് അവന് നിർബന്ധ

മുണ്ടായിരുന്നു. മറ്റുള്ളവരെ ബോധ്യപ്പെടുത്താൻ. അതിന്റെ ഫലം കാണുകയും ചെയ്തു.' പീയുഷ് പറഞ്ഞു.

'എന്തുഫലം?' പല്ലവി ചോദിച്ചു.

'നമ്മുടെ ഹോട്ടലിലേക്ക് അവൻ അന്നുതന്നെ താമസം മാറി. പിന്നെ വീട്ടിലേക്ക് പോയില്ല. ഇന്നലെ അവനെ കാണാൻ അയാൾ ഹോട്ടലിൽ ചെന്നിരുന്നു.'

'ആര് ഗോപിനാഥോ?'

'അതെ. അമ്മയും ഭാര്യയുംകൂടിയാണ് അയാൾക്കെതിരെ തിരിയാൻ പ്രേരിപ്പിച്ചതെന്ന് അവൻ അയാളോട് പറഞ്ഞു. പല്ലവിയെ ഡൈവോഴ്സ് ചെയ്യാൻ സഹായിക്കാമെന്ന് ഏറ്റിട്ടാണ് അയാൾ പോയത്.'

രാജേശ്വരി ഒന്നു ഞെട്ടി.

'എന്തു മണ്ടത്തരമാ അവൻ ഈ ചെയ്തത്. അയാളുമായി അടുത്ത തുകൊണ്ട് എന്തു മെച്ചമാ ഉണ്ടാകാൻ പോകുന്നത്?'

അവർ ചോദിച്ചു.

'അവന്റെ മനസ്സിൽ ഒരു പ്ലാനുണ്ടമ്മേ. അതെന്താണെന്ന് എനിക്കിപ്പോൾ പറയാൻ പറ്റില്ല.'

'എന്തുകൊണ്ട് അനു എന്നോട് പറഞ്ഞില്ല ഒരു നാടകം നടത്താൻ പോവാണെന്ന്.' പല്ലവി ചോദിച്ചു.

'പറഞ്ഞാൽ അത് വെറും നാടകമാണെന്ന് കാണുന്നവർക്ക് തോന്നും. ഇതിപ്പോ സീരിയസ്സാണെന്ന് പല്ലവിയും വിശ്വസിച്ചില്ലേ.'

'എനിക്കിപ്പോഴും വിശ്വാസമായില്ല. ഞാൻ വന്നിട്ടിത് മൂന്നാമത്തെ ദിവസമാ. ഇതുവരെ അനു എന്നെയൊന്ന് വിളിച്ചോ. സത്യമെന്താണെന്ന് പറഞ്ഞോ?' ഒന്നും ബോധ്യമാകാത്ത മട്ടിൽ അവൾ അവനെ നോക്കി.

'അനുവിന്റെ മൊബൈലിലേക്ക് നേരിട്ട് എന്നു വിചാരിച്ചാണ്. അയാൾ അവന്റെ കോൾലിസ്റ്റ് ചെക്ക് ചെയ്യാൻ സാധ്യതയുണ്ട്. അതുകൊണ്ടാ എന്നെ വിട്ടത്. ദാ ഇപ്പോൾ ഞാനവനെ വിളിക്കാം.'

പീയുഷ് അവന്റെ മൊബൈൽ എടുത്ത് അനുരാഗിനെ വിളിച്ചു.

'അനൂ ഞാനിപ്പോൾ പല്ലവിയുടെ വീട്ടിലാണ്. കാര്യങ്ങളൊക്കെ എല്ലാവരോടും പറഞ്ഞു.'ലൗഡ്സ്പീക്കറിലിട്ടാണ് അവൻ സംസാരിച്ചത്.

'പല്ലവി ഉണ്ടോ നിന്റടുത്ത്.' അനുരാഗ് ചോദിച്ചു.

'ഉണ്ട്.'

'വേറാരൊക്കെയുണ്ട്?'

'അമ്മയും ചെറിയച്ഛനും ചെറിയമ്മയും.'

'പല്ലവിക്ക് ഫോൺ കൊടുക്ക്.' അവൻ പറഞ്ഞു.

പീയുഷ് മൊബൈൽ അവൾക്കു നീട്ടി. അവൾ അതുവാങ്ങി.

'പല്ലവീ...' ആർദ്രമായ സ്വരത്തിൽ അവൻ വിളിച്ചു.

അതോടെ അവളുടെ മനസ്സലിഞ്ഞു.

'അനൂ...' തേങ്ങലോടെ അവൾ വിളിച്ചു.

'പീയുഷ് എല്ലാം പറഞ്ഞില്ലേ. സത്യത്തിൽ അതാണ് നടന്നത്. ഞാൻ നിന്നെ അടിച്ച ഓരോ അടിയും എന്റെ ഹൃദയത്തിലാണ് കൊണ്ടത്. സോറി. നീയെനിക്ക് മാപ്പു തരൂ. ഞാൻ എന്റെ ലക്ഷ്യത്തിലേക്ക് അടുത്തുകൊണ്ടിരിക്കുകയാണ്. അച്ഛനോടും അമ്മയോടും സമാധാനമായിട്ട് ഇരിക്കാൻ പറയണം.'

'അനൂ എന്താണ് പ്ലാൻ. എന്നോട് പറ. പ്ലീസ്.' അവൾ അപേക്ഷിച്ചു.

'ഇപ്പോൾ പറയാൻ പറ്റില്ല. എന്നെ നിർബന്ധിക്കല്ലേ. അധികം വൈകില്ല. ചിലപ്പോൾ ഒരാഴ്ച. അതിനുള്ളിൽ എല്ലാം ശരിയാകും.'

അവൻ പറഞ്ഞു.

'അനു അബദ്ധത്തിലൊന്നും ചെന്നു ചാടല്ലേ. സ്വത്തും പണവുമൊന്നും നമുക്ക് വേണ്ട. അതൊന്നും മനസമാധാനം തരില്ല. ഉള്ളതൊക്കെ മതി നമുക്ക്. അതുകൊണ്ട് എത്രയും വേഗം ഇങ്ങ് വാ. എനിക്ക് ഒന്നു കണ്ടാൽ മതി.' അവൾ പറഞ്ഞു.

'വരാം. ഒരാഴ്ച എനിക്ക് സമയം തരൂ. ഞാൻ വിളിച്ചില്ലെങ്കിലും പേടിക്കരുത്. എന്നെ ഇങ്ങോട്ട് വിളിക്കുകയും വേണ്ട. എന്തെങ്കിലും അത്യാവശ്യം വന്നാൽ പീയുഷിനെ വിളിച്ചുപറഞ്ഞാൽ മതി. ബൈ.'

അനുരാഗ് കോൾ കട്ട് ചെയ്തു.

എല്ലാവർക്കും കുറച്ചു സമാധാനം കിട്ടി.

'സാരമില്ല. സത്യം എന്താണെന്നറിഞ്ഞല്ലോ. നേരത്തെ ഇതൊന്ന് സൂചിപ്പിച്ചിരുന്നുവെങ്കിൽ ഇത്രയും തീ തിന്നേണ്ടി വരില്ലായിരുന്നു.'

ഹരികൃഷ്ണൻ പറഞ്ഞു.

'പീയുഷ് ഇരിക്ക്. ഞാൻ ചായ കൊണ്ടുവരാം.'

രാജേശ്വരി അകത്തേക്കു പോയി.

ദിവസങ്ങൾക്കുശേഷം പല്ലവി ആദ്യമായി പീയുഷിനെ നോക്കി പുഞ്ചിരിച്ചു.

വരാനിരിക്കുന്ന ദുരന്തത്തെക്കുറിച്ച് ഓർത്തപ്പോൾ അവന് ഹൃദയം തുറന്ന് ചിരിക്കാൻ കഴിഞ്ഞില്ല. അവന്റെ ചുണ്ടുകളിൽ ഒരു വിളറിയ ചിരി മാത്രം തെളിഞ്ഞു.

***

പുറത്തേക്ക് പോകാൻ അനുരാഗ് വേഷം ധരിച്ചുകൊണ്ട് നിൽക്കുമ്പോഴാണ് അവന്റെ മൊബൈലിൽ കോൾ വന്നത്.

എടുത്തുനോക്കിയപ്പോൾ രേഖയാണ്.

പുതിയ സംഭവവികാസങ്ങൾ അവൾ അറിഞ്ഞുകാണും. അടുപ്പം കൂടാൻ വന്നിരിക്കുകയാണ്. ഒരുപക്ഷേ ഗോപിനാഥിന്റെ ഏർപ്പാടിലായിരിക്കും അവൾ വിളിക്കുന്നത്. അയാൾ അതിനും മടിക്കില്ല. അതുകൊണ്ട് സംശയമുണ്ടാക്കാതെ പെരുമാറണം.

'ഹലോ രേഖാ...' പ്രസന്നമായ സ്വരത്തിൽ അവൻ കോൾ എടുത്തു.

'നീയെന്നെ മറന്നു അല്ലേ?' അവൾ പരിഭവസ്വരത്തിൽ ചോദിച്ചു.

'ഞാൻ നിന്നെ എങ്ങനെ മറക്കും രേഖാ? അങ്ങനങ്ങു മറക്കാൻ പറ്റുന്നതാണോ നമ്മൾ തമ്മിലുണ്ടായിരുന്ന സ്നേഹം. പക്ഷേ കല്യാണം കഴിഞ്ഞപ്പോൾ എനിക്കു വിട്ടുനിൽക്കേണ്ടിവന്നു.'

'നീയിപ്പോൾ എവിടെയുണ്ട്?'

'നമ്മുടെ പഴയ സങ്കേതത്തിൽതന്നെ. ഹോട്ടൽ അനുരാഗ്.'

'എനിക്ക് നിന്നെ ഒന്നു കാണണമെന്നുണ്ടായിരുന്നു. എപ്പോഴാണ് സൗകര്യം.' അവൾ ചോദിച്ചു.

'ഞാൻ നിന്നെ വിളിക്കാം.'

'നിന്റെ വൈഫ് അറിയുമെന്ന് പേടിയില്ലേ?'

'എനിക്ക് വൈഫ് ഇല്ല. അവളെ ഞാൻ വിട്ടു. ഒറ്റയ്ക്കാണ് ഇനി ജീവിതം.' അവൻ പറഞ്ഞു.

'എന്തുപറ്റി അനൂ...എന്താണ് സംഭവിച്ചത്?' ഉത്കണ്ഠാസ്വരത്തിൽ അവൾ ചോദിച്ചു.

'അതൊക്കെ കാണുമ്പോൾ വിശദമായി പറയാം.'

അവൻ കോൾ കട്ട് ചെയ്തു.

ബീച്ചിലേക്ക് പോകണം. അവിടെ ഐസ്ക്രീംഹൗസിൽ ഗോപിനാഥ് വരും. അരമണിക്കൂറിനുള്ളിൽ ഇന്ന് അവിടെവച്ച് അയാളുടെ അന്ത്യം ഉണ്ടാവും.

ഇന്നലെ വെറുതെ ഒരു നമ്പറിട്ടു. അതിൽ അയാൾ വീണു. ചൂണ്ടയിൽ കൊത്തി എന്നുതന്നെയാണ് തോന്നുന്നത്.

'പണ്ട് ഞാൻ ചെറിയ കുട്ടിയായിരിക്കുമ്പോൾ അങ്കിൾ എന്നെ ബീച്ചിലുള്ള ഐസ്ക്രീം ഹൗസിൽ കൊണ്ടുപോകുമായിരുന്നു. ഏതെല്ലാം ഫ്ളേവറുകളിലുള്ള ഐസ്ക്രീമാണ് വാങ്ങിച്ചുതന്നിട്ടുള്ളത്. ഇപ്പോൾ അതൊക്കെ ഓർക്കുമ്പോൾ കൊതി തോന്നുന്നു.' ഇന്നലെ അയാളോട് സംസാരിച്ചപ്പോൾ അവൻ പറഞ്ഞു.

'എന്താ അവിടെ പോണമെന്ന് തോന്നുന്നുണ്ടോ?' അയാൾ ചോദിച്ചു

'ഉം. അങ്കിളിനൊപ്പം ഇരുന്ന് ഐസ്ക്രീം കഴിക്കാൻ.'

'അതിനെന്താ...നാളെ നമുക്ക് പോകാം. രാവിലെ പതിനൊന്നരയാകുമ്പോൾ ഞാനവിടെ വരും.'

'സത്യമാണോ അങ്കിൾ പറയുന്നത്. സന്തോഷമായി. അങ്കിൾ വരുമ്പോൾ ഞാനവിടെ ഉണ്ടാകും. താങ്ക്സ് അങ്കിൾ.'

ഇന്നലെ അങ്ങനെ സമ്മതിച്ചെങ്കിലും ഇന്ന് വരുമോ എന്നറിയില്ല. എങ്കിലും പോയി നോക്കാതെ പറ്റില്ലല്ലോ. പതിനൊന്നുമണിയായപ്പോൾ റൂം പൂട്ടി അനുരാഗ് ഹോട്ടലിൽനിന്ന് ഇറങ്ങി. പതിനഞ്ചുമിനിറ്റുപോലും ഡ്രൈവ് ഇല്ല ബീച്ചിലേക്ക്. അവൻ ചെന്നപ്പോൾ നീലനിറമുള്ള കടൽ ശാന്തമാണ്. വെയിലേറ്റു തിരകൾ വെള്ളിപോലെ തിളങ്ങുന്നു.

ഐസ്ക്രീം ഹൗസിന്റെ പാർക്കിംഗ് ഏരിയായിൽ ചെന്ന് അയാൾ കാർ നിർത്തി.

വെള്ള പെയിന്റടിച്ച ഒറ്റനില കെട്ടിടമാണ് ഐസ്ക്രീം ഹൗസ്. ഗ്ലാസ് ഭിത്തിയാണ്. കടൽകണ്ടുകൊണ്ട് ഐസ്ക്രീം കഴിക്കാം.

അവൻ കാറിൽനിന്നിറങ്ങി. ഡിക്കി തുറന്ന് രഹസ്യഅറയിൽ സൂക്ഷിച്ചിരുന്ന പിസ്റ്റൾ എടുത്ത് ജീൻസിന്റെ പോക്കറ്റിലിട്ടു. ലൂസ് ഷർട്ടാണ് ധരിച്ചിരുന്നത്. അതുകാരണം പോക്കറ്റ് തള്ളിനിൽക്കുന്നത് ശ്രദ്ധയിൽ പെടില്ല.

അവൻ വാതിൽ തുറന്ന് പാർലറിലേക്ക് കടന്നു. അൻപതോളം കസേരകൾ മേശകൾക്ക് ചുറ്റും ഭംഗിയായി ഇട്ടിരിക്കുന്നു. കസ്റ്റമേഴ്സ് കുറവ്. അവൻ ചെന്ന് ഒരു ഒഴിഞ്ഞ മേശയുടെ അടുത്ത് ഇരുന്നു. എതിർവശത്ത് ഗോപിനാഥ് ഇരിക്കും. തൊട്ടടുത്ത് ബോഡിഗാഡുകൾ ഇരിക്കുകയില്ല. രണ്ടുമൂന്നുമേശകൾ മാറിയേ അവർ ഇരിക്കൂ.

ഐസ്ക്രീം കഴിക്കുന്ന കൂട്ടത്തിൽ മേശയുടെ മറവിൽ പോക്കറ്റിൽ നിന്ന് തോക്കെടുക്കുന്നു. അയാളുടെ നെഞ്ചിലേക്ക് വെടി പൊട്ടിക്കുന്നു. തുടർച്ചയായി ആറ് ഉണ്ടകൾ പൊട്ടിക്കാവുന്ന തോക്കാണ്. ഒന്നിനുപുറകെ ഒന്നായി ആറെണ്ണം.

അനുരാഗ് കാത്തിരുന്നു.

അല്പനേരം കഴിഞ്ഞപ്പോൾ ഗോപിനാഥിന്റെ കാർ വന്നുനിൽക്കുന്നത് ജനലിലൂടെ അനുരാഗ് കണ്ടു. അവന്റെ ശരീരത്തിലൂടെ പെട്ടെന്ന് ഒരു പ്രകമ്പനം പാഞ്ഞുപോയി.

പത്തൊൻപത്

കാറിന്റെ ഫ്രണ്ട് സീറ്റിൽനിന്നു തിടുക്കത്തിൽ ഇറങ്ങിയ രതീഷ് വേഗം ചെന്ന് ബാക്ക് ഡോർ തുറന്നുകൊടുത്തു. ഗോപിനാഥ് മെല്ലെ

കാറിൽനിന്ന് ഇറങ്ങി. വെള്ള ജുബ്ബയും കറുത്തകരയുള്ള വെള്ള ഡബിൾ മുണ്ടുമായിരുന്നു അയാളുടെ വേഷം.

'അവൻ വന്നിട്ടുണ്ടല്ലോ അല്ലേ?' അയാൾ ചോദിച്ചു.

ഐസ്ക്രീം ഹൗസിന്റെ മുൻപിൽനിന്ന് അല്പം മാറി അനുരാഗിന്റെ കാർ പാർക്ക് ചെയ്തിരിക്കുന്നത് രതീഷ് കണ്ടു.

'ഉണ്ട് സാർ. '

മുത്തുരാമൻ ഡ്രൈവിംഗ് സീറ്റിൽതന്നെ ഇരുന്നതേയുള്ളൂ.

'ഉം.'

ഗോപിനാഥ് ചുറ്റും ഒന്നു നോക്കി.

ബീച്ച് റോഡിലൂടെ ഇടവിട്ടിടവിട്ട് വാഹനങ്ങൾ പാഞ്ഞുപോകുന്നുണ്ട്. നീലക്കടൽ ശാന്തമാണ്. കടപ്പുറത്തെ പഞ്ചാരമണൽ വെയിലേറ്റ് തിളങ്ങുന്നു. ഗോപിനാഥ് ഐസ്ക്രീംഹൗസിന് നേരെ നടന്നു.

അനുരാഗ് ആ കാഴ്ച കണ്ട് ശ്വാസമടക്കിപ്പിടിച്ച് ഇരുന്നു. അവൻ മേശയ്ക്കടിയിലൂടെ ജീൻസിന്റെ പോക്കറ്റിൽ കൈവച്ചു. കൈത്തോക്ക് ഭദ്രമായിത്തന്നെ അവിടെയുണ്ട്.

സെക്കന്റുകൾക്കുള്ളിൽ അതു വലിച്ചെടുക്കണം. ഇരുകൈകൊണ്ടും അതു ഗോപിനാഥിന്റെ നേർക്ക് നീട്ടിപ്പിടിക്കണം. വലതുകൈയുടെ ചൂണ്ടുവിരൽകൊണ്ട് കാഞ്ചി അമർത്തണം.

നെഞ്ചിന്റെ ഇടതുഭാഗത്തായിരിക്കണം ഉന്നം വയ്ക്കേണ്ടത്. മാംസപേശികൾ തുളച്ച് ഹൃദയത്തിനുള്ളിലൂടെ ബുള്ളറ്റ് മറുവശത്തെത്തണം. ഐസ്ക്രീം കഴിക്കുന്നതിന്റെ ഇടയിൽ മതി. അതാണ് നെഞ്ചിൽ ഉന്നം വയ്ക്കാൻ കൂടുതൽ സൗകര്യം. മുഖത്തോടു മുഖം നോക്കിയിരിക്കുമ്പോൾ.

പെട്ടെന്ന് വാതിലിനടുത്ത് ഗോപിനാഥ് പ്രത്യക്ഷപ്പെട്ടു. അനുരാഗ് എഴുന്നേറ്റ് നിന്ന് കൈ ഉയർത്തി.

'അങ്കിൾ...' അവൻ ഉറക്കെ വിളിച്ചു.

അയാൾ അവന്റെ നേർക്കുനോക്കി. പിന്നെ അവന്റെ അടുത്തേക്ക് വന്നു.

'ഇരിക്ക് അങ്കിൾ.' അവൻ പറഞ്ഞു.

അവന്റെ മേശയുടെ എതിർവശത്തുള്ള കസേരയിൽ അയാൾ ഇരുന്നു.

'അനു വന്നിട്ട് കുറേനേരമായോ?' അയാൾ ചോദിച്ചു.

'ഇല്ല. ഒരഞ്ചുമിനിറ്റ്. വെയിറ്റർ വന്നു ചോദിച്ചു. എന്താ വേണ്ടതെന്ന്. ഞാൻ പറഞ്ഞു എന്റെ അങ്കിൾ വരുന്നുണ്ട്. എന്നിട്ട് ഓർഡർ ചെയ്യാമെന്ന്.' അനുരാഗ് പറഞ്ഞു.

എന്തുചെയ്യണമെന്ന് അറിയാതെ രതീഷ് ഒന്ന് സംശയിച്ച് നിന്നു. അയാൾ പുറത്തേക്കിറങ്ങി പോയെങ്കിൽ എന്ന് അവൻ മനസ്സിൽ ആഗ്രഹിച്ചു.

പക്ഷേ അയാൾ അനുരാഗിന്റെ പിന്നിലുള്ള കസേരയുടെ അടുത്തുള്ള കസേരയിൽ ചെന്ന് ഇരിക്കുകയാണ് ചെയ്തത്. അതു വലിയ അസൗകര്യമായല്ലോ എന്ന് അനുരാഗിനു തോന്നി. പോക്കറ്റിൽനിന്ന് തോക്കെടുത്താൽ രതീഷ് അതു കാണും.

പദ്ധതി പൊളിഞ്ഞു എന്ന് അവൻ ഉറപ്പിച്ചു. രതീഷിന്റെ കണ്ണുകൾ ഇപ്പോൾ ചുറ്റിനും പരതി നടക്കുകയായിരിക്കും.

വെയിറ്റർ വന്നു.

'അനുവിന് എന്താണ് വേണ്ടത്? ' ഗോപിനാഥ് ചോദിച്ചു.

'എനിക്കിഷ്ടമുള്ളതെന്താണെന്ന് അങ്കിൾ മറന്നോ?'

'ഇല്ല. നിനക്ക് വാനില ഐസ്ക്രീം മാത്രമായിരുന്നല്ലോ ഇഷ്ടം. വേറെ പലതരത്തിലുള്ളത് ഉണ്ടായിരുന്നെങ്കിലും എവിടെപോയാലും വാനില മതിയെന്ന് നീ വാശി പിടിക്കുമായിരുന്നു.'

'അങ്കിളിന്റെ ഓർമ്മശക്തിക്ക് ഒരു കുറവുമില്ല. '

അവൻ അഭിനന്ദനപൂർവ്വം അയാളെ നോക്കി.

ഗോപിനാഥ് പുഞ്ചിരിച്ചു.

'കഴിഞ്ഞതൊക്കെ മറന്നുകളയുന്നവനല്ല മോനേ ഈ ഗോപിയങ്കിൾ. ഈ ഓർമ്മശക്തിയാ അങ്കിളിന്റെ ഏറ്റവും വലിയ അനുഗ്രഹവും.'

'നമിക്കുന്നു അങ്കിൾ.'

രണ്ടു വാനില ഐസ്ക്രീമിന് ഗോപിനാഥ് ഓർഡർ കൊടുത്തു.

'സത്യത്തിൽ എനിക്ക് അങ്കിളിനോട് ആരാധന തോന്നുന്നുണ്ട്. ഈ പ്രായത്തിലുള്ള ഇഷ്ടമുള്ളതൊക്കെ കഴിക്കാൻ അങ്കിളിന് സാധിക്കുന്നുണ്ട്. കൊളസ്ട്രോൾ ഇല്ല...ബിപി ഇല്ല...ഷുഗർ ഇല്ല.'

'അതുമോനേ ഞാൻ പതിവായി വ്യായാമം ചെയ്യുന്നതുകൊണ്ടാണ്. ഭക്ഷണവും നിയന്ത്രിക്കാറുണ്ട്.' അയാൾ പറഞ്ഞു.

'എനിക്ക് ഒരു നിയന്ത്രണവും ഇല്ല അങ്കിൾ. ഇഷ്ടമുള്ളതൊക്കെ വാരിവലിച്ചുതിന്നും. കാര്യമായ എക്സർസൈസും ഇല്ല.'

അവൻ പറഞ്ഞു.

'നീ ചെറുപ്പമല്ലേ. ഇഷ്ടമുള്ളതൊക്കെ കഴിച്ചോളൂ. ഒരു കുഴപ്പവുമില്ല. പക്ഷേ പതിവായി വ്യായാമം എടുക്കണം. രാവിലെ അഞ്ചുകിലോമീറ്റർ ഓടിയാൽ മതി.'

'നാളെമുതൽ ഓടണം. ബീച്ചിൽ വരാമെന്നാണ് വിചാരിക്കുന്നത്.'

വെയിറ്റർ രണ്ട് ഐസ്ക്രീം കൊണ്ടുവന്ന് മേശപ്പുറത്ത് വച്ചു. കഴി

ച്ചുതുടങ്ങട്ടെ. എന്നിട്ടുവേണം തോക്കെടുക്കാൻ. മധുരം കഴിച്ചുകൊണ്ട് മധുരമായ പ്രതികാരം.

രണ്ടുപേരും സ്പൂൺ എടുത്ത് അല്പം ഐസ്ക്രീം കോരി വായിൽ വച്ചു.

അനുരാഗ് വെറുതെയെന്ന മട്ടിൽ പിന്നിലേക്ക് ഒന്നു തിരിഞ്ഞുനോക്കി. രതീഷിന്റെ മുന്നിലുമുണ്ട് ഐസ്ക്രീം. അയാൾ അതു കഴിക്കുന്നതിൽ വ്യാപൃതനാണ്.

ഇതുതന്നെയാണ് തക്കം.

അനുരാഗ് മേശയ്ക്കടിയിലേക്ക് വലതുകൈ കൊണ്ടുചെന്നു. ജീൻസിന്റെ പോക്കറ്റിലേക്ക് കടത്തി സാവധാനം പിസ്റ്റൾ പുറത്തേക്കെടുത്തു. പിന്നെ ഒട്ടും താമസിച്ചില്ല. അവൻ ഇരുകൈകൾകൊണ്ടും ആ കൈത്തോക്ക് പിടിച്ചു ഗോപിനാഥിന്റെ നെഞ്ചിനുനേരെ ചൂണ്ടി നിറയൊഴിച്ചു.

നടുക്കുന്ന ശബ്ദത്തോടെയാണ് വെടി പൊട്ടിയത്. നെഞ്ചിൽ കൈ അമർത്തി ഒരു അലർച്ചയോടെ ഗോപിനാഥ് കസേരയടക്കം പിന്നിലേക്ക് മറിഞ്ഞു. അയാൾ നിലത്തുവീണ് പിടഞ്ഞപ്പോൾ അവൻ എഴുന്നേറ്റ് ചെന്ന് അയാളുടെ നേർക്ക് വീണ്ടും വീണ്ടും വെടിവച്ചു. ഐസ്ക്രീം കഴിച്ചുകൊണ്ടിരുന്നവർ ഒരു ഞെട്ടലോടെ എഴുന്നേറ്റു. എന്താണ് സംഭവിക്കുന്നതെന്നറിയാതെ അവർ വാതിലിനുനേരെ ഓടി. തോക്കുമായി അനുരാഗ് തിരിഞ്ഞപ്പോഴാണ് അവൻ അതുകണ്ടത്. രതീഷ് അവനുനേരെ തോക്കുചൂണ്ടി നിൽക്കുന്നു. അവന് എന്തെങ്കിലും ചെയ്യാൻ കഴിയുംമുമ്പ് രതീഷിന്റെ തോക്കിൽനിന്നും വെടിപൊട്ടി.

അനുരാഗിന്റെ നെഞ്ച് തുളച്ചാണ് വെടിയുണ്ട കടന്നുപോയത്. അവൻ പെട്ടെന്ന് കുഴഞ്ഞ് നിലത്തുവീണു.

***

കടപ്പുറത്ത് ക്രിമിനലുകളുടെ വിളയാട്ടം വർദ്ധിക്കുന്നുണ്ട് എന്ന റിപ്പോർട്ട് കിട്ടിയതനുസരിച്ചാണ് ശ്രീനാഥ് ബീച്ചിലേക്ക് പുറപ്പെട്ടത്. ബീച്ച് റോഡിലേക്ക് കയറുമ്പോൾ തന്നെ കണ്ടു, ഐസ്ക്രീം ഷോപ്പിൽനിന്ന് ആളുകൾ പ്രാണരക്ഷാർത്ഥം ഇറങ്ങി ഓടുന്നു.

'രമേഷേ കണ്ടില്ലേ ആളുകൾ ഇറങ്ങിഓടുന്നത്...എന്തോ പ്രശ്നമുണ്ടെന്ന് തോന്നുന്നു.' ശ്രീനാഥ് ഡ്രൈവറോട് പറഞ്ഞു.

'തീപ്പിടുത്തമായിരിക്കും സാർ.'

'പക്ഷേ പുകയൊന്നും കാണുന്നില്ലല്ലോ. അങ്ങോട്ടു പോകാം.' കാർ പാഞ്ഞുചെന്ന് ഐസ്ക്രീം ഹൗസിന്റെ മുന്നിൽ നിന്നു. ഡോർ തുറന്ന് ശ്രീനാഥ് ചാടിയിറങ്ങി.

'എന്താണ് സംഭവം?' പരിഭ്രമത്തോടെ പുറത്തിറങ്ങി വന്ന മധ്യവയസ്കനോട് ശ്രീനാഥ് തിരക്കി.

'വെടിവെയ്പ്പാണ് സാറേ. രണ്ടുപേരും മരിച്ചു.' പറഞ്ഞിട്ട് അയാൾ ധൃതിയിൽ നടന്നുപോയി.

ജാഗ്രതയോടെ ശ്രീനാഥ് ഐസ്ക്രീം ഹൗസിലേക്ക് കടന്നുചെന്നു. മേശകളും കസേരകളും തട്ടിമറിച്ചിട്ടിരിക്കുന്നു. രണ്ടുമൂന്നുപേർ മാത്രം അവിടെയുണ്ട്. അവർ അവിടുത്തെ ജോലിക്കാരാണെന്ന് യൂണിഫോം കണ്ടപ്പോൾ അയാൾക്കു മനസ്സിലായി.

കസേരകൾക്കിടയിൽ വെള്ള ജുബ്ബയും മുണ്ടും ധരിച്ച ഒരു പുരുഷൻ കമിഴ്ന്ന് കിടക്കുന്നു. അല്പംമാറി ജീൻസും ചെക്ക് ഷർട്ടും ധരിച്ച ഒരു ചെറുപ്പക്കാരനും കിടക്കുന്നു.

'എന്താണ് സംഭവിച്ചത്?'

യൂണിഫോം ധരിച്ച മധ്യവയസ്ക്കനോട് ശ്രീനാഥ് ചോദിച്ചു.

'വെടിവെയ്പ് നടന്നു സാർ. ആ പയ്യൻ അയാളെ വെടിവച്ച് താഴെയിട്ടു. അയാളുടെ കൂടെ വന്ന ആൾ പയ്യനെയും വെടിവച്ചു.'

'ആരാണിവർ?'

'ഒന്ന് ആർകെ അസോസിയേറ്റ്സിന്റെ മാനേജർ ഗോപിനാഥാണ്....' നടന്ന കാര്യങ്ങൾ വെയിറ്റർ പറഞ്ഞു.

ശ്രീനാഥ് ഒന്ന് ഞെട്ടി. അയാൾ ചെന്ന് ഗോപിനാഥിനെ മലർത്തിക്കിടത്തി. നെഞ്ച് തകർന്നുപോയിരിക്കുന്നു. ചോരക്കട്ട മാത്രം കാണാം. ഗോപിനാഥ് മരിച്ചുകഴിഞ്ഞെന്ന് ഒറ്റനോട്ടത്തിൽത്തന്നെ മനസ്സിലായി.

അടുത്തുകിടക്കുന്നത് അനുരാഗാണെന്ന് ഞെട്ടലോടെയാണ് ശ്രീനാഥ് തിരിച്ചറിഞ്ഞത്. മരിച്ചിട്ടില്ല. നെഞ്ചിലാണ് വെടിയേറ്റതെങ്കിലും ശ്വാസം നിലച്ചിട്ടില്ല.

ശ്രീനാഥ് കൺട്രോൾറൂമിലേക്ക് എമർജൻസി കോൾ വിളിച്ചു. രണ്ട് ആംബുലൻസ് എത്രയും വേഗം ബീച്ച് റോഡിലുള്ള ഐസ്ക്രീം ഹൗസിലേക്ക് വിടണം. കഴിയുന്നത്ര പോലീസിനെയും. അയാൾ അടുത്തതായി രാഹുലിനെയാണ് വിളിച്ചത്.

'എന്താണ് ശ്രീനാഥ്?' രാഹുൽ ഉടൻ കോൾ എടുത്തു.

'ഒരു ബാഡ് ന്യൂസുണ്ട്.'

'എന്താണ്?'

'ബീച്ച് റോഡിലുള്ള ഐസ്ക്രീം ഹൗസിൽവെച്ച് ഒരു ഷൂട്ടൗട്ട് ഉണ്ടായി. ഗോപിനാഥിനെ അനുരാഗ് വെടിവച്ചിട്ടു. അയാളുടെ ബോഡിഗാർഡ് അനുരാഗിനെയും ഷൂട്ട് ചെയ്തു.'

'എന്റീശ്വരാ... എന്നിട്ട്?' രാഹുൽ അന്വേഷിച്ചു.

'ഗോപിനാഥിന് ജീവനുണ്ടെന്ന് തോന്നുന്നില്ല. അനുരാഗിന്റെ ചലനങ്ങൾ നഷ്ടപ്പെട്ടിട്ടില്ല. രണ്ട് ആംബുലൻസ് കൊണ്ടുവരാൻ പറഞ്ഞിട്ട് ഞാനിവിടെ വെയിറ്റ് ചെയ്യുകയാണ്.' ശ്രീനാഥ് പറഞ്ഞു.

'എവിടേക്കാണ് കൊണ്ടുപോകുന്നത്?'

'മെഡിക്കൽ കോളേജിലേക്ക് കൊണ്ടുപോകുന്നതല്ലേ നല്ലത്.'

'നോ. ട്രാഫിക് ബ്ലോക്കുണ്ടാകും. എന്തായാലും സമയവും കൂടുതലെടുക്കും. വളരെയടുത്തല്ലേ ആശാദീപം ഹോസ്പിറ്റൽ. എല്ലാ ആധുനിക സജ്ജീകരണങ്ങളും ഉണ്ട്.' രാഹുൽ പറഞ്ഞു.

'എങ്കിൽ അങ്ങോട്ട് കൊണ്ടുപോകാം.'

'എനിക്ക് പരിചയമുള്ള ഒരു ഡോക്ടറുണ്ട്. സർജനാണ്. ഡോ. സാം ചെറിയാൻ. ഇപ്പോത്തന്നെ വിളിച്ചുപറയാം.'

'എങ്കിൽ വളരെ എളുപ്പമാകും കാര്യങ്ങൾ.'

ശ്രീനാഥ് കോൾ കട്ട് ചെയ്തു.

ചുടുചോരയുടെ രൂക്ഷഗന്ധം പരക്കുന്നുണ്ടായിരുന്നു ആ ഹാളിൽ. ഓരോ സെക്കന്റും വിലപ്പെട്ടതാണെന്ന ഓർമ്മയിൽ അയാൾ അതൊന്നും അറിഞ്ഞതേയില്ല.

രണ്ട് ആംബുലൻസുകൾ ഇരമ്പിയാർത്തുവന്നു. ഐസ്ക്രീംഹൗസിന്റെ മുന്നിലേക്ക് രണ്ടുവാഹനങ്ങളും ഇരച്ചുനിന്നു.

സ്ട്രെക്ചറുമായി രണ്ടുപേർ വീതം വണ്ടിയിൽനിന്ന് ചാടിയിറങ്ങി. അനുരാഗിനേയും ഗോപിനാഥിനേയും ഓരോ ആംബുലൻസിൽ അവർ നൊടിയിടയ്ക്കുള്ളിൽ എടുത്തുവച്ചു.

'ആശാദീപത്തിലേക്ക് പോകൂ.' ശ്രീനാഥ് ഡ്രൈവർക്ക് നിർദ്ദേശം കൊടുത്തു. അപ്പോഴേക്ക് ഒരു പോലീസ് ജീപ്പിൽ നാലഞ്ചു കോൺസ്റ്റബിൾമാരുമായി എസ്.ഐ വന്നു. സ്ഥലത്തിന്റെ പരിരക്ഷ എസ്.ഐയെ ഏൽപ്പിച്ചിട്ട് ആംബുലൻസുകളുടെ പിന്നാലെ ശ്രീനാഥ് പോയി.

അവർ കാഷ്വാലിറ്റിയുടെ മുന്നിൽ ചെന്നുനിന്നപ്പോൾ ഹോസ്പിറ്റലിലെ അറ്റന്റർമാർ ഓടിവന്നു. അവർ അനുരാഗിനെയും ഗോപിനാഥിനെയും എടുത്തുകൊണ്ട് അകത്തേക്ക് പോയി. ശ്രീനാഥ് പുറത്ത് കാത്തുനിന്നു.

അല്പനേരം കഴിഞ്ഞപ്പോൾ സബ് കലക്ടറുടെ കാറിൽ രാഹുൽ എത്തി.

'എന്തെങ്കിലും അറിയാൻ കഴിഞ്ഞോ?'

അയാൾ ശ്രീനാഥിനോട് ചോദിച്ചു.

'ഇല്ല. അകത്തേക്ക് കൊണ്ടുപോയതേയുള്ളു.' അവർ അല്പനേരം കാത്തുനിന്നു. പത്തുമിനുട്ട് കഴിഞ്ഞപ്പോൾ ഡോ.സാം ചെറിയാൻ വന്നു.

'ഗോപിനാഥ്...ഇവിടെ കൊണ്ടുവരും മുമ്പേ മരിച്ചിരുന്നു.' അദ്ദേഹം പറഞ്ഞു.

'അനുരാഗ്?' രാഹുൽ പെട്ടെന്ന് ചോദിച്ചു.

'വെരി വെരി ക്രിട്ടിക്കൽ. ബുള്ളറ്റ് കയറി ഇടതുവശത്തുള്ള ലങ്സ് കംപ്ലീറ്റ് തകർന്നുപോയി. ഹാർട്ടിന്റെ ഒരുഭാഗത്തും ഡാമേജ് ഉണ്ടായിട്ടുണ്ട്. ബിപി വളരെ വളരെ കുറവാണ്.'

'അപ്പോൾ പ്രതീക്ഷ വേണ്ടെന്നാണോ ഡോക്ടർ?' ആധിയോടെ രാഹുൽ ചോദിച്ചു.

'ഒരു മേജർ സർജറിക്കുവേണ്ടിയുള്ള പ്രിപ്പറേഷൻ നടത്തുകയാണ് ഞങ്ങൾ. വെടിയുണ്ട ഇപ്പോഴും ശ്വാസകോശത്തിൽ തറച്ച് ഇരിക്കുകയാണ്. അതു നീക്കം ചെയ്യണം. രക്ഷപ്പെടില്ലെന്ന് ഞാൻ പറയില്ല. ബട്ട് ചാൻസസ് ആർ റെയർ.' ഡോക്ടർ അകത്തേക്കുതന്നെ പോയി.

രാഹുലും ശ്രീനാഥും പരസ്പരം നോക്കി.

'ഡോണ്ട് ബി അപ്സെറ്റ്. മിറക്കിൾസ് ക്യാൻ ഹാപ്പൻ.' ശ്രീനാഥ് അയാളെ ആശ്വസിപ്പിക്കാൻ ശ്രമിച്ചു.

'അതല്ല ശ്രീ ഞാനാലോചിക്കുന്നത്. പല്ലവി ഇതെങ്ങനെ...'

'അറിയിക്കണ്ടേ?'

'വേണം. അവൾ മൂവാറ്റുപുഴയിലാണ്. അച്ഛന്റെയും അമ്മയുടെയും കൂടെ.'

'വിളിച്ചുപറയൂ. ഇനി വൈകിക്കണ്ടാ.'

'എനിക്കു പറയാൻ പറ്റില്ല. അച്ഛന്റെ നമ്പർ തരാം. താൻ പറഞ്ഞാൽ മതി. പോലീസിൽനിന്ന് അറിയിക്കുന്നതുപോലെ.'

'അതു ഞാൻ ചെയ്യാം.'

ബാലകൃഷ്ണൻനായരുടെ നമ്പർ രാഹുൽ കൊടുത്തു. അപ്പോൾ ത്തന്നെ ആ നമ്പറിൽ ശ്രീനാഥ് വിളിച്ചു.

'ഹലോ സാർ..ഞാൻ ആലപ്പുഴ എ.എസ്.പി ശ്രീനാഥാണ്. '

അയാൾ സ്വയം പരിചയപ്പെടുത്തി.

'ഹലോ ശ്രീനാഥ്...പല്ലവി പറഞ്ഞിട്ടുണ്ട് ഒരു നല്ല ഫ്രണ്ടാണെന്ന്. എന്താ ഇപ്പോൾ വിളിച്ചത്?'

'ഒരു മോശം വാർത്ത അറിയിക്കാനാണ് സാർ. അനുരാഗ് ഇവിടെ ഹോസ്പിറ്റലിലാണ്. കണ്ടീഷൻ ഇത്തിരി ക്രിട്ടിക്കലാണ്.'

'എന്തുപറ്റി അനുവിന്?'

പരിഭ്രമത്തോടെ അദ്ദേഹം ചോദിച്ചു.

നടന്ന സംഭവങ്ങൾ ശ്രീനാഥ് അദ്ദേഹത്തെ അറിയിച്ചു.

'തുറന്നുപറ ശ്രീനാഥ്. അനു ജീവനോടെയുണ്ടോ?'

എല്ലാം കേട്ടുകഴിഞ്ഞപ്പോൾ സംശയത്തോടെ അദ്ദേഹം ചോദിച്ചു.

'യേസ് സാർ. ഹി ഈസ് സ്റ്റിൽ എലൈവ്. പക്ഷേ അടുത്ത മണിക്കൂറിൽ എന്തു സംഭവിക്കുമെന്ന് പറയാൻ പറ്റില്ല.'

'ഏതു ഹോസ്പിറ്റലിലാണ്?'

'ആശാദീപം.'

'ശരി.' കോൾ കട്ട് ആയി.

'എന്താണ് പല്ലവി മൂവാറ്റുപുഴയ്ക്ക് പോയത്?'

'അനുരാഗുമായി എന്തോ സൗന്ദര്യപ്പിണക്കമുണ്ടായീന്നാണ് അറിഞ്ഞത്.' രാഹുൽ പറഞ്ഞു.

'എങ്കിൽ ആ കുട്ടിക്ക് ഇതു താങ്ങാൻ പറ്റില്ല.'

'ഇത് അനുരാഗ് പ്ലാൻ ചെയ്ത് നടപ്പിൽ വരുത്തിയ സംഭവമാണെന്നാണ് എനിക്കിപ്പോൾ തോന്നുന്നത്.'

'യേസ്. അല്ലെങ്കിൽ എവിടെനിന്നോ പിസ്റ്റൾ സംഘടിപ്പിക്കില്ലല്ലോ.' ശ്രീനാഥ് പറഞ്ഞു.

അയാൾക്ക് അപ്പോൾ ഒരു കോൾ വന്നു.

'രതീഷിനെയും മുത്തുരാമനെയും കസ്റ്റഡിയിൽ എടുത്തിട്ടുണ്ട്. രണ്ടുപേരും അയാളുടെ ബോഡി ഗാർഡുകളാണ്.'

'സ്ഥലം സീൽ ചെയ്തില്ലേ?'

'ഉവ്വ്. അവിടെ പോലീസ് കാവലുണ്ട്. ഇനി അനുരാഗിന്റെ അമ്മയെ വിവരം അറിയിക്കണ്ടേ?' ശ്രീനാഥ് ചോദിച്ചു.

'വേണം. ഫോൺ ചെയ്തു പറഞ്ഞാൽ ശരിയാവില്ല. ഞാൻ ഒന്നു പോയിട്ട് വരാം.' രാഹുൽ അപ്പോൾത്തന്നെ ആർ.കെ.ബംഗ്ലാവിലേക്ക് പോയി. കോളിംഗ് ബെൽ മുഴക്കിയപ്പോൾ സുമിത്രയാണ് വന്ന് വാതിൽ തുറന്നത്.

'അമ്മയെ കാണാൻ വന്നതാണ്.'

'ഇരുന്നാട്ടെ. ഞാൻ പറയാം.'

സുമിത്ര പോയി. അല്പനേരം കഴിഞ്ഞപ്പോൾ ഗായത്രീദേവി വന്നു. ക്ഷീണിതയും ദുഃഖിതയുമായിരുന്നു അവർ. അവരെ കണ്ട് അയാൾ എഴുന്നേറ്റു.

'ഇരിക്ക് മോനേ. ഞാൻ ഒന്നു വിളിക്കാനിരിക്കുകയായിരുന്നു. വിവരങ്ങളൊക്കെ അറിഞ്ഞുകാണുമല്ലോ.'

'ഉം. ചിലതൊക്കെ അറിഞ്ഞു.'

'എന്റെ മിട്ടുവിന് എന്താണ് സംഭവിച്ചതെന്ന് എനിക്കറിയില്ല രാഹുൽ. പല്ലവിയോട് പിണങ്ങി. എന്നോട് വഴക്കിട്ടു. അവനിപ്പോൾ ഹോട്ടലിലാണ് താമസം. മോൻ അവനോടൊന്ന് സംസാരിക്കണം. എന്റെ കാര്യം പോട്ടെ.

അവൻ എന്റെ മോനല്ലേ. അവൻ എന്തു ചെയ്താലും എനിക്ക് ക്ഷമിക്കാൻ പറ്റും.'

എങ്ങനെ അമ്മയോട് കാര്യങ്ങൾ പറയും?

രാഹുൽ ധർമ്മസങ്കടത്തിലായി.

'അതിരിക്കട്ടെ. രാഹുൽ എന്തിനാണ് വന്നത്.'

ഗായത്രീദേവി ചോദിച്ചു.

'അമ്മയുടെ മോൻ ഒരു അബദ്ധം കാണിച്ചു. അതു പറയാനാണ് ഞാൻ വന്നത്.' ഗായത്രീദേവി ഒന്നു ഞെട്ടി.

'എന്തബദ്ധം?'

'ഗോപിനാഥ് എന്ന ആളിനെ വെടിവച്ചു കൊന്നു.'

അവർ ഒന്നു ചിരിച്ചു.

'ആരാ രാഹുലിനോട് ഈ മണ്ടത്തരം പറഞ്ഞത്? മിട്ടുവിന്റെ കയ്യിൽ തോക്കു പോയിട്ട് ഒരു പേനാക്കത്തിപോലും കാണുകയില്ല. ഒരു എറുമ്പിനെപ്പോലും നോവിക്കാത്തവനാണ് അവൻ. അല്ലെങ്കിൽ തന്നെ ഗോപിയെ അവൻ...ഇല്ല, അതിനുള്ള മനക്കട്ടിയൊന്നും അവനില്ല.'

'ബീച്ച് റോഡിലുള്ള ഐസ്ക്രീം ഹൗസിൽ വച്ചാണ് സംഭവം നടന്നത്. ഗോപിനാഥിനെ നാലഞ്ചുതവണ അനുരാഗ് വെടിവച്ചു. അവിടെ വച്ചുതന്നെ അയാൾ മരിച്ചു. പക്ഷേ അതോടൊപ്പം അനുരാഗിനെ അയാളുടെ ബോഡിഗാർഡ് വെടിവച്ചു. കുറച്ച് സീരിയസ്സാണ്. ആശാദീപം ഹോസ്പിറ്റലിൽ അനുരാഗിന് ശസ്ത്രക്രിയ നടത്തിക്കൊണ്ടിരിക്കുകയാണ്.'

ഗായത്രീദേവി അയാളെ തുറിച്ചുനോക്കി. കേട്ടത് അവർക്ക് വിശ്വാസമായില്ല.

'സത്യമാണോ ഇപ്പറഞ്ഞത്?' അയാളുടെ കൈയിൽ ബലമായി അമർത്തിപ്പിടിച്ച് അയാൾ ചോദിച്ചു.

'സത്യമാണ്. തിരിച്ചുകിട്ടാൻ വലിയ പാടാണെന്നാണ് അമ്മേ ഡോക്ടർ പറഞ്ഞത്.'

ഗായത്രീദേവി നിലത്തേക്ക് കുഴഞ്ഞുവീണു. അതുകണ്ട് സുമിത്ര ഓടിവന്നു. അവളുടെ സഹായത്തോടെ ഗായത്രീദേവിയെ രാഹുൽ എടുത്ത് മുറിയിൽ കൊണ്ടുചെന്നു കിടത്തി. അല്പനേരം കഴിഞ്ഞപ്പോൾ അവർ കണ്ണുതുറന്നു.

'എനിക്ക് എന്റെ മോനെ കാണണം രാഹുൽ...'

'ഇപ്പോൾ കാണാൻ പറ്റില്ലമ്മേ. ഓപ്പറേഷൻ തിയറ്ററിലാണ്. വെളിയിൽ കൊണ്ടുവരുമ്പോൾ ഞാൻ കൊണ്ടുപോയി കാണിക്കാം. അതുവരെ അമ്മ റസ്റ്റെടുക്ക്. ഹോസ്പിറ്റലിൽ വന്നാൽ കൂടുതൽ ബുദ്ധിമു

ട്ടായിരിക്കും.'

'പല്ലവിമോളെ വിവരമറിയിച്ചോ?'

'അറിയിക്കാൻ ഏർപ്പാട് ചെയ്തിട്ടുണ്ട്.' ഗായത്രീദേവിയെ പ്രത്യേകം ശ്രദ്ധിക്കണമെന്ന് സുമിത്രയെ പറഞ്ഞ് ഏൽപ്പിച്ചിട്ടാണ് രാഹുൽ ഹോസ്പിറ്റലിലേക്ക് പോയത്. കുറേനേരം കഴിഞ്ഞപ്പോൾ അച്ഛനും അമ്മയ്ക്കുമൊപ്പം പല്ലവി കാറിൽനിന്ന് ഇറങ്ങി. രാഹുലിനെ കണ്ട് അവൾ ഓടിച്ചെന്നു.

'രാഹുലേട്ടാ എന്റെ അനു...' അവൾ അയാളുടെ കൈകളിൽ പിടിച്ച് പൊട്ടിക്കരഞ്ഞു.

'അനുവിന് ഒന്നും സംഭവിക്കുകയില്ല. ഡോ.സാം ചെറിയാൻ മിടുക്കനായ സർജനാണ്.' അയാൾ അവളെ ആശ്വസിപ്പിച്ചു. ബാലകൃഷ്ണൻനായരും രാജേശ്വരിയും എന്തു ചെയ്യണമെന്നറിയാതെ നിന്നു.

'വന്നാട്ടെ. ഒരു റൂം കിട്ടിയിട്ടുണ്ട്.അവിടെ റസ്റ്റെടുക്കാം.'

രാഹുൽ പറഞ്ഞു.

അനുരാഗിന്റെ ബൈസ്റ്റാന്റർക്ക് വിശ്രമിക്കാനുള്ള മുറിയിൽ അവരെ കൊണ്ടുചെന്ന് രാഹുൽ ഇരുത്തി. രാഹുൽ ഒപ്പം ഇരുന്നു. പുലർച്ചെ രണ്ടുമണിയായപ്പോൾ അനുരാഗ് അവസാനശ്വാസം വലിച്ചു. മരണവിവരം രാഹുലിനെ വിളിച്ച് ഡോ.സാം ചെറിയാൻ അറിയിച്ചു.

***

അനുരാഗിന്റെ മരണാനന്തര ചടങ്ങുകൾ ഏഴുദിവസം നീണ്ടുനിന്നു. അവനെക്കുറിച്ചുള്ള ഓർമ്മകളിൽ മുഴുകി ബോധത്തിലും അബോധത്തിലുമാണ് പല്ലവി ഈ ദിവസങ്ങൾ തള്ളിനീക്കിയത്. മകന്റെ മരണം അംഗീകരിക്കാൻ ആദ്യമൊക്കെ ഗായത്രീദേവിയുടെ മനസ്സ് സമ്മതിച്ചില്ല. മൂന്നാമത്തെ ദിവസം ലീഗൽ അഡ്വൈസർ അഡ്വ. രവീന്ദ്രനാഥ് അവരെ കാണാൻ വന്നു.

'എന്താ വക്കീലേ?' ഗായത്രീദേവി തിരക്കി.

'ഇത്തരം ഒരു ദുഃഖാവസ്ഥയിൽ മാഡത്തിനെ ശല്യപ്പെടുത്താൻ ഞാൻ വരില്ലായിരുന്നു. പക്ഷേ ഔദ്യോഗിക കാര്യമായതുകൊണ്ട് അറിയിക്കാതിരിക്കാനും വയ്യ' അയാൾ പറഞ്ഞു.

'കാര്യം പറയൂ.'

'മിസ്റ്റർ ഗോപിനാഥ് മരണപ്പെട്ടതുകാരണം നിങ്ങൾ തമ്മിലുണ്ടാക്കിയ എഗ്രിമെന്റ് സാധുതയില്ലാതായി തീർന്നിരിക്കുന്നു. ഇനി ഗായത്രീദേവിയാണ് ആർകെ അസോസിയേറ്റ്സിന്റെ കീഴിലുള്ള സകല സ്ഥാപനങ്ങളുടെയും പൂർണ്ണ അവകാശി. ഇക്കാര്യം ബാങ്കുകളെയും കമ്പനിയുമായി ബന്ധമുള്ള മറ്റ് സ്ഥാപനങ്ങളുടെയും കമ്പനിയുടെ ജീവനക്കാ

രേയും അറിയിച്ചിട്ടുണ്ട്.'

'എന്റെ മകൻ രക്തസാക്ഷിയാകേണ്ടിവന്നു. അവന് അർഹതപ്പെട്ട സ്വത്തുക്കൾ തിരിച്ചുകിട്ടാൻ അല്ലേ വക്കീലേ.'

രവീന്ദ്രനാഥ് നിശ്ശബ്ദനായി ഇരുന്നതേയുള്ളൂ.

'വേറെന്തെങ്കിലും പറയാനുണ്ടോ?'

'നാളെ മുതൽ മാഡം ഓഫീസിൽ ചെന്നാൽ നന്നായിരുന്നു. കമ്പനിയുടെ സുഗമമായ നടത്തിപ്പിന് അത്യാവശ്യമാണ്.'

'ഉം.'

ഗായത്രീദേവി ഒന്നു മൂളി.

'ഒരുകാര്യം കൂടി. എന്നെ ലീഗൽ അഡ്വൈസറായി നിയമിച്ചത് മിസ്റ്റർ ഗോപിനാഥാണ്. നിയമം അനുസരിച്ചുള്ള കാര്യങ്ങൾ മാത്രമേ ഞാൻ ഇതുവരെ ചെയ്തിട്ടുള്ളു. എങ്കിലും എന്നെ മാറ്റിയിട്ട് മാഡത്തിന്റെ ആരെയെങ്കിലും ആ സ്ഥാനത്ത് നിയമിക്കാവുന്നതാണ്.' രവീന്ദ്രനാഥ് പറഞ്ഞു.

'തൽക്കാലം വക്കീൽതന്നെ തുടരൂ.'

'ശരി മാഡം.'

പിറ്റേന്നുമുതൽ ഗായത്രീദേവി ഓഫീസിൽ പോയിത്തുടങ്ങി. ഓഫീസിലെ കാര്യങ്ങളിൽ ഇടപെടാൻ തുടങ്ങിയതോടെ അവർക്ക് പുതിയ ഒരു ധൈര്യം കിട്ടുകയും ചെയ്തു. ഓഫീസിലിരിക്കുമ്പോൾ ബാലകൃഷ്ണൻനായർ അവരെ വിളിച്ചു.

'അനുവിന്റെ അമ്മയോട് ഒരു കാര്യം പറയാനാണ് ഞാൻ വിളിച്ചത്.'

'പറയൂ.'

'ഏഴുദിവസത്തെ ചടങ്ങുകൾ കഴിയുമ്പോൾ പല്ലവിമോളെ ഞങ്ങൾ കൊണ്ടുപോയിക്കോട്ടെ. ഞങ്ങളോടൊപ്പമാണെങ്കിൽ അവളുടെ സങ്കടത്തിന് കുറച്ച് ആശ്വാസം കിട്ടും.'

'അതു ശരിയാണ്. പക്ഷേ എന്റെ മകൻ മരിച്ചതുകൊണ്ട് പല്ലവി എന്റെ മരുമകൾ അല്ലാതാവുന്നില്ല.'

'അങ്ങനെയല്ല പറഞ്ഞത്. ഗായത്രീദേവി ഓഫീസിലായിരിക്കില്ലേ പകൽമുഴുവൻ. അവൾ അവിടെ തനിച്ച്....'

'ബാലകൃഷ്ണൻനായർ വന്നോളൂ. അവൾക്ക് പോകണമെന്നുണ്ടെങ്കിൽ കൊണ്ടുപോയ്ക്കോളൂ.'

അന്ന് ഓഫീസിൽനിന്നെത്തിയപ്പോൾ അവർ അക്കാര്യം അവളോട് സംസാരിച്ചു.

'എനിക്കിവിടുന്ന് പോകാൻ ഇഷ്ടമല്ലമ്മേ. പക്ഷേ അനുവില്ലാത്ത വീട്ടിൽ ഞാനൊരു അധികപ്പറ്റാണെന്ന് എനിക്കു തോന്നുന്നു. '

അവൾ പറഞ്ഞു.

'ആ തോന്നൽ വേണ്ട. അവൻ പോയെങ്കിലും അവന്റെ വീടാണിത്. അവന്റെ വീട് നിന്റെയും വീടാണ് മോളേ. എങ്കിലും കുറച്ചുദിവസം നീ പോയി അച്ഛന്റെയും അമ്മയുടെയും കൂടെ നിൽക്കൂ.'

ഏഴാമത്തെ ദിവസം മൂവാറ്റുപുഴയിൽനിന്ന് ബാലകൃഷ്ണൻനായരും രാജേശ്വരിയും വന്നു.

'മൂന്നുപേരോടുമായി ഞാനൊരു കാര്യം പറയാം. ആർ.കെ അസോസിയേറ്റ്സിന്റെ അവകാശി എന്റെ കാലശേഷം പല്ലവിമോളാണ്. എന്നു കരുതി അവൾക്ക് അനുയോജ്യമായ ഒരു വിവാഹം കിട്ടിയാൽ അതു നടത്തണം. എനിക്കു സമ്മതമാണ്.'

'അതൊന്നും ഇപ്പോൾ ആലോചിക്കേണ്ട കാര്യമല്ലല്ലോ.'

ബാലകൃഷ്ണൻനായർ പറഞ്ഞു.

'സമയമാകുമ്പോൾ മതി. പക്ഷേ അധികം നീട്ടണ്ട. അന്ന് രാഹുൽ തയ്യാറാണെങ്കിൽ അവന് മോളെ കൊടുക്കണം എന്നൊരു ആഗ്രഹം കൂടിയുണ്ട് എനിക്ക്.'

ഞെട്ടലോടെ പല്ലവി അവരെ നോക്കി.

'സമയമാകട്ടെ ഗായത്രീദേവീ. നമുക്ക് ആലോചിക്കാം.'

യാത്ര പറയാൻ നേരം പല്ലവി അവരുടെ കാലുതൊട്ട് വന്ദിച്ചു. അവർ അവളെ കെട്ടിപ്പിടിച്ച് മൂർദ്ധാവിൽ ഉമ്മവച്ചു.

'പോയ് വരൂ മോളേ. വല്ലപ്പോഴുമെങ്കിലും ഈ അമ്മയ്ക്ക് കാണാൻ നീ വരണേ.' ഗായത്രീദേവിയുടെ കണ്ണുകൾ നിറഞ്ഞൊഴുകി.

അച്ഛനും അമ്മയ്ക്കുമൊപ്പം അവൾ ചെന്ന് കാറിൽ കയറി. അനുരാഗിനോടൊപ്പം ചുരുങ്ങിയ ദിവസക്കാലം മാത്രമാണെങ്കിലും ഭാര്യയായി ജീവിച്ച ആ വലിയ വീട്ടിൽനിന്ന് അവൾ യാത്ര തിരിച്ചു.

പിറ്റേന്ന് രാഹുൽ അവളെ വിളിച്ചു.

'ഇന്നലെ അനുവിന്റെ അമ്മ വിളിച്ച് എന്നോടൊരു കാര്യം പറഞ്ഞു.'

'എന്താ രാഹുലേട്ടാ?' അവൾ ചോദിച്ചു.

'പല്ലവി എപ്പോഴെങ്കിലും വീണ്ടുമൊരു വിവാഹത്തിന് തയ്യാറായാൽ ഞാൻ ചെന്ന് നിന്റെ അച്ഛനെ കാണണമെന്ന്.'

'രാഹുലേട്ടാ...' അവൾ കരഞ്ഞു.

'അതേക്കുറിച്ച് ചിന്തിക്കുകപോലും ചെയ്യാൻ പാടില്ലാത്ത കാര്യമാണ് എന്ന് എനിക്കറിയാം. പക്ഷേ ഞാൻ നിനക്കുവേണ്ടി കാത്തിരിക്കും.'

അയാൾ കൂടുതൽ ഒന്നും പറയാതെ ഫോൺ കട്ട് ചെയ്തു.

പിറ്റേന്ന് പല്ലവി ഞെട്ടലോടെ ഒരു കാര്യം മനസ്സിലാക്കി. ആ മാസം പിരീഡ്സ് വന്നിട്ടില്ല. ഒരാഴ്ചയിലേറെ വൈകിയിരിക്കുന്നു.

ഇരുപത്

പല്ലവി ചെന്ന് ഭിത്തിയിൽ തൂക്കിയിട്ടിരുന്ന കലണ്ടർ എടുത്തു.

അവൾക്ക് നല്ല ഓർമയുണ്ടായിരുന്നു. കഴിഞ്ഞമാസം പതിനാറാം തീയ്യതിയാണ് ഒടുവിൽ പീരിഡ്സ് വന്നത്. അന്ന് ഞായറാഴ്ചയായിരുന്നു.

വൈകുന്നേരം അമ്പലത്തിൽ പോകാൻ അനുവിന്റെ അമ്മ വിളിച്ചപ്പോൾ അവൾ അതുകാരണം പോയതുമില്ല.

പതിനാറാം തീയ്യതി മുതൽ അവൾ വിരൽതൊട്ട് എണ്ണി.

ഇന്ന് നാൽപതാമത്തെ ദിവസമാണ്. അതായത് പത്തുദിവസത്തോളം വൈകിയിരിക്കുന്നു. അവളുടെ മനസ്സിലൂടെ ഒരു മിന്നൽ പാഞ്ഞുപോയി.

'മോളേ...'

പിന്നിൽനിന്ന് രാജേശ്വരിയുടെ വിളികേട്ട് ഞെട്ടലോടെ അവൾ തിരിഞ്ഞുനോക്കി. അവളുടെ വിളറിയ മുഖം അവർ കണ്ടു.

'എന്താ മോളേ?' രാജേശ്വരി ചോദിച്ചു.

'ഒന്നുമില്ലമ്മേ.'

അവൾ കലണ്ടർ വീണ്ടും ഭിത്തിയിൽ തൂക്കി.

'എന്താ മോളേ നീ കലണ്ടറിൽ നോക്കിയത്?'

'എനിക്ക് ഈ മാസം ഇതുവരെ പീരിഡ്സ് ആയില്ല. എത്ര ദിവസമായെന്ന് നോക്കുവാരുന്നു.'

രാജേശ്വരി അറിയാതെ ഞെട്ടി.

'എത്ര ദിവസമായി.'

'പത്തുദിവസം വൈകി.'

'നിനക്ക്...നിനക്കെന്തെങ്കിലും സംശയമുണ്ടോ മോളേ.'

പല്ലവി മറുപടി പറഞ്ഞില്ല.

'ഡോക്ടറെ കണ്ടാലോ?'

'ഉം.'

'അച്ഛൻ ടൗണിൽ പോയതല്ലേ. വരട്ടെ.' രാജേശ്വരി പറഞ്ഞു.

'അച്ഛനോടു കാര്യമൊന്നും പറയണ്ട.'

'ഇല്ല. നമുക്ക് ജാസ്മിനെ ചെന്നു കാണാം. അപ്പോൾ ഫ്രീയായി സംസാരിക്കാമല്ലോ.' അമ്മയുടെ കൂട്ടുകാരിയാണ് ഡോ.ജാസ്മിൻ. അനുരാഗിന്റെ മരണമന്വേഷിച്ച് വീട്ടിൽ വന്നിരുന്നു.

രാജേശ്വരി അപ്പോൾത്തന്നെ സമരിയാസ് ഹോസ്പിറ്റലിൽ വിളിച്ച്

ഡോ.ജാസ്മിനെ ബുക്ക് ചെയ്തു.

'ടോക്കൺനമ്പർ നാല്പതാണ് മാഡം. പന്ത്രണ്ടര കഴിയുമ്പോഴേക്കും ഡോക്ടറെ കാണാൻ പറ്റും.' ബുക്കിംഗ് കൗണ്ടറിലെ പെൺ കുട്ടി പറഞ്ഞു.

'അതിനുമുമ്പ് അച്ഛൻ വന്നില്ലെങ്കിൽ നമുക്കൊരു ടാക്സി വിളിച്ചു പോകാം മോളേ.' അവർ പല്ലവിയെ സമാധാനിപ്പിച്ചു.

പക്ഷേ അരമണിക്കൂറിനുള്ളിൽ ബാലകൃഷ്ണൻനായർ എത്തി.

അപ്പോൾ സമയം പന്ത്രണ്ട്.

'ഞാനും മോളുംകൂടി ടൗണിൽവരെ ഒന്ന് പോയിട്ട് വരാം.'

അദ്ദേഹത്തോട് രാജേശ്വരി പറഞ്ഞു.

'ഞാൻ കൊണ്ടുപോകാം.' അദ്ദേഹം പറഞ്ഞു.

'വേണ്ടാ. അവൾക്കെന്തൊക്കെയോ വാങ്ങിക്കാനുണ്ട്. അതെല്ലാം കഴിഞ്ഞ് ഞങ്ങൾ സാവകാശമേ വരൂ.'

രാജേശ്വരിയാണ് കാർ ഡ്രൈവ് ചെയ്തത്. പല്ലവി നിശ്ശബ്ദയായി അമ്മയുടെ അടുത്ത് ഇരുന്നതേയുള്ളൂ.

'നീയെന്തിനാ മോളേ ടെൻഷനടിക്കുന്നത്. അഥവാ അനുരാഗിന്റെ കുഞ്ഞ് നിന്റെ വയറ്റിൽ പൊടിച്ചിട്ടുണ്ടെങ്കിൽ സന്തോഷിക്കയല്ലേ വേണ്ടത്. നമ്മളതിനെ വളർത്തും.'

രാജേശ്വരി പറഞ്ഞു.

'എനിക്ക് ടെൻഷനൊന്നുമില്ല അമ്മേ. ഓരോ കാര്യങ്ങൾ ആലോചിച്ച് ഞാൻ ഇരുന്നുപോയെന്നേയുള്ളൂ.' അവൾ പറഞ്ഞു.

ഹോസ്പിറ്റലിന്റെ പാർക്കിംങ് ഏരിയയിൽ ചെന്നു കാർനിന്നു. പല്ലവിയോട് അങ്ങനെയൊക്കെ പറഞ്ഞെങ്കിലും രാജേശ്വരിയുടെ മനസ്സിൽ ആശങ്കയുണ്ടായിരുന്നു.

ഒരുപക്ഷേ ലാബ് ടെസ്റ്റ് പോസിറ്റീവായി വന്നാൽ പല്ലവിമോള് പ്രസവിക്കുന്ന കുഞ്ഞ് ഭാഗ്യമില്ലാത്ത കുട്ടിയായിരിക്കും. ഒരിക്കൽപ്പോലും സ്വന്തം അച്ഛന്റെ മുഖം കാണാൻ അതിനു കഴിയുകയില്ല.

അവർ പേമെന്റ് കൗണ്ടറിൽ ചെന്ന് ഡോക്ടറെ കാണാനുള്ള ഫീസ് അടച്ചു. എന്നിട്ട് ഡോ. ജാസ്മിന്റെ കൺസൾട്ടിംഗ് റൂമിന്റെ അടുത്തേക്ക് പോയി.

വെളിയിൽ നിരയായിട്ട കസേരകളിൽ കുറേപ്പേർ ഡോക്ടറെ കാണാൻ കാത്തിരിക്കുന്നുണ്ടായിരുന്നു. ഒഴിഞ്ഞ രണ്ടുകസേരകളിൽ അവരും ഇരുന്നു.

പന്ത്രണ്ടര കഴിഞ്ഞപ്പോൾ പല്ലവിയുടെ പേര് വിളിക്കപ്പെട്ടു. രാജേ

ശ്വരിയോടൊപ്പം അവൾ വാതിൽ തുറന്ന് ഡോ. ജാസ്മിന്റെ മുറിയിലേക്ക് കയറിച്ചെന്നു.

'എന്തുപറ്റി രാജീ?' അവരെ കണ്ട് ഡോക്ടർ ഉത്കണ്ഠയോടെ ചോദിച്ചു.

'മോൾക്ക് ചെറിയ ഒരു പ്രോബ്ലം ജാസ്മിൻ.'

രാജേശ്വരിയുടെ പിന്നിൽ നിന്നതേയുള്ളു പല്ലവി.

'ഇരിക്ക് മോളേ.'

ഡോക്ടറുടെ അടുത്തുള്ള കസേരയിൽ അവൾ ഇരുന്നു.

'എന്താ മോളേ അസുഖം?'

രാജേശ്വരിയാണ് അതിന് മറുപടി പറഞ്ഞത്. ജാസ്മിൻ അത് ശ്രദ്ധാപൂർവ്വം കേട്ടു.

'പത്തുദിവസമായി അല്ലേ. മാനസികമായ പിരിമുറുക്കം ഉണ്ടാകുമ്പോൾ അത് ചിലപ്പോൾ ലേറ്റായെന്നു വരാം. അതു സാരമില്ല. നമുക്ക് ടെസ്റ്റ് ചെയ്തു നോക്കാമല്ലോ.' ലാബിൽ കൊടുക്കാനുള്ള കടലാസിൽ ഡോക്ടർ പ്രഗ്നൻസി ടെസ്റ്റിന്റെ പേരെഴുതി.

'എന്നാണ് മോൾ ആലപ്പുഴയിൽനിന്ന് വന്നത്?'

'രണ്ടുദിവസമായി.'

'ഇനിയങ്ങോട്ട് പോകുന്നില്ലേ?'

'അതേക്കുറിച്ചൊന്നും ചിന്തിച്ചിട്ടില്ല ഞങ്ങൾ.'

'ലാബിൽ ചെന്ന് ബ്ലഡ് കൊടുത്തിട്ട് പോയ്ക്കോളൂ. വെയിറ്റ് ചെയ്യണ്ട. ഞാൻ വിളിക്കാം.' ജാസ്മിൻ പറഞ്ഞു.

'ശരി.'

ലബോറട്ടറിയിൽ ചെന്ന് ടെസ്റ്റ് ചെയ്യാനുള്ള രക്തം കൊടുത്തശേഷം രാജേശ്വരിയും പല്ലവിയും വീട്ടിലേക്ക് മടങ്ങി.

കാറിൽവച്ച് ആരും ഒന്നും സംസാരിച്ചില്ല. രണ്ടുപേരും അവരവരുടെ ചിന്തകളിലായിരുന്നു.

വൈകുന്നേരം ഡോ.ജാസ്മിൻ വിളിച്ചു. കുതിച്ചുയരുന്ന നെഞ്ചിടിപ്പോടെയാണ് രാജേശ്വരി മൊബൈൽ എടുത്തത്.

'ഹലോ'

'റിസൽട്ട് കിട്ടി രാജീ. ടെസ്റ്റ് നെഗറ്റീവാണ്.'

'എന്നുവച്ചാൽ?'

'വേറെന്തോ കാരണംകൊണ്ടാണ്. ഇന്നോ നാളെയോ ഉണ്ടാകും. ഇല്ലെങ്കിൽ അത് സ്പീഡപ്പ് ചെയ്യാൻ ഞാൻ ടാബ്ലെറ്റ് തരാം.'

'താങ്ക്സ് ജാസ്മിൻ. രണ്ടുദിവസം കൂടെ നോക്കാം.'

രാജേശ്വരി പറഞ്ഞു.

'അതാണ് നല്ലത്.'

രണ്ടുദിവസം കാത്തിരിക്കേണ്ടിവന്നില്ല. ടാബ്ലെറ്റ് കഴിക്കേണ്ടിവന്നതുമില്ല

'ഇപ്പോൾ നിനക്ക് സമാധാനമായില്ലേ മോളേ.' അവളെ ചേർത്തുപിടിച്ചുകൊണ്ട് രാജേശ്വരി ചോദിച്ചു.

'സമാധാനക്കുറവൊന്നും ഉണ്ടായിരുന്നില്ലമ്മേ. പക്ഷേ ഒരു ആശങ്കയുണ്ടായിരുന്നു.' അവളുടെ കണ്ണുകൾ അറിയാതെ നനഞ്ഞു.

'എല്ലാം നല്ലതിനാണെന്നു മാത്രം വിചാരിച്ചാൽ മതി മോളേ.'

പല്ലവി അവളുടെ മുറിയിലേക്ക് ചെന്ന് മൊബൈൽ എടുത്തു. മൊബൈൽ സ്ക്രീൻ സേവറിൽ അനുരാഗുമൊത്തുള്ള ഫോട്ടോയായിരുന്നു. അവൾ അനുരാഗുമൊത്തുള്ള ഓർമ്മകളിൽ ലയിച്ചു.

***

ആറുമണി കഴിഞ്ഞു ഗായത്രീദേവി ഓഫീസിൽനിന്ന് വന്നപ്പോൾ. തളർച്ചയോടെയാണ് അവർ കാറിൽനിന്ന് ഇറങ്ങിയത്.

സുമിത്ര വന്ന് മുൻവാതിൽ തുറന്നു.

'കടുപ്പത്തിൽ ഒരു ചായ വേണം.' അവർ പറഞ്ഞു.

'എന്താ തലവേദനയുണ്ടോ ചേച്ചീ?' സുമിത്ര ചോദിച്ചു.

'ഇല്ല. പക്ഷേ നല്ല ക്ഷീണം.'

അവർ സ്വീകരണമുറിയിലെ സോഫയിലേക്ക് ഇരുന്നു.

പിന്നിലേക്ക് ചാരി കണ്ണുകളടച്ചപ്പോൾ അനുരാഗിന്റെ മുഖമാണ് മനസ്സിൽ തെളിഞ്ഞത്.

തന്നെ ഒറ്റയ്ക്കാക്കിയിട്ട് അവൻ അകാലത്ത് പൊയ്ക്കളഞ്ഞു. മണ്ടത്തരമാണ് എന്റെ കുഞ്ഞ് ചെയ്തത്.

എന്റെ ഊന്നുവടിയാകേണ്ടവനായിരുന്നു. അച്ഛൻ പടുത്തുയർത്തിയ ബിസിനസ്സ് സാമ്രാജ്യം വിജയകരമായി മുന്നോട്ടു കൊണ്ടുപോകേണ്ടവനായിരുന്നു.

പക്ഷേ സുമിത്ര ഒരു വലിയ കപ്പ് നിറയെ ചൂടു ചായയുമായി വന്നു.

'ചായ' ഗായത്രീദേവി കണ്ണുതുറന്നു.

'ഓഫീസിൽ എന്തെങ്കിലും ബുദ്ധിമുട്ടുണ്ടോ ചേച്ചീ.' ചായ കൊടുത്തുകൊണ്ട് സാവിത്രി ചോദിച്ചു.

'ബുദ്ധിമുട്ടേയുള്ളൂ. എനിക്ക് ഈ പുതിയ സിസ്റ്റമൊന്നും അറിയില്ല സുമിത്രേ. ഇത്രയുംനാൾ ഒരു വീട്ടമ്മയായി ഇരുന്നിട്ട് വലിയ ഒരു സ്ഥാപനത്തിന്റെ തലപ്പത്ത് പിടിച്ചുവച്ചാൽ...എനിക്കൊന്നും അറിയില്ല. എല്ലാം

എങ്ങിനെയായിത്തീരുമെന്ന്.'

ഗായത്രീദേവി ചായ കുടിച്ചു.

'ഇന്ന് മുംബൈയിൽനിന്നുള്ള രണ്ട് എക്സിക്യൂട്ടീവുകൾ വന്നു. അവർ ഹിന്ദിയിലും ഇംഗ്ലീഷിലും മാത്രമേ സംസാരിക്കൂ. ഹിന്ദി എനിക്കു തീരെ വശമില്ല. ഇംഗ്ലീഷ് കേട്ടാൽ മനസ്സിലാകും. പക്ഷേ തിരികെ സംസാരിക്കാൻ ബുദ്ധിമുട്ടാണ്. പിന്നെ മദനൻ ഉള്ളതുകൊണ്ടാണ് രക്ഷപ്പെട്ടത്.'

'മാനേജർമാരെ വിശ്വസിച്ച് എല്ലാം ഏൽപ്പിക്കാൻ പറ്റുമോ ചേച്ചീ.' ആശങ്കയോടെ സുമിത്ര ചോദിച്ചു.

'അതാണ് എനിക്കും പേടി. ഒരനുഭവം ഉണ്ടായതല്ലേ. അവർ കൊണ്ടുവന്ന് തരുന്നതിലെല്ലാം ഞാൻ ഒപ്പിട്ടുകൊടുക്കും. ഒടുവിൽ വീണ്ടും കുഴിയിൽച്ചാടിച്ചാലോ.'

'ഞാനൊരു കാര്യം പറയട്ടെ ചേച്ചീ.' ഗായത്രീദേവി ചോദ്യഭാവത്തിൽ സുമിത്രയുടെ മുഖത്തേക്ക് നോക്കി.

'പല്ലവിമോളെ ഇങ്ങ് വിളിച്ചോണ്ടുവന്നാലെന്താ. പഠിപ്പുള്ള കുട്ടിയല്ലേ. അങ്ങനൊന്നും ആർക്കും കളിപ്പിക്കാൻ പറ്റത്തില്ല.'

'ഞാനും അതേക്കുറിച്ച് ആലോചിച്ചുകൊണ്ടിരിക്കുകയാ. പക്ഷേ അവർ അവളെ വിടുമോ. അതാ എനിക്കു സംശയം.'

'ഒന്നു ചെന്ന് കണ്ട് സംസാരിക്കുന്നതിൽ തെറ്റൊന്നുമില്ല.'

സുമിത്ര പറഞ്ഞു.

'അടുത്ത ഞായറാഴ്ച പോകാമെന്ന് വിചാരിക്കുകയാ. അന്ന് ബാലകൃഷ്ണൻനായരും കാണുമല്ലോ വീട്ടിൽ. പല്ലവി വന്നേ പറ്റൂ. മിട്ടുമോൻ ഉണ്ടായിരുന്നുവെങ്കിൽ ഈ സ്വത്തിന്റെയൊക്കെ അവകാശി അവനാകുമായിരുന്നു. അവൻ പോയ സ്ഥിതിക്ക് ഇനി അതെല്ലാം അവന്റെ ഭാര്യക്കുള്ളതാണ്.' ഗായത്രീദേവി പറഞ്ഞു.

'അന്യാധീനപ്പെട്ടുപോകാതെ ആ മോൾ വന്ന് എല്ലാം കൈകാര്യം ചെയ്യാൻ ചേച്ചി പറ. വരാതിരിക്കില്ലെന്ന് എന്റെ മനസ്സ് പറയുന്നു. സ്നേഹമുള്ളവളാണ്.'

ഗായത്രീദേവി ഒരുനിമിഷം ചിന്തിച്ച് ഇരുന്നു.

എനിക്ക് ഒരു മോനേ ഉണ്ടായിരുന്നുള്ളൂ. അവൻ പോയെങ്കിലും ഒരു മോളെ കിട്ടിയല്ലോ എനിക്ക്. ഒരുപക്ഷേ മിട്ടുവിനേക്കാൾ മിടുക്ക് പല്ലവിക്കായിരിക്കും.

ആ ഞായറാഴ്ച ഗായത്രീദേവി മൂവാറ്റുപുഴയ്ക്ക് പോയി. ചെല്ലു ന്ന കാര്യം അവർ തലേദിവസം തന്നെ അറിയിച്ചിരുന്നു. ചായ കുടിച്ചുകഴി

ഞ്ഞിട്ടാണ് അവർ കാര്യത്തിലേക്ക് കടന്നത്.

'അന്ന് പല്ലവിയുടെ അച്ഛനും അമ്മയും വന്ന് മോളെ കൊണ്ടുപോവ ണമെന്ന് പറഞ്ഞപ്പോൾ ഞാൻ എതിർത്തില്ലെന്നേയുള്ളൂ. മനസ്സില്ലാമ നസ്സോടെയാണ് ഞാനവളെ വിട്ടത്.' അവർ പറഞ്ഞു.

'ആ വീട്ടിലെ അന്തരീക്ഷത്തിൽനിന്ന് വിട്ടുനിൽക്കുമ്പോൾ അവൾക്ക് പലതും മറക്കാൻ കഴിയുമെന്ന് വിചാരിച്ചാണ് ഞങ്ങൾ...' ബാലകൃ ഷ്ണൻനായർ പറഞ്ഞു.

'അതു ശരിയാണ്. അതുകൊണ്ടാണല്ലോ ഞാൻ സമ്മതിച്ചതും. പക്ഷേ അവളുടെ വീടാണത്. എന്റെ മോൻ പോയെങ്കിലും അവന്റെ ഭാര്യയല്ലേ പല്ലവിമോൾ. അവനുള്ളതിന്റെയെല്ലാം അവകാശി അവന്റെ ഭാര്യതന്നെയാണ്.'

'സ്വത്തിനെക്കുറിച്ചൊന്നും ഞങ്ങൾ ഇതുവരെ ആലോചിച്ചിട്ടില്ല അനുവിന്റെ അമ്മേ. നമ്മുടെ മക്കളുടെ സന്തോഷമല്ലേ നമുക്ക് പ്രധാ നം. അവൾ ഞങ്ങളോടൊപ്പം ഉണ്ടെങ്കിൽകൂടുതൽ സമാധാനം അവർക്കു കിട്ടുമെന്നാണ് ഞങ്ങളുടെ വിചാരം.'

രാജേശ്വരി പറഞ്ഞു.

'അതു ശരിതന്നെയാണ്. എന്നാലും ഭർത്താവ് മരിച്ച ഉടൻതന്നെ ഭാര്യ ആ വീടുവിട്ട് ഇറങ്ങുന്നത് പല വ്യാഖ്യാനങ്ങൾക്കും കാരണമാ കും. എന്തായാലും നാൽപ്പത്തിയൊന്നിന് ഒരു ചടങ്ങുണ്ടല്ലോ. അതുവ രെയെങ്കിലും മോൾക്ക് അവിടെവന്ന് താമസിച്ചുകൂടേ?' ഗായത്രീദേവി ചോദിച്ചു.

അച്ഛന്റെയും അമ്മയുടെയും ഒപ്പമിരുന്ന് പല്ലവി നിശ്ശബ്ദയായി ആ സംഭാഷണം കേൾക്കുകയായിരുന്നു.'

'ഞാൻ വരാം അമ്മേ.' അവൾ പെട്ടെന്ന് പറഞ്ഞു.

'മോളേ.' ഗായത്രീദേവി സന്തോഷത്തോടെ അവളുടെ കൈ എടു ത്തുപിടിച്ചു.

'മോൾക്ക് ഇഷ്ടമാണെങ്കിൽ വരട്ടെ.ഞങ്ങൾക്ക് അതിൽ ഒരു വിരോ ധവുമില്ല.' ബാലകൃഷ്ണൻനായർ പറഞ്ഞു.

'പല്ലവിമോൾക്ക് ഒരു ജീവിതം ബാക്കിയുണ്ട്. അതു മറന്നുകൊണ്ടൊ ന്നുമല്ല ഞാൻ കൊണ്ടുപോകുന്നതും. അവളുടെ കാര്യത്തിൽ എന്തു തീരുമാനവും ഭാവിയിൽ എടുക്കാൻ അച്ഛനും അമ്മയ്ക്കും അവകാശ മുണ്ട്. അതിലൊന്നും ഞാൻ എതിർപ്പ് പറയുകയുമില്ല. എന്നെ വിശ്വ സിക്കാം.' ഗായത്രീദേവി പറഞ്ഞു.

'ഞങ്ങൾക്ക് വിശ്വാസക്കുറവൊന്നുമില്ല അനുവിന്റെ അമ്മേ. മോളെ

കൊണ്ടുപോയിക്കോളൂ. അവൾ അറിവുള്ള കുട്ടിയല്ലേ. സ്വന്തമായി തീരുമാനങ്ങളെടുക്കാൻ അവൾക്കും അവകാശമുണ്ടല്ലോ.'

രാജേശ്വരി പറഞ്ഞു.

ഉച്ചയ്ക്ക് ഭക്ഷണം കഴിച്ചിട്ടാണ് പല്ലവിയെയും കൊണ്ട് ഗായത്രീദേവി ആലപ്പുഴയ്ക്ക് മടങ്ങിയത്. ആർകെ ബംഗ്ലാവിൽ എത്തിയപ്പോൾ എന്തുകൊണ്ടോ സ്വന്തം വീട്ടിൽ തിരിച്ചെത്തിയതുപോലെയാണ് അവൾക്ക് അനുഭവപ്പെട്ടത്.

'നാളെ മുതൽ അമ്മയുടെ കൂടെ ഓഫീസിൽ വരാമോ?'

രാത്രിയിൽ ഗായത്രീദേവി അവളോട് ചോദിച്ചു.

'വരാം അമ്മേ. ഞാനിങ്ങനെ ഒരു പണിയുമില്ലാതെ ഒറ്റയ്ക്ക് ഇരിക്കുന്നതിലും നല്ലത് അവിടെ വന്ന് അമ്മയെ സഹായിക്കുന്നതല്ലേ'

പിറ്റേന്നുരാവിലെ ഗായത്രീദേവിയും പല്ലവിയും കൂടിയാണ് ആർ.കെ അസോസിയേറ്റ്സിന്റെ ഓഫീസിലേക്ക് പോയത്.

ഗായത്രീദേവിയുടെ മുറിയിൽത്തന്നെ ഒരു കസേരയിൽ അവൾ ഇരുന്നു.

മദനഗോപാലിനെ ഗായത്രീദേവി വിളിപ്പിച്ചു.

'മദനാ ഇന്നുമുതൽ എന്റെ സഹായത്തിന് പല്ലവിയും ഉണ്ട്. എന്റെ അഭാവത്തിൽ എന്റെ സ്ഥാനം പല്ലവിക്കായിരിക്കും. മനസ്സിലായോ?'

'മനസ്സിലായി മാഡം.'

എന്നും അവൾ ഗായത്രീദേവിയോടൊപ്പം ഓഫീസിലേക്കു പോയി. അവിടുത്തെ കാര്യങ്ങൾ പഠിച്ചുവന്നപ്പോൾ അത് അവൾ ക്ക് ഒട്ടും ബുദ്ധിമുട്ടായി തോന്നിയില്ല. കാര്യങ്ങൾ മനസ്സിലാക്കാനും ഉചിതമായ തീരുമാനങ്ങൾ എടുക്കാനും ഒരാഴ്ചകൊണ്ട് അവൾ ഏതാണ്ട് പ്രാപ്തി കൈവരിച്ചു.

ഒരുദിവസം എ.എസ്.പി ശ്രീനാഥിന്റെ വിളി ഗായത്രീദേവിക്ക് വന്നു.

'എനിക്ക് അമ്മയെ ഒന്നു കാണണമായിരുന്നു. ഇന്നോ നാളെ യോ എപ്പോഴാണ് സൗകര്യം.'

'ഞാനിപ്പോൾ ഓഫീസിലാണ്. ഇങ്ങോട്ട് വരുന്നോ അതോ...'

'ഔദ്യോഗികമായി സംസാരിക്കാനാണ് ഞാൻ വരുന്നത്. അപ്പോൾ ഓഫീസിലേക്ക് വന്നാൽ പലരും സംശയിക്കും. വീട്ടിലേക്ക് വരാം. അതാണ് നല്ലത്.'

'എങ്കിൽ ഇന്നുച്ചയ്ക്ക് വരൂ. പല്ലവിയും ഉണ്ട് എന്റെ കൂടെ. വീട്ടിൽനിന്ന് ഊണും കഴിക്കാം'

'ഊണു കഴിക്കാൻ നിർവ്വാഹമില്ല അമ്മേ. ഞാൻ മാത്രമല്ല വരുന്ന

ത്. വേറെ പോലീസ് ഓഫീസർമാരും കാണും.'

'ശരി. ഒന്നരയാകുമ്പോൾ വരൂ.'

ശ്രീനാഥ് വളിക്കുമ്പോൾ പല്ലവി അടുത്തുതന്നെ ഉണ്ടായിരുന്നു. അയാൾ വിളിച്ച കാര്യം അവർ അവളോട് പറഞ്ഞു.

'അനുവിന്റെ മരണത്തക്കുറിച്ച് എന്തെങ്കിലും അറിയാനായിരിക്കും അമ്മേ. കേസ് രജിസ്റ്റർ ചെയ്തിട്ടുണ്ടല്ലോ.' അവൾ പറഞ്ഞു

'എന്തായാലും അവർ വരട്ടെ.'

ഒരുമണിയായപ്പോൾ പല്ലവിയും ഗായത്രീദേവിയും ഊണുകഴിക്കാൻ വീട്ടിലെത്തി. അവർ സമയം കളയാതെ ഭക്ഷണം കഴിച്ചു.

ഒന്നരയായപ്പോൾ എ.എസ്.പി ശ്രീനാഥും മറ്റൊരു ജീപ്പിൽ സർക്കിളും രണ്ട് പോലീസുകാരും വന്നു.

സ്വീകരണമുറിയിലിരുന്നാണ് അവർ ഗായത്രീദേവിയോടും പല്ലവിയോടും സംസാരിച്ചത്.

'അറിഞ്ഞുകാണുമല്ലോ...ഗോപിനാഥിന്റെ ബോഡിഗാർഡിന്റെ തോക്കിൽനിന്ന് വെടിയേറ്റാണ് അനുരാഗ് മരണപ്പെട്ടത്. അന്നുതന്നെ ഞങ്ങൾ അയാളെ കസ്റ്റഡിയിലെടുത്തു. അയാൾ ഇപ്പോൾ റിമാൻഡിലാണ്.' ശ്രീനാഥ് പറഞ്ഞു.

'പത്രത്തിൽനിന്ന് അതൊക്കെ വായിച്ചറിഞ്ഞിരുന്നു.

പല്ലവി പറഞ്ഞു.

'ഐസ്ക്രീം ഹൗസിലെ സീസിടിവി ക്യാമറയിൽനിന്ന് മുഴുവൻ വിഷൽസും വീഡിയോയും ആയി കിട്ടിയിട്ടുണ്ട്. അതുകൊണ്ട് എന്താണ് സംഭവിച്ചതെന്ന് കൃത്യമായി അറിയാം. ദൃക്സാക്ഷികളും ഉണ്ട്.

ഗായത്രീദേവിയും പല്ലവിയും ഒന്നും പറഞ്ഞില്ല.

'ഞങ്ങൾക്ക് ഇനി അറിയാനുള്ളത് ആ കൈത്തോക്ക് എവിടെനിന്നു കിട്ടി എന്നുള്ളതാണ്. കാരണം അതു ലൈസൻസ് ഇല്ലാത്ത തോക്കായിരുന്നു.'

'അതേക്കുറിച്ച് എനിക്ക് ഒന്നും അറിയില്ല സാറേ.'

ഗായത്രീദേവി പറഞ്ഞു.

'അനുരാഗിന്റെ കയ്യിൽ മുമ്പ് തോക്ക് കണ്ടിട്ടേയില്ലേ?'

'ഇല്ല.'

'കൈയിൽ അങ്ങനൊരു ആയുധമുണ്ടെന്ന് എപ്പോഴെങ്കിലും അനുരാഗ് സൂചിപ്പിച്ചിട്ടുണ്ടോ?'

'ഇല്ല.'

'പല്ലവിക്ക് അതേക്കുറിച്ച് എന്തെങ്കിലും അറിയാമോ?' അയാൾ

അവൾക്കു നേരെ തിരിഞ്ഞു.

'ഇല്ല.'

'ഇങ്ങനെ ഒരു പകവീട്ടൽ നടക്കാൻ പോകുന്നു എന്ന കാര്യത്തെക്കുറിച്ച് സംസാരത്തിൽനിന്ന് സംശയംപോലും ഉണ്ടായില്ലേ?'

'വെടിവെപ്പ് ഉണ്ടാകുമെന്ന് സ്വപ്നത്തിൽപ്പോലും വിചാരിച്ചില്ല. പക്ഷേ അനുവിന്റെ മനസ്സിൽ എന്തോ ഉണ്ടായിരുന്നു എന്ന് തോന്നിയിട്ടുണ്ട്. അനു എന്തോ പ്ലാൻ ചെയ്യുന്നുണ്ട് എന്ന് പീയുഷ് ഒരുദിവസം പറഞ്ഞിരുന്നു.'

'ആരാണ് പീയുഷ്?'

'അനുവിന്റെ ഗുഡ് ഫ്രണ്ടാണ്.'

'അയാളുടെ നമ്പർ അറിയാമോ?' ശ്രീനാഥ് ചോദിച്ചു.

'അറിയാം.' പല്ലവി മൊബൈൽ എടുത്ത് പീയുഷിന്റെ നമ്പർ പറഞ്ഞുകൊടുത്തു. ശ്രീനാഥ് അത് കുറിച്ചെടുത്തു.

'ശരി. തൽക്കാലം ഇത്രയും വിവരങ്ങൾ അറിഞ്ഞാൽ മതി. എന്തെങ്കിലും കൂടുതൽ ആവശ്യം ഉണ്ടായാൽ വരാം.'

പോലീസ് പാർട്ടി യാത്ര പറഞ്ഞു പോയി.

'ഞാനും അതേക്കുറിച്ച് ആലോചിക്കാതിരുന്നില്ല മോളേ. അവന് ആ തോക്ക് എവിടുന്ന് കിട്ടി? ആരാണ് കൊടുത്തത്?'

ഗായത്രീദേവി ചോദിച്ചു.

'എനിക്കും അറിയില്ലമ്മേ. എന്തൊക്കെയോ രഹസ്യങ്ങൾ മനസ്സിൽ ഒളിപ്പിച്ചിരുന്നു. പീയുഷിന് അതേക്കുറിച്ച് അറിയാമായിരിക്കും. അതാണല്ലോ അവൻ ഒരുദിവസം മൂവാറ്റുപുഴയിൽ വന്ന് സംസാരിച്ചത്.'

'അതേക്കുറിച്ച് ഞാനിപ്പോഴാ മോളേ അറിയുന്നത്.'

'അനു നന്നായി പ്ലാൻ ചെയ്ത ഒരു പകവീട്ടിലായിരുന്നു അതെന്ന് എനിക്കിപ്പോൾ തോന്നുന്നു. പക്ഷേ ഒരു ഭാഗം പാളിപ്പോയി.' അവർ ആ ഓർമ്മയിൽ മുഴുകി അല്പനേരം നിശ്ശബ്ദരായി ഇരുന്നു.

'നമുക്ക് ഓഫീസിലേക്ക് പോകാം അമ്മേ. രണ്ടരമണി കഴിഞ്ഞു.'

പല്ലവി ഓർമ്മിപ്പിച്ചു.

അവർ ഉടൻതന്നെ ഓഫീസിലേക്കു പോയി. ആ ഞായറാഴ്ച അവർ ഒട്ടും പ്രതീക്ഷിക്കാത്ത ഒരു അതിഥി ആർ.കെ ബംഗ്ലാവിൽ വന്നു. അത് രാഹുലായിരുന്നു.

ഗായത്രീദേവി അയാളെ സ്വീകരിച്ച് ഇരുത്തി. അപ്പോഴേക്കും പല്ലവിയും വന്നു.

'ശ്രീനാഥ് പറഞ്ഞപ്പോഴാണ് പല്ലവി വന്നിട്ടുണ്ടെന്ന് അറിഞ്ഞത്.'

അയാൾ പറഞ്ഞു.

'മോളെ ഞാനിങ്ങ് കൊണ്ടുപോന്നു. ഇനി എങ്ങോട്ടും വിടുന്നില്ല.' ഗായത്രീദേവി പറഞ്ഞു.

'അതാണ് ശരി. കല്യാണം കഴിപ്പിച്ചയച്ച വീടാണ് പെണ്ണിന്റെ വീട്.' അയാൾ പറഞ്ഞു.

'അമ്മയെ വിട്ട് ഞാനിനി എങ്ങോട്ടും പോകുന്നില്ല. അമ്മയ്ക്ക് ഞാന ല്ലാതെ വേറാരുണ്ട്?' പല്ലവി ചോദിച്ചു.

'അതെ. അതാണ് ശരി.'

'ഇനി രാഹുലിന്റെ വിശേഷങ്ങൾ പറ. വീട്ടിൽ അച്ഛനും അമ്മയും സുഖമായിരിക്കുന്നോ. എല്ലാ ആഴ്ചയിലും അങ്ങോട്ടു പോകാറുണ്ടോ?' ഗായത്രീദേവി ചോദിച്ചു.

'കഴിഞ്ഞയാഴ്ച പോയിരുന്നു. അച്ഛനും അമ്മയും സുഖമായിരിക്കു ന്നു. പക്ഷേ ഞാനിപ്പോൾ വന്നത് വേറൊരു വിശേഷം പറയാനാണ്.'

'എന്താണ് കല്യാണം ആയോ?' ഗായത്രീദേവി ആകാംക്ഷയോടെ ചോദിച്ചു.

'അല്ലമ്മേ. കല്യാണത്തെക്കുറിച്ച് ഞാനുടനെയൊന്നും ചിന്തിക്കു ന്നില്ല. സത്യത്തിൽ ഞാൻ യാത്ര പറയാനാണ് വന്നത്.'

പല്ലവി ഒന്നു പകച്ചു.

'എങ്ങോട്ടു പോകുന്നു.' അവൾ ചോദിച്ചു.

'എനിക്ക് ഇവിടന്ന് ട്രാൻസ്ഫറാണ്.' രാഹുൽ പറഞ്ഞു.

'എങ്ങോട്ട്?' നിരാശയോടെ പല്ലവി അയാളെ നോക്കി.

'തൃശ്ശൂർക്ക്. പക്ഷേ പ്രമോഷനായിട്ടാണ്. തൃശ്ശൂർ കലക്ടറായിട്ട്. '

പെട്ടെന്ന് അവളുടെ മുഖം വിടർന്നു.

'കൺഗ്രാജുലേഷൻസ്.'

'താങ്ക്യു'

'സങ്കടവും അതേ സമയം സന്തോഷവും തരുന്ന വാർത്തയാണല്ലോ മോനേ ഇത്.' ഗായത്രീദേവി പറഞ്ഞു.

'തൃശ്ശൂർക്ക് പോകുന്നത് കൊള്ളാം. ആലപ്പുഴ മറക്കാതിരുന്നാൽ മതി.' കളിമട്ടിൽ പല്ലവി പറഞ്ഞു.

'കൊല്ലത്തുനിന്നുള്ള എളുപ്പവഴി തൃശ്ശൂർക്ക് ആലപ്പുഴ വഴിയാണ്.' അയാൾ പറഞ്ഞു.

ഗായത്രീദേവിയും പല്ലവിയും അതുകേട്ട് ചിരിച്ചു.

ചായകുടിച്ചുകഴിഞ്ഞപ്പോൾ രാഹുൽ പോയി. അയാളെ യാത്രയാ ക്കാൻ ഗായത്രീദേവിയും പല്ലവിയും കാറിന്റെ അടുത്തുവരെ ചെന്നു.

'പോയിട്ടുവരാം അമ്മേ.'

കാറിൽ കയറുമ്പോൾ അയാൾ പറഞ്ഞു.

'പോയിട്ട് വരണം.' അവർ പറഞ്ഞു.

പല്ലവിയുടെ മുഖത്തേക്കു രാഹുൽ ഒന്നു നോക്കി. അവൾ തല ചലിപ്പിച്ച് അനുവാദം കൊടുത്തു.

കാർ ഗേറ്റ് കടന്നുപോകുന്നതു നോക്കി രണ്ടുപേരും നിന്നു.

'നല്ല പയ്യൻ അല്ലേ മോളേ.' ഗായത്രീദേവി ചോദിച്ചു.

പല്ലവി ഒന്നു പുഞ്ചിരിച്ചു. അതു ശരിവയ്ക്കുംപോലെ.

***

www.ingramcontent.com/pod-product-compliance
Lightning Source LLC
LaVergne TN
LVHW100224051026
849517LV00006B/1796
* 9 7 8 9 3 9 4 4 7 2 4 9 5 *